മഞ്ഞുരുകുന്നു

INSIGHT PUBLICA®

Nadakkavu, Kozhikode, Kerala, 673011
www.insightpublica.com
e-mail: insightpublica@gmail.com

Title: **Manjurukunnu**
Author: **Ilya Ehrenburg**
Translated by Omana
(Malayalam)
First Insight Edition: May 2024
Printed and Published by
InsightinPublica Printers & Publishers Pvt. Ltd.
ISBN 978-93-5517-311-9
₹300

മഞ്ഞുരുകുന്നു

ഇലിയ എഹ്റൻബുർഗ്ഗ്

INSIGHT PUBLICA®

ഉള്ളടക്കം

അദ്ധ്യായം ഒന്ന്

ലൈബ്രേറിയന് ഒരു പരിഭ്രമം. അവളുടെ കണ്ണട ഇളകി മൂക്കിന്റെ അറ്റത്തെത്തി; തലമുടിച്ചുരുളുകൾ കിടന്നാടി. അവൾ പറഞ്ഞു: 'സഖാവു ബ്രൈനിൻ ഇനി സംസാരിക്കുന്നു. അതിനുശേഷം സഖാവ് ദിമിത്രി കൊറോട്ടിയേവാണ്.'[1] വായനക്കാരുടെ ഈ യോഗത്തിൽ പ്രസംഗിക്കാൻ ഏറ്റിരുന്ന കാര്യം ദിമിത്രി മറന്നിട്ടില്ല. എങ്കിലും ലൈബ്രേറിയന്റെ ആ പ്രസ്താവന അയാളെ ഒന്നു പരിഭ്രമിപ്പിച്ചു. പുരികം ചുളിച്ച് അയാൾ അത്ഭുതം പ്രകടിപ്പിച്ചു.

ഫാക്ടറിയിൽ എല്ലാവർക്കും ദിമിത്രി കൊറോട്ടിയേവിനെ ബഹുമാനമാണ്. ദിമിത്രിയില്ലായിരുന്നെങ്കിൽ പുതിയ കട്ടിങ്ങുമെഷീൻ ഇത്തവണ ശരിപ്പെടുത്താൻ കഴിയുമായിരുന്നില്ലെന്ന് ഫാക്ടറി ഡയറക്ടർ പാർട്ടിയുടെ ടൗൺ കമ്മറ്റിയോടുപോലും പറയുകയുണ്ടായി. ഒരു എഞ്ചിനീയർ എന്ന നിലയിൽ മാത്രമല്ല, ബഹുമുഖമായ വിജ്ഞാനം, മര്യാദ എന്നിവയും അയാളെ ബഹുമാനിയ്ക്കാനുള്ള കാരണങ്ങളിൽപ്പെടുന്നു. ആരേയും നിഷ്ക്കരുണം വിമർശിക്കുന്ന ഒരാളാണ് പ്രധാന ഡിസൈനറായ സൊഖ്ളോവ്സ്കി. അയാൾക്കുപോലും ദിമിത്രിയ്ക്കെതിരായി ഒന്നും പറയാനുണ്ടായിരുന്നില്ല. ലൈബ്രേറിയനും നല്ല മതിപ്പാണയാളിൽ. സാഹിത്യത്തെപ്പറ്റി അവർ തമ്മിൽ പലപ്പോഴും സംസാരിക്കാറുണ്ട്. 'ചെഖോവിനെപ്പറ്റി ദിമിത്രി കൊറോട്ടിയേവിനുള്ള അഭിപ്രായം വളരെ ഗംഭീരമാണെന്ന് അവൾ പലരോടും പറയുകയുണ്ടായി. ഈ യോഗത്തിനുവേണ്ടി പരീക്ഷയ്ക്കു പഠിക്കുന്ന സ്കൂൾ കുട്ടിയെപ്പോലെ ഒരുമാസം അവൾ മിനക്കെട്ടതാണ്. ദിമിത്രിയുടെ സഹായമില്ലായിരുന്നെങ്കിൽ

---

1 ഫാക്ടറിയോടനുബന്ധിച്ചുള്ള വായനശാലയിൽ നടക്കുന്ന സാഹിത്യ ചർച്ചായോഗം

ഇതു സാദ്ധ്യമാവില്ലായിരുന്നെന്നും അവൾ സമ്മതിച്ചു.

ഒരു കെട്ടുകടലാസ്സ മേശപ്പുറത്തു നിരത്തിക്കൊണ്ടാണ് എഞ്ചിനീയർ ബ്രൈനിൻ പ്രസംഗിക്കാൻ തുടങ്ങിയത്. സമയം കഷ്ടിയായപോലെ അയാൾക്കൊരു തിടുക്കം. 90 നാഴിക വേഗത്തിലായിരുന്നു പ്രസംഗം. ഇടയ്ക്കിടയ്ക്ക് അസ്വസ്ഥതയോടെ കണ്ണട ശരിപ്പെടുത്തിയിരുന്നു; അമ്പരപ്പോടെ കടലാസ്സുകൾ തിരിച്ചും മറിച്ചും പരിശോധിച്ചിരുന്നു.

'എന്റെ മുൻപ്രാസംഗികർ,' അയാൾ തുടർന്നു: 'ചൂണ്ടിക്കാട്ടിയ പിഴവുകൾ ഈ നോവലിന്നുണ്ടെന്നിരുന്നാലും, ഒന്നുപറഞ്ഞാൽ ഇതു വളരെ വിജ്ഞാനമൂല്യമുള്ള ഒന്നാണ്. കൃഷിശാസ്ത്രജ്ഞനായ സുബ്ട്സോവു കാട്ടുവെച്ചുപിടിപ്പിക്കുന്നതിൽ എങ്ങിനെ പരാജയപ്പെട്ടു. ഒന്നു പറഞ്ഞാൽ ഗ്രന്ഥകാരൻതന്നെ ആ പ്രശ്നം ശരിയാംവിധം ഉന്നയിച്ചിട്ടുണ്ട്. സുബ്ട്സോവു വിമർശന-സ്വയം വിമർശനങ്ങളുടെ പ്രാധാന്യം കുറച്ചു കാണുകയാണ്. പാർട്ടി കമ്മിറ്റി സിക്രട്ടറിയായ ഷെബാലിന്റെ ഉപദേശം ഇക്കാര്യത്തിൽ അയാൾ തേടിയില്ല എന്നതു ശരിയാണ്, വാസ്തവമാണ്. പക്ഷേ, ഒന്നുപറഞ്ഞാൽ കൂട്ടായ നേതൃത്വത്തെ അവഗണിയ്ക്കുന്നതു കൊണ്ടുണ്ടാകുന്ന തകരാറുകൾ ഗ്രന്ഥകാരൻതന്നെ വ്യക്തമായി ചൂണ്ടികാട്ടിയിട്ടുണ്ട്. വിമർശനങ്ങൾ സ്വീകരിച്ച് ഇതിലെ ചില സംഭവങ്ങൾ വ്യത്യാസപ്പെടുത്തുകയാണെങ്കിൽ വളരെ മികച്ച ഒരു നോവലായിത്തീരുമിത്; ഒന്നു പറഞ്ഞാൽ നമ്മുടെ സാഹിത്യഭണ്ഡാരത്തിലേയ്ക്ക് ഒരു അമൂല്യസംഭാവനയായിരിക്കും.

ക്ലബിൽ ആളുകൾ തിങ്ങിനിറഞ്ഞിരുന്നു. വാതില്ക്കലും വരാന്തകളിലും എങ്ങും "സൂരിക്കാ"നിടമില്ല. ചർച്ചയ്ക്കു വിധേയമായിരുന്നത് അവിടത്തുകാരനായ ഒരു ചെറുപ്പക്കാരന്റെ നോവലാണ്. എല്ലാവരിലും അതൊരുൽക്കണ്ഠ വളർത്തിയിരുന്നു. പക്ഷേ ബ്രൈനിന്റെ മുഷിപ്പനായ പ്രസംഗവും കേട്ടുകേട്ടു തഴമ്പിച്ച ഉദ്ധരണികളും ഓരോ വാചകത്തിലും ആവർത്തിയ്ക്കുന്ന 'ഒന്നുപറഞ്ഞാൽ' എന്ന പ്രയോഗവും എല്ലാംകൂടി സദസ്യരെ വല്ലാതെ ബോറാക്കി. ഇനി സ: ദിമിത്രി കൊറോട്ടിയേവും പിന്നീടു സ്റ്റോല്യാറോവയും പ്രസംഗിക്കുമെന്ന ലൈബ്രേറിയന്റെ പ്രസ്താവന ആളുകളെ അല്പം ഉന്മേഷം പിടിപ്പിച്ചു.

ദിമിത്രിയുടെ പ്രസംഗം സാരഗർഭവും കേൾക്കാൻ സുഖമുള്ളതുമായിരുന്നു. അതെല്ലാവരും ചെവി കൂർപ്പിച്ചിരുന്നു കേട്ടു. പക്ഷേ ലൈബ്രേറിയന്നു് ഒരു വല്ലായ്മ. അവൾ നെറ്റി താങ്ങി കീഴ്പ്പോട്ടു നോക്കിയിരുന്നു. 'ചെഖോവിനെപ്പറ്റി ഇങ്ങിനെയല്ലല്ലോ ഇദ്ദേഹം പറയാറ്!' എന്ന് അവൾ ചിന്തിച്ചു: പിന്നെന്തു കൊണ്ടാണിദ്ദേഹം സുബ്ട്സോവിനെ

ഇങ്ങിനെ തൊലിയുരിക്കുന്നത്? ഈ നോവൽ ഇദ്ദേഹം ഇഷ്ടപ്പെട്ടുന്നില്ല. എന്നാൽ പ്രശംസിയ്ക്കുന്നുമുണ്ട്. വഞ്ചകനായ സെക്രട്ടറി ഷെബാലിൻ, സത്യസന്ധനും നിഷ്കളങ്കനുമായ യുവകമ്യൂണിസ്റ്റ് ഫെഡറോവ് എന്നീ പാത്രങ്ങൾ യഥാർത്ഥചിത്രങ്ങളാണ്. സുബ്ട്സോവ് സ്വയം ഇതിൽ ജീവിയ്ക്കുന്നുമുണ്ട്.'

ദിമിത്രി പ്രസംഗം തുടർന്നു: 'തുറന്നു പറയട്ടെ, ഇതിലെ നായകന്റെ സ്വകാര്യജീവിതചിത്രീകരണമാണ് എനിയ്ക്കു ദഹിയ്ക്കാത്തത്. ഒന്നാമത്, ഗ്രന്ഥകാരൻ കൊണ്ടുവരുന്ന ആ സംഭവം തന്നെ അസംഭാവ്യമാണ്; അതൊരു മാതൃകയേയല്ല. അതിരുകടന്ന ആത്മവിശ്വാസമുള്ളവനായെങ്കിലും സത്യസന്ധനായ ആ കൃഷിശാസ്ത്രജ്ഞൻ തന്റെ സുഹൃത്തിന്റെ മരത്തലയിയായ ഭാര്യയിൽ അനുരക്തനായി എന്നുപറഞ്ഞാൽ എങ്ങിനെ വിശ്വസിക്കാനാണ്? ഒരു ബാലിശമായ കിക്കിളിയുണ്ടാക്കാനല്ലേ ഈ സംഭവം ഏച്ചുകെട്ടിയതെന്നു ഞാൻ സംശയിയ്ക്കുന്നു. നമ്മുടെ ജനങ്ങൾ, സോവിയറ്റു പൗരാവലി, ഈ നോവലിലേക്കാൾ എത്രയോ അധികം സത്യസന്ധതയും ചുമതലാബോധവുമുള്ളവരാണ്. അതിലാർക്കെങ്കിലും സംശയമുണ്ടാവാനിടയില്ല. ഈ പ്രണയകഥ ഏതോ ബൂർഷ്വാനോവലിൽനിന്ന് അതേപടി അടർത്തി എടുത്ത് ഇതിൽ ഒട്ടിച്ചപോലെ തോന്നും.'

ദിമിത്രിയ്ക്കും നീണ്ടുനിന്ന കയ്യടികിട്ടി. അയാളുടെ പരിഹാസം രസിച്ചവരും രസിക്കാത്തവരുമുണ്ടായിരുന്നു, സദസ്സിൽ. സാഹിത്യസൃഷ്ടിയ്ക്കു വേണ്ടി പ്രത്യേകം തിരഞ്ഞെടുത്തയക്കുന്ന യുവ സാഹിത്യകാരന്മാരെ വിമർശനദൃഷ്ടിയോടെയാണദ്ദേഹം വീക്ഷിച്ചത്. ആ സാഹിത്യകാരൻമാർ ഏതെങ്കിലും പ്രദേശത്തുചെന്ന് അഞ്ചെട്ടാളുകളോടു ചിലതെല്ലാം ചോദിയ്ക്കും. അതോടെ വേണ്ടത്ര വിവരങ്ങൾ ശേഖരിച്ചു എന്ന ധാരണയാണവർക്ക് - എന്നെല്ലാം അയാൾ അവരെ കളിയാക്കി. പിന്നീടു പ്രസംഗിച്ചവരിൽ ചിലർ നോവലിനെ ഖണ്ഡിച്ചും മറ്റു ചിലർ അനുകൂലിച്ചും സംസാരിയ്ക്കയുണ്ടായി. എന്നാൽ ദിമിത്രിയ്ക്കാണ് അധികമാളുകളുടേയും കയ്യടി കിട്ടിയത്.

'ദിമിത്രി കണക്കു തീർത്തുകൊടുത്തു; നന്നായിട്ടുണ്ട്' എന്നു ഫാക്ടറി ഡയറക്ടർ ഇവാൻ ജൂറാവി ലോവ് ലൈബ്രേറിയനോടു പറയുകയുണ്ടായി. അവളൊന്നും മറുപടി പറഞ്ഞില്ല.

ദിമിത്രിയ്ക്കു കയ്യടിക്കാതിരുന്ന ഒരേയൊരു വ്യക്തി ജൂറാവിലോർവിന്റെ ഭാര്യ ലെനയാണ്. അവൾ ഒരു അദ്ധ്യാപിക കൂടിയാണ്. ലെനയ്ക്കു എന്തുപറ്റി എന്ന് അവളുടെ ഭർത്താവ് അത്ഭുതപ്പെട്ടു.

പ്രസംഗം കഴിഞ്ഞു ദിമിത്രി തന്റെ സ്ഥലത്തു പോയിരുന്നു. പക്ഷേ പല ചിന്തകളും തലയിൽക്കടന്ന് അയാളെയിട്ടു കറക്കുകയാണ്: 'എനിയ്ക്കു പനി വരുന്നുണ്ടോ? ശല്യം. ...ബ്രൈനിന്റെ ആ പദ്ധതി എന്റെ കയ്യിലാണിരിക്കുന്നത്... ഞാൻ പ്രസംഗിക്കേണ്ടിയിരുന്നില്ല... പഴയതെല്ലാം ആവർത്തിച്ച് ആൾക്കാരെ മുഷിപ്പിച്ചിരിക്കും?' തന്റെ തല വിങ്ങിപ്പൊട്ടുന്നെന്നു തോന്നി അയാൾക്ക്. ആളുകളുടെ തിരക്കുമൂലം ഹോളിൽ ശുദ്ധ വായു കുറവായിരുന്നു.

തനിക്കുശേഷം പ്രസംഗിച്ച കാത്യാ സ്റ്റൊള്യാറോവ് എന്താണ് പറഞ്ഞതെന്നും ദിമിത്രി കേട്ടില്ല. അവൾക്കു ലഭിച്ച കയ്യടിയാണ് മനോരാജ്യത്തിൽ നിന്ന് അയാളെ ഉണർത്തിയത്. സ്റ്റൊള്യാറോവയെ ഫാക്ടറിയിൽവെച്ചുതന്നെ അദ്ദേഹം പരിചയപ്പെട്ടിട്ടുണ്ട്. വെളുത്ത്, നീളൻതലമുടിയുള്ള ഒരു ചെറുപ്പക്കാരി. അവളുടെ മുഖം എപ്പോഴും പ്രസന്നമാണ്. പുരികം ഇല്ലെന്നുവേണം പറയാൻ. ജീവിതത്തെക്കുറിച്ച് ഒരു അത്ഭുതവും സന്തോഷവുമാണവൾക്കുള്ളത്. അവൾ പറയുന്നതു ശ്രദ്ധിയ്ക്കാൻ അയാൾ ശ്രമിച്ചു.

'സ: ദിമിത്രി കൊറോട്ടിയേവു പറഞ്ഞത് എനിക്കു മനസ്സിലാവുന്നില്ല. എന്നാൽ ഇതൊരു ക്ലാസിക് കൃതിയാണെന്നും ഞാൻ പറയുന്നില്ല. ഇത് ഒരു അന്നാകരിനീനയൊന്നുമല്ല. പക്ഷേ ഇതു നിങ്ങളുടെ താല്പര്യങ്ങളെ പ്രതിഫലിപ്പിക്കുന്ന ഒന്നാണ്. ബൂർഷ്വാ നോവലുകൾക്കും ഇതിനും തമ്മിൽ ഞാൻ ഒരു ബന്ധവും കാണുന്നില്ല. മനുഷ്യന് ഒരു ഹൃദയമുണ്ട്; അതുകൊണ്ട് അയാൾ വേദനിയ്ക്കുകയും സന്തോഷിയ്ക്കുകയും ചെയ്യുന്നു എന്ന തരത്തിലാണ് ഞാനിതിനെ വീക്ഷിക്കുന്നത്. അതിലെന്താണു തരക്കേടെന്ന് എനിക്കു മനസ്സിലാവുന്നില്ല. തുറന്നുപറയട്ടെ, ഇത്തരം ചിന്തകൾ എനിക്കുമുണ്ടാവാറുണ്ട്... ഈ നോവൽ നിങ്ങളെ ആകർഷിക്കുന്നുണ്ട്... ചുമ്മാ തട്ടിയെറിയാൻ ശ്രമിച്ചിട്ടു കാര്യമില്ല.

ദിമിത്രി വീണ്ടും ചിന്തയിലാണ്ടു: കുണുങ്ങിക്കുണുങ്ങി നടക്കുന്ന ഈ കൊച്ചുപെണ്ണിന്നു ദുഃഖിയ്ക്കാൻ ഇടയുണ്ടായിട്ടുണ്ടെന്ന് ആർക്കെങ്കിലും ഊഹിക്കാൻ കഴിയുമോ? അയാൾക്കു തോന്നി. പെട്ടെന്ന് അയാൾ തന്റെ പരിസരങ്ങൾ മുഴുവൻ മറന്നു. ആ ഹോളോ, ലൈബ്രേറിയനോ, പുസ്തകങ്ങളോ, അവിടെക്കൂടിയിരിക്കുന്ന ആളുകളോ ജനലിന്നു തൊട്ടു വെളിയിൽ നില്ക്കുന്ന ഈന്തപ്പനയോ ഒന്നുംതന്നെ അയാളുടെ കണ്ണിൽപ്പെടുന്നില്ലെന്നപോലായി. ലെനയുടെ നേർക്കാണ് അയാളുടെ കണ്ണുകൾ പാഞ്ഞത്. കഴിഞ്ഞ രണ്ടുമൂന്നു മാസമായി താൻ അനുഭവിച്ചുവരുന്ന മാനസികാസ്വസ്ഥതകൾ ഓരോന്നായി അയാളുടെ

ഓർമ്മയിലേക്കു കടന്നുവരികയാണ്. ലെന അയാളുടെ നേർക്കു നോക്കിയതേയില്ല. അവളുടെ കണ്ണുകളോടിടയുവാൻ അയാളുടെ കണ്ണുകൾ ദാഹിച്ചു; എങ്കിലും ഭയപ്പെടുകയും ചെയ്തിരുന്നു. അവർ തമ്മിലുള്ള പെരുമാറ്റത്തിൽ അത്തരം ചില മാറ്റം ഈയിടെയായി സംഭവിച്ചിട്ടുണ്ട്. കഴിഞ്ഞ വേനൽക്കാലത്ത് മിക്ക ദിവസവും അവർ തമ്മിൽ തമാശകൾ പറഞ്ഞു രസിക്കാറുണ്ട്; പലതിനേയും പറ്റി തർക്കിക്കാറുമുണ്ട്. ജൂറാവിലോവിന്റെ വീട്ടിലെ ഒരു നിത്യസന്ദർശകനായിരുന്നു അയാൾ. ഇവാൻ ജൂറാവിലോവിനോടു പരമാർത്ഥത്തിൽ ദിമിത്രിക്കു സ്നേഹമുണ്ടായിരുന്നില്ല. ദിമിത്രിയുടെ അഭിപ്രായത്തിൽ ജൂറാവിലോവ് ഒരു അലംഭാവിയാണ്. ലെനയെക്കാണാനും സംസാരിക്കാനുമായിട്ടാണ് അയാളവിടെ പോകുന്നതുതന്നെ. അതിലയാൾക്ക് എന്തോ ഒരു സുഖം തോന്നുന്നുണ്ട്. അവൾക്കു ബുദ്ധിയുണ്ട്; മോസ്കോവിൽപ്പോലും അത്തരമൊരുത്തിയുമായി താൻ പരിചയപ്പെട്ടിട്ടില്ല എന്നയാൾക്കു തോന്നി. മോസ്കോവിലെപ്പോലെ ഈ കൊച്ചുടൗണിൽ ബഹളമോ തിരക്കോ ഇല്ല. വായിക്കാനും പഠിക്കാനും ആളുകൾക്കു കൂടുതൽ സമയം കിട്ടുകയും ചെയ്യും. ലെന ഇവിടെ മറ്റേതു സ്ത്രീയേക്കാളും മികച്ചുനില്ക്കുന്നു. ഉള്ളുള്ളവളാണ് അവളെന്ന് ആർക്കും ഉടൻ മനസ്സിലാവും. എന്നാൽ ജൂറാവിലോവിനോടുകൂടി എങ്ങനെയാണവൾ ജീവിക്കുന്നനതെന്നതാണ് മനസ്സിലാവാത്തത്. കാഴ്ചയിൽ അവർ തമ്മിൽ അസ്വാരസ്യമുള്ളതായി തോന്നില്ല. അഞ്ചു വയസ്സായ ഒരു മകളുമുണ്ടവർക്ക്.

അക്കാലത്ത് ലെനയുടെ നോട്ടം ദിമിത്രിയ്ക്ക് ഒരു ശാന്തിയും സന്തോഷവും നല്കിയിരുന്നു. ചെറുപ്പക്കാരനായ സവ്ചെങ്കോ (എഞ്ചിനീയർ) അവളെപ്പറ്റി ഒരിക്കൽ ദിമിത്രിയോടു പറയുകയുണ്ടായി: 'അവളൊരു സുന്ദരിയാണ്.' ദിമിത്രി നിഷേധാർത്ഥത്തിൽ തലയാട്ടി: 'അല്ല. പക്ഷേ, അവളുടെ മുഖം വിസ്മരിക്കാൻ കഴിയാത്ത ഒന്നാണ്.' സ്വർണ്ണനിറമുള്ള തലമുടി. വെയിൽതട്ടുമ്പോൾ അത് ചുവന്നതായി തോന്നും. കണ്ണുകൾക്കു പച്ചനിറമാണ്. ഒരു നിഷ്കളങ്കത അതിലെപ്പോഴും തങ്ങിനില്ക്കുന്നതു കാണാം. ചിലപ്പോൾ ഒരു പരിഹാസവും വ്യഥയും നിഴലിയ്ക്കാറുണ്ടെങ്കിലും അറിവും അന്തസ്സും വിളിച്ചുപറയുന്നവയാണ് ആ കണ്ണുകൾ.

ആ ദിവസങ്ങൾ എത്ര ഉന്മേഷമുള്ളവയായിരുന്നു, ദിമിത്രി ചിന്തിച്ചു. അയാൾ ക്ലബിൽനിന്നു തെരുവിലേയ്ക്കിറങ്ങി. 'ഹ്!ഹ്! എന്തു മഞ്ഞുകാറ്റ്!' അയാൾ ഒന്നു ചൂളി. യോഗത്തിൽ പങ്കെടുക്കാൻ വരുമ്പോൾ അന്തരീക്ഷം ശാന്തവും പ്രസന്നവുമായിരുന്നു.

ദിമിത്രി ഏതാണ്ട് ഒരു അർദ്ധബോധാവസ്ഥയിലാണ് നടന്നിരുന്നത്. അയാളുടെ തലയിൽ നിറയെ ലെനയാണ്; യോഗവും ചർച്ചയും ഒക്കെ അയാൾ മറന്നിരുന്നു.

സ്വന്തം ജീവിതത്തിലെ ആ കൊടുങ്കാറ്റ്, കഴിഞ്ഞ കുറെ ആഴ്ചകളിലെ തീപിടിച്ച സ്വപ്നങ്ങൾ, മുമ്പെങ്ങുമുണ്ടായിട്ടില്ലാത്ത ആ നിസ്സഹായതാബോധം - ഇവയെല്ലാംകൂടി അയാളുടെ തലപുകയാൻ തുടങ്ങി. "ഭാഗ്യവാനാണ്, ഒരല്ലലുമില്ല" എന്നാണ് ചങ്ങാതികൾക്ക് അയാളെപ്പറ്റിയുള്ള ധാരണ. കഴിഞ്ഞ രണ്ടു വർഷത്തിനുള്ളിൽ രാജ്യമൊട്ടാകെ അയാളുടെ കഴിവുകളെ അംഗീകരിക്കാൻ തുടങ്ങിയിട്ടുണ്ട്. മറിച്ചുള്ള പല വർഷങ്ങളിലൂടെ കടന്നുപോന്നിട്ടുള്ളവനുമാണയാൾ. വയസ്സ മുപ്പത്തഞ്ചായി, ഇതുവരെ അപഥസഞ്ചാരത്തിലേക്കു കാലുകുത്തിയിട്ടില്ല അയാൾ. നീണ്ടു ശോഷിച്ച ആ മുഖവും ചാരനിറത്തിലുള്ള കണ്ണുകളും, പ്രതിബന്ധങ്ങളോടു മല്ലടിച്ചുവളർന്ന ഒരു ജീവിതമാണ് അയാളുടെതെന്നു വിളിച്ചുപറയുന്നുണ്ട്.

10-ാം തരത്തിൽ പഠിക്കുമ്പോഴാണ് ജീവിതത്തിലെ ആദ്യത്തെ പരീക്ഷണഘട്ടം അയാൾക്കു നേരിടേണ്ടി വന്നത്. ദിമിത്രിയുടെ ഇളയച്ഛൻ (അമ്മയുടെ രണ്ടാം ഭർത്താവ്) അറസ്റ്റ് ചെയ്യപ്പെട്ടു. പിറ്റേ ദിവസം ദിമിത്രി വ്യാകുലപ്പെട്ടുകൊണ്ടു വീട്ടിന്റെ മുന്നിൽ നില്ക്കുകയായിരുന്നു. അപ്പോൾ അയാളുടെ ഉറ്റ ചങ്ങാതിയായ ഗ്രീബോവ് അതിലെ കടന്നുപോയി. ദിമിത്രി ഉറക്കെ വിളിച്ചു. തന്റെ സങ്കടം കൂട്ടുകാരനോടു പറഞ്ഞ് അല്പം ആശ്വാസം കാണാമെന്നായിരുന്നു അയാളുടെ വിചാരം. പക്ഷേ, ഗ്രീബോവു വിളികേൾക്കാത്ത മട്ടിൽ മുഖംതിരിച്ചു നടന്നുപോയി. അധികദിവസം കഴിയുന്നതിനുമുമ്പ് ദിമിത്രിയെ കൊമ്സൊമോളിൽ (യുവകമ്യൂണിസ്റ്റ് ലീഗ്) നിന്നു പുറത്താക്കി. അതുംകൂടിയായപ്പോൾ അമ്മയിരുന്നു കരയാൻ തുടങ്ങി. "സാരമില്ലമ്മേ" അയാൾ സമാധാനിപ്പിക്കാൻ ശ്രമിച്ചു: "ഇതിന്നൊക്കെക്കരഞ്ഞാലോ! ഇതു വെറും വ്യക്തിപരമായ ഒരു കാര്യമല്ലേ. വെറുതെ അതുമിതും വിചാരിച്ചു മനസ്സു പുണ്ണാക്കണ്ട."

ദിമിത്രി ഒരു ഫാക്ടറിയിൽ ജോലിക്കു ചേർന്നു. അയാൾ ആരോടും കാലുഷ്യമോ പരിഭവമോ വെച്ചു പുലർത്തിയിരുന്നില്ല. എല്ലാവരോടും ഇടപഴകി. പുതിയ സുഹൃത്തുക്കളെ സമ്പാദിച്ചു. സ്വന്തം ജോലിയിൽ തൃപ്തി പ്രകടിപ്പിച്ചു. ജോലി കഴിഞ്ഞാൽ രാത്രി ഇരുന്നു പഠിക്കും. "ഒരു ദിവസം ഞാനും സർവ്വകലാശാലയിൽ ചേരും, അമ്മ നോക്കിക്കോളൂ," അയാൾ അമ്മയെ സമാധാനിപ്പിച്ചുകൊണ്ടിരുന്നു.

കാലം മുന്നോട്ടു നീങ്ങി. രണ്ടാം ലോകമഹായുദ്ധം. ഹിറ്റ്ലറുടെ

നാസിപ്പട്ടാളം സോവിയറ്റിലേയ്ക്കു കുതിച്ചു കേറിക്കൊണ്ടിരിക്കുന്നു. ദിമിത്രിയും മറ്റുള്ളവരെപ്പോലെ നാടിനെ രക്ഷിയ്ക്കാൻ പട്ടാളത്തിലാണ്. അന്ന് ആഗസ്റ്റ് മാസത്തിൽ ഒരു ദിവസം. ശ്വാസം മുട്ടിയ്ക്കുന്ന കാലാവസ്ഥ. ദിമിത്രിയുടെ ഡിവിഷൻ പിൻവാങ്ങുകയായിരുന്നു. ഡിവിഷന്റെ മുന്നണി വിഭാഗത്തിലാണ് ദിമിത്രി. ഉന്മേഷമില്ലെങ്കിലും നിരാശത അയാളെ ബാധിച്ചിരുന്നില്ല. ഡിവിഷന്റെ നേതൃത്വം വഹിച്ചിരുന്ന ജനറൽ തന്റെ ശുണ്ഠിയും അങ്കലാപ്പും മിക്കപ്പോഴും ദിമിത്രിയുടെ മേലാണ് പോക്കിയത്. 'ഭീരു; കോർട്ടുമാർഷൽ ചെയ്യും,' എന്നൊക്കെ ഇടയ്ക്കിടെ ജനറൽ ദിമിത്രിയുടെ നേർക്കു തട്ടിക്കേറിയിരുന്നു. 'സാരമില്ല; അദ്ദേഹം തട്ടിക്കേറിക്കോട്ടെ; ഒരുവിധത്തിൽ അതു നല്ലതാണ്; എല്ലാം ശരിയാവുമെന്നാണതിന്നർത്ഥം' എന്നു ദിമിത്രി തന്റെ സഖാക്കളോടു പറയാറുണ്ട്. അധികം ദിവസം കഴിഞ്ഞില്ല - ശത്രുവിന്റെ ഒരുണ്ട അയാളുടെ തോളിൽ മുറിയേല്പിച്ചു. ആറുമാസം ആസ്പത്രിയിൽ കിടക്കേണ്ടിവന്നു, സുഖപ്പെടാൻ. അതുകഴിഞ്ഞു വീണ്ടും യുദ്ധമുന്നണിയിലേയ്ക്കുതന്നെ പോയി. പിന്നെ യുദ്ധം കഴിയുന്നതുവരെ മുന്നണിയിൽത്തന്നെയായിരുന്നു. ഇതിനിടയ്ക്കാണ് സിഗ്നൽ വകുപ്പിലെ ഒരു ആപ്പീസറായ നടാഷയെ അയാൾ കണ്ടുമുട്ടിയത്. അവളിൽ അയാൾ അനുരക്തനായി. വളരെക്കഴിഞ്ഞശേഷമാണ് അവൾക്കിങ്ങോട്ടും സ്നേഹമുണ്ടെന്ന് അയാളറിഞ്ഞത്. അവൾ അയാളെ ഓർമ്മിപ്പിച്ചു: 'നിങ്ങൾ തണുത്തു മരവിച്ചിരുന്നു. ഞാനാകപ്പാടെ ഭയപ്പെട്ടുപോയി. പക്ഷേ നിങ്ങളുടെ ഹൃദയം അവിടെത്തന്നെയുണ്ടെന്ന് എനിയ്ക്കുടൻ അറിയാൻ കഴിഞ്ഞു.' യുദ്ധത്തിനുശേഷം ഒരു സുഖജീവിതം അയാൾ സ്വപ്നം കാണാൻ തുടങ്ങി. പക്ഷേ, പെട്ടെന്നാണ് ആ അത്യാഹിതം സംഭവിച്ചത്. ലീപ്സീഗിൽ (കിഴക്കൻ ജർമ്മിനി) ഒരു തെരുവിൽവെച്ച് ആകസ്മികമായി ഒരു മൈൻ പൊട്ടി നടാഷ മൃതിയടഞ്ഞു. മേയ് 10-നായിരുന്നു അത്. മരണത്തെപ്പറ്റി ആരും ചിന്തിയ്ക്കാത്ത കാലമായിരുന്നു അത് - യുദ്ധത്തിന്റെ അവസാന ഘട്ടം. അതു ദിമിത്രിയുടെ ഹൃദയം പിളർന്നുകളഞ്ഞു. എങ്കിലും അയാൾ തന്റെ വ്യഥ പുറത്തറിയിയ്ക്കാതെ ഉള്ളിലടക്കി; പതിവുപോലെ ജീവിതം തുടർന്നു.

'നീയെന്താണ് വിവാഹം കഴിക്കുന്നില്ലേ?' അമ്മ ഒരു ദിവസം അയാളോടു ചോദിച്ചു: 'പ്രായം 30 കഴിഞ്ഞല്ലോ. ഞാനും കൂടി മരിച്ചാൽ ആരാണു പിന്നെ മോനേ നിന്നെ നോക്കാൻ?' അയാൾ അമ്മയോട് എല്ലാ വിവരവും തുറന്നു പറഞ്ഞു: എന്റെ സുഖം മുഴുവൻ യുദ്ധം അപഹരിച്ചുകളഞ്ഞു. ഇപ്പോൾ വിവാഹകാര്യം തലയിൽക്കേറുന്നേയില്ലമ്മേ.'

ഈ കടുത്ത നിസ്സഹായതയിൽ നിന്നു രക്ഷനേടാൻ അയാൾ

ജോലിയിൽ കൂടുതൽ മുഴുകി. മെഷീൻ നിർമ്മാണ ഇൻസ്റ്റിറ്റ്യൂട്ടിൽ നിന്ന് ഇതിനിടെ സാങ്കേതികവിജ്ഞാനം ദിമിത്രി നേടിക്കഴിഞ്ഞിരുന്നു. അവിടുത്തെ പഠിപ്പിനുശേഷം മെഷീൻ നിർമ്മാണത്തെപ്പറ്റി അയാൾ ഒരു തീസിസ്സ് തയ്യാറാക്കി സമർപ്പിച്ചു. നല്ല സ്വീകരണമാണതിനു ലഭിച്ചത്. ഇൻസ്റ്റിറ്റ്യൂട്ടിൽതന്നെ അയാൾക്കു ജോലി കിട്ടുമെന്നു പ്രതീക്ഷിച്ചു. അതിന്ന് ഏർപ്പാടുമുണ്ടായിരുന്നു. പക്ഷേ ഇതിനിടെ ചില ചരടുവലികൾ നടന്നു. ആ ജോലി മറ്റൊരാൾക്കു കിട്ടി. പകരം വോൾഗാ ജില്ലയിലെ ഒരു ഫാക്ടറിയിലേയ്ക്കു പോകാനാണ് ദിമിത്രിയ്ക്കു നിർദ്ദേശം കിട്ടിയത്. അവിടെവെച്ചാണ് അയാൾ തെളിയാൻ തുടങ്ങിയതും. ആ ഉയർച്ച പെട്ടെന്നായിരുന്നു. എല്ലാ കാര്യത്തിലും അയാൾ പ്രദർശിപ്പിച്ച നൈപുണ്യം പ്രശംസിയ്ക്കപ്പെട്ടു. സാധാരണ ആരേയും അവിശ്വസിയ്ക്കുന്ന പ്രകൃതക്കാരനാണ് ജൂറാവിലോവ്. അയാൾ പോലും ദിമിത്രിയെ സമ്മതിച്ചുപോയി. ഇവിടുത്തെ ടൗൺ കമ്മറ്റിയിലേക്കും ദിമിത്രി തിരഞ്ഞെടുക്കപ്പെട്ടു. അതിന്റെ യോഗത്തിൽ ഇടയ്ക്കിടെ അയാൾ പ്രസംഗിക്കാറുണ്ട്. തൊഴിലാളികൾക്ക് അദ്ദേഹത്തെ വലിയ വിശ്വാസമായി. അവർ ഉള്ളുതുറന്ന് അദ്ദേഹത്തോടു സംസാരിച്ചു. 'പദവികൊണ്ടു കണ്ണു മഞ്ഞളിയ്ക്കാത്ത നല്ല മര്യാദക്കാരൻ' - തൊഴിലാളികൾ അഭിപ്രായപ്പെട്ടു.

പക്ഷേ ഇപ്പോൾ ദിമിത്രിയ്ക്കെന്തുപറ്റി? അയാളുടെ ആ ആത്മവിശ്വാസവും മറ്റുമെവിടെ? ലെനയെപ്പറ്റിയുള്ള ചിന്തയിൽ മുങ്ങി ഈ മഞ്ഞുകാറ്റിൽ ഇങ്ങനെ അർദ്ധബോധാവസ്ഥയിൽ നടക്കാനെന്തു കാരണം? 'ഇതു വാസ്തവത്തിൽ ചിന്തയല്ല, എന്റെ ജീവിതത്തിൽനിന്ന് അവളെ മാറ്റിനിർത്താൻ കഴിയാത്ത ഒരു വികാരമാണ്,' അയാൾക്കു തോന്നി: 'നോക്കണേ! ഇതെന്തസംബന്ധമാണ്! അതങ്ങു പടർന്നുപിടിച്ചല്ലോ! അതും എന്റെ പൂർവ്വകാലസ്മരണകളെയെല്ലാം തട്ടിമാറ്റിക്കൊണ്ട്!' അയാൾ അത്ഭുതപ്പെട്ടു.

കാറ്റു ശക്തിയിൽ വീശുകയാണ്; നല്ലവണ്ണം മഞ്ഞും പെയ്യുന്നു. കാറ്റും മഞ്ഞുംകൂടി ചെവി കൊട്ടിയടപ്പിച്ചു; കണ്ണു മഞ്ഞളിപ്പിച്ചു. തെരുവു മിക്കവാറും വിജനമാണ്. പെട്ടെന്ന് എന്തോ കണ്ടിട്ടെന്നപോലെ ദിമിത്രി നിന്നു. പുരികം അല്പമൊന്നു ചുളിച്ചു പൊട്ടിച്ചിരിച്ചു. 'ഞാനെന്താണിച്ചെയ്യുന്നത്' അയാൾതന്നെ അത്ഭുതപ്പെട്ടു പോയി: 'ഞാൻ പ്രസംഗപീഠത്തിൽ കേറിനിന്ന് ഈ നോവലിൽ പറയുന്നതെല്ലാം അസംഭാവ്യമാണെന്ന് ആക്ഷേപിക്കുന്നു. സുബ്ട്സേവ് എന്ന പാത്രത്തെക്കൊണ്ട് അയാളുടെ ചങ്ങാതിയുടെ ഭാര്യയെ പ്രേമിപ്പിക്കുകയാണ് ഗ്രന്ഥ കർത്താവ്. എന്നിട്ടു പരസ്യമായി അവമാനിക്കയും ചെയ്യുന്നു.

അതിന്റെ ഭരതവാക്യംപോലെ അയാളെ ആർട്ടിക്കിലെയ്ക്കയയ്ക്കുന്നുമുണ്ട്. പക്ഷേ എനിക്കിത് അംഗീകരിക്കാൻ വിഷമമാണ്. ഒരു കിക്കിളിയുണ്ടാക്കുന്നുവെന്നതിൽക്കവിഞ്ഞ് അതിലെന്താണുള്ളത്? എടോ ദിമിത്രീ, താനിതു ഓർമ്മ വെച്ചോളൂ. തന്നെപ്പോലെയോ സുബ്ട്സോവിനെപ്പോലെയോ ഉള്ളവർ ഇന്നില്ല. നിങ്ങളെല്ലാം വെറും സങ്കല്പങ്ങളാണ് - മിഥ്യ, പാവകൾ. അത്തരം മനുഷ്യരേ ഇന്നില്ല... ലെനയുടെ വിചാരമിപ്പോഴെന്തായിരിക്കും? ഞാനൊരു ഉദ്യോഗസ്ഥമേധാവിയോ നുണയനോ ഒക്കെ ആണെന്നായിരിക്കുമോ? അങ്ങനെ എന്തെങ്കിലും അവൾ ഊഹിച്ചേയ്ക്കും! ആരാണങ്ങനെ ഊഹിച്ചുപോകാത്തത്! ഇതെല്ലാം സ്ത്രീകൾക്കു മനസ്സിലാവും. അവസാനകാലംവരെ നടാഷയോടുപോലും എന്തെങ്കിലും വെളിപ്പെടുത്താൻ ഞാൻ ധൈര്യപ്പെട്ടിരുന്നില്ല. അവൾക്കതു നേരത്തേ മനസ്സിലായിരുന്നുവെന്ന് പിന്നീടവൾ എന്നോടു പറഞ്ഞില്ലേ? സോജയിൽവെച്ചാണ് അതുണ്ടായത്. വിമാനാക്രമണത്തിന്റെ കുഴൽവിളി മുഴങ്ങുകയായിരുന്നു. ഞാൻ അതു കേട്ടിട്ടും ഷേവുചെയ്യാതെ ഇറങ്ങാൻ മടിച്ചു. അപ്പോഴാണത്രെ നടാഷയ്ക്കു കാര്യം മനസ്സിലായത് - ഞാനവളെ പ്രേമിക്കുന്നെന്ന്... ലെന ഇപ്പോൾ എന്നെ പരിഹസിക്കുന്നുണ്ടാവും!... പക്ഷേ, ഞാനെന്തിനാണിതൊക്കെ ചിന്തിച്ചു തല പുണ്ണാക്കുന്നത്? ലെന ജൂറാവിലോവിന്റെ ഭാര്യയല്ലേ! ഞങ്ങളുടെ മാർഗ്ഗങ്ങൾ രണ്ടാണ്. ഈ അസംബന്ധം മുളയിലെ നശിപ്പിച്ചില്ലെങ്കിൽ അപകടമാവും. എന്നാൽ ഇത്തരം സംഭവങ്ങൾ അസംഭവ്യമാണ് എന്നു ഞാനെന്തേ യോഗത്തിൽ പ്രസംഗിക്കാൻ? എനിക്കറിയില്ല. പറഞ്ഞുപോയെന്നുമാത്രം. ആരേയും തെറ്റിദ്ധരിപ്പിക്കാൻ വേണ്ടിയായിരുന്നില്ല... ഓ! സാരമില്ല. എന്റെ വിചാരങ്ങളും വികാരങ്ങളും എന്റെ സ്വകാര്യപ്രശ്നമാണ്. ഒരു പുസ്തകമതാണോ? അതൊരു പൊതുകാര്യമാണ്. ഇത്തരം കാര്യങ്ങളെഴുതേണ്ട ആവശ്യമെന്ത്? ആർക്കും അതു ഗുണം ചെയ്യില്ല. സുബ്ട്സോവു സ്വന്തം ജോലി തകരാറാക്കിയതിനെപ്പറ്റി എഴുതിയതു തരക്കേടില്ല. കാരണം വായനക്കാർക്ക് അതിൽനിന്നു ചിലതു പഠിക്കാൻ കഴിയും. എന്നാൽ സ്വന്തം സഹപ്രവർത്തകന്റെ ഭാര്യയുടെ നേർക്കു സുബ്ട്സോവിനുള്ള മനോഭാവമുണ്ടല്ലോ, അതു തനി അസംബന്ധമാണ്. പ്രണയം ജീവിതത്തിൽ സിമന്റാണെന്ന് പറയാറുണ്ട്. പക്ഷേ ഈ നോവലിലെ പ്രണയം ചിതലാണ്. അതുകൊണ്ടു ഞാൻ പറഞ്ഞതിൽ തെറ്റില്ല. പക്ഷേ, കുഴപ്പമതല്ല - ഞാൻ എന്നെത്തന്നെ നിലയ്ക്കു നിർത്തണമെന്നതാണ്.

വൃത്തത്തിലുള്ള പ്രകാശമാനമായ തെരുവുവിളക്ക്. അതിന്റെ

സമീപത്തു മഞ്ഞുപാളികൾ വീഴുന്നത് ഏതോ തരം വെള്ളപ്പക്ഷികൾ പാറിപ്പറക്കുകയും ചിറകൊടിഞ്ഞു വീഴുകയും ചെയ്യുന്ന പ്രതീതിയുളവാക്കി. ആ വിളക്കുകാലിന്റെ ചോട്ടിൽ ഒരു കാമുകമിഥുനം ആലിംഗനത്തിലമർന്ന് സർവ്വവും വിസ്മരിച്ചു നിൽക്കുന്നുണ്ട്. 'അത് കാത്യ ആയിരിക്കുമോ?' ദിമിത്രി സംശയിച്ചു. പെട്ടെന്ന് ആ യുവതി ഒരു ആശ്ചര്യശബ്ദമുണ്ടാക്കി. ആ യുവമിഥുനം നടന്നുമറഞ്ഞു. ദിമിത്രി ഒന്നു പുഞ്ചിരിച്ച് വീണ്ടും ചിന്തയിലാണ്ടു:... കാത്യയോ മറ്റാരെങ്കിലുമോ ആയിക്കോട്ടെ! .... ബർളിന്നടുത്തുള്ള പാർക്കിൽ ഞാനും നടാഷയും ഇതുപോലെ നടക്കാറുണ്ടായിരുന്നു. ആ പാർക്കിലൊരു തടാകമുണ്ട്. താമരപ്പൂക്കൾ വിരിഞ്ഞു നിന്നിരുന്നു. ഒരിയ്ക്കൽ ഞങ്ങൾ അങ്ങിനെ ചുറ്റുമ്പോൾ മേജർ കണ്ടുമുട്ടി... യുവത്വം നശിക്കുന്നതുവരെ ഇതൊക്കെ ഒരു രസമാണ്... ഞാനിനിയും ഈ അസംബന്ധ വിചാരങ്ങളിൽക്കിടന്നു മുങ്ങുന്നത് ശരിയല്ല. എന്റെ തലയിൽനിന്ന് അതെല്ലാം അടിച്ചുവാരിക്കളയാൻ വൈകി.

തെരുവിൽ ഒരൊറ്റ ജീവിപോലുമില്ല. എല്ലാവരും വീടുകളിലെത്തിക്കഴിഞ്ഞു. പകൽസമയങ്ങളിൽ മൂകവും വിജനവുമായിരുന്ന ആ പുതിയ വീടുകൾ രാത്രിയിൽ പകിട്ടുള്ള നാടകശാലകളെപ്പോലെ തോന്നി. സ്വർണ്ണനിറത്തിലുള്ള ജനലുകൾ ഊക്കിൽ പാറിവരുന്ന മഞ്ഞുപാളികളുമായി മല്ലടിക്കുകയാണ്. ആ വീടുകളുടെ ഉള്ളിൽ മുഴുവൻ ആളുകളാണ്. ഉണ്ണുകയോ, ഉറങ്ങുകയോ, ശണ്ഠകൂട്ടുകയോ, സങ്കടപ്പെടുകയോ, സന്തോഷിക്കുകയോ പ്രേമസല്ലാപം നടത്തുകയോ ചെയ്യുന്ന എല്ലാത്തരത്തിലുമുള്ള മനുഷ്യർ. പക്ഷേ അവയല്ല പ്രധാനം - തൊഴിലാണ്.

തന്നെ ഈ അനാവശ്യചിന്തകളിൽനിന്നു രക്ഷിയ്ക്കാൻ ജോലി ഒന്നുമാത്രമേ വഴിയുള്ളുവെന്നു ദിമിത്രി വിശ്വസിച്ചു. അയാൾ നടത്തത്തിനു വേഗം കൂട്ടി. സ്വന്തം മുറിയിലേയ്ക്കുള്ള കോണിപ്പടി ഒരു തീപ്പെട്ടിക്കോലുരച്ചു കണ്ടുപിടിച്ചു കേറിക്കൊണ്ടിരിയ്ക്കുമ്പോൾ അയാൾ സ്വയം പറഞ്ഞു: 'ഇപ്പോൾത്തന്നെ ബ്രൈനിന്റെ പദ്ധതിയെടുത്തു പരിശോധിക്കണം.' അകത്തുകേറി വിളക്കു തെളിയിച്ച ഉടനെ അയാൾ ആ പദ്ധതിയുടെ പടം എടുത്തു മേശപ്പുറത്തു നിവർത്തി. അതുവരെ ജനലുകൾ അടച്ചു മുറിയ്ക്കുള്ളിൽ എലക്ട്രിക് ഹീറ്റർ (ചൂടുൽപാദിപ്പിക്കുന്ന യന്ത്രം) പ്രവർത്തിപ്പിച്ചുവെച്ചിരുന്നതുകൊണ്ട് ആകപ്പാടെ ഒരാവി. വീർപ്പുമുട്ടുന്നപോലെ തോന്നി, അയാൾക്ക്. അല്പം തണുപ്പുകിട്ടാൻ ജനലുകൾതുറന്നു. അപ്പോൾ വെള്ളപ്പിറാവുകൾപോലെ മഞ്ഞു പാളികൾ അകത്തേയ്ക്കു പറന്നുകേറി. 'ഓ! ഇതുകൊണ്ടാൽ പനി വരുമല്ലോ,' അയാൾ ഭയപ്പെട്ടു:

പക്ഷേ ഈ തോന്നലും തെറ്റല്ലേ? ജോലിയിൽനിന്നു തല്ക്കാലം ഒഴിഞ്ഞു മാറാനുള്ള ഒരു സൂത്രം!'

ജോലിയെടുക്കാതിരുന്നാൽ, സാധാരണ അർദ്ധരാത്രിവരെ, ഒരനക്കവുമില്ലാതെ ഒരേ ഇരിപ്പ് ഇരിയ്ക്കാറുള്ളവനാണയാൾ. പക്ഷേ, ഇന്നു മറിച്ചാണ്. ഒരു നിമിഷം പോലും ഇളകാതിരിക്കാൻ കഴിഞ്ഞില്ല. കസാലയിലേക്കു പിന്നാക്കം ഒന്നുചായുക, ആഷ്ട്രേ എടുത്തു മാറ്റിവെയ്ക്കുക, വിളക്കിന്റെ ഷേഡ് ഒന്നു തിരിച്ചുവെയ്ക്കുക, തല അങ്ങോട്ടുമിങ്ങോട്ടും ആട്ടുക, എണീറ്റുലാത്തുക - അങ്ങിനെ അയാൾ വല്ലാതെ അസ്വസ്ഥത പ്രകടിപ്പിച്ചു. എണീറ്റുലാത്തുമ്പോൾ ചുമരിൽ പതിഞ്ഞ തന്റെ നിഴൽ ഭയചകിതനായ ഏതോ ഒരപരിചിതന്റെ പ്രതീതി അയാളിലുളവാക്കി. അവസാനം ഒരുവിധം ശ്രമപ്പെട്ടു മേശയുടെ അടുത്തുവന്നിരുന്നു; പടത്തിലേയ്ക്കു നോക്കി തന്റെ അഭിപ്രായം ക്രമപ്പെടുത്താൻ ശ്രമിച്ചു:

ബ്രൈനിന്റെ അഭിപ്രായം ശരിയാണ്. കൂട്ടിവിളക്കലിനെ (വെൽഡിങ്) ആശ്രയിച്ചാണധികവും കിടക്കുന്നത്. അപകടം വാർപ്പിങ്ങിലും. നാളെത്തന്നെ ഇതിനെപ്പറ്റി ജൂറാവിലോവിനോടു സംസാരിക്കണം. ഇപ്പോൾ അവർ (ജൂറാവിലോവും പത്നി ലെനയും) അത്താഴം കഴിയ്ക്കുകയായിരിക്കും. ലെന എന്റെ പ്രസംഗത്തേയും ഒരുവേള ഇപ്പോൾ പരിഹസിക്കുന്നുണ്ടാവാം. 'ചിന്താക്കുഴപ്പം ബാധിച്ച ഒരു ക്ലാർക്കിന്റെ മാതിരിയാണ് ദിമിത്രി പ്രസംഗിച്ചതെന്നോ മറ്റൊ ഒക്കെ അവൾ കരുതുന്നുണ്ടാവാം. അവളെന്നെ പരിഹസിക്കുമ്പോൾ 'നോവൽ അയാളുടെ ജോലിയല്ല അയാളുടെ ജോലി വേറെയാണ് അതിലയാൾ മിടുക്കനുമാണ്" എന്നു ജൂറാവിലോവു പക്ഷേ എന്റെ ഭാഗം വാദിച്ചേയ്ക്കും. ശരിയാണ്. ഇവാൻ വാസിലേവിച്ച് ജൂറാവിലോവ്! ജോലിയാണ് പ്രധാനം... ലെന ചിരിയ്ക്കുമ്പോൾ അവളുടെ കണ്ണുകൾക്ക് ഒരു നീലിമയുണ്ടാവാറുണ്ട്. ചിലപ്പോഴതിൽ വ്യസനച്ഛായയും കാണാം... ഹേയ് മോശം! പിന്നെയും ഞാനതിലേയ്ക്കുതന്നെയാണല്ലോ നീങ്ങുന്നത്..... റിഡക്ഷൻ ഗിയറിനെപ്പറ്റി നാളെ ജൂറാവിലോവിനോടു പറയണം...'

നേരമേതാണ്ടു വെളുക്കാറായി. മണി അഞ്ച്. ദിമിത്രി ഇതുവരെ ഉറങ്ങിയിട്ടില്ല. അതേ അസ്വസ്ഥത ചിന്തകൾ. 'ഈ ചില ഭേദഗതികളോടെ ബ്രൈനിന്റെ പദ്ധതി സ്വീകരിയ്ക്കാമെന്ന്" ഏതാണ്ടൊരു തൃപ്തിയോടെ അയാൾ സ്വയം പറഞ്ഞു: 'ഇനി ഉറങ്ങുന്നതു ശരിയല്ല. നേരം വെളുക്കാറായില്ലേ? പക്ഷേ ഇങ്ങിനെ ഉണർന്നിരുന്നാലും വിഷമമാണ്. ആ നാശം പിടിച്ച ചിന്തകൾ തലയിലേയ്ക്ക് അരിച്ചുകയറും. 'ബ്രൈനിന്റെ പദ്ധതിയ്ക്കുള്ള ഭേദഗതികൾ ഒരു കുറിപ്പാക്കി എഴുതിയാലോ? അതു

ജ്ദറാവിലോവിനെ കൂടുതൽ തൃപ്തിപ്പെടുത്തും. സംസാരിക്കാൻ ചിലവിടുന്ന ഒരു മണിക്കൂർ സമയം ലാഭിക്കയും ചെയ്യാം...'

ഫാക്ടറിയിലേയ്ക്കു പോകാൻ ദിമിത്രി പുറത്തിറങ്ങിയപ്പോഴും മഞ്ഞു പെയ്തുകൊണ്ടിരുന്നു. പക്ഷേ, അപ്പോൾ തെരുവിനു ജീവൻ വെച്ചിരുന്നു. ആളുകൾ തിരക്കിട്ടു ജോലിയ്ക്കു പോവുകയാണ്. വെള്ളപ്പിറാവുകൾ പറക്കുകയും പാറിവീഴുകയും ചെയ്യുന്ന പ്രതീതിയുളവാക്കിയ ആ തെരുവു വിളക്ക് ഇപ്പോഴും അങ്ങുകലെ പ്രകാശിക്കുന്നുണ്ട്. തലേന്നു രാത്രികണ്ട കാമുകമിഥുനം മാത്രമില്ല. ബാക്കിയെല്ലാം പഴയപോലെതന്നെ. തെരുവിൽക്കൂടി പോയിരുന്നവർ നടത്തത്തിന്നിടയിൽ പലതും ബന്ധപ്പെട്ടു ചോദിക്കുകയും പറയുകയും ചെയ്യുന്നുണ്ട്.

'ആ സിനിമ അത്ഭുതകരം തന്നെ! രാത്രി എനിയ്ക്കുറങ്ങാനേ കഴിഞ്ഞില്ല...'

'യെഗൊറോവിനോടു പറയൂ. അയാൾ സമ്മതിക്കും. സിക്കുലീവ് എടുക്കണതു മോശമാണ്...'

ദിമിത്രി പലതും ചിന്തിച്ചുകൊണ്ടാണ് നടന്നിരുന്നത്: 'എന്തസംബന്ധവിചാരങ്ങളാണിത്! അതെനിക്കറിയാം. പക്ഷേ, എന്നിട്ടും അതു വിട്ടുപോവുന്നില്ലല്ലൊ. എന്നെങ്കിലും ഇതൊഴിയുമോ? ഇതൊക്കെ പുസ്തകത്തിൽ വായിക്കാറുണ്ട്. ഞാനിങ്ങനെത്തന്നെ ജീവിക്കേണ്ടി വരുമോ?' അയാൾക്കു പെട്ടെന്നു ചിരി വന്നുപോയി. 'ഇതെന്തു തമാശ! ഒരലട്ടുമില്ലാത്തവനാണ് ഞാനെന്നായിരുന്നല്ലോ, എന്റെ ധാരണ!'

ആ ചർച്ചായോഗത്തിനുശേഷം വീട്ടിലെത്തിയ ഉടനെ ലെന അത്താഴത്തിന്നുള്ള ഒരുക്കങ്ങളിലേർപ്പെട്ടു. ഭക്ഷണം കഴിക്കാനുള്ള മേശ ശരിയാക്കി, ചായ തിളപ്പിയ്ക്കാൻ അടുക്കളയിലേയ്ക്കു പോയി. അവൾക്കെന്തോ ഒരു വല്ലായ്മയുള്ളതായി ജ്ദറാവിലോവിന്നു തോന്നാതിരുന്നില്ല. അവൾ ഇതു മറയ്ക്കാൻവേണ്ടി അതുമിതും പറയാൻ ശ്രമിച്ചു. ഭാഗ്യമെന്നു പറയട്ടെ, എന്താണു വല്ലായ്മയെന്നു ജ്ദറാവിലോവ് ചോദിച്ചില്ല. പകരം ഇന്നത്തെ യോഗത്തിൽ നീ കുറെ ചൂടുപിടിച്ചാണല്ലോ സംസാരിച്ചത്; അതു നിന്നെ അസ്വാസ്ഥ്യപ്പെടുത്തുന്നുണ്ടോ?' എന്നേ അയാൾ ചോദിച്ചുള്ളു. ഹാവൂ! അതവൾക്ക് ഒരു വലിയ രക്ഷയായിത്തോന്നി. 'ഉവ്വ് 'അവൾ മറുപടി പറഞ്ഞു.

ജ്ദറാവിലോവ് പത്രവായനയിലേർപ്പെട്ടു (രാവിലെ അതു നോക്കാൻ അയാൾക്കു സമയം കിട്ടിയിരുന്നില്ല.) വായനയുടെയിടയ്ക്ക് അയാൾ ചില അഭിപ്രായങ്ങളും പാസ്സാക്കിക്കൊണ്ടിരുന്നു. 'നിഖിഫിറോവിന്നു

കണക്കിനു കിട്ടി'യെന്നോ കമ്പ്രസ്സറുകൾ വേണ്ടത്രയില്ലെന്നതിൽ ആർക്കാണു സംശയമെന്നോ മറ്റൊക്കെയാണ് അയാൾ ഇടയ്ക്കു പറഞ്ഞുകൊണ്ടിരുന്നത്. ഇതിനൊക്കെ ലെന വേഗം വേഗം സമ്മതം മൂളിക്കൊണ്ടുമിരുന്നു.

അയാൾ വായന തുടരുന്നതിൽ അവൾക്കാശ്വാസം തോന്നി. തന്റെ ചിന്ത ഒതുക്കാൻ അവസരം കിട്ടുമല്ലോ എന്നായിരുന്നു അവളുടെ ആശ്വാസം. നികത്താനാവാത്ത എന്തോ ഒന്നാണ് തനിക്കു സംഭവിച്ചിട്ടുള്ളതെന്ന് അവൾക്കു ബോദ്ധ്യമായി. എങ്ങിനെ തനിച്ച് ഇതും സഹിച്ചു ജീവിക്കുമെന്നവൾ ഭയപ്പെട്ടു. പഠിച്ചിരുന്ന കാലത്ത് ലെനയ്ക്കു ധാരാളം ചങ്ങാതികളുണ്ടായിരുന്നു. ഇപ്പോഴാകട്ടെ വല്ലാത്ത ഒരു ഏകാന്തത. ഹൃദയം തുറന്നു സംസാരിക്കാൻ തനിയ്ക്കാരുമില്ലെന്നവൾ സങ്കടപ്പെട്ടു. തന്നെക്കാൾ ജീവിതാനുഭവങ്ങൾ ഉള്ളവരിലേയ്ക്കു താൻ ആകർഷിയ്ക്കപ്പെടുന്നതായി അവൾക്കു തോന്നി. അതോർത്തപ്പോൾ അവൾക്കു ചിരിവന്നു. 'ഒരു അദ്ധ്യാപികയായ ഞാൻ വിദ്യാർത്ഥിയാവാനാഗ്രഹിക്കുന്നൊ!' എന്നവൾ അത്ഭുതപ്പെട്ടു.

ടൗണിലെ മാന്യവ്യക്തികളിൽ ഒരാളാണ് ആൻഡ്രിപുഖോവ്. അദ്ദേഹം ഒരു കൊല്ലം മുമ്പുവരെ സ്ക്കൂളിലുണ്ടായിരുന്നു; വിപ്ലവത്തിൽ പങ്കെടുത്ത് അനുഭവങ്ങൾ നിറഞ്ഞ ഒരു പഴയ ബോൾഷെവിക്ക്. ഭാവനാ സമ്പന്നനായ ഒരദ്ധ്യാപകൻ. എല്ലാവർക്കും അദ്ദേഹത്തെ വളരെ ബഹുമാനമാണ്. തന്റെ രക്ഷകർത്താവായിട്ടാണ് ലെന അദ്ദേഹത്തെ കണക്കാക്കിയിരുന്നത്. അനുസരണമില്ലാത്ത കുട്ടികൾ ക്ലാസിൽ ബഹളം കൂട്ടുമ്പോൾ ആദ്യമാദ്യം അവൾ പകച്ചുപോകാറുണ്ട്. അന്നൊക്കെ പുഖോവാണ് അവളെ സാന്ത്വനപ്പെടുത്തി വേണ്ട ഉപദേശങ്ങൾ നല്കിയിരുന്നത്. സ്വന്തം മകളോടെന്നപോലെയായിരുന്നു അവളോടദ്ദേഹത്തിന്റെ പെരുമാറ്റം. അവൾ അധികമധികം അദ്ദേഹത്തെ ആശ്രയിക്കാനും തുടങ്ങി. കഴിഞ്ഞ ഹേമന്തത്തിൽ അദ്ദേഹം കിടപ്പിലായി. 'ആംഗിന പെക്ടോറിസാണ് 'രോഗമെന്നും അനങ്ങാതെ കിടക്കണമെന്നും ഡോക്ടർമാർ വിധിച്ചു. ഇപ്പോൾ അദ്ദേഹത്തിനല്പം ഭേദമുണ്ട്. ഇടയ്ക്കിടെ സ്ക്കൂൾ സന്ദർശിക്കാനും വരും. ദീർഘകാലമായി പരിചയിച്ച ജോലിയിൽനിന്നു തീരെ ഒഴിഞ്ഞുനില്ക്കാൻ അദ്ദേഹത്തിനു സാദ്ധ്യമല്ല. അദ്ദേഹത്തിനു സുഖമില്ലാത്ത സ്ഥിതിയ്ക്കു താനിനിയും ചെന്നു ബുദ്ധിമുട്ടിയ്ക്കുന്നതു ശരിയല്ലെന്നു ലെന കരുതി. 'നിയ്യൊരു കുട്ടിയൊന്നുമല്ലല്ലൊ,' എന്നവൾ സ്വയം ശാസിച്ചു. അടുത്തു തന്നെ അവൾക്കു വയസ്സു മുപ്പതാവും. സ്വന്തം കാലിൽ നിൽക്കേണ്ട

സമയമായിക്കഴിഞ്ഞു. അങ്ങിനെയൊക്കെയാണെങ്കിലും ഉള്ളതു തുറന്നു സംസാരിച്ചു ഹൃദയഭാരം ഒന്നു ചുരുക്കാൻ ആരുമില്ലാതിരിയ്ക്കുക! അതു വളരെ അസാദ്ധ്യമായിത്തോന്നി. അവൾക്ക്.

അവളുടെ മറ്റൊരു ചങ്ങാതിയാണ് ലേഡിഡോക്ടർ വീരോഷീറർ. പുഖോവ് സുഖക്കേടിൽ വീണ ഇടയ്ക്കാണ് ഡോ.വീരയുമായി ലെന പരിചയപ്പെട്ടത്. തന്റെ ഭർത്താവു തനിയ്ക്കിണങ്ങാത്ത ഒരുപരിചിത നാണെന്നും അവൾക്കാദ്യം ബോദ്ധ്യപ്പെട്ടതന്നായിരുന്നു. അങ്ങിനെ ഡോ. വീരയുമായുള്ള ആ ആദ്യക്കൂടിക്കാഴ്ച ഒരിയ്ക്കലുമവൾക്കു മറക്കാൻ കഴിയാത്ത ഒന്നാണ്. അന്നുരാത്രി മുഴുവനും അവൾ കരഞ്ഞു കഴിച്ചുകൂട്ടി. ഡോ. വീരയോടു ലെനയ്ക്ക് എന്തോ ഒരു അടുപ്പം അനുഭവപ്പെട്ടു. പക്ഷേ അപൂർവ്വമായേ അവർ തമ്മിൽ കണ്ടുമുട്ടാറുള്ളൂ. വീരയ്ക്കു രോഗികളെക്കൊണ്ട് എപ്പോഴും പണിത്തിരക്കാണ്. അവളുടെ ഭർത്താവിനെ യുദ്ധം അപഹരിച്ചുകളഞ്ഞു. 'രണ്ടാമത് അത്തരമൊരു ജീവിതമുണ്ടാവാൻ സാദ്ധ്യമല്ല,' എന്നു ഡോ. വീര ലെനയോടു പറയുകയുണ്ടായി. വീരയ്ക്കു അവളുടേതായ വ്യഥയും ചിന്തകളും ധാരാളമുള്ളതുകൊണ്ടു താനുംകൂടി ചെന്നു ബുദ്ധിമുട്ടിക്കുന്നതു ശരിയല്ലെന്നു ലെന കരുതി.

ദിമിത്രി കൊറോട്ടിയേവുമായി ലെന വളരെ വേഗമാണ് പരിചയ മായത്. അയാൾ തന്റെ യുദ്ധകാലാനുഭവങ്ങളും കഥകളും അവൾക്കു വിവരിച്ചുകൊടുക്കാറുണ്ടായിരുന്നു. ഓരോന്നുമിങ്ങിനെ കൺമുന്നിൽ കാണുന്നപോലെയാണയാൾ വിവരിച്ചത്. അപ്പോൾ താനും അതെല്ലാം നേരിൽക്കാണുന്നപോലെ ലെനയ്ക്കും തോന്നാറുണ്ട്. അവർ ചിലപ്പോൾ സാഹിത്യകൃതികളെപ്പറ്റിയും സംസാരിയ്ക്കാറുണ്ട്. കൂട്ടത്തിൽ ഒരു ദിവസം ഗ്രോസ്മാന്റെ നോവലും വിഷയമായി. ദിമിത്രി പറഞ്ഞു: 'യുദ്ധത്തെ സംബന്ധിച്ചുള്ള അദ്ദേഹത്തിന്റെ ചിത്രങ്ങൾ വളരെ സത്യസന്ധങ്ങളാണ്. അങ്ങിനെയാണ് വേണ്ടതും. എന്നാൽ ഒരു തകരാറുണ്ട്. അയാളുടെ കഥാനായകന്മാർ ആവശ്യത്തിലധികം തർക്കിയ്ക്കുന്നവരാണ്. അതുകൊണ്ടാണ് ചിലപ്പോൾ അവിശ്വസനീയമായിത്തോന്നുന്നതും.' അതുകേട്ടു ചിരിച്ചുകൊണ്ടു ലെന പറഞ്ഞു: നിങ്ങൾ തർക്കിക്കാത്ത മാതിരിയുണ്ടല്ലോ, പറയുന്നതു കേട്ടാൽ! 'നമ്മൾ വ്യക്തിപരമായിട്ടല്ല വീക്ഷിയ്ക്കേണ്ടത്,' അയാൾ മറുപടി പറഞ്ഞു. 'ഞാൻ നിങ്ങളെ വല്ലാതെ മുഷിപ്പിച്ചുവെന്നു തോന്നുന്നു...' എന്ന് അല്പം അസ്വസ്ഥതയോടെ അയാൾ അഭിപ്രായപ്പെട്ടു.

നടാഷയെപ്പറ്റിയോ തന്റെ കുട്ടിക്കാലത്തെപ്പറ്റിയോ ഒന്നുംതന്നെ ദിമിത്രി ലെനയോടു പറഞ്ഞിരുന്നില്ല. എങ്കിലും തന്റെ ഭർത്താവ്

അഭിപ്രായപ്പെട്ടപോലെ അത്ര 'ഭാഗ്യവാ'നൊന്നുമല്ല ദിമിത്രിയെന്നു ലെനയ്ക്കു തോന്നി. 'ഉള്ളിൽ ഒരു വ്രണം ഒളിഞ്ഞുകിടപ്പുണ്ടെങ്കിലും പാക തവന്ന ഒരാൾ,'എന്നായിരുന്നു അയാളെപ്പറ്റി അവളുടെ അഭിപ്രായം. അവളെ സംബന്ധിച്ചിടത്തോളം പൊരുത്തപ്പെടുന്ന ഒരു യഥാർത്ഥ മനുഷ്യൻ.

പക്ഷേ തനിയ്ക്കു പിടികിട്ടാത്ത പലതും അയാളിലുണ്ടെന്ന് അവൾക്കു തോന്നാതിരുന്നില്ല. 10-ാം തരത്തിൽ പഠിച്ചിരുന്ന ഒരു പെൺകുട്ടിയുടെ കാര്യം ദിമിത്രിയോടു താൻ വിവരിച്ച സന്ദർഭത്തിലാണ് ലെനയ്ക്കങ്ങനെ തോന്നിയത്: 'ആ കുട്ടിയെ വിസ്തരിക്കാതെയും അവളുടെ അഭിപ്രായം കേൾക്കാൻ നില്ക്കാതെയുമാണ് അവർ അവളെ കോമ്സൊമോളിൽനിന്ന് പുറത്താക്കിയതെന്നു വിചാരിച്ചുകൊണ്ട് ലെന തുടർന്നു: 'നിങ്ങൾക്കു വിശ്വസിക്കാൻ കഴിയുമോ? അവസാനം പാർട്ടി ടൗൺ കമ്മിറ്റി സിക്രട്ടറി ഇടപെട്ടിട്ടാണ് അവളെ തിരിച്ചെടുത്തത്. പത്തു പതിനേഴു വയസ്സിൽ ഇത്തരം അനുഭവം നേരിടുകയാണെങ്കിൽ അതിന്റെ പ്രത്യാഘാതമെന്തായിരിക്കുമെന്ന് നിങ്ങൾക്കൂഹിക്കാൻ പോലും കഴിയുമോ? വല്ലാത്തൊരു ആപത്ത്! ഇതു ഫോമിനിന്റെ കുറ്റമായിരുന്നു. എന്നാൽ അയാളെ അതിനു ശിക്ഷിയ്ക്കുയോ താക്കീതു ചെയ്യുകയോ പോലുമുണ്ടായില്ല. എങ്ങിനെയിതൊക്കെ സഹിയ്ക്കും?' ദിമിത്രിയും തന്റെ അഭിപ്രായം ശരിവെയ്ക്കുമെന്നാണവൾ കരുതിയത്. പക്ഷേ അയാൾ ഒന്നും പറഞ്ഞില്ല. എന്തോ ആലോചിക്കുന്നപോലെ ഇരുന്നു. തന്റെ ഭർത്താവാണ് ഇതുകേട്ടു കൊണ്ടിരുന്നതെങ്കിൽ 'ഭയംകൊണ്ടാണ്'എന്നവൾ കരുതുമായിരുന്നു. പക്ഷേ ദിമിത്രിയ്ക്കു ഭയമില്ലെന്ന് അവൾക്കറിയാം. അവൾക്ക് അയാളെ ബഹുമാനവുമാണ്. ജീവിതത്തിൽ തനിക്കു പിടികിട്ടാത്തതായി ഒട്ടേറെ കാര്യങ്ങൾ ഉണ്ടെന്ന് അവൾ സ്വയം ആശ്വസിച്ചു.

അവൾ അറിയാതെയാണ് അയാളിലേയ്ക്ക് അടുത്തത്. അയാളെ കാണാതായാൽ വല്ലാത്ത ഒരുസ്വസ്ഥത തോന്നും അവൾക്ക്. ഒരിയ്ക്കൽ കുറെ ദിവസത്തേയ്ക്ക് അയാൾ വന്നില്ല, അവൾ ഭർത്താവിനോടു ചോദിച്ചു: 'അയാൾക്കു സുഖക്കേടൊന്നുമില്ലല്ലൊ! നിങ്ങൾക്കു തീർച്ചയുണ്ടോ?' കഴിഞ്ഞ വേനൽക്കാലത്താണിത്. അന്ന് അവർ തമ്മിലുള്ള അടുപ്പം വെറും സുഹൃദ്ബന്ധം മാത്രമായിരുന്നു. അതിനുശേഷം ദിമിത്രി ലീവെടുത്ത് കോക്കസസ്സിലേയ്ക്കു പോയി. ലീവുകഴിഞ്ഞു തിരിച്ചുവരുമ്പോൾ തീരെ പ്രസന്നതയുണ്ടായിരുന്നില്ല അയാൾക്ക്. അതു ലെനയെ ആശ്ചര്യപ്പെടുത്തി. 'എന്തുപറ്റി അദ്ദേഹത്തിന്ന്' അവൾ അമ്പരന്നു: 'മനസ്സിനിണങ്ങിയ വല്ല സ്ത്രീയേയും കണ്ടുമുട്ടുകയും അതു

ഫലിയ്ക്കാതെ പോവുകയും ചെയ്യിരിക്കുമോ?' അന്നവൾ സംശയിച്ചു. അന്നു മുതലയ്ക്കാണ് അവളിൽനിന്നു കഴിയുന്നത്ര ഒഴിഞ്ഞുമാറാനുള്ള ശ്രമം അയാൾ തുടങ്ങിയത്. ഒന്നുരണ്ടുതവണ തെരുവിൽവെച്ച് അവർ തമ്മിൽ കൂട്ടിമുട്ടുകയുണ്ടായി. 'എന്താണ് കാണാറില്ലല്ലൊ' എന്നു ലെന ചോദിക്കുമ്പോൾ അയാൾ ചില ഒഴിവുകഴിവുകൾ പറയും: 'ഒന്നുമില്ല. അസാരം പണിത്തിരക്കുണ്ടായിരുന്നു. അടുത്തുതന്നെ അങ്ങോട്ടുവരാം.'

അയാൾ വരാൻ മടിയ്ക്കുന്നതിന്റെ കാരണങ്ങളെപ്പറ്റി അവൾ ഊഹിക്കാൻ ശ്രമിച്ചു. ആ ശ്രമം അവളെ അത്ഭുതപ്പെടുത്തി: 'അയാളെന്റെ ആരാണ്? ഞാനെന്തിന് അയാളെപ്പറ്റി വ്യാകുലപ്പെടുന്നു? എനിയ്ക്കയാളിൽ പ്രേമമുണ്ടോ?' അവൾ ഒരാത്മപരിശോധന നടത്തിനോക്കി: 'എന്റെ ഈ പ്രായത്തിൽ ഇത്തരം ദുർബ്ബല വികാരങ്ങൾ ആർക്കെങ്കിലുമുണ്ടാവാറുണ്ടോ? ഇല്ല.' ഈ പ്രദേശത്തു വല്ലതുമൊന്നു സൊള്ളാൻപോലും ആരേയും കിട്ടാനില്ല. അതുകൊണ്ടാണ് താൻ ദിമിത്രിയെ ഉൽക്കണ്ഠയോടെ പ്രതീക്ഷിക്കുന്നതെന്ന് അവൾ സ്വയം ആശ്വസിയ്ക്കാൻ ശ്രമിച്ചു: ഇതിലൊക്കെ ഇത്ര വേവലാതിപ്പെടുന്നതെന്തിനാണ്! ഞങ്ങൾ വെറും ചങ്ങാതികൾ മാത്രമല്ലേ! എന്നും അവൾ സ്വയം വാദിക്കാതിരുന്നില്ല.

വായനക്കാരുടെ ചർച്ചായോഗങ്ങൾ ഒരു മുഷിപ്പനായിട്ടാണ് അവൾക്കു തോന്നിയിരുന്നത്. നെടുനെടുങ്കൻ ഉദ്ധരണികൾ എഴുതിക്കൊണ്ടുവന്നു വായിയ്ക്കലും, കഥയുടെ സംഗ്രഹം വിവരിയ്ക്കലുമാണ് അധിക പേരും ചെയ്യാറ് - ഒരുതരം വരച്ചചർച്ച. അവൾക്കതിൽ യാതൊരു രസവും തോന്നിയിരുന്നില്ല. പക്ഷേ, ഇന്നത്തെ യോഗത്തിന്നു പോകണമെന്നു ഭർത്താവു നിർബ്ബന്ധിയ്ക്കാൻ തുടങ്ങി: 'എല്ലാരും പോകുന്നുണ്ട്; നിനക്കു മാത്രമിത്ര മടിയെന്താണ്? ഇന്നു ദിമിത്രിയും പ്രസംഗിക്കുമെന്നു ലൈബ്രേറിയൻ പറഞ്ഞു.' ഇതുകേട്ടപ്പോൾ ലെനയ്ക്കു അല്പം ശുണ്ഠിവന്നു. 'അയാൾ പ്രസംഗിക്കുന്നുണ്ടെങ്കിൽ എനിയ്ക്കെന്താണ്?' അവൾ കുറച്ചു നീരസത്തോടെ ഭർത്താവിനോടു ചോദിച്ചു: 'നിങ്ങൾ പറയുന്നതുകേട്ടാൽ എനിയ്ക്കതു വലിയ കാര്യമാണെന്നു തോന്നുമല്ലൊ!' 'ഓ! ഈ പെണ്ണുങ്ങൾ ഒരു വല്ലാത്ത ജനസ്സുതന്നെ!' ജൂറാവിലോവ് ആശ്ചര്യപ്പെട്ടു. ഇന്നൊരാളെ തലയിലേറ്റിവെച്ചാൽ നാളെ അയാളെ തള്ളിത്താഴെയിടും, അയാൾ സ്വയം പറഞ്ഞു.

അന്നത്തെ സായാഹ്നം തനിയ്ക്ക് എന്തു സംഭവിക്കുമെന്ന് അവൾക്കു യാതൊരു പിടിയുമുണ്ടായിരുന്നില്ല.

ദിമിത്രി പ്രസംഗിയ്ക്കാൻ തുടങ്ങിയപ്പോൾ ആ ഹോളിൽനിന്ന് ഓടി

രക്ഷപ്പെടാനാണ് അവൾക്കു തോന്നിയത്. എങ്ങിനെയെങ്കിലും തന്റെ മുഖമൊന്നു മറച്ചുപിടിയ്ക്കാൻ അവൾ ശ്രമിച്ചു. ആകപ്പാടെ ഒരു ഇരിയ്ക്കപ്പൊറുതി കിട്ടുന്നില്ല. 'അദ്ദേഹം പറയുന്നത് എന്നെ ഉദ്ദേശിച്ചല്ലേ,' എന്നവൾക്കു തോന്നി: 'എന്താണ് കുറേക്കാലമായി അദ്ദേഹം എന്റെ വീട്ടിലേയ്ക്കു വരാത്തതെന്നു തുറന്നുപറയാൻ തീരുമാനിച്ചപോലുണ്ട്! നടക്കട്ടെ. ഇപ്പോൾ എല്ലാം വ്യക്തമായി. ഈ നോവലിലെ നായികയെപ്പോലെ ഞാനും ഒരു മരത്തലയിയും കുഴഞ്ഞാട്ടക്കാരിയുമാണെന്നാണോ അദ്ദേഹത്തിന്റെ അഭിപ്രായം? അദ്ദേഹത്തിൽ ഞാൻ അനുരക്തയാണെന്ന നിഗമനത്തിൽ എത്തിയപോലുണ്ട് പ്രസംഗം കേട്ടാൽ! എന്നിട്ട് എന്നോട് ഒരു തത്വോപദേശവും! എന്തു മര്യാദക്കാരൻ! അല്ലെങ്കിൽ ഇതെന്റെ കുറ്റമല്ലെ. ഞാനെന്തിന് അദ്ദേഹത്തെ പഴിക്കണം? ഇത്തരം സംഗതികൾ ചുമ്മാ ഉണ്ടാവാതിരിക്കാൻ ഞാനും മനസ്സിരുത്തേണ്ടവളല്ലേ! ഇതെനിയ്ക്കൊരു പാഠമാവണം. എന്നാലും ഇതൊക്കെ ഇങ്ങിനെ കേറിനിന്നു പരസ്യമായി വിളിച്ചുപറയണമെന്നുണ്ടോ? എന്നോടു തുറന്നുപറഞ്ഞാൽ മതിയല്ലോ. എല്ലാം ഒന്നളന്നുമുറിയ്ക്കുന്ന മാതിരിയിലാണ് ഇപ്പോഴദ്ദേഹം. ഇതെന്നെ കൂടുതൽ അവമാനിക്കലാണ്. ഞാൻ ഇനി ശല്യപ്പെടുത്തില്ലെന്ന് ഉറപ്പുവരുത്താനാണോ അദ്ദേഹം ഇങ്ങിനെയെല്ലാം പറയുന്നത്? ആണെങ്കിൽ വിഷമിക്കേണ്ട. അദ്ദേഹമിനി എന്നെ ക്കാണില്ല.'

യോഗം കഴിഞ്ഞു. ലെനയും ഭർത്താവും പുറത്തിറങ്ങി. തുളച്ചുകേറുന്ന മഞ്ഞുകാറ്റ്. മൂളിക്കൊണ്ടുള്ള ആ കാറ്റടി നിരത്തിലൂടെ നടക്കൽ വിഷമകരമാക്കി. ജൂറാവിലോവ് ഒരു ടാക്സി വിളിക്കാൻ ഭാവിച്ചത് അവൾ വിലക്കി: 'നമുക്ക് നടന്നുപോകാം,' അവൾ പറഞ്ഞു. നടന്നാൽ ഹൃദയഭാരം അല്പം കുറഞ്ഞുകിട്ടുമെന്നായിരുന്നു അവളുടെ പ്രതീക്ഷ. അവളുടെ ഉള്ളിൽ ദിമിത്രിയോടുള്ള ഈർഷ്യയും കോപവും പുകഞ്ഞുകൊണ്ടിരുന്നു. വഴിയ്ക്കു ചിന്ത മുഴുവനും അതായിരുന്നു. എന്നാൽ തന്റെ ഈ ദ്വേഷ്യവും ഈർഷ്യയും അടിസ്ഥാനരഹിതമാണെന്ന് വീട്ടിലെത്തിയപ്പോഴയ്ക്കും അവൾക്കു ബോദ്ധ്യപ്പെട്ടു - തകരാറെല്ലാം തന്റേതാണെന്ന്. താനദ്ദേഹത്തിൽ അനുരക്തയാണെന്ന വസ്തുത അവൾക്കു മനസ്സിലായതിപ്പോഴാണ്. അദ്ദേഹത്തെ കാണാതിരുന്ന ദിവസങ്ങളിൽ അനുഭവപ്പെട്ട അസ്വാസ്ഥ്യത്തിന്റേയും വിരസതയുടേയും കാരണമിപ്പോഴവൾക്കു വ്യക്തമായി.

വീട്ടിലെത്തിയ ഉടനെ അടുക്കളയിലേക്കാണവൾ പോയത്. ചായയ്ക്കുള്ള വെള്ളം തിളക്കാൻ വളരെ നേരം വേണ്ടിവന്നു. ഇതുമൂലം അവൾക്കു

ഭർത്താവിന്റെ പകച്ചനോട്ടത്തിൽനിന്ന് രക്ഷപ്പെടാൻ തരപ്പെട്ടു. അവൾ കുറച്ചുനേരം കരഞ്ഞു. ദിമിത്രിയോടുള്ള ദേഷ്യമെല്ലാം പോയി. 'അദ്ദേഹം പറഞ്ഞതു ശരിയാണ്" അവൾ ചിന്തിച്ചു: 'അദ്ദേഹം എന്നെ താക്കീതു ചെയ്തതും ന്യായമാണ്. അതിനുപയോഗിച്ച രീതി അത്ര കാര്യമാക്കാനില്ല. അദ്ദേഹം അദ്ദേഹത്തിന്റെ കടമയാണ് ചെയ്തത്. എനിക്കു മനസ്സിലാക്കാൻ കഴിയാത്തത് ചൂണ്ടിക്കാണിച്ചതന്നല്ലേയുള്ളൂ അദ്ദേഹം? എന്നിട്ടു തുറന്നുപറഞ്ഞ് ഒഴിഞ്ഞു. ഇനി ഞാൻ പഴയപോലെതന്നെ എന്റെ ജീവിതം തുടരണം. അതാണ് വേണ്ടത്. പക്ഷേ അതെങ്ങിനെ കഴിയുമെന്നതാണ് ചോദ്യം.'

അവൾ അത്താഴം വിളമ്പി; ചായകുടിക്കുന്ന ഭാവത്തിൽ ഭർത്താവു ഭക്ഷണം കഴിക്കുന്നതു നോക്കിക്കൊണ്ട് അടുത്തിരുന്നു. ഭാഗ്യം, അയാൾ പത്രം വായിക്കുകയായിരുന്നു; വായിക്കുന്ന ലേഖനത്തിന്നാകട്ടെ ഒരു പേജു നീളമുണ്ടുതാനും! അവൾ അത്ഭുതത്തോടെ സ്വയം ചോദിച്ചു: 'ഇയാൾ ശരിക്കും എന്റെ ഭർത്താവാണോ?'

ഇവാൻ ഴൂറാവിലോവിനെ ലെന ആദ്യം കണ്ടത് തന്റെ ട്രെയിനിങ്ങ് ഇൻസ്റ്റിറ്റ്യൂട്ടിൽവച്ച്, കുട്ടികളുടെ വക ഒരു നാടകദിവസമാണ്. ലെനയുടെ അദ്ധ്യാപക ട്രെയിനിങ്ങ് അവസാനിയ്ക്കാറായിരുന്നു. ഴൂറാവിലോവ് പട്ടണത്തിൽ എത്തിയിട്ട് അധികമായിരുന്നില്ല. ചെറുപ്പക്കാരുടെ കൂടെ കഴിയുമ്പോഴത്തെപ്പോലെ തനിയ്ക്കു മറ്റൊരിക്കലും അത്ര സന്തോഷമനുഭവപ്പെടാറില്ലെന്നയാൾ പറയുകയുണ്ടായി. അങ്ങിനെ ഇടയ്ക്കിടെ അയാൾ ഇൻസ്റ്റിറ്റ്യൂട്ടിൽ വരും. അന്നത്തെ കുട്ടികളുടെ നാടകത്തിൽ ലെനയ്ക്കും ഒരു ചെറിയ വേഷമുണ്ടായിരുന്നു. അഭിനയത്തിൽ അവളത്ര സമർത്ഥയൊന്നുമായിരുന്നില്ല. നാടകത്തിന്നുശേഷം നടന്ന ഡാൻസിൽ തന്റെകൂടെ ഡാൻസു ചെയ്യാൻ ഴൂറാവിലോവ് അവളോടപേക്ഷിച്ചു. ആ സായാഹ്നം മുഴുവനും അവർ ഡാൻസും സംഭാഷണവുമായിട്ടാണ് കഴിച്ചത്. എല്ലാം കഴിഞ്ഞപ്പോൾ ഴൂറാവിലോവ് ഹോസ്റ്റൽ വരെ അവൾക്കു തുണപോയി.

ഇത് 6 കൊല്ലം മുമ്പാണ്. അതിന്നുശേഷം ഇവാൻ ഴൂറാവിലോവ് വല്ലാതെ മാറിയിട്ടുണ്ട്. അയാളുടെ തലയിൽ കഷണ്ടികേറിത്തുടങ്ങി. ദേഹം തടിച്ചു ചീർത്തു; കവിൾ തൂങ്ങി. വയസ്സു മുപ്പത്തേഴേ ആയിട്ടുള്ളുവെങ്കിലും ആളുകൾ അയാളെ ഒരു മദ്ധ്യവയസ്കനായിട്ടാണ് കണക്കാക്കിയത്. സ്വപ്നം കാണുന്നപോലിരുന്ന അയാളുടെ കണ്ണുകളിൽ ഇപ്പോൾ ശാന്തതയും ആത്മവിശ്വാസവുമാണ്. പരുപരുത്ത ശബ്ദം. മറ്റൊരാൾക്കും കൂടെച്ചിരിക്കാൻ തോന്നാത്ത ഒരുതരം പ്രത്യേക ചിരി;

ആകപ്പാടെ എല്ലാം മാറിയിരിക്കുന്നു.

അതോ, അയാളുടെ ഭാര്യയ്ക്കു മാത്രമാണോ അങ്ങിനെ തോന്നിയിരുന്നത്? ആദ്യകാലത്ത് അയാൾ, തനിയ്ക്ക് ജീവിതത്തിലുള്ള ഉത്സാഹഭരിതമായ ചുറുചുറുക്കും, ശുഭപ്രതീക്ഷയുംകൊണ്ട് അവളെ ആകർഷിച്ചു - അന്നയാൾക്കു പരാജയബോധമേയുണ്ടായിരുന്നില്ല; എത്ര ഇരുളടഞ്ഞ മുഹൂർത്തങ്ങളിലും അയാൾ പറയാറുണ്ട്, എന്തെങ്കിലും ഒരു വഴികാണാതിരിക്കില്ലെന്ന്. ഇക്കാര്യത്തിൽ അയാൾക്കിപ്പോഴും മാറ്റമുണ്ടായിട്ടില്ല. പക്ഷേ ഇപ്പോൾ അത് അവളെ ശുണ്ഠിപിടിപ്പിക്കുകയാണ്. കുറച്ചുദിവസം മുമ്പ് ചീഫ് എഞ്ചിനീയർ യഗറോവ് വിളർത്ത് വിവശനായി പതറുന്ന സ്വരത്തിൽ വന്നുപറഞ്ഞു, തന്റെ ഭാര്യയ്ക്കു അർബ്ബുദമാണെന്ന്.

അതു കേട്ടപ്പോൾ പൊട്ടിക്കരയാതിരിയ്ക്കാൻ നന്നെ പണിപ്പെടേണ്ടിവന്നു, ലെനയ്ക്ക്. പക്ഷേ ഇവാൻ ജ്ദാവിലോവ് പറഞ്ഞു: 'അസ്വാസ്ഥ്യപ്പെടാതിരിയ്ക്കു; അവൾ സുഖപ്പെടും. ഇപ്പോൾ മരുന്നുകൾക്കു പല അത്ഭുതങ്ങളും ചെയ്യാൻ കഴിയുന്ന കാലമാണ്, ഒന്നുരണ്ടുനിമിഷം കഴിഞ്ഞു വീണ്ടും ഇവാൻ തുടർന്നു: അല്ല; സ്റ്റാലിൻഗ്രാഡിലേയ്ക്കുള്ള യന്ത്രങ്ങളുടെ പണി എന്തായി, പാവൽ യഗറോവ്? അവരിപ്പോൾ ഇതാ മൂന്നാമത്തെ തവണയും അതിനെപ്പറ്റി നിർബ്ബന്ധിച്ചിരിയ്ക്കുന്നു.'

അവൾക്കു മറക്കാൻകഴിയാത്ത മറ്റൊരു സംഭവം കൂടിയുണ്ട്. കഴിഞ്ഞ വേനൽക്കാലത്ത് പാർട്ടിയുടെ ടൗൺ കമ്മിറ്റി സിക്രട്ടറി അവൾ നില്ക്കുമ്പോഴാണ് അയാളോട് തൊഴിലാളികൾക്കു പുതിയ വീടുകൾ കെട്ടേണ്ട കാര്യത്തെപ്പറ്റിപ്പറഞ്ഞത്. തൊഴിലാളികൾ ജീർണ്ണിച്ച ചാളകളിലാണ് ഇപ്പോഴും കഴിഞ്ഞുകൂട്ടുന്നതെന്ന വസ്തുത വല്ലാത്ത ഒരവമാനമാണ്; അതു മാറ്റാൻ വൈകി; അതിന്നുള്ള ഫണ്ട് അനുവദിച്ചിട്ടു കൊല്ലമൊന്നായി. അതെന്തിനാണ് വിനിയോഗിച്ചിട്ടുള്ളത് എന്നെല്ലാം സിക്രട്ടറി അല്പം കയർത്തു ചോദിച്ചു. ഇവാന്ന് അപ്പോഴും യാതൊരു കുസലുമുണ്ടായില്ല. 'ആ പുതിയ കാസ്റ്റിങ്ങ് മെഷീൻ അടിയന്തിരവും അനുപേക്ഷണീയവുമാണ്;' അയാൾ പറഞ്ഞു: 'അതില്ലാതെ ക്വോട്ട പൂരിപ്പിയ്ക്കുവാൻ നമുക്ക് ഒരിക്കലും സാദ്ധ്യമല്ല. ക്വോട്ട പൂരിപ്പിച്ചില്ലെങ്കിൽ നമ്മൾ ലജ്ജിയ്ക്കേണ്ടിവരുമെന്നതു തീർച്ചയാണ്. നിർദ്ദിഷ്ടലക്ഷ്യത്തിലും 16 ശതമാനം അധികമായിരുന്നു നമ്മുടെ ക്വോട്ട. അതിന്നു ഞങ്ങളെ ആദ്യമഭിനന്ദിച്ചതും നിങ്ങൾതന്നെയല്ലേ! തൊഴിലാളികളുടെ ഇപ്പോഴത്തെ വാസസ്ഥലത്തെപ്പറ്റി അസ്വാസ്ഥ്യപ്പെടേണ്ട. ഇതിലും മോശമായത് ഞാൻ മോസ്ക്കോവിൽ കണ്ടിട്ടുണ്ട്. ഇവയിനിയും

കുറേക്കാലംകൂടി നില്ക്കാവുന്നവയാണ്.'

'ഇയാൾക്ക് ഒന്നുകൊണ്ടും കുലുക്കമില്ല,' ലെന വിചാരിച്ചു: 'അതൊക്കെ നമുക്ക് ശരിയാക്കാം,' എന്ന ഒരേയൊരു മറുപടിയാണ യാൾക്ക് എല്ലാറ്റിനും. ആദ്യന്തം ഇയാൾ സ്വാർത്ഥിയാണ്.

ചെറുപ്പത്തിൽ ഉല്ലാസഭരിതവും മൃദുവുമായിരുന്ന അയാളുടെ പെരുമാറ്റം. അയാൾക്കു നല്ലൊരാകർഷകത്വം കൊടുത്തിരുന്നു. എന്നാൽ വർഷങ്ങൾ പിന്നിട്ടതോടെ ആ സ്വഭാവവും അയാളെ ഉപേക്ഷിച്ചു. ജോലിയിൽ ചില കുഴപ്പങ്ങളെല്ലാം അയാൾക്കു നേരിടു കയുണ്ടായി. മൂന്നുകൊല്ലംമുമ്പ് ഒരിയ്ക്കൽ അയാളുടെ ജോലി തെറിച്ചു എന്നുവരെ സംസാരമുണ്ടായി - ഇതിന്നുവേണ്ടി രണ്ടുതവണ അയാൾക്കു മോസ്കോവരെ പോകേണ്ടി വന്നു. അന്ന് എങ്ങിനെയോ ഒരുവിധം രക്ഷപ്പെട്ടു, അഥവാ, ഇതൊക്കെക്കൊണ്ടാണോ, ഇപ്പോൾ അയാൾ അപൂർവ്വമായി മാത്രം പുഞ്ചിരിക്കുന്നത്? അതോ, ചുമതലകൾ ഇപ്പോൾ തന്നെയിട്ടു ഞെരിക്കുന്നതായി തോന്നുന്നുണ്ടോ? അതുമല്ലെങ്കിൽ, ശരീരത്തിനു കനം തൂങ്ങിയതാണോ കാരണം? ഇങ്ങനെയൊക്കെയാ ണെങ്കിലും, യന്ത്രങ്ങളെപ്പറ്റിയോ മോസ്കോവിൽ തനിക്കു ലഭിച്ച സ്വീ കരണത്തെപ്പറ്റിയോ അല്ലെങ്കിൽ തന്നെ കുഴിയിൽച്ചാടിയ്ക്കാൻ ശ്രമിച്ച നികിഫിറോവ് ഒടുക്കം കുഴപ്പത്തിലായതിനെക്കുറിച്ചോ പറയുമ്പോൾ മുഖം പ്രസന്നമാവാറുണ്ട്; അയാൾ പൊട്ടിച്ചിരിക്കാറുമുണ്ട്. ഇതെല്ലാം കപടനാട്യമാണെന്നാണ് ലെനയുടെ അഭിപ്രായം. വാസ്തവത്തിൽ, അയാൾ അയാളുടെ ഫാക്ടറിയെയാണ് ആരാധിയ്ക്കുന്നത്. അതിലയാൾ ക്കഭിമാനമേയുള്ളൂ. ഫാക്ടറിയും താനും ഒന്നാണെന്നുപോലും പലപ്പോഴും അയാൾ ചിന്തിച്ചുപോകാറുണ്ട്. അയാൾക്ക് ആരിൽ നിന്നെങ്കിലും ഒരു സൗഹാർദ്ദപ്രകടനം ലഭിച്ചാൽ, അത് ആ ഫാക്ടറിയിലെ എല്ലാവർ ക്കുംകൂടി കിട്ടിയതാണെന്നാണയാളുടെ ഭാവം. ഉല്പാദനം ലക്ഷ്യത്തി ലെത്തിയില്ലെങ്കിൽ അതു തന്റെ വ്യക്തിപരമായ ഭാഗ്യക്കേടാണെന്ന നിലയിലാണയാൾ കാണുന്നതും.

അയാൾക്ക് ആകപ്പാടെയുള്ള ഒരു വിനോദം ഞായറാഴ്ച രാവിലെ ചൂണ്ടയിടാൻ പോകലോ അല്ലെങ്കിൽ ചൂണ്ടലിൽ കെട്ടുന്ന ഇരയെപ്പറ്റി ഖിറോവിനോട് വാദിക്കലോ ആണ്. അപ്പോൾ അയാൾ പെട്ടെന്ന് ഒരു പതിനേഴ വയസ്സുകാരനാവും. അത് ലെനയെ അസ്വസ്ഥയാക്കാ റുണ്ട്. 'ഇയാൾക്കു വല്ലതും വായിച്ചുകൂടേ? അല്ലെങ്കിൽ, എന്തെങ്കിലും കളികാണാൻ പൊയ്ക്കൂടെ?' എന്നവൾ സ്വയം ചോദിക്കാറുണ്ട്. ഇല്ല. അയാളുടെ ഏറ്റവും വലിയ ഉല്ലാസം തന്റെ ഇര വെള്ളത്തിൽപ്പാറുന്നതു

നോക്കി ഒറ്റയിരിപ്പിൽ അങ്ങിനെ ഇരിക്കലാണ്. ഖിറോവുമായുള്ള അയാളുടെ ചങ്ങാത്തവും ലെനയ്ക്കു മനസ്സിലാക്കാൻ കഴിഞ്ഞില്ല. തന്റെ ജോലിയിൽ മിടുക്കനും, നല്ല നിലയിൽ വിവാഹിതനുമായ ഖിട്റോവ് തടിച്ചുകൊഴുത്ത ഒരു മുതിർന്ന കുട്ടിയെപ്പോലെയാണ്. ഒരു തമാശതന്നെ നൂറാമത്തെത്തവണയും ആവർത്തിയ്ക്കുക അയാളുടെ ഒരു സമ്പ്രദായമാണ്. ഇവാന്റെ ബുദ്ധിശക്തിയിലും ഭാഗ്യനക്ഷത്രത്തിലും അചഞ്ചലമായ വിശ്വാസമുണ്ടയാൾക്ക്. അവർ ഒന്നിച്ചു മീൻപിടിയ്ക്കാൻ പോകും. അല്ലെങ്കിൽ നായാട്ടിന്; അതുമല്ലെങ്കിൽ രണ്ടുപേരുംകൂടി പല്ലാംകുഴി കളിയ്ക്കും.

ഖിട്റോവ് ലെനയെ വെറുപ്പിച്ചു; ഒരു വെറും എറാൻമൂളി എന്ന അഭിപ്രായമാണ് ലെനയ്ക്ക് അയാളെപ്പറ്റിയുള്ളത്. ഇത്തരമൊരു എറാൻമൂളിയുടെകൂടെ എങ്ങിനെയാണ് നിങ്ങൾ കഴിച്ചുകൂട്ടുക എന്ന് ഒരിക്കൽ അവൾ ജൂറാവിലോവിനോട് ചോദിയ്ക്കുക പോലുമുണ്ടായി. ഇത്തരമൊരു ഏറാൻമൂളിയുമായി നിങ്ങളെങ്ങനെ വർത്തമാനം പറയും? അയാൾ അതിനു നിഷേധാർത്ഥത്തിൽ ചുമൽ ഒന്നു വെട്ടിച്ചു: 'ഖിട്റോവ് വിഡ്ഢിയൊന്നുമല്ല; ചിലപ്പോൾ ഏറ്റവും മികച്ച പ്രതിഭ കാണാമയാൾക്ക്. നീ ഓരോ കാര്യത്തേയുംപറ്റി അഭിപ്രായം രൂപീകരിയ്ക്കുന്നത് നിസ്സാരമായിട്ടാണ്; നിനക്കയാളെ ശരിക്കറിയില്ല' എന്നായിരുന്നു ഇവാന്റെ മറുപടി.

അവളോടും അവരുടെ കൊച്ചുമകളോടും ഇവാന് അത്യധികം പ്രതിപത്തിയുണ്ടെന്ന് അവൾക്കറിയാം. പക്ഷേ അയാളെ വിവാഹം കഴിയ്ക്കുമ്പോൾ അവൾ പ്രതീക്ഷിച്ചിരുന്നത് അത്തരമൊരു മനോഭാവമല്ല. ആകാശക്കോട്ട കെട്ടുന്നവൾ എന്നാണ് ഇവാൻ അവളെപ്പറ്റി പറയാറ്. അയാൾ ചിലപ്പോൾ അവളെ പരിഹസിക്കും: 'പണ്ട് ആളുകൾ പറയാറുണ്ട്, 'കാബി' ഒരു റൂബിൾ ചോദിക്കും, പത്തുകോപ്പക്ക് സ്വീകരിയ്ക്കുമെന്ന്. അതാണ് നിന്റെ സ്വഭാവം. ജീവിതത്തിൽ നീ വളരെയേറെ പ്രതീക്ഷിക്കും. പക്ഷേ ജീവിതം ലളിതവും അതേ സമയം കടുപ്പമുള്ളതുമാണ് എന്ന് നിനക്കറിയില്ല.

വിവാഹം കഴിഞ്ഞ ആദ്യവർഷത്തിൽ പ്രേമത്തെപ്പറ്റിയും ജീവിതലക്ഷ്യത്തെപ്പറ്റിയും സുഖസന്തോഷങ്ങളുടെ കാരണത്തെപ്പറ്റിയും മറ്റും വാദിക്കാൻ ലെന വളരെ ശ്രമിച്ചിരുന്നു. അയാൾ സ്നേഹത്തോടെ പുഞ്ചിരി തൂകും. പക്ഷേ തനിയ്ക്കു പണിയുണ്ടെന്നു പറഞ്ഞു സംഭാഷണം തടയും. നല്ലൊരു ഭാര്യയായിട്ടാണയാൾ അവളെ കരുതിയത്. അവളിൽ അയാൾ തൃപ്തനുമായിരുന്നു. ശരിയാണ്, അവൾക്കൊരു ദൗർബ്ബല്യമുണ്ട്: അയാളുടെ മനോവികാരങ്ങളെപ്പറ്റി എല്ലായ്പ്പോഴും അയാൾ പറഞ്ഞു

കേൾക്കാൻ അവൾക്കൊരാഗ്രഹം. ഇതിലും മോശമായ ദൗർബ്ബല്യങ്ങളും സ്ത്രീകൾക്കുണ്ടാവുമല്ലോ.

ദിമിത്രി കൊറോട്യേവുമായി അവൾ പരിചയപ്പെട്ടതിൽ ജ്റാവിലോവ് സന്തോഷിച്ചിരുന്നു. അയാൾക്കു യാതൊരീർഷ്യയും തോന്നിയില്ല. ലെന തന്റേടമുള്ളവളാണ്; അവൾക്കാരെങ്കിലും ഒരാൾ വർത്തമാനത്തിന്നു വേണം; അല്പം ആടിക്കുഴയാനും; അതു സ്വാഭാവികമാണ്. അവളോടു സംസാരിച്ചിരിയ്ക്കാനോ അവളെ രസിപ്പിയ്ക്കാനോ അയാൾക്കു സമയമില്ല. ദിമിത്രിയും ഇരുത്തം വന്നിട്ടുള്ളവനാണ്; സ്വന്തം അറിവു പ്രകടിപ്പിയ്ക്കാൻ കുറച്ചാഗ്രഹവുമുണ്ട്. താൻ പറയുന്നതു ലെന വായും പൊളിച്ചങ്ങിനെ കേട്ടിരിയ്ക്കുന്നത് അയാളെ മേനിപിടിപ്പിച്ചു.

ദിമിത്രിയുടെ വരവു നിലച്ചപ്പോൾ ഇവാൻ അമ്പരന്നു; 'മിടുക്കനായ അയാളെയും ലെന മുഷിപ്പിച്ചിരിയ്ക്കുമോ?' അയാൾ ചിന്തിച്ചു. 'അവൾക്കെന്നെ എന്തെന്നില്ലാത്ത ഇഷ്ടമാണ് - കുഴപ്പം ഇതാണ്, സംശയമില്ല.'

തന്റെ സ്കൂൾജോലി തുടരുമെന്ന വ്യവസ്ഥയിന്മേലാണ് ലെന വിവാഹത്തിന്നു സമ്മതം കൊടുത്തത്. വെറും അടുക്കളക്കാരിയാവാനല്ല അവൾ ബിരുദം നേടിയത്. അദ്ധ്യാപകവൃത്തി വളരെ രസമുള്ളതായി അവൾക്കു തോന്നി. കുട്ടികളുടെ ഉപന്യാസങ്ങളും പുഖോവമ്മാവന്റെ തമാശകളും ഹെഡ്മാസ്റ്ററെപ്പറ്റിയുള്ള പരാതികളും പറഞ്ഞുകേൾപ്പിച്ച് അദ്ധ്യാപകജോലിയിൽ തനിയ്ക്കുള്ള പ്രതിപത്തിയിൽ അയാളേയും പങ്കുകൊള്ളിയ്ക്കാൻ അവൾ ശ്രമിച്ചിരുന്നു.' എനിയ്ക്ക് എന്റെ പണിതന്നെ വേണ്ടത്രയില്ലെന്നാണോ നിന്റെ വിചാരം. അദ്ധ്യാപക ജോലി എളുപ്പമുള്ളതാണെന്നു ഞാൻ പറയുന്നില്ല. പക്ഷേ ഫാക്ടറിയും ഒരു ചില്ലറ ക്കാര്യമൊന്നുമല്ല' എന്നായിരുന്നു ഇവാന്റെ മറുപടി.

അയാളുടെ ജോലിയെസംബന്ധിച്ച് അഭിപ്രായഭിന്നതകൾ കേൾക്കാറുണ്ട്. ചട്ടവട്ടങ്ങൾ മാത്രം പാലിക്കുന്നവനാണ്, കുറ്റങ്ങളും കുറവുകളും മറ്റുള്ളവരുടെ തലയ്ക്കിട്ടു സ്വന്തം കൈകഴുകുന്നവനാണ് എന്നൊക്കെ പലരും അഭിപ്രായപ്പെട്ടു. ഫാക്ടറി നടന്നുപോകുന്നത് ദിമിത്രി, യെഗറോവ്, സൊക്കൊളോവ്സ്കി, ബ്രൈനിൻ എന്നിവരുള്ളതുകൊണ്ടാണ്; ഇവാൻ അവരെ തടസ്സപ്പെടുത്തുകയാണ് ചെയ്യുന്നത്. മറ്റുചിലരുടെ അഭിപ്രായത്തിൽ അയാൾ നല്ല ഭരണസാമർത്ഥ്യമുള്ളവനും സത്യസന്ധനുമാണ്; മറ്റെന്തിനെക്കാളും ഇതാണ് പ്രധാനമെന്നും അവർ പറയാറുണ്ട്. അയാളെ വിമർശിക്കുന്നതിലോ അനുകൂലിക്കുന്നതിലോ ആരും ഒരാവേശവും പ്രകടിപ്പിക്കാറില്ല; ആരിലും ശക്തിയായി ആവേശമൊന്നും അയാൾ ഉണ്ടാക്കാറുമില്ല.

ആത്മവിശ്വാസമുള്ളവനായിട്ടാണ് ലെന തന്റെ ഭർത്താവിനെ കരുതിയിരുന്നതെങ്കിലും പലപ്പോഴും അയാൾക്ക് അതില്ലാതെ കാണാറുണ്ട്. പക്ഷേ, തന്റെ സംശയങ്ങളെപ്പറ്റി അയാളൊരിയ്ക്കലും സഹപ്രവർത്തകന്മാരോടും ചോദിയ്ക്കാറില്ല. എല്ലാ ചുമതലകളും തന്നിലാണ് ഇരിയ്ക്കുന്നതെന്നാണയാളുടെ ഭാവം. ഗവൺമെന്റിന്ന് ഈ ഫാക്ടറിയെപ്പറ്റി ജ്രൂറാവിലോവ് സമർപ്പിച്ച റിപ്പോർട്ട് വല്ലാതെ നിറംപിടിപ്പിച്ചതാണെന്നു ദിമിത്രി ഒരിക്കൽ സൂചിപ്പിച്ചത് അയാൾക്കു രസിച്ചില്ല. യന്ത്രനിർമ്മാണത്തിൽ ദിമിത്രി മിടുക്കനാണ്, പക്ഷേ മാനേജ്മെന്റ് നടത്തിപ്പിനെപ്പറ്റി അയാൾക്ക് ഒരു ചുക്കുമറിയില്ല എന്നായിരുന്നു ജ്രൂറാവിലോവിന്റെ അഭിപ്രായം. തന്റെ വിഷമതകളെപ്പറ്റി മോസ്ക്കോവിൽ അറിയിച്ചാൽ എന്തുണ്ടാവുമെന്ന് അയാൾക്കറിയാം. ജ്രൂറാവിലോവ് ഭീരുവാണ് എന്ന എടുത്തുചാട്ടവും വായടപ്പൻ മറുപടിയുമായിരിക്കും കിട്ടുക. അയാൾ തന്റെ ഭാര്യയോട് ഒരിയ്ക്കൽ പറയുകയുണ്ടായി: 'രസിക്കാത്തത് പറയാതിരിയ്ക്കേണ്ടതെങ്ങനെയാണെന്നു നീ പഠിയ്ക്കണം.'

ഇതു ഭീരുത്വമായിട്ടാണ് അവൾ ഗണിച്ചത്. എന്നിരുന്നിട്ടും ജ്രൂറാവിലോവ് പട്ടാളത്തിൽചേർന്ന് ശത്രുവുമായി പടവെട്ടിയതും ഏറ്റവും കൊടിയ പരീക്ഷണഘട്ടങ്ങളിലും പതറാതെ നിന്നതും അതിധീരൻ എന്ന്, അന്ന് ഒന്നിച്ചുനിന്നു പടവെട്ടിയ കൂട്ടുകാർ ഇന്നും അയാളെ അനുസ്മരിപ്പിക്കുന്നതും ലെനയ്ക്കു ആശ്ചര്യമായിത്തോന്നി. യുദ്ധത്തെസംബന്ധിച്ച് സംസാരിക്കുന്ന കൂട്ടത്തിൽ ഒരിക്കൽ അയാൾ ലെനയോടു പറഞ്ഞു: ഏതു സമയത്തും മരണം സംഭവിച്ചേക്കാം; അതിൽ സംശയമില്ല. പക്ഷേ ആ സന്ദർഭത്തിൽ മരിയ്ക്കുകയെന്നതു ഒരു പ്രശ്നമേയല്ല.

അയാളുടെ എതിരാളികൾ എന്തുതന്നെ പറഞ്ഞാലും ഫാക്ടറി നല്ല നിലയിലാണ് നടക്കുന്നത്. കഴിഞ്ഞ 6 കൊല്ലത്തിന്നിടയ്ക്ക് ഒരൊറ്റ ദിവസവും അതിൽ പണി നടക്കാതെ വന്നിട്ടില്ല. തൊഴിലാളികൾക്കു ഭവനങ്ങൾ നിർമ്മിയ്ക്കാൻ വകയിരുത്തിയ പണം ഫൗണ്ടറി കെട്ടാൻ വിനിയോഗിച്ചത് നിയമലംഘനമാണെന്ന് പ്രസ്തുത വകുപ്പിന്റെ ഉപാദ്ധ്യക്ഷൻ തന്നോടു പറഞ്ഞത് 'വെറും ഔപചാരിക'മാണെന്നായിരുന്നു ഇവാന്റെ അഭിപ്രായം. തന്നേപ്പോലെ പ്രസ്തുത വകുപ്പിന്നും മറ്റെല്ലാറ്റിനേക്കാളും താല്പര്യം ഉല്പാദനവർദ്ധനവിലാണെന്ന് അയാൾ കരുതി. എല്ലാ തൊഴിലാളികൾക്കും വീടുകൾ നിർമ്മിക്കാനുള്ള സ്ഥലം അളന്നു തിട്ടപ്പെടുത്തിക്കൊടുത്തുവെന്നും അതിൽ കുഴപ്പമൊന്നുമില്ലെന്നും പുതിയ മൂന്നു വിഭാഗം കെട്ടിടങ്ങൾ നിർമ്മിയ്ക്കാൻ ഒരുക്കങ്ങൾ ചെയ്തുകഴിഞ്ഞുവെന്നും ഔപചാരികമായി അയാൾ വകുപ്പദ്ധ്യക്ഷനോട് മറുപടി പറയുകയും

ചെയ്തു. പ്ലാനും മതിപ്പുകണക്കുകളും മറ്റും പാസ്സാക്കിക്കഴിഞ്ഞുവെന്നതു ശരിയാണ്; പക്ഷേ അത് ആരംഭിക്കാനുള്ള യാതൊരു തിടുക്കവും ഇവാൻ കാണിച്ചില്ല. പാർട്ടി കേന്ദ്രക്കമ്മിറ്റിയുടെ പ്ലീനം കഴിഞ്ഞപ്പോൾ വർക്ക്സ് കമ്മിറ്റി ചെയർമാനായ സിബിരിട്സേവ് കരുതലോടുകൂടി ഇവാനോടു ചോദിച്ചു: 'പത്രങ്ങൾ എന്താണ് പറയുന്നതെന്നു നിങ്ങൾ ശ്രദ്ധിച്ചോ ഇവാൻ ജ്ജറാവിലോവ്?... തൊഴിലാളികൾക്കു പാർപ്പിടങ്ങൾ നല്കാനുള്ള സമയം വൈകിയിരിക്കുന്നുവെന്നാണതിൽപ്പറയുന്നത്.' 'അവർക്ക് അതു ലഭിക്കും' എന്നു മാത്രമായിരുന്നു ഇവാന്റെ മറുപടി. അയാൾ സിബിരിട്സേവ്വ പറഞ്ഞതിനെപ്പറ്റി കൂടുതലൊന്നും ആലോചിക്കാൻ മിനക്കെട്ടില്ല.

ശരൽക്കാലത്ത് 'ഇസ്‌വെസ്തിയ' ഇവാന്റെ ഫാക്ടറിയെപ്പററി ലേഖനം പ്രസിദ്ധപ്പെടുത്തുകയുണ്ടായി. ഇവാൻ വളരെ കടുത്തുതന്നെ ഇസ്‌വെസ്തിയ ലേഖകനോടു പറഞ്ഞു: 'എന്നെപ്പറ്റി എഴുതേണ്ട ആവശ്യമില്ല; ഞാൻ നിങ്ങൾക്ക് ഉല്പാദനത്തിന്റെ കണക്കും കാര്യങ്ങളും തന്നില്ലേ? അതാണ് ഊന്നിക്കാട്ടേണ്ടത്. ദിമിത്രി കൊറേട്ടിയേവിനെ വേണമെങ്കിൽ പ്രശംസിക്കാം, അയാളതർഹിക്കുന്നുണ്ട്. എല്ലാറ്റിലും പ്രധാനമായി തൊഴിലാളികളെക്കണ്ടു വിവരം സംസാരിച്ചുനോക്കണം. അവരുടെ ലിസ്റ്റ് ദാ നോക്കൂ!' എന്നിട്ടും ആ പത്രലേഖകൻ പ്രസ്തുത ലേഖനത്തിൽ ജ്ജറാവിലോവിനെ പുകഴ്ത്തുകയുണ്ടായി. സോവിയറ്റിലെ വ്യവസായ മാനേജർമാരിൽ പാകതയും കാര്യവിവരവും നല്ല പരിചയസമ്പത്തും സാഹസികതയും ഒത്തിണങ്ങിയ ഒരാളാണ് ജ്ജറാവിലോവ്, എന്ന് ആ ലേഖനത്തിൽ പറഞ്ഞിരുന്നു. ഈ ലേഖനം കണ്ട ഉടനെ പാർട്ടിയുടെ ടൗൺ കമ്മിറ്റി ചെയർമാൻ ഫോൺവഴി ഇവാനെ അഭിനന്ദിച്ചു. അക്കൊല്ലം നവംബർ 6-ന വിപ്ലവവാർഷികാഘോഷത്തിന്റെ തലേന്നാൾ, റീജിയണൽ മിലിട്ടറി കമാണ്ടറോടൊപ്പം അദ്ധ്യക്ഷമണ്ഡപത്തിൽ ഇവാനും ഇരുന്നിരുന്നു. ജ്ജറാവിലോവ് അടിയ്ക്കടി ഉയരുകയാണെന്ന് ആ ടൗണിലെല്ലാരും അഭിപ്രായപ്പെട്ടു.

ഇതിനിടെ മോസ്ക്കോവിൽനിന്നു തിരിച്ചെത്തിയ വൊളോഡ്യ്യപ്പക്കോവ് എന്ന ചിത്രകാരൻ (ആ വയോധികനായ സ്ക്കൂൾ മാസ്റ്ററുടെ മകനാണയാൾ) പ്രദർശനാർത്ഥം, ഇവാൻ ജ്ജറാവിലോവിന്റെ ഒരു ചിത്രം വരയ്ക്കാൻ തുടങ്ങിയിരുന്നു. അതിൽ അത്ഭുതപ്പെടാനില്ല. 'പേരെടുത്തവരെ' മാത്രമേ താൻ വരയ്ക്കാറുള്ളു എന്നു വൊളോഡ്യ്യ പറയാറുണ്ട്. ഇവാന്റെ ചിത്രം വരയ്ക്കാൻ അയാളെ പ്രേരിപ്പിച്ചത് സ്വന്തതാല്പര്യമാണ്. ഈ ചിത്രത്തെപ്പറ്റിയുള്ള നിരൂപണത്തിന്നിടയിൽ

വൊളോഡ്യയെപ്പറ്റിയും പ്രാദേശികപത്രങ്ങൾ പ്രശംസിയ്ക്കുകയും, അപ്പോൾ ആ ചിത്രം മ്യൂസിയം അധികൃതർ വാങ്ങുകയും, അങ്ങിനെ തനിയ്ക്കു പേരും പണവും കിട്ടും എന്നായിരുന്നു അയാളുടെ കണക്കുകൂട്ടൽ. എല്ലാ ബഹുമതിമുദ്രകളും ധരിച്ചുകൊണ്ടുള്ള ഔദ്യോഗിക വേഷത്തിൽ, ഒരു മെഷീൻ മാതൃക വെച്ചിട്ടുള്ള വലിയ മേശയുടെ അടുത്ത്, ഇവാൻ ഇരുന്നുകൊടുത്തു ചിത്രം വരയ്ക്കാൻ. ചിത്രം മുഴുവനാവുന്നതിനുമുമ്പ് ഒരുതവണ ലെന എത്തിനോക്കുകയുണ്ടായി: 'ഒരു തുർക്കിക്കോഴിയെപ്പോലുണ്ട്,'എന്ന് തോന്നി അവൾക്കതു കണ്ടപ്പോൾ.

തന്റെ ഭർത്താവിനെ താൻ ശരിയ്ക്കും തൂക്കിനോക്കി. എന്നു ലെനയ്ക്കു തോന്നി; പക്ഷേ യഥാർത്ഥത്തിൽ അവൾക്കു മനസ്സിലാക്കാൻ കഴിയാത്ത പലതുമയാളിലുണ്ടായിരുന്നു: യെഗൊറോവിന്റെ ഭാര്യ മരിയ്ക്കുന്നതുവരെ 'സാരമില്ല, സുഖമാവും,' എന്ന് അയാൾ യെഗൊറോവിനെ സമാധാനിപ്പിക്കാറുണ്ടായിരുന്നുവെങ്കിലും അവൾ മരിച്ചപ്പോൾ അയാൾ ആത്മാർത്ഥമായി ഖേദിച്ചു.അതുപോലെ തൊഴിലാളികൾ പാർക്കുന്ന ജീർണ്ണിച്ച ചാളകളിൽ ചെല്ലുമ്പോഴും അയാൾക്ക് അപാരമായ സഹതാപവും വേദനയും തോന്നാറുണ്ട്. ജനങ്ങൾ ഇത്തരം ചുറ്റുപാടിലാണല്ലോ ജീവിക്കുന്നതെന്ന വസ്തുത അയാളെ അസ്വസ്ഥനാക്കി. തന്റെ തന്നെ ആദ്യകാലങ്ങളിലേക്ക് അയാളുടെ ഓർമ്മകൾ പറന്നുപോകാറുണ്ട്. വളരെ ദരിദ്രമായ ഒരു വില്ലേജിലെ പാവപ്പെട്ട കുടുംബത്തിലാണയാൾ ജനിച്ചതും ശൈശവം കഴിച്ചതും. പക്ഷേ അയാൾ സ്വയം സമാധാനിപ്പിച്ചു: 'ഈ പാർപ്പിടങ്ങൾക്കു കുറച്ചു നാൾകൂടി ഇങ്ങിനെ നില്ക്കാൻ കഴിയും; ഇതിന്നുള്ള പണമെടുത്ത് ആ ഫൗണ്ടറി തല്ക്കാലം നിർമ്മിച്ചിരുന്നില്ലെങ്കിൽ വല്ലാത്ത കുഴപ്പത്തിലാവില്ലായിരുന്നോ! ഓ! എന്നാലും പണ്ടത്തെ നില ആലോചിക്കുമ്പോൾ അത്ര മോശമൊന്നുമല്ല തൊഴിലാളികളുടെ ഇപ്പോഴത്തെ ജീവിതം. അടുത്തകൊല്ലം എങ്ങിനേയും പുതിയ വീടുകൾ കെട്ടാം.' എല്ലാം ശരിയാവും, അത്ര മോശമല്ല എന്നൊക്കെ സ്വയം സമാധാനിക്കയും പറയുകയും ചെയ്താൽ കാര്യങ്ങൾ കുറേ ഭേദമാവുമെന്നാണ് അയാളുടെ അഭിപ്രായം. 'ബേജാറാവാതിരിയ്ക്കുക'യാണ് അയാളുടെ അഭിപ്രായത്തിൽ ഏറ്റവും പ്രധാനം. ദൂഷ്യവശങ്ങളെ നോക്കാതിരുന്നാൽ അതു താനേ ചുരുങ്ങിക്കൊള്ളുമെന്നും അയാൾ വിശ്വസിക്കുന്നു.

ഒരിയ്ക്കൽ ഫാക്ടറിയിൽ ഒരു തീപ്പിടുത്തമുണ്ടായി. അന്ന് ഇവാൻ അതു കെടുത്തുന്നതിൽ അസാമാന്യമായ സാമർത്ഥ്യം പ്രദർശിപ്പിച്ചു. അയാൾ പകച്ചുനിന്നില്ല. തൊഴിലാളികൾക്കും മറ്റുള്ളവർക്കും ആവേശം

നല്കി കൊണ്ട് തീകെടുത്തുന്നതിൽ അയാൾ മുന്നിൽനിന്നു. അങ്ങിനെ അതെളുപ്പം കെടുത്തി. അതിനുശേഷം തീപ്പിടുത്തവും മറ്റുംകൊണ്ടു നഷ്ടപ്പെട്ട സമയത്തെ ജോലി ചെയ്തുതീർക്കാൻ അന്നു രാത്രി മുഴുവനും ഇവാൻ പണിയെടുത്തു. തൊഴിലാളികളുടെ ഒപ്പംനിന്ന് അയാൾ തന്റെ സാന്നിദ്ധ്യംകൊണ്ട് അവരെ പ്രോത്സാഹിപ്പിച്ചു. ഇതിനെപ്പറ്റി സംസാരിക്കുന്ന കൂട്ടത്തിൽ ദിമിത്രി ഒരിയ്ക്കൽ സൊക്കോളോവ്സ്കി യോട് ഇവാനെ പ്രശംസിച്ചു പറഞ്ഞു: 'അന്ന് ജൂറാവിലോവ് നിങ്ങളെ അത്ഭുതപ്പെടുത്തിയില്ലേ? യാതൊരു മുൻകയ്യുമെടുക്കാൻ കഴിയാത്തവ നാണെങ്കിലും അയാൾ അന്തം വിടാറില്ല.' ഇവാൻ ജൂറാവിലോവിനെ സാധാരണ പരിഹസിക്കാറുള്ള ഒരാളാണ് സൊക്കോളോവ്സ്കി. 'ശരിയാണ്; ചെടിയ്ക്കുള്ളിൽ കൂമ്പടഞ്ഞു നില്ക്കുന്ന മുളയെപ്പറ്റി തോട്ട ക്കാരൻ പറയാറുള്ളതു നിങ്ങൾക്കറിയാമോ? കൊല്ലങ്ങൾതന്നെ അത് ആ സ്ഥിതിയിൽ നിന്നേയ്ക്കാം. എന്നാൽ നിങ്ങൾ ആ ചെടിയുടെ പ്രധാന മുള നടുക്കുവെച്ചു വെട്ടിക്കളഞ്ഞു നോക്കു: അപ്പോൾ കാണാം മറ്റേ മുള പുറത്തുചാടുന്നത്. ഇതുപോലെയാണ് ജൂറാവിലോവും. അയാൾ ഒരു വെറും സാധാരണ ഉദ്യോഗസ്ഥമേധാവി മാത്രമാണ്. വലിയൊരു കൊടുങ്കാറ്റടിതന്നെ വേണ്ടിവരും അയാളെ ഉണർത്താൻ.'

ലെനയ്ക്കു തന്റെ ഭർത്താവിന്റെ നേർക്കുള്ള മനോഭാവത്തിൽ മാറ്റം വരുത്താൻ ഇടയാക്കിയ സംഭവം ദിമിത്രിയുമായുള്ള പരിചയമല്ല, ഒരുകൊല്ലം മുമ്പു നടന്ന മറ്റൊരു സംഭാഷണമാണ്. ഇവാന്റെ ശ്രദ്ധ യിൽ അതു പെട്ടിട്ടില്ല. അന്ന് അവരുടെ കൊച്ചുമകൾക്കു പെട്ടെന്നൊരു പനിവന്നു. ടൗണിലുള്ള ബാലചികിത്സാഡോക്ടറും ആ സമയത്തു സുഖ മില്ലാതെ കിടപ്പിലായിരുന്നു. ലെനയ്ക്കു പരിഭ്രമമായി. കുട്ടിയ്ക്കു ന്യൂമോണിയ യാണെന്നു പോലും അവർ പേടിച്ചു. അവൾ ഫാക്ടറിയിലേക്കു ഇവാന്ന് ഫോൺ ചെയ്തു. 'നമ്മുടെ ആസ്പത്രി യിലെ ഡോ. വീര ഷീററെ വിളിച്ചു കാണിയ്ക്കു എന്നാണയാൾ പറഞ്ഞത്. ലെന ഉടനെ ഡോ: വീര ഷീററെ വരുത്തി. അവർ കുട്ടിയെ പരിശോധിച്ചു. ഭയപ്പെടാനില്ല, സാധാരണ പനിയാണെന്നു ലെനയെ അവർ സമാധാനപ്പെടുത്തി. ലെനയ്ക്ക് എന്നിട്ടും ഉല്ക്കണ്ഠ ശമിച്ചില്ല: ന്യൂമോണിയയല്ലെന്നു തീർച്ചതന്നെയല്ലേ ഡോക്ടറെ? അവൾ ചോദിച്ചു. ഡോക്ടർക്കതു കേട്ടപ്പോൾ അല്പം ശുണ്ഠി കയറി: 'എന്നെ വിശ്വാസമില്ലെങ്കിൽ പിന്നെന്തിനാണ് വിളി ച്ചത്?' ലെനയും വല്ലാതായി. അവൾ മാപ്പുചോദിച്ചു: ഞാനെന്താണ് പറയുന്ന തെന്ന് എനിക്കു ബോധമില്ലായിരുന്നു. നിങ്ങളെ വേദനിപ്പിച്ചതിൽ ക്ഷ മിക്കണം. ഡോക്ടർക്കും കണ്ണിൽ വെള്ളം നിറഞ്ഞു: തന്റെ പെരുമാറ്റം

തെറ്റായിരുന്നുവെന്ന് അവൾ മനസ്സിലാക്കി: 'നിങ്ങളല്ല, ഞാനാണ് മാപ്പ ചോദിക്കേണ്ടത്. ആകപ്പാടെ ഞാൻ അസ്വസ്ഥപ്പെട്ടുകൊണ്ടിരിക്കയായിരുന്നു. ചിലപ്പോൾ അങ്ങിനെ പറ്റിപ്പോവുന്നു... ആ പ്രഖ്യാപനത്തിനു ശേഷമാണ് ഈ ബാലൻസു തെറ്റൽ എനിക്കുവന്നത്. (സോവിയറ്റു നേതാക്കന്മാരിൽ പലരേയും വിഷംകൊടുത്തു കൊല്ലാൻ ഗൂഢാലോചന നടത്തിയെന്നപേരിൽ കുറെ ഡോക്ടർമാരെ അറസ്റ്റു ചെയ്തുവെന്ന വാർത്തയാണിവിടെ സൂചിപ്പിയ്ക്കുന്നത്). ഞാൻ നിങ്ങളുടെ നേർക്കു തട്ടിക്കേറിയതു ശരിയല്ല. ഒരു ഡോക്ടർ അങ്ങിനെ പെരുമാറാൻ പാടില്ല.' അവർ രണ്ടുപേരും രമ്യതയിലെത്തി. ലെന ഡോക്ടറെ വീടുവരെ അനുഗമിച്ചു. അന്നു മുതൽ അവർ ഉറ്റ ചങ്ങാതികളായിത്തീർന്നു.

ആ ദിവസം മുതല്ക്കാണ് ലെന ഭർത്താവിനെ അവഗണിക്കാനും വെറുക്കാനും തുടങ്ങിയതും. അന്നയാൾ വളരെ വൈകിയും വിശന്നുമാണ് വീട്ടിലെത്തിയത്. കുട്ടിയ്ക്കെങ്ങിനെയിരിക്കുന്നുവെന്ന് അയാൾ ചോദിച്ചപ്പോൾ ഡോക്ടറെ വരുത്തിയ വിവരങ്ങളും മറ്റും അവൾ പറഞ്ഞു: ഡോക്ടർമാരുടെ അറസ്റ്റിനെപ്പറ്റി നടന്ന സംഭാഷണവും അവൾ ഇവാനെ അറിയിച്ചു: അതു ക്രൂരമാണെന്ന് നിങ്ങൾക്കു തോന്നിന്നില്ലേ? ഇതു ഡോ: വീരയ്ക്കെങ്ങിനെ ബാധകമാവും? സാന്ത്വനപ്പെടുത്തുന്നവണ്ണം ഇവാൻ പറഞ്ഞു: ക്ഷോഭിയ്ക്കാതെ. അവളെ വിളിയ്ക്കാൻ ഞാൻ തന്നെയല്ലെ പറഞ്ഞത്. അവൾ ഒരു നല്ല ഡോക്ടറാണെന്നാണ് തോന്നുന്നത്. എനിയ്ക്കവളെക്കുറിച്ചു യാതൊരാക്ഷേപവുമില്ല, എങ്കിലും സൂക്ഷിച്ചുവേണം ആരേയും വിശ്വസിക്കാൻ; അക്കാര്യത്തിൽ തർക്കമില്ല.'

ഒന്നും പറയാതെ ലെന ആ മുറിയിൽനിന്നു പുറത്തേയ്ക്കു പോയി. ഉള്ളിൽ നീറിക്കൊണ്ടിരുന്ന വികാരങ്ങൾ പുകയാൻ തുടങ്ങി. അവൾ വിങ്ങിപ്പൊട്ടി: 'ഈ മനുഷ്യനാണോ എന്റെ ഭർത്താവ്' എന്നവർ സ്വയം ചോദിച്ചു.

ആ തീപ്പിടുത്തംകഴിഞ്ഞു വളരെക്കാലത്തിനുശേഷം ഒരിക്കൽ ദിമിത്രി ഇതവളോടു സൂചിപ്പിക്കുകയുണ്ടായി. ഇവാന്റെ അന്നത്തെ പ്രവൃത്തിയെപ്പറ്റി ദിമിത്രി പ്രശംസിച്ചു. അതുകേട്ടപ്പോൾ അവൾക്കു കോപവും താപവുമാണുണ്ടായത്. നിങ്ങൾക്കയാളെ ശരിക്കറിയില്ല; എന്തു ഭീരുവും ഹൃദയമില്ലാത്തവനുമാണയാളെന്നോ! എന്ന് അവൾ വിങ്ങിപ്പൊട്ടിപ്പറഞ്ഞുപോയി.

'അറസ്റ്റ് ചെയ്യപ്പെട്ട ഡോക്ടർമാരെ വിട്ടയച്ചു; വീണ്ടും സ്വസ്ഥാനത്തു നിയമിച്ചു' എന്നു ക്രെംലിന്റെ പ്രസ്താവന പത്രങ്ങളിൽക്കണ്ട ഉടനെ ലെന ആസ്പത്രിയിലേക്കോടിച്ചെന്നു ഡോ. വീരയെ കെട്ടിപ്പിടിച്ചു.

അന്നു വൈകുന്നേരം ഇവാൻ ഫാക്ടറിയിൽനിന്നു വന്നപാടെ ഇങ്ങിനെ പറഞ്ഞു: 'അവർ കുറ്റക്കാരല്ലെന്നു തെളിഞ്ഞു. ഇനി നിന്റെ ഷീറർ അസ്വസ്ഥപ്പെടേണ്ടതില്ല.'

അവൾ അയാളുടെകൂടെത്തന്നെ താമസം തുടർന്നത് നിസ്സഹായതകൊണ്ടല്ല; അയാളെ വിട്ടുപോയാൽ അഗതിയായാലോ എന്ന ഭയംകൊണ്ടുമല്ല; അവൾക്കു ജോലിയുള്ളതുകൊണ്ടു കുട്ടിയ്ക്കും അവൾക്കും കഴിഞ്ഞുകൂടാനുള്ള വഹ കിട്ടും. കുട്ടിയെ ആലോചിച്ച മാത്രമാണ് അവർ പിരിഞ്ഞുപോകാത്തത്. ഷൂര - അതാണ് കുട്ടിയുടെ പേര് -അച്ഛനേയും അച്ഛൻ മകളേയും സ്നേഹിച്ചിരുന്നു. അവളോടു കളിയ്ക്കുമ്പോൾ അയാൾ കൂടുതൽ ചെറുപ്പക്കാരനായും രസികനായും മാറിയപോലെ തോന്നും. എങ്ങിനെ അവരെ തമ്മിൽ അകറ്റും? അതാണവളെ വിഷമിപ്പിച്ചത്. 'ഇതു ഷൂരയുടെ കുറ്റമല്ല; എന്റെ കുറ്റമാണ്; ഞാനാണയാളെ തിരഞ്ഞെടുത്തത്; അതുകൊണ്ട് ഞാനാണ് സഹിക്കേണ്ടത്.'

പ്രേമം അത്രവലിയ ആവശ്യമൊന്നുമല്ലെന്ന് ഈയിടെയായി അവൾ സ്വയം പറയാൻ തുടങ്ങിയിട്ടുണ്ട്. അവൾക്കു സ്വന്തം ജോലിയുണ്ട്, ചങ്ങാതികളുണ്ട്, മകളുണ്ട്. സമയം പോക്കാൻ അതൊക്കെ മതി. പ്രണയനാടകത്തിന്റെ കാലമൊക്കെ കഴിഞ്ഞു. ഇവാൻ സ്വാർത്ഥിയും ഭീരുവുമൊക്കെയാണെങ്കിലും വഞ്ചകനും കള്ളനുമൊന്നുമല്ല. അതുകൊണ്ട് അവിടെത്തന്നെ താമസിപ്പിച്ചാൽ ഷൂരയ്ക്ക് അച്ഛനെ പിരിയാതെ കഴിയാം.

ഈ യാതനയിൽനിന്നും അവൾക്കാശ്വാസം നല്കിയിരുന്നത് ദിമിത്രിയാണ്, ഇപ്പോൾ അയാളും വരാറില്ല. ദിമിത്രി വരാത്തതിന്റെ കാരണം ഊഹിക്കലാണവൾക്കധികസമയവും. അങ്ങിനെ ഭർത്താവിനെപ്പറ്റിയുള്ള ചിന്ത മിക്കവാറും അവൾ മറന്നുവെന്നു പറയാം. പുറമേയ്ക്കു യാതൊരു മാറ്റവുമില്ല. എല്ലാം പതിവുപോലെതന്നെ നടന്നു. അവൾ അയാൾക്കു ചായ പകർന്നുകൊടുക്കും; ഫാക്ടറി വർത്തമാനങ്ങൾ ചോദിക്കും; ഷൂരയ്ക്കു വേണ്ടി മാത്രമാണ് താനവിടെ താമസിക്കുന്നതെന്ന് അവൾക്കു നല്ലപോലെ അറിയാം.

ഇന്ന് ആ ക്ലബിലെ ചർച്ചായോഗത്തിൽ വെച്ച മാത്രമേ അവളറിഞ്ഞുള്ളൂ, തന്റെ ഹൃദയം ദിമിത്രിയ്ക്കു പണയപ്പെട്ടുപോയന്ന്. അവളതു തീരെ പ്രതീക്ഷിച്ചിരുന്നതല്ല; അതു ബോദ്ധ്യമായപ്പോൾ അവളാകെ സ്തംഭിച്ച പോയി. ഇവാൻ ചായകുടിയ്ക്കുന്നതും നോക്കി ശൂന്യദൃഷ്ടിയോടെ അവളങ്ങിനെ ഇരുന്നു.

വർത്തമാനപ്പത്രം മേശപ്പുറത്തേയ്ക്കിട്ടുകൊണ്ടു ഇവാൻ ചോദിച്ചു: നിനക്കെന്തുകൊണ്ടാണ് ദിമിത്രിയുടെ പ്രസംഗം ഇഷ്ടപ്പെടാത്തത്? എനിക്കതു നന്നായിത്തോന്നി. ഞാൻ ആ പുസ്തകം വായിച്ചിട്ടില്ല. എങ്കിലും സോവിയറ്റു കുടുംബജീവിതത്തെപ്പറ്റി ദിമിത്രി പറഞ്ഞതാണ് ശരി.

അസാധാരണമായ ഒരു ശാന്തതയോടെ അവൾ പറഞ്ഞു: 'ഞാനൊന്നും ശ്രദ്ധിച്ചില്ല. എനിക്കു വരാനാഗ്രഹമില്ലെന്ന് നേരത്തെ പറഞ്ഞതോർക്കുന്നില്ലേ? സ്കൂളിൽ 7-ാം തരത്തിലെ പാഠങ്ങൾ ഇനിയും വളരെ ബാക്കിയുണ്ട്. കുട്ടികളാണെങ്കിലോ ധാരാളവും. അതെന്നെ ശല്യപ്പെടുത്തിക്കൊണ്ടിരിയ്ക്കയാണ്. എല്ലാംകൂടി ശരിപ്പെടുത്താൻ വലിയ വിഷമം. നിങ്ങളുടെ ഭക്ഷണം കഴിഞ്ഞല്ലോ? ഞാൻ കുട്ടിയെ നോക്കട്ടെ.'

കുട്ടി ഉറങ്ങുകയാണ്. ലെന അവളെ തലോടി. പുതപ്പെടുത്തു പുതപ്പിച്ചു. അവൾ കുട്ടിയുടെ അടുത്തിരുന്നു. ചിന്തകൾ വീണ്ടും ഉരുണ്ടുകൂടി. അവൾ വിങ്ങിവിങ്ങിക്കരയാൻ തുടങ്ങി. 'ഷൂരയ്ക്കും ഈ സ്ഥിതിതന്നെ വരുമോ?' അവൾ ഭയന്നു: 'ആണുങ്ങൾക്ക് ഇതു സഹിയ്ക്കാൻ കുറേക്കൂടി എളുപ്പമാണ്. എനിയ്ക്കു സ്കൂളും കുട്ടികളുമൊക്കെയായിട്ട് അങ്ങിനെ ഒപ്പിച്ചുപോകാൻ കഴിയും. പക്ഷെ എന്നാലും അതെത്ര അസഹ്യമാണെന്ന് ആരെങ്കിലും അറിയുന്നുണ്ടോ... എങ്ങിനെയെങ്കിലും ദിവസമങ്ങു കഴിച്ചുകൂട്ടുക!...മോളേ, ഓമനെ, നമ്മളെന്തു ചെയ്യും? എനിക്കറിയില്ല; യാതൊരു പിടിയുമില്ല.

അദ്ധ്യായം രണ്ട്

ക്ലബ്ബിൽ ആ ചർച്ചായോഗം നടന്ന ദിവസം സ്കൂൾ മാസ്റ്ററായ കിഴവൻ പുഖോവിന്റെ വീട്ടുകാർക്കും ഒരു സ്മരണീയദിവസമായിരുന്നു. അവിടുന്നാരും യോഗത്തിന്നു പോയിട്ടില്ല. പുഖോവിന്റെ മകളായ സോന്യ അതിനു പോകണമെന്നു കരുതിയിരുന്നു. പക്ഷേ അന്നു പുഖോവിന്റെ പിറന്നാളായതുകൊണ്ടു സാധിച്ചില്ല. അദ്ദേഹത്തിന് 64 വയസ്സു തികയുന്ന ദിവസമാണന്ന്. എന്തുതന്നെ വന്നാലും അന്നൊരു പാർട്ടി നടത്തണമെന്ന് അദ്ദേഹത്തിന്റെ ഭാര്യ, നദേജ, ശാഠ്യംപിടിച്ചു. ഗോതമ്പുപൊടി കിട്ടാനില്ല, കോഴിയോ താറാവോ ഒരൊറ്റക്കടയിലുമില്ല, മനഃപൂർവ്വമെന്നപോലെ മുട്ടയും കിട്ടാനില്ല, എന്നിങ്ങനെ രണ്ടുമൂന്നു ദിവസമായി ഭാര്യ പരാതി തുടങ്ങിയിട്ട്. അവളുടെ ആ പരാതികൾ കേട്ടു തഴക്കം വന്നിട്ടുള്ളതുകൊണ്ടു പുഖോവ് അതത്ര കാര്യമാക്കിയില്ല.

നദേജയ്ക്കു തന്റെ ചെറിയമ്മയുടെ മകളേയും അവളുടെ ഭർത്താവിനേയും ക്ഷണിക്കണമെന്നുണ്ട്. ചെറിയമ്മയുടെ മകളുടെ ഭർത്താവു പുഖോവിന്റേയും ചങ്ങാതിയാണ്; ഒരു പെൻഷൻ പറ്റിയ ഹെഡ് മാസ്റ്റർ.

സോന്യയ്ക്കും വൊളോഡ്യക്കും ആരെയെങ്കിലും ക്ഷണിയ്ക്കാനുണ്ടാവും; അവരോടും ചോദിക്ക് പുഖോവ് ഭാര്യയോടു പറഞ്ഞു. ആ പെൻഷൻപറ്റിയ ഹെഡ് മാസ്റ്ററോടും ബ്രൈനിനോടും മറ്റും സംസാരിച്ചു കൊണ്ടിരിയ്ക്കുക പുഖോവിന്നു വളരെ രസമാണ്. തന്റെ ഭാര്യയുടെ ചെറിയമ്മയുടെ മകളുടെ ഞരമ്പുരോഗം, അവളതിന്നു ചെയ്യുന്ന ചികിത്സ മുതലായവയെപ്പറ്റി അവളുടെ ഭർത്താവായ ആ ഹെഡ് മാസ്റ്റർ ലക്ചറടിക്കുന്നത് എത്ര നേരം വേണമെങ്കിലും പുഖോവു കേട്ടുകൊണ്ടിരിക്കും. പക്ഷേ, ചെറുപ്പക്കാരുടെ കൂടെക്കൂടുന്നതിലും സന്തോഷം മറ്റൊന്നിലുമില്ല അദ്ദേഹത്തിന്ന്. ഒരുവേള യുവത്വത്തിന്റെ ആവേശം ഇന്നും അദ്ദേഹത്തിൽ

നിലനിൽക്കുന്നുണ്ടാവാം. അല്ലെങ്കിൽ കഴിഞ്ഞ മുപ്പതു കൊല്ലക്കാലത്തെ അദ്ധ്യാപകവൃത്തിമൂലം അദ്ദേഹം ചെറുപ്പക്കാരെ ശരിക്കും മനസ്സിലാക്കിയിരിയ്ക്കണം.

പരീക്ഷാവിഷമങ്ങളോ ആദ്യപ്രണയത്തിന്റെ പ്രത്യാഘാതങ്ങളോ പ്രശസ്തിയെപ്പറ്റിയുള്ള യുവാക്കന്മാരുടെ സ്വപ്നമോ എന്തുമാകട്ടെ - യാതൊന്നുമില്ല അദ്ദേഹത്തിന്നു മനസ്സിലാവാതെ.

സ്വന്തം വീട്ടിൽ മാത്രമാണ്, ചിലപ്പോഴൊക്കെ, അദ്ദേഹത്തിന്ന് ഏകാന്തത അനുഭവപ്പെടാറ്.

മുപ്പതു കൊല്ലമായി അദ്ദേഹം വിവാഹിതനായിട്ട്. ഈ മുപ്പതുകൊല്ലവും ഭാര്യയോടുകൂടി സന്തോഷമായിട്ടാണ് അദ്ദേഹം കഴിച്ചുകൂട്ടിയിട്ടുള്ളതും. ചെറുപ്പത്തിൽ അവളും ഒരു അദ്ധ്യാപികയായിരുന്നു. അവരുടെ ആദ്യത്തെ കുട്ടി, വൊളോഡ്യ, ജനിച്ചതു 1920 ലാണ്; സോവിയറ്റിൽ ക്ഷാമം പടർന്നുപിടിച്ച കൊല്ലം. അടുത്ത വർഷത്തിൽ അവൾ ഒന്നുകൂടി പ്രസവിച്ചു. പക്ഷേ ആ കുട്ടി അധികദിവസം ജീവിച്ചില്ല. അതോടെ അവൾക്കു കലശലായ രോഗം പിടിപെട്ടു. രക്ഷപ്പെടാൻ ഒന്നുരണ്ട് ഓപ്പറേഷൻ വേണ്ടിവന്നു. പിന്നീട് അവൾ സ്കൂളിൽ പോയില്ല. അമ്മയുടേയും ഭാര്യയുടേയും കൃത്യങ്ങൾക്കായി മുഴുവൻ സമയവും വിനിയോഗിച്ചു. സോന്യയെ പ്രസവിച്ചപ്പോഴേക്കും അവൾ തന്റെ ചെറുപ്പകാലത്തെ സ്വപ്നങ്ങളൊക്കെ മറന്നിരുന്നു. മാത്രമല്ല, ചെറുപ്പത്തിൽ മെലിഞ്ഞിരുന്ന അവർ ഇപ്പോൾ വല്ലാതെ തടിച്ചിട്ടുമുണ്ട്. തന്റെ ചെറുപ്പകാലത്തെപ്പറ്റി വല്ലപ്പോഴും ഓർക്കുമ്പോൾ അവൾതന്നെ അത്ഭുതപ്പെട്ടുപോവാറുണ്ട്. അന്നു പട്ടാളക്കാരുടെ യോഗത്തിൽ പ്രസംഗിച്ചതും, ഗർഭിണിയായിരിക്കുമ്പോൾ ബഹുദൂരം യാത്ര ചെയ്തതും, ലഘുലേഖകൾ തയ്യാറാക്കി അച്ചടിയ്ക്കാൻ ഭർത്താവിനെ സഹായിച്ചിരുന്നതും മറ്റും താൻതന്നെയാണോ എന്നുപോലും അവൾ അത്ഭുതപ്പെടാറുണ്ട്.

പുഖോവ് രോഗത്തിൽ വീണപ്പോൾ അയാളെ രക്ഷിക്കുക എന്നതു മാത്രമായി അവളുടെ വിചാരം. ഭർത്താവു രോഗത്തിന്റെ ഗൗരവം മനസ്സിലാക്കുന്നില്ല, കുട്ടികളെപ്പോലെ മരുന്നുകഴിക്കാതെ ശാഠ്യംപിടിക്കുന്നു എന്നിങ്ങിനെ കാണുന്നവരോടൊക്കെ അവൾ ആവലാതിപ്പെട്ടും. പുഖോവിന്നറിയാമായിരുന്നു, ഇനി തനിക്കധികകാലം ആയുസ്സില്ലെന്ന്. അതുകൊണ്ടാണ് അയാൾ എണീറ്റു നടക്കാനും ജോലിചെയ്യാനും ശ്രമിച്ചിരുന്നത്. രോഗമാണെന്നു കരുതി അനുഷ്ഠിച്ചിരുന്നാൽ എല്ലാം പെട്ടെന്ന് അവസാനിക്കുമെന്നും അയാൾക്കു തോന്നി. രോഗമൊന്നുമില്ല. ജോലിക്കുപോകാൻ തീർച്ചയാക്കി എന്നയാൾ പറഞ്ഞപ്പോൾ

നദേജയ്ക്ക് ഇരിക്കപ്പൊറുതിയില്ലാതായി. അവൾ അന്തംവിട്ടു. ഉടനെ ഓടി ഡോ. ഷീററുടെ അടുക്കൽചെന്ന് അവൾ പരാതിപ്പെട്ടു. ഇപ്പോൾ എണീറ്റു നടക്കാൻ പാടില്ല, അതു വലിയ കുഴപ്പമാവും എന്ന് താൻ പറഞ്ഞിട്ടാണല്ലൊ പോന്നിരുന്നതെന്നു ഡോക്ടർ പറഞ്ഞു. "പക്ഷേ ചിലപ്പോൾ ഡോക്ടരേക്കാൾ രോഗിയുടെ വിശ്വാസങ്ങളും അറിവുമായി രിക്കും ശരിയായിരിക്കുക എന്നും ഡോ. ഷീറർ നദേജയെ സാന്ത്വനപ്പെ ടുത്തി: "ജോലിചെയ്യാതിരിക്കാൻ കഴിയുന്നില്ല എന്നദ്ദേഹം എന്നോടു പറഞ്ഞിരുന്നു; ഞാനാണ് നിങ്ങളുടെ സ്ഥാനത്തെങ്കിൽ അത്രയൊന്നും ബേജാറാവില്ല." പക്ഷേ നദേജയ്ക്ക് അതുകൊണ്ടൊന്നും സമാധാനമാ യില്ല: അവൾ സ്കൂൾ ഹെഡ് മാസ്റ്ററേയും പാർട്ടിയുടെ ടൗൺകമ്മിറ്റി സിക്രട്ടറിയേയും മറ്റും പോയിക്കണ്ടു. അവസാനം അവരെല്ലാം നിർബ്ബ ന്ധിച്ചതുകൊണ്ട് പുഖോവ് പണിക്കുപോയില്ല.

എന്നിട്ടും പുഖോവു ചുമ്മാ ഇരുന്നില്ല. കഴിഞ്ഞ യുദ്ധത്തിൽ പിതാ ക്കന്മാർ നഷ്ടപ്പെട്ടവരും വിഷമം പിടിച്ച ചുറ്റുപാടിൽക്കഴിയുന്നവരുമായ തന്റെ പഴയ ശിഷ്യൻമാരെ സന്ദർശിക്കുക, സഹായിക്കുക എന്നിവ യിൽ അദ്ദേഹം വ്യാപൃതനായി. ഒരുത്തന്റെ അമ്മ ഒരു പലഹാരക്കച്ചോ ടക്കാരിയാണ്, അവൾ മകനെ കമ്പോളത്തിലേയ്ക്കു പറഞ്ഞയ്ക്കും. മറ്റൊ രുത്തന് രോഗിണിയായി തന്റെ കൊച്ചനുജത്തിയെ ശുശ്രൂഷിക്കലാണ് ജോലി. മൂന്നാമൻ ആരുടേയും മേൽനോട്ടമില്ലാത്തതുകൊണ്ടു തെമ്മാടി യായി നടക്കുന്നു. പുഖോവ് ആ അമ്മമാരേയും കുട്ടികളേയും അവരുടെ വീട്ടുജോലിയിൽ സഹായിക്കും; കഴിഞ്ഞകാലങ്ങളിലെ - വിശേഷിച്ചും വിപ്ലവകാലങ്ങളിലെ കഥകളും സംഭവങ്ങളും രസകരമായി അവർക്കു പറഞ്ഞുകൊടുക്കും. വിപ്ലവം ആരംഭിച്ചത്, അദ്ദേഹം ലെനിനെക്കണ്ടത്, വെള്ളഭീകരന്മാരെ നാട്ടിൽനിന്നും ആട്ടിപ്പായിച്ചത് - ഇങ്ങിനെ ധാരാളം സംഭവങ്ങളുണ്ട് വിവരിക്കാൻ.

ചെറുപ്പംമുതൽക്കേ നദേജയ്ക്കു തങ്ങളുടെ സീമന്തപുത്രനായ വൊളോഡ്യയോടു കൂടുതൽ പ്രതിപത്തിയുണ്ടായിരുന്നു. പരിഹാസം സ്ഫുരിക്കുന്ന സമർത്ഥങ്ങളായ കണ്ണുകളുള്ള വൊളോഡ്യ നല്ല ചന്തമുള്ള കുട്ടിയാണ്. "കണ്ടാൽ പച്ചപ്പാവമാണെന്നു തോന്നുമെങ്കിലും അവൻ എന്നെ സൈ്വര്യം കെടുത്തുന്നു"വെന്ന് നദേജ അയൽക്കാരികളോടു പറയാറുണ്ട്. അവൻ ശാഠ്യംപിടിയ്ക്കുയോ മറ്റു കുട്ടികളുമായി വഴക്കു കൂടുകയോ ചെയ്യാറില്ല. അന്തസ്സുറ്റ പുഞ്ചിരിയും നേർത്തശബ്ദവുമാണ വന്റേത്. എങ്കിലും അച്ഛനോടു ധിക്കാരമായിട്ടേ അവൻ പെരുമാറുള്ളു. "കിഴട്ടഭടൻ" എന്നാണയാൾ പിതാവിന്നു കൊടുത്തിട്ടുള്ള ഓമനപ്പേര്.

സഹപാഠികളെ പരിഹസിക്കുക, പെൺകുട്ടികളെ കളിയാക്കിക്കൊണ്ടു കവിതയെഴുതുക, അദ്ധ്യാപകരുടെ ഹാസ്യ ചിത്രങ്ങൾ വരയ്ക്കുക എന്നിവ അവന്റെ പതിവായിരുന്നു. ചിത്രം വരയ്ക്കാനുള്ള വാസന ചെറുപ്പത്തിൽ ത്തന്നെ അവൻ പ്രകടമാക്കി. "അവൻ ഒരു ജന്മവാസനക്കാരനാണ്." എന്ന് അമ്മ അഭിമാനംകൊണ്ടു പറയാറുമുണ്ടായിരുന്നു.

മോസ്ക്കോവിലാണ് അയാൾ ചിത്രകല അഭ്യസിച്ചത്. ഒഴിവുകാലങ്ങളിൽ വീട്ടിൽ വരും. അദ്ധ്യാപകരെപ്പറ്റിയും റെഡ് ബാബിറെസ്റ്റാന്റിലെ പെണ്ണുങ്ങളെപ്പറ്റിയും മറ്റും അവൻ ധാരാളം തമാശകൾ അമ്മയോടു പറയാറുണ്ട്. ജീവിതം ഒരു കിഴവനെപ്പോലെയാണെന്നു സാരം. ഭയചകിതയായ തങ്ങളുടെ ഭർത്താവിനോടു പറഞ്ഞു: "ദേ, നിങ്ങൾ വൊളോഡ്യയെ വിളിച്ചു ശാസിക്കണം; അവൻ ചീത്ത കൂട്ടുകെട്ടിൽ പെട്ടുപോയിട്ടുണ്ടെന്നു തോന്നുന്നു." പുഖോവ് ഒന്നു നിശ്വസിക്കുകമാത്രം ചെയ്തു. വളരെ മുമ്പുതന്നെ അയാൾ വൊളോഡ്യയോട് ഇതിനെക്കുറിച്ചൊക്കെപ്പറഞ്ഞിട്ടുള്ളതാണ്; കാര്യങ്ങൾ വിവരിച്ചുകൊടുക്കുക, അപേക്ഷിക്കുക, ശാസിക്കുക തുടങ്ങി എല്ലാം തുടർച്ചയായി ചെയ്തുനോക്കിയിട്ടുണ്ട്. അപ്പോഴൊന്നും അവൻ എതിർ പറയാറില്ല. എല്ലാം കേട്ടുകൊണ്ടു നില്ക്കും; കണ്ണുപകുതി അടച്ച് ഒരു പരിഹാസച്ചിരിയോടെ. പുഖോവിന്നറിയാം അവൻ താൻ പറയുന്നതിനെ പരിഹസിക്കയാണെന്ന്. ഏതു തെമ്മാടിയെപ്പോലും പറഞ്ഞു മെരുക്കി നന്നാക്കിയെടുക്കുന്ന പുഖോവ് സ്വന്തം മകന്റെ അടുക്കൽ തോറ്റുപോയി എന്നു ആളുകൾ പറയാറുണ്ട്.

ആർട്ട്സ്കൂളിലെ പഠിപ്പു കഴിഞ്ഞ ഉടനെ "കൂട്ടുകൃഷി സ്ഥലത്തെ സദ്യ" എന്ന ഒരു ചിത്രം വൊളോഡ്യ വരച്ചു. അതിന്ന് വലിയ പ്രശംസയാണു ലഭിച്ചത്. തുടർന്ന് അയാൾക്കും മോസ്ക്കോവിൽത്തന്നെ ഒരു സ്റ്റുഡിയോ അനുവദിച്ചുകൊടുക്കുകയുണ്ടായി. അക്കാലത്ത് ഇടയ്ക്കിടെ അയാൾ അമ്മയ്ക്കു കുറേശ്ശെ പണമയക്കാറുണ്ട്. അങ്ങനെയിരിക്കെ അയാൾ അമ്മയ്ക്കെഴുതി, താൻ വിവാഹം കഴിക്കാൻ പോവുകയാണെന്ന്. പക്ഷേ അയാൾ കണ്ടുവെച്ച സ്ത്രീ അയാളെ ഇട്ടെറിഞ്ഞ് ഒരു സിനിമാ പ്രൊഡ്യൂസറെ വിവാഹം കഴിച്ചു. ഇതയാളെ ശുണ്ഠിപിടിപ്പിച്ചു; അത്രതന്നെ അരിശം പിടിപ്പിച്ച മറ്റൊരു സംഭവം കൂടിയുണ്ടായി: ഒരു വർക്ക് ഷോപ്പിലെ യോഗം എന്ന അയാളുടെ ചിത്രം ജഡ്ജിമാർ തിരസ്കരിച്ചു. ചിത്രകാരന്മാരുടെ ഒരു യോഗത്തിൽ വെച്ച് ഇതിനെപ്പറ്റി അയാൾ ലക്കുതെറ്റി ആക്ഷേപിക്കുകയുണ്ടായി. പ്രസിദ്ധരും ലബ്ധപ്രതിഷ്ഠരുമായ ചിത്രകലാവിദഗ്ദ്ധരെ അയാൾ മതിയാവോളം

അധിക്ഷേപിച്ചു. മോസ്ക്കോവിൽ അയാൾക്കു നല്കിയ സ്റ്റുഡിയോ മറ്റൊരാൾക്കുവേണ്ടി നീക്കിവെച്ചിരുന്നതാണെന്നും എങ്ങനെയോ അബദ്ധത്തിലാണ് അയാൾക്കു കിട്ടിയതെന്നും വെളിപ്പെട്ടത് ഈയവസരത്തിലാണ്. മാതൃകാ ഉരുക്കുതൊഴിലാളിയെ പെയിന്റു ചെയ്യാൻ അയാൾക്കു നല്കിയിരുന്ന കമ്മീഷനും ഈ ഘട്ടത്തിൽതന്നെ റദ്ദാക്കപ്പെടുകയുണ്ടായി. ഇതൊക്കെക്കഴിഞ്ഞപ്പോഴാണ് താൻ പറഞ്ഞതു കുറെ കടന്നുപോയെന്ന് വൊളോഡ്യയ്ക്കു ബോദ്ധ്യപ്പെട്ടത്. പിന്നീടയാളുടെ ശ്രദ്ധ, നഷ്ടപ്പെട്ട പദവി വീണ്ടെടുക്കുന്നതിലായി. താൻ അധിക്ഷേപിച്ച ചിത്രകലാവിദഗ്ദ്ധരെ അയാൾ പ്രശംസകൊണ്ടു മൂടി; തന്റെ ചിത്രങ്ങൾ മഹാമോശമാണെന്നു പരസ്യമായി പറഞ്ഞു നടക്കാൻ തുടങ്ങി. വ്യവസായശാലകളിലെ ദൈനംദിനജീവിതങ്ങൾ കണ്ടുപഠിച്ചു ചിത്രീകരിയ്ക്കാനായി മോസ്ക്കോവിൽനിന്നു നാട്ടിലേയ്ക്കു പോകുകയാണെന്നയാൾ പ്രസ്താവിച്ചു.

അങ്ങിനെ ദീർഘകാലത്തെ വിദൂരവാസത്തിനുശേഷം അയാൾ നാട്ടിൽ തിരിച്ചെത്തിയിരിക്കയാണ്. തനിയ്ക്കു നേരിട്ട അവമാനത്തെപ്പറ്റിയൊന്നും അയാൾ അമ്മയോടോ നാട്ടിൽ മറ്റാരോടെങ്കിലുമോ പറഞ്ഞില്ല. വളരെയധികം ഒച്ചപ്പാടുണ്ടാക്കിയേയ്ക്കാവുന്ന ഒരു പെയിന്റിങ്ങിനു പ്രത്യേകമായി തന്നെ അയച്ചിരിക്കുകയാണെന്നത്രേ അയാൾ എല്ലാവരോടും പറഞ്ഞത്.

അഞ്ചാറുമാസത്തിനുശേഷം "പത്രം വായിക്കുന്ന രണ്ടു തൊഴിലാളികൾ," എന്ന അയാൾ വരച്ച ചിത്രത്തെ, സ്ഥലത്തെ ഒരു ദിനപത്രത്തിന്റെ പത്രാധിപർ പ്രശംസിച്ചെഴുതുകയുണ്ടായി. മികച്ച പ്രതിഭാശാലി! നോക്കു, ആ കണ്ണുകളിലെ ഭാവസ്പഷ്ടത! ഇദ്ദേഹത്തിന്റെ പേരും സ്റ്റാലിൻ സമ്മാനർഹരുടെ കൂട്ടത്തിൽപ്പെടുത്തണം എന്നിങ്ങനെ പത്രാധിപർ വൊളോഡ്യയെ പുകഴ്ത്തി. അമ്മയും ഇതുകണ്ടു മകനെ പ്രശംസിച്ചുകൊണ്ടു നടക്കാൻ തുടങ്ങി. "ഓ അത്രയൊന്നുമില്ല; നന്നായിട്ടില്ല" എന്ന് അയാൾ വിനയം നടിച്ച് അമ്മയോടും മറ്റും പറയാറുണ്ടായിരുന്നു.

മകനെപ്പറ്റി പത്രങ്ങൾ എഴുതിയതു കണ്ടില്ലേ എന്ന് അമ്മ ഒരു ദിവസം അച്ഛനോടു ചോദിച്ചു: വൊളോഡ്യ വിവാഹം കഴിക്കാനുദ്ദേശിച്ചിരുന്ന പെണ്ണ് ഇപ്പോൾ അയ്യത്തട എന്നായിട്ടുണ്ടാവും. എത്രവേഗമാണ് അവനു പ്രശസ്തി കിട്ടുന്നതെന്നു നിങ്ങൾ കണ്ടോ? അവന്റെ ചിത്രങ്ങൾ നിങ്ങൾക്കു പിടിച്ചില്ലേ?

പുഖോവ് "അവന്റെ മനോഭാവമാണ് എനിയ്ക്കു പിടിയ്ക്കാത്തത്. ഇന്നലെ അവനും സോന്യയും തമ്മിൽ എന്തോ ചില പുസ്തകങ്ങളെപ്പറ്റി

തർക്കിക്കുന്ന കേട്ടു. യാതൊരാദർശവും ലക്ഷ്യവുമില്ലെന്ന് സോന്യ പറഞ്ഞപ്പോൾ ഭ്രാന്തന്മാർക്കു മാത്രമേ ആദർശമുണ്ടാവൂ എന്ന് കളിയാക്കുകയാണവൻ ചെയ്തത്. ആദർശത്തിനുവേണ്ടിയല്ല എഴുത്തുകാരന് പ്രതിഫലം കൊടുക്കുന്നതത്രെ. ആദർശമുണ്ടാവുന്നത് ആപത്താണെന്നും അവൻ അഭിപ്രായപ്പെടുകയുണ്ടായി. സിദ്ധാന്തങ്ങൾക്കുവേണ്ടിയാണ് പുസ്തകങ്ങൾ എഴുതുന്നതെന്നും, അതുണ്ടോ ഓരോ ഗ്രന്ഥത്തിലെന്നു നോക്കിയാൽ മതിയെന്നുമായിരുന്നു അവന്റെ വാദം. അവന് സ്വാധീനം വർദ്ധിയ്ക്കുകയാണെന്ന നിന്റെ അഭിപ്രായം ശരിയല്ല. ആളുകളുടെ ബോധത്തെ ദുഷിപ്പിക്കാനാണാവന്റെ വാസന. ചെറുപ്പത്തിലേയുള്ള സ്വഭാവമാണത്."

പുഖോവിന്റെ ശബ്ദമിടറിയിരുന്നു. നദേജ അസ്വസ്ഥയായി. "നിങ്ങൾ ക്ഷോഭിക്കാതിരിയ്ക്കൂ," അവൾ പറഞ്ഞു.

മകനെപ്പറ്റിയുള്ള ഭർത്താവിന്റെ അഭിപ്രായം ശരിയല്ലെന്നാണ് തങ്ങളുടെ ധാരണ. അദ്ദേഹം തെറ്റിദ്ധരിപ്പിച്ചിരിക്കുകയാണെന്നവൾ സമാധാനിച്ചു. പുഖോവ് എപ്പോഴും സോന്യയുടെ ഭാഗംപിടിച്ചു വാദിക്കുകയാണെന്നും അവൾക്കാക്ഷേപമുണ്ട്.

സോന്യയോട് അത്യധികം വാത്സല്യമുണ്ടെങ്കിലും ഇപ്പോൾ അവളുമായി അകലുന്നപോലെ പുഖോവിന്നു ഒരു തോന്നൽ. അതു തന്റെ തന്നെ തെറ്റായിരിക്കാമെന്ന് അയാൾ സമാധാനിപ്പിച്ചു. "ഒരു വേള ചെറുപ്പക്കാരെ മനസ്സിലാക്കാൻ എനിക്കു കഴിയാതായിട്ടുണ്ടാവും!" താൻ ഈ പ്രായത്തിൽ എങ്ങിനെയായിരുന്നുവോ അതുപോലെ ആവണം സോന്യയും എന്നാണയാളാശിച്ചത്. പിതാക്കന്മാർ മക്കളെ ശരിയ്ക്കു മനസ്സിലാക്കാൻ അപ്രാപ്തരാണെന്ന് സംഗതി സുപ്രസിദ്ധമാണല്ലോ. വൊളോഡ്യ ഒരു അവസരവാദിയാണെന്നാണ് പുഖോവിന്റെ ഖണ്ഡിതമായ അഭിപ്രായം. തന്റെ പ്രായത്തിലുള്ളവരിൽ പലരും അവനെപ്പറ്റി ഇങ്ങിനെയാണു കരുതുന്നതെന്നും അദ്ദേഹം ഓർമ്മിച്ചു. പക്ഷേ എന്തിനാണ് ഞാൻ സോന്യയെ പഴിയ്ക്കുന്നത്? പുഖോവു സ്വയം ചിന്തിച്ചു: "അതു വെറുതെയാണ്. ചിലപ്പോൾ ഞങ്ങൾക്കു യോജിക്കാൻ കഴിയാതെ വരാറുണ്ട്. അതൊരു പക്ഷെ ഞാൻ പഴമക്കാരുടെ ഭാഷയും അവൾ പുതിയ തലമുറയുടെ ഭാഷയും ഉപയോഗിക്കുന്നതു കൊണ്ടായിക്കൂടേ? പക്ഷേ എന്റെ ശിഷ്യരുടെയിടയ്ക്കു ചെല്ലുമ്പോൾ ഈ അകൽച്ച കാണുന്നില്ലല്ലൊ! അതത്ഭുതമായിരിക്കുന്നു. കൂടുതൽ സ്നേഹിക്കുമ്പോൾ മനസ്സിലാക്കാൻ വിഷമമാവുമായിരിക്കാം!"

അത്ര തുറന്ന പെരുമാറ്റക്കാരിയല്ല സോന്യ. ഒരിയ്ക്കലും അവൾ അത്ര

വലിയ ആവേശമൊന്നും കാട്ടാറില്ല. തന്റെ ഹൃദയം ആർക്കും തുറന്നു കാട്ടുന്ന പ്രകൃതക്കാരിയുമല്ല. സാധാരണ ആ വീട്ടിൽ വന്നുപോകാറുള്ള ഒരു ചെറുപ്പക്കാരനായ എഞ്ചിനീയറാണ് സവ്ചെങ്കൊ. സോന്യയ്ക്കു അയാളോട്ടു മമതയുണ്ടെന്ന് മാതാപിതാക്കൾ ഊഹിക്കാതിരുന്നില്ല. ഒരിയ്ക്കൽ അമ്മ ഇതിനെപ്പറ്റി അവളോടു സൂചിപ്പിച്ചു. "ഒ! അയാൾ നല്ല വനാണ്... പക്ഷേ സാധാരണ ഒരു പരിചയക്കാരനെന്നതിൽക്കവിഞ്ഞ് എനിക്കു യാതൊരു പ്രതിപത്തിയുമില്ല. വെറുതെ ആലോചിക്കേണ്ട" എന്നായിരുന്നു സോന്യയുടെ മറുപടി. അമ്മ അയാളെ പല വിശേഷാവസരങ്ങളിലും ഭക്ഷണത്തിനു ക്ഷണിക്കാറുണ്ട്. മറ്റ് അതിഥികളോടു പ്രകടിപ്പിച്ചതിലും കവിഞ്ഞ യാതൊരു മനോഭാവവും സോന്യ അയാളോടു പ്രദർശിപ്പിച്ചിരുന്നില്ല. അയാളും അവളും തനിച്ചാവുമ്പോൾ മാത്രമേ, അവളുടെ മുഖം തുടുക്കുകയും കണ്ണുകൾ വികസിക്കുകയും ചെയ്യാറുള്ളൂ. കഴിഞ്ഞ ശരൽക്കാലത്ത് ഒരു ദിവസം അവർ രണ്ടുപേരും കൂടി നാട്ടിൻ പുറത്തേയ്ക്കു നടക്കാൻ പോവുകയുണ്ടായി. ചുറ്റും തരുനിരകളും വള്ളിപ്പടർപ്പുകളും കൊണ്ടു നിറപ്പകിട്ടുള്ള പ്രകൃതി. ഇടയ്ക്ക് അവൾ ഒരു മരത്തിന്റെ ചെറുചില്ല എത്തിപ്പിടിയ്ക്കാൻ വെമ്പിനിന്നു. പിന്നീടവർ മിണ്ടാതെ നടക്കാൻ തുടങ്ങി. പെട്ടെന്ന് വികാരതരളിതനായ സവ്ചെങ്കോ അവളെ തന്റെ കരവലയത്തിൽ ഒതുക്കി. അവൾ ചുറ്റുപാടുകളും തന്നെത്തന്നെയും വിസ്മരിച്ചു; അയാളെ അടക്കിപ്പിടിച്ച് ഒന്നു ചുംബിച്ചു. ഏതോ അബദ്ധം ചെയ്തമാതിരി ഞൊടിയിടയിൽ അവൾ പിടിവിട്ടുർത്തി മാറിനിന്നു: സമയമായിട്ടില്ല; ഇനിയും നാം ക്ഷമിച്ചിരിക്കണം; വരുന്ന ഫെബ്രുവരിയിൽ എനിയ്ക്കു സ്ഥലം മാറ്റമുണ്ടാകും. അതുകൊണ്ടു നാമിപ്പോൾ വിവാഹനിശ്ചയം ചെയ്യുന്നതിൽ പ്രയോജനം കാണുന്നില്ല; അല്ലെങ്കിൽ ഞാനൊരു അടുക്കളക്കാരിയായിത്തീരണം; അതു നിങ്ങളിഷ്ടപ്പെടില്ലല്ലോ! മാത്രമല്ല, ഇപ്പോൾ നിങ്ങൾക്ക് ഒരു വീടു കിട്ടാനും പ്രയാസമാണ്. ജൂറാവിലോവ് എന്തായാലും നിങ്ങൾക്കിപ്പോൾ വീട് അനുവദിക്കില്ല; നിങ്ങളിവിടെ വന്നിട്ട് അധികമായില്ലല്ലോ." അവൾ ഓർമ്മിപ്പിച്ചു. സവ്ചെങ്കോ അസ്വസ്ഥനായിട്ടാണ് മടങ്ങിപ്പോയത്." അവൾ എന്തേ ഇങ്ങിനെ വല്ലാത്ത വീണ്ടു വിചാരക്കാരിയാവാൻ" എന്നയാൾ വേദനിച്ചു. അയാൾ പോയശേഷം അവൾ മുറിയിൽപോയി വാതിലടച്ചു കമിഴ്ന്നു കിടന്നു കരഞ്ഞതൊന്നും അയാൾക്കറിയില്ലല്ലോ. "ഞാൻ പറഞ്ഞത് അസംബന്ധമായിരുന്നോ?' ആയിരിക്കാം. പക്ഷേ ഭാവിയെപ്പറ്റി ചിന്തിക്കാതെ കഴിയുമോ? സവ്ചെങ്കോവിന്റെ കുട്ടിത്തം ഇനിയും മാറിയിട്ടില്ല. അതുകൊണ്ടു ഞാനാണു കൂടുതൽ കരുതലെടുക്കേണ്ടത്. ഞാനെന്തു കൊണ്ടാണ് മടിക്കുന്നതെന്ന് അയാൾക്കു മനസ്സി

ലാക്കാൻ കഴിയില്ലേ? അയാൾക്കൊന്നും മനസ്സിലാവില്ല. എന്നാൽ അയാളെക്കൂടാതെ എനിക്കു ജീവിക്കാനും വിഷമമാണ്."

പുഖോവിന്റെ പിറന്നാൾ സദ്യയിൽ പങ്കുകൊള്ളാനായി അതിഥികൾ വന്നുതുടങ്ങി. അതിൽ വൊളോഡ്ധ്യയുടെ സുഹൃത്തുക്കളായ ചിത്രകാരൻ സബുറോവും അയാളുടെ ഭാര്യയും സ്ഥലം തിയറ്ററിലെ താനിച്ക എന്നറിയപ്പെടുന്ന നടിയും ഉണ്ടായിരുന്നു. സവ്ചെങ്കോ വന്നില്ലേയെന്നു നദേജ ഇടയ്ക്കിടെ അന്വേഷിച്ചു കൊണ്ടിരുന്നു. അയാൾ ക്ലബിലെ ചർച്ചായോഗത്തിൽ പങ്കെടുക്കുകയാണ്; അതു കഴിഞ്ഞ് ഇതിലെ വരും എന്ന് വൊളോഡ്ധ്യോവ് അമ്മയെ അറിയിച്ചു.

ഭക്ഷണത്തിന്നിടയിൽ വൊള്ള്യോഡ്ധ്യോവ് സബുറോവിനെ അല്പമൊന്നു കളിയാക്കാൻ ശ്രമിച്ചു. സബുറോവ് ഉരുളയ്ക്കുപ്പേരി കൊടുത്തു തട്ടുത്തുനില്ക്കാൻ ശ്രമിച്ചെങ്കിലും ശരിക്കു വാക്കുകിട്ടാതെ പരുങ്ങി. അയാൾ പറഞ്ഞതൊന്നും ആർക്കും മനസ്സിലായില്ല.

സബുറോവും വൊളോഡ്ധ്യയും പഠിക്കുന്ന കാലത്തു സ്നേഹിതന്മാരായിരുന്നു. എന്നാൽ ജീവിതം അവരെ അകറ്റി. പണത്തിന്റേയും പ്രശസ്തിയുടേയുമാരാധകനാണ് വൊളോഡ്ധ്യ. കോളിളക്കമുണ്ടാക്കുന്ന ഇതിവൃത്തങ്ങൾ എന്താണെന്ന് വൊളോഡ്ധ്യോവ് കണ്ടുപിടിക്കും; എന്തുതരം ചിത്രത്തിന്നാണ് സമ്മാനങ്ങളും പ്രശംസയും കിട്ടുന്നതെന്നും അയാൾക്കറിയാം. പക്ഷേ സബുറോവിന്റെ പ്രകൃതം അതല്ല. ഈ കാലമത്രയും സബുറോവ് വരച്ചിരുന്നത് പ്രകൃതിചിത്രങ്ങളാണ്; അവയാകട്ടെ പ്രദർശിപ്പിക്കപ്പെടുകയുമുണ്ടായിട്ടില്ല. തന്റെ ഭാര്യ, പെയിന്റിങ്ങ് ഇതൊഴിച്ചു മറ്റൊന്നിലും അയാൾക്കു ശ്രദ്ധയില്ല. നേർത്തു വിളർത്ത ഒരു മുടന്തിയാണ് അയാളുടെ ഭാര്യ ഗ്ലാഷ. അവളൊരു പ്രൂഫ്റീഡറാണ്. അവളുടെ ചുരുങ്ങിയ വരുമാനംകൊണ്ടുവേണം രണ്ടുപേർക്കും കഴിയുവാൻ. വളരെ അരിഷ്ടിച്ചുള്ള ജീവിതം. നദേജ തളികകളിൽ കുമ്പിച്ചുവെച്ചിരുന്ന തീൻപണ്ടങ്ങൾ എടുത്തു വായിൽ പുഴക്കുന്ന രീതിയിൽനിന്നുതന്നെ വെളിപ്പെടും, അയാൾ വയറുനിറച്ചാഹാരം കഴിയ്ക്കാറില്ലെന്ന്. ഗ്ലാഷ ആരാധനാഭാവത്തിൽ അയാളെ വീക്ഷിച്ചുകൊണ്ടിരുന്നു. തന്റെ വിവാഹത്തിന്നുശേഷം, സാധാരണ വരയ്ക്കാറുള്ള പ്രകൃതിദൃശ്യങ്ങൾക്കുപുറമേ ഭാര്യയുടെ ഒരു ചിത്രവും അയാൾ വരയ്ക്കുകയുണ്ടായി. അയാൾ അവളെ വികൃതയായിട്ടാണ് വരച്ചത്; എങ്കിലും ആ വൈരൂപ്യത്തിനും ഒരു സൗഭാഗ്യം കൊടുത്തിരുന്നു. സബുറോവു തങ്ങളിലെല്ലാരിലുംവെച്ചു കഴിവുള്ളവനാണെന്നും പക്ഷേ അരപ്പിരിലൂസാണെന്നും വൊളോഡ്ധ്യോവ് സാധാരണ തന്റെ മാതാപിതാക്കളോടു പറയാറുണ്ട്.

ഇന്നത്തെ ആവശ്യമെന്താണെന്ന് ഒരു പിടിയുമില്ല അയാൾക്ക്. അയാൾ വിജയിക്കാൻ പോകുന്നില്ല. അയാൾ സബുറോവിനെ വീണ്ടും പരിഹസിക്കാൻ തുടങ്ങി:

"ഓ! താങ്കൾ നമ്മുടെ കാലഘട്ടത്തെ അതിജീവിയ്ക്കാൻ ശ്രമിക്കയായിരിക്കും?"

സബുറോവിനു ശുണ്ഠിവന്നു. റാഫേലിനേയും വർണ്ണബോധത്തേയും ചായക്കൂട്ടുകളേയുംപറ്റി അയാൾ ചുട്ട മറുപടി പ്രസംഗമടിച്ചു. ഇതിനിടെ നദേജ ഇടപെട്ടു: "ദാ, ആ അപ്പം തണുത്തുപോകുന്നതിന്നുമുമ്പു കഴിയ്ക്കൂ."

സവ്ചെങ്കോവിന്റെ വരവു കാത്തുകൊണ്ട് നദേജ ഷാമ്പെയിൻ (ഒരുതരം പാനീയം) വിളമ്പൽ അവസാനത്തേയ്ക്കു നീട്ടിക്കൊണ്ടുപോയി. അയാൾ കടന്നുവന്നപ്പോൾ നദേജ സോന്യയുടെ നേർക്ക് ഒരു കള്ളക്കണ്ണെറിഞ്ഞു. അവൾക്കു വലിയ ഭാവഭേദമൊന്നും കണ്ടില്ല. താനിച്കയോട് ഏതോ ഒരു നാടകത്തെപ്പറ്റി തർക്കിക്കുകയായിരുന്നു അവൾ. ആ സംവാദത്തിൽ നിന്നു വിരമിച്ച് സവ്ചെങ്കോവിനെ നോക്കാനോ സ്വീകരിയ്ക്കാനോ ഒന്നും അവൾ ഒരുമ്പെട്ടില്ല.

യോഗം എങ്ങിനെയിരുന്നുവെന്നു പുഖോവ് സവ്ചെങ്കോവിനോടു ചോദിച്ചു.

"ദിമിത്രി കൊറോട്യേവിന്റെ അഭിപ്രായം എന്നെ അത്ഭുതപ്പെടുത്തിക്കളഞ്ഞു. അയാൾക്കു ബുദ്ധിയും വിവേകവുമുണ്ടെന്നാണ് ഇതുവരെ ഞാൻ കരുതിയിരുന്നത്. പക്ഷേ അയാളിന്നു പറഞ്ഞതു മുഴുവൻ നിയമ പുസ്തകത്തിൽ കടിച്ചുതൂങ്ങിനിന്നുകൊണ്ടായിരുന്നു. നിങ്ങൾ ആ നോവൽ വായിച്ചോ?"

പുഖോവ്: ഇല്ല; ഞാൻ വായിച്ചില്ല. അതു നന്നായിട്ടുണ്ടെന്നാണ് അവർ പറയുന്നത്.

സബ്ചെങ്കോ:- അതു നല്ലതോ ചീത്തയോ എന്നൊന്നും എനിക്കറിയില്ല. എന്നാൽ അതു നിങ്ങൾക്ക് ആവേശം നല്കും. അതിൽ ഒരു ദുരന്തപ്രണയകഥ കൂടിയുണ്ട്. അതു ദിമിത്രി കൊറോട്യേവിന് ദഹിച്ചില്ല. നോവലുകളിൽ ദുരന്തങ്ങളായ സ്വകാര്യജീവിതങ്ങൾ പാടില്ലെന്ന ധാരണയാണയാൾക്കുള്ളതെന്നു തോന്നുന്നു. "ആളുകളുടെ വികാരങ്ങളെ ചികഞ്ഞുനോക്കുന്നതെന്തിനാണ്" എന്നും മറ്റുമായിരുന്നു അയാൾ ചോദിച്ചത്. ബ്രൈനിനാണ് ഇതു പറഞ്ഞിരുന്നതെങ്കിൽ ഞാൻ അത്ഭുതപ്പെടില്ല. പക്ഷേ ദിമിത്രി കൊറോട്യേവിൽനിന്നു ഞാനിതു പ്രതീക്ഷിച്ചില്ല!

വൊളോഡ്യ:- ദിമിത്രി കൊറോട്യേവാണ് സമർത്ഥൻ. തനിക്കു ശരിയ്ക്കും തോന്നിയത് അയാളെന്തിനു പറയണം?

പുഖോവിനു അടക്കാൻ കഴിഞ്ഞില്ല. അദ്ദേഹം ഇടയ്ക്കുകേറിപ്പറഞ്ഞു: "നിന്റെ മാതിരിയല്ല എല്ലാവരും. ദിമിത്രി മര്യാദക്കാരനാണ്. അതു നിന്നെപ്പോലുള്ളവർക്കു മനസ്സിലാവില്ല."

കുറച്ചുനേരത്തേയ്ക്ക് അസുഖകരമായ മൗനമാണനുഭവപ്പെട്ടത്. പതിവില്ലാത്തപടി കടുത്ത സ്വരത്തിലായിരുന്നു പുഖോവിന്റെ ശാസന.

അല്പംകഴിഞ്ഞ് ആ മൗനം ഭേദിച്ചുകൊണ്ടു സവ്ചെങ്കോവു തുടർന്നു: "ദിമിത്രി കൊറോട്യേവിനു മുമ്പാണ് ഞാൻ പ്രസംഗിച്ചത്. എനിക്കതിൽ സങ്കടം തോന്നുന്നു. എങ്കിലും ഒരു പെൺകുട്ടി കേറി അയാൾക്കു മറുപടി കൊടുത്തു. അതാശ്വാസമായി. അവളേതാണ്ടു കണക്കുതീർത്തു തന്നെ കൊടുത്തിട്ടുണ്ട്: വൊളോഡ്യ ആൻഡ്രീവിച്ച്, താങ്കൾക്കു തെറ്റിപ്പോയെന്നാണ് തോന്നുന്നത്. അവിടെ സംസാരിച്ചതെല്ലാം തുറന്ന ഹൃദയത്തോടെയായിരുന്നു. പക്ഷേ അടുത്തകാലത്തായി നിങ്ങൾ ഇത്തരം യോഗങ്ങളിൽ പങ്കെടുക്കാറില്ലല്ലൊ. മുമ്പത്തെപ്പോലെയല്ല; കാര്യങ്ങൾ വളരെ മാറിയിട്ടുണ്ട്... സാധാരണ സ്പർശിക്കാത്ത ഒരു ഭാഗമാണ് ഈ നോവലിൽ എടുത്തിട്ടുള്ളത്! ആളുകൾ അവരുടെ സ്വകാര്യജീവിതത്തിൽ ചെയ്യുന്നതൊന്ന്, പരസ്യമായി പറയുന്നത് മറ്റൊന്ന്. പൊതുജനം അത്തരം കൃതികൾക്കുവേണ്ടി ദാഹിക്കുകയാണ്."

"നാടകത്തിന്റെ അവസ്ഥയും ഇതുതന്നെയാണ്, "താനിച്ക അഭിപ്രായപ്പെട്ടു: "ഒന്നാലോചിച്ചുനോക്കു! മൂന്നു പുതിയ നാടകങ്ങൾ നമുക്കു ലഭിച്ചു. മൂന്നും പരാജയമായിരുന്നു... അഭിനയിക്കാൻ കൊള്ളാവുന്ന ഒറ്റ നാടകവുമില്ലെന്ന് പറയേണ്ടിവരുന്നുണ്ട്... കല..."

സബുറോവ്:- നിങ്ങൾ പറഞ്ഞത് ശരിയാണ്. കലയെന്ന ഒരു വസ്തുവുണ്ടെന്നു നാം ഓർമ്മിക്കേണ്ട സമയം അതിക്രമിക്കുകയാണ്. വൊളോഡ്യ, നിങ്ങളുടെ അഭിപ്രായം പറയൂ. എനിക്കു താങ്കളുമായി തർക്കിക്കാൻ വയ്യ. പക്ഷേ ഒന്നു പറയാം: റാഫേൽ, ഒരു കളർഫോട്ടോഗ്രാഫിയല്ല, തീർച്ച.

"റാഫേലിനെ കലാകാരന്മാരുടെ യൂണിയനിൽ പ്രവേശിപ്പിക്കില്ല" എന്ന് അലക്ഷ്യഭാവത്തിൽ പരിഹസിച്ചു തള്ളുകയാണ് വൊളോഡ്യേവ് ചെയ്തത്: "നിങ്ങളെപ്പോലെ രണ്ടായിരം കൊല്ലങ്ങൾക്കപ്പുറമുള്ള മികച്ച കലാ സൃഷ്ടികൾ പെയിന്റു ചെയ്യാൻ ഞങ്ങൾക്കെല്ലാവർക്കും പറ്റിയെന്നുവരില്ല. രണ്ടായിരത്താമാണ്ടിൽ നിങ്ങളുടെ പെയിന്റിങ്ങുകളിൽ

ജനങ്ങൾ താല്പര്യം കാണിക്കുമെന്നു പന്തയം വെക്കാനും ഞാനില്ല."

ഗ്ലാഷ:-വ്ളാഡിമിൻ ആൻഡ്രീവിച്ച്, അങ്ങിനെ അടച്ചുപറയരുത്. ഈയിടെ സബുറോവ് വരച്ച പ്രകൃതിദൃശ്യം നിങ്ങൾ കണ്ടോ? അത് സാധാരണപോലല്ല. വളരെ ഗംഭീരമായിട്ടുണ്ട്.

സവ്ചെങ്കോ:- എന്തൊക്കെയായിട്ടും ദിമിത്രി കൊറോട്യേവിന്റെ കാര്യം എനിക്ക് മറക്കാൻ കഴിയുന്നില്ല. ഏതാണ്ട് ഒരു കൊല്ലമായി ഞങ്ങൾ ഒന്നിച്ചാണ് ജോലി ചെയ്യുന്നത്. അയാളൊരു നല്ല മനുഷ്യനാണ്. അയാളുടെ ഓരോ വാക്കിലും നോക്കിലും നിങ്ങൾക്കത് കാണാൻ കഴിയും. പക്ഷേ അയാളെന്തിനാണ് സുബ്ട്സോവിനെ ആക്ഷേപിച്ചത്? അതാണെനിക്ക് മനസ്സിലാകാത്തത്.

സോന്യ:- ഞാനാ നോവല്വ വായിച്ചു. എനിക്കും ദിമിത്രി കൊറോട്യേവിന്റെ അഭിപ്രായമാണ്. സോവിയറ്റുപൗരൻ പ്രകൃതിയെ നിയന്ത്രിക്കാൻ മാത്രം പഠിച്ചാൽപ്പോര, തന്റെ വികാരങ്ങൾ നിയന്ത്രിക്കാനും പഠിക്കണം. സുബ്ട്സോവിന്റെ പ്രണയം ഏതാണ്ട് അന്ധമാണ്. വായനക്കാരിൽ കുഴപ്പമുണ്ടാക്കുകയല്ല, അയാൾക്ക് വിജ്ഞാനം നൽകുകയാണ് നോവലിന്റെ കടമ.

സവ്ചെങ്കോ തന്റെ ക്ഷോഭത്തിന്നിടയിൽ അറിയാതെതന്നെ ഒരു ഗ്ലാസ് ഷാമ്പെയിൻ അകത്താക്കി. അയാൾ പറഞ്ഞു: "അത് അന്ധമല്ല. വളരെ വലുതാണ്. എല്ലാംകെട്ടി അട്ടത്തു വെയ്ക്കാനൊന്നും ആർക്കും സാദ്ധ്യമല്ല..."

"അവൻ അവളിൽ അനുരക്തനാണ്, സന്ദേഹമില്ല" നദേഷ കരുതി. പക്ഷേ എന്നിട്ടും അവളൊരു നിർവ്വികാരയായിരിക്കുന്നതു നോക്കു! വേറെ ആരെയാണവൾ സ്വീകരിക്കുയ്ക്കുക? ഇത് എന്റെയും ആൻഡ്രീയുടേയും കാലം കഴിയുന്നതിനു മുമ്പ് വേണം തീർച്ച."

എല്ലാവരുടേയും ശബ്ദം കൂടുതൽ ഉയരാൻ തുടങ്ങി. പക്ഷേ വൈനിന്റെ ലഹരി തലയ്ക്ക് പിടിയ്ക്കാൻ തുടങ്ങിയതാവാം കാരണം. ഓരോരുത്തരും മറ്റവനെ ഒച്ചകൊണ്ടു കീഴ്പ്പെടുത്താൻ ശ്രമിക്കുകയാണ്. ചായക്കൂട്ടിന്റെ ശക്തിയെപ്പററി സബുറോവ് എന്തൊക്കെയോ പറഞ്ഞുകൊണ്ടിരുന്നു. താനിച്ക വൊളോഡ്യേവിന്റെ നേർക്കു ചാഞ്ഞുകൊണ്ടു പ്രേമത്തെപ്പറ്റി പറയാൻ തുടങ്ങി: "പ്രേമം എന്തായാലും പ്രേമം തന്നെ. നിങ്ങളെന്തു പറയുന്നു?" വൊളോഡ്യ അവളെ അനുകരിച്ചുകൊണ്ടു കൈമലർത്തി.

ആൻഡ്രി പുഖോവ് ജനൽപ്പടിയോടു ചേർന്നുനില്ക്കുകയാണ്. പുറത്ത് വെള്ളവിരിച്ചപോലെ മഞ്ഞു മൂടിക്കിടക്കുന്നു. പുറത്തേക്ക്

നോക്കിക്കൊണ്ട് അദ്ദേഹം ചിന്തിച്ചു: "എനിയ്ക്കു സോന്യയുടെ സ്വഭാവം മനസ്സിലാവുന്നില്ല. സവ്ചെങ്കോവിനെ കളിയാക്കാൻ പറഞ്ഞതാവില്ലേ അവളത്? അല്ല. അയാളില്ലാത്തപ്പോഴും അവളുടെ പറച്ചിൽ ഇതുപോലൊക്കെത്തന്നെയാണ്. അവളുടെ അഭിപ്രായത്തിൽ അവൾ ശരിയായിരിക്കാം. അതു തീരുമാനിക്കാൻ താനാരാണ്? ഞാൻ കിഴവനായിക്കഴിഞ്ഞില്ലേ!"

ഈ ശബ്ദകോലാഹലത്തിനിടയിൽ ആരുമറിയാതെ സോന്യ സ്വന്തം മുറിയിലേക്കു പോയി. വിളക്കു തെളിയിയ്ക്കാതെതന്നെ അവൾ കിടക്കയിൽ അങ്ങിനെയിരുന്നു. കുറച്ചുനേരത്തേയ്ക്കെങ്കിലും തനിച്ചൊരിടത്തിരിയ്ക്കാൻ അവൾ ആഗ്രഹിച്ചു. ചിന്തകൾ അവളെ വീർപ്പുമുട്ടിക്കുകയാണ്: "ഞാൻ സ്വബോധം വിട്ടു സംസാരിച്ചുപോയി! അയാളെന്റെ നേർക്കു നോക്കുമ്പോഴേക്കും എന്റെ നിയന്ത്രണംപൊയ്പോവുന്നു. എനിക്കു സംസാരിക്കാനോ ആലോചിക്കാനോ കഴിയാതാവും. ഹൊ! ഇതു സഹിയ്ക്കാൻ വയ്യ! പാടില്ല, ഞാനെന്നെ നിയന്ത്രിക്കണം, മറ്റുള്ളവരോടെന്നപോലെത്തന്നെ അയാളോടും പെരുമാറണം. അല്ലെങ്കിൽ അയാളെന്നെ കീഴടക്കിക്കളയും. എല്ലാം അട്ടത്ത് കെട്ടിവെയ്ക്കാൻ സാദ്ധ്യമല്ലെന്നു പറഞ്ഞ് ഇപ്പോഴും അയാളെന്നെ അവമാനിച്ചു. നോക്കൂ, എന്തസംബന്ധമാണ്! എന്നെപ്പറ്റി അതാണയാളുടെ അഭിപ്രായമെങ്കിൽ അയാൾക്ക് ഒട്ടും മനസ്സിലായിട്ടില്ല. മറ്റുള്ളവരെപ്പോലെ തന്നെയാണ് എന്റേയും വിചാരം; ചിലപ്പോൾ അധികവുമാണ്. പക്ഷേ വികാരവിക്ഷോഭത്തെ ഞാനിഷ്ടപ്പെടുന്നില്ല."

സവ്ചെങ്കോ അകത്തേക്കു കടന്നുവന്നു. മുറിയിൽ ഇരുട്ടായിരുന്നതുകൊണ്ട് അയാൾക്കവളെ കാണാൻ പറ്റിയില്ല; അയാൾ കൈനീട്ടി തപ്പി, അവളുടെ തോളിൽ പിടിച്ചു; സാവധാനത്തിൽ അവളെ തന്റെ കയ്യിൽ കോരിയെടുത്തു ചുംബിച്ചു.

"നിങ്ങൾക്ക് ഭ്രാന്താണ്, വല്ലവരും കണ്ടുവന്നാലോ?" എന്നു പറഞ്ഞു അവൾ പിടിവിട്ടുവിച്ചു മാറിനിന്നു.

സവ്ചെങ്കോ:- നിന്റെ ഈ യുക്തിവിചാരം എപ്പോഴാണ് അവസാനിക്കുക? എന്നെ സ്നേഹിക്കുന്നുണ്ടെങ്കിൽ...

സോന്യ എഴുന്നേറ്റു സ്വിച്ചിട്ട് വിളക്കു തെളിയിച്ച് അയാളുടെ നേർക്ക് രൂക്ഷമായി നോക്കി: "എനിക്കറിയില്ല. ഇനി ഒരിയ്ക്കലും ഈ ചോദ്യം ആവർത്തിച്ചേയ്ക്കരുത്."

സവ്ചെങ്കോ:"നില്ക്കൂ! ഞാൻ പറയാം..."

സോന്യ:- നിങ്ങൾ ആവശ്യത്തിലധികം പറഞ്ഞുകഴിഞ്ഞു. നമുക്ക് തിരിച്ച പുറത്തേക്ക് പോകാം. അല്ലെങ്കിൽ വല്ലവരും കാണും. നമ്മളെ അവിടെ കണ്ടില്ലെങ്കിൽ അച്ഛന് വേദനതോന്നും; ഇന്നദ്ദേഹത്തിന്റെ ആഘോഷമല്ലെ!

അധികം കഴിയുന്നതിനുമുമ്പ പിറന്നാൾ സദ്യ പിരിഞ്ഞു. സാവ്ചെങ്കോ പോകുമ്പോൾ സോന്യ അയാളുടെ നേർക്ക് നോക്കുക യാകട്ടെ വല്ലതും പറയുകയാകട്ടെ ഉണ്ടായില്ല.

അപ്രസന്നനായിട്ടാണ് സവ്ചെങ്കോ സ്വവസതിയിലേയ്ക്കു തിരിച്ച പോയത്. മഞ്ഞ് നല്ലവണ്ണം പെയ്തുകൊണ്ടിരുന്നതൊന്നും അയാൾ അറിഞ്ഞേയില്ല. മഞ്ഞ് അയാളെ പൊതിഞ്ഞുകഴിഞ്ഞിരുന്നു. ആനന്ദവും സംതൃപ്തിയും സ്വപ്നം കാണുന്ന ഒരു വിഡ്ഢിയെപ്പോലെ യോഗസ്ഥലത്തുന്നിനു താൻ പുഖോവിന്റെ വീട്ടിലേക്ക് എങ്ങിനെയാണ് ഓടിയെത്തിയതെന്ന് അയാൾ ഓർത്തു: എനിക്ക് വയസ്സിരുപത്ത ഞ്ചായി. എന്റെ യൗവനം തകർന്നു. ഞാനൊരു സങ്കല്പജീവിയാണെന്ന് ദിമിത്രി കൊറോട്യേവ് പറയാറുണ്ട്. വ്യാമോഹങ്ങളിൽ ഞാൻ എന്നെ ഒഴുക്കിക്കളയുമെന്നാണയാളുടെ അഭിപ്രായം. അയാൾ പറഞ്ഞത് ശരിയാണ്. ഇങ്ങിനെ ജീവിക്കാൻ സാദ്ധ്യമല്ല. പക്ഷേ അയാളുടെ അഭിപ്രായം മുഴുവൻ ശരിയായിരിക്കാം. പ്രേമം ജീവിതത്തിൽ അത്ര പ്രധാന പ്രശ്നമാക്കേണ്ട കാര്യമെന്ത്? എനിയ്ക്കു നല്ല ഒരു ജോലിയു ണ്ടല്ലോ. കൊറോട്യേവിന്ന് എന്നെ വിശ്വാസവുമാണ്. എനിക്കിനിയും പല പരീക്ഷണങ്ങളും അഭിമുഖീകരിക്കേണ്ടിവരും. നമ്മൾ ജീവിക്കുന്നത് ഒരു അസാധാരണകാലഘട്ടത്തിലാണ്. എന്നെപ്പോലെ ഒരു ചെറുപ്പ ക്കാരൻ 1941 ലെ വസന്തത്തിൽ തന്റെ തകർന്ന പ്രണയത്തെപ്പറ്റി വേദനിക്കുന്നുവെന്ന് സങ്കല്പിക്കുക! അല്പം കഴിഞ്ഞ് അയാളെ സ്റ്റാ ലിൻഗ്രാഡിനെ രക്ഷിക്കാനുള്ള മഹത്തായ ശ്രമത്തിൽ കാണുകയും ചെയ്യുന്നു! പക്ഷേ ഇതിൽ ഒന്നു മറ്റൊന്നിനെ ഒഴിച്ച നിർത്തിയേയ്ക്കുമോ? എന്റെ അമ്മാമൻ ലെന്യ അവധിയിൽ വന്നത് ഇന്നും ഞാനോർക്കുന്നു. കൈബോംബ് എങ്ങിനെയാണുപയോഗിക്കുക, ബാരിക്കേട്ടുകൾ ഉയർ ത്തുന്നതെങ്ങിനെ എന്നും മറ്റുമുള്ള ചോദ്യങ്ങളുമായി ഞാനദ്ദേഹത്തെ അലട്ടി. അന്നദ്ദേഹം ഒരു പെൺകുട്ടിയുടെ ഫോട്ടോ എന്നെ കാണിച്ച് പറഞ്ഞതെന്താണ്? "ഞാനെന്റെ ആനന്ദമാണിതിൽ കാണുന്നത്" എന്നല്ലെ? ഇതുകഴിഞ്ഞ് 6 മാസത്തിനുള്ളിൽ അദ്ദേഹം സമരമുഖത്തു വെച്ച കൊല്ലപ്പെട്ടു. ജീവിക്കുകയെന്നത് എത്ര കുഴപ്പം പിടിച്ചതാണപ്പാ!... എന്റെ കാര്യം തന്നെ എടുക്കൂ! എപ്പോഴും സോന്യയെപ്പറ്റിയാണ് ചിന്ത.

അവൾ മൂലമാണ് ഞാനിപ്പോൾ അമ്മാമനെപ്പറ്റി ഓർത്തു പോയത്. എന്നിട്ടോ! എനിക്കവളെപ്പോയി ഒന്നു കാണാൻപോലും അനുവാദമില്ല. അഥവാ അവൾ മറ്റു വല്ലവരേയും സ്നേഹിക്കുന്നുണ്ടാവുമോ? താൻ അനുരക്തനാണെന്ന് അവളൊരിക്കലും പറയില്ല. അത്രയ്ക്കഭിമാനക്കാരിയാണവൾ. ഞാനങ്ങിനെയല്ല. ഞാൻ ആനന്ദം കണ്ടെത്തിയെന്നും അതു നഷ്ടപ്പെട്ടെന്നും ആരോടും പറയാൻ മടിക്കാറില്ല."

സാധനങ്ങളെല്ലാം രാവിലെ എടുത്ത് ഒതുക്കാമെന്നു സോന്യ അമ്മയോടു പറഞ്ഞു: "ഷാമ്പെയിൻ കഴിച്ചതുകൊണ്ടോ എന്തോ വല്ലാതെ തലവേദനിയ്ക്കുന്നു; ഇപ്പോൾ ഞാൻ കിടക്കട്ടെ. രാവിലെ ഞാൻ നേരത്തെ എണീറ്റ് എല്ലാം ശരിപ്പെടുത്തിക്കൊള്ളാം."

അവൾ വസ്ത്രമൊന്നും മാറ്റാതെതന്നെ പോയിക്കിടന്നു. അവളുടെ ആലോചന മുഴുവൻ സവ്ചെങ്കോവിനെപ്പറ്റിയായിരുന്നു: എന്റെ ബുദ്ധി പതറിപ്പോയി; തീർച്ച. അയാൾക്കും നില തെറ്റിയിട്ടുണ്ടായിരുന്നുവെന്നാണ് തോന്നുന്നത്. ഞങ്ങളുടെ കൂടിക്കാഴ്ച എപ്പോഴും ശണ്ഠയിലവസാനിക്കാൻ കാരണമെന്താണ്? ഞങ്ങളുടെ സ്വഭാവങ്ങൾ തീരെ വ്യത്യസ്തങ്ങളാണ്. പ്രേമം മാത്രമൊന്നും പോര. നിങ്ങളെ മനസ്സിലാക്കാൻ കഴിയാത്ത ഒരാളുമായി ജീവിതമെങ്ങിനെ പങ്കുവെയ്ക്കും? ഞാനിനി അയാളെപ്പറ്റി ചിന്തിക്കരുത്, അയാൾ മര്യാദക്കാരനും തുറന്നു പറയുന്നവനും സത്യസന്ധനുമൊക്കെയാണ്. എനിക്കയാളോട് അനുരാഗവുമുണ്ട്; പക്ഷേ അതല്ല പ്രശ്നം. ഓരോരുത്തനും അവനവന്റെ വികാരങ്ങളെ നിയന്ത്രിക്കണം. എന്നെ വളരെ ദൂരേയ്ക്ക്, സൈബീരിയയിലേയ്ക്കോ, യൂറൽപർവ്വതപ്രാന്തങ്ങളിലേയ്ക്കോ സ്ഥലം മാറ്റിയാൽ നന്നായിരുന്നു. എന്നാൽ ഈ പ്രശ്നമെല്ലാം മറക്കപ്പെടും എന്നെനിക്കുറപ്പുണ്ട്. പക്ഷേ ആ ചിന്ത എന്റെ ദൗർബ്ബല്യത്തെയല്ലേ കാണിയ്ക്കുന്നത്! വേണ്ട, എന്നെ ഇവിടെത്തന്നെ നിർത്തിക്കൊള്ളട്ടെ. ഞാൻ എല്ലാം ശക്തിപ്പെടുത്തിക്കൊള്ളാം. ഇതും ഒരു പരീക്ഷയാണ്. എനിയ്ക്ക് എന്നെ കീഴടക്കാൻ കഴിയുമോ എന്ന പരീക്ഷ. ഓഹോ! സാധിക്കും. പക്ഷേ അത് അനുഭവിക്കുകയെന്നത് എത്ര വിഷമമായിരിക്കും!

താനിച്കയെ അവളുടെ വസതിയിൽകൊണ്ടുപോയാക്കാമെന്ന് വെല്ലോഡ്യ പറഞ്ഞു. അവൾ താമസിക്കുന്നതു വളരെ അകലെയാണ്. നേരം വൈകി. അവസാനത്തെ ബസ്സും പോയിക്കഴിഞ്ഞു. ടാക്സി പിടിയ്ക്കാൻ വൊളോഡ്യ നിർബ്ബന്ധിച്ചുനോക്കിയെങ്കിലും അവൾ കൂട്ടാക്കിയില്ല. കുടി അല്പം കടന്നുപോയി, അതുകൊണ്ട് അല്പം ശുദ്ധവായു കിട്ടണം, നടന്നാൽ മതിയെന്ന് അവൾ ശഠിച്ചു. വൊളോഡ്യയ്ക്കു വിഷമം തോന്നി.

ഹിമക്കാറ്റടിയ്ക്കുമ്പോൾ നടക്കുക; അതു പണ്ടൊക്കെ രസമുള്ളതായിരുന്നു. താനിച്ക ധാരമുറിയാതെ സംസാരിച്ചു കൊണ്ടിരുന്നു. അവൾക്കു പ്രായം 32 കഴിഞ്ഞിട്ടുണ്ട്. എന്നിട്ടും പെരുമാറ്റം കുട്ടികളെപ്പോലെയാണ്. 9 കൊല്ലമായി നാടകാഭിനയം തൊഴിലാക്കിയിട്ട്. ഇവിടുത്തെ പ്രാദേശിക തിയ്യേറ്ററിൽ നടക്കുന്ന നാടകങ്ങളിലാണധികവും അവൾ പങ്കെടുക്കുക. നല്ല ആത്മാർത്ഥതയുണ്ട് ജോലിയിൽ. പ്രതിഭയുള്ള ഒരു നടിയായിട്ടാണ് ആളുകൾ അവളെ കണക്കാക്കിയത്. ക്രമത്തിൽ അവൾ പേരെടുത്തു. ഇപ്പോഴൊക്കെ നായികയുടെ ഭാഗമാണവൾക്കു നല്കുന്നത്. എന്നിരുന്നാലും ശ്രദ്ധിച്ചു വീക്ഷിച്ചാൽ അവളിൽ ഒരു വേദന നീറിക്കൊണ്ടിരിക്കുന്നതായിക്കാണാം. പക്ഷേ തനിയ്ക്കു വലിയ പ്രതിഭയൊന്നുമില്ലെന്ന് അവൾ ക്രമേണ മനസ്സിലാക്കി. മാത്രമല്ല, പ്രതിഭയ്ക്കു പലപ്പോഴും വേണ്ടവിധം പ്രോത്സാഹനം കിട്ടാറുമില്ല. കുത്തിത്തിരിപ്പുകളും ക്ലിക്കുകളും അവളുടെ പ്രതീക്ഷകളെ തകർത്തുകളഞ്ഞിരുന്നു. കാലം ചെല്ലുന്തോറും അവളുടെ ഉന്മേഷവും പ്രസന്നതയും നശിക്കാൻ തുടങ്ങി. മുഖത്ത് അവിടവിടെ ചുളിവുകളും വീണു. "ഓ! അത് അഭിനയത്തിനുള്ള മേക്കപ്പുസമയത്തു ഗ്രീസുപയോഗിച്ചതുകൊണ്ടാണ്, ആരോഗ്യം നശിച്ചിട്ടല്ല" എന്നവൾ സ്വയം സമാധാനിക്കാറുണ്ട്. പുറമേയ്ക്ക് അവൾ തൃപ്തയായിട്ടാണ് തോന്നുക. എങ്കിലും ഉള്ളിൽ സഫലമാവാത്ത സ്വപ്നങ്ങൾ കിടന്നു ഞെരുങ്ങുകയാണ്. ഇതിലും മെച്ചപ്പെട്ട നല്ലൊരു ജീവിതം കാണാൻ കഴിഞ്ഞേയ്ക്കും; പക്ഷേ അങ്ങോട്ടെനിക്കു വഴി തെറ്റിയിരിക്കുന്നു എന്നവൾ വിഷാദിച്ചു.

ഏഴുകൊല്ലംമുമ്പ് ഒരിയ്ക്കൽ വിഷം കുടിച്ച് ആത്മഹത്യചെയ്യാൻ ഒരുങ്ങിയവളാണവൾ. പ്രേമനൈരാശ്യമായിരുന്നു കാരണം. സഹനടനായ ഗ്രോമോവിൽ അവൾ അനുരക്തയായിരുന്നു. ഏതാണ്ടു ഭർത്താവിനെപ്പോലെത്തന്നെ അയാളെ കണക്കാക്കാൻ തുടങ്ങിയ കാലം. ഒരുദിവസം അയാൾ പെട്ടെന്നവളോടു പറഞ്ഞു, "ബന്ധമവസാനിപ്പിക്കണമെന്ന്. നമ്മൾ പൊരുത്തപ്പെടില്ല," എന്നായിരുന്നു അയാളുടെ അഭിപ്രായം. അതവളെ ഞെട്ടിപ്പിച്ചുകളഞ്ഞു. വിഷം കുടിച്ചു ആത്മഹത്യയ്ക്കൊരുങ്ങി. പക്ഷേ വിവേകം അവളെ രക്ഷിച്ചു. പിന്നീടു മറ്റു പലരുമായി ബന്ധപ്പെടുകയുണ്ടായി. വലിയ പ്രതീക്ഷയൊന്നും കൂടാതെയായിരുന്നു ആ ബന്ധങ്ങൾ. അതുകൊണ്ട് അവ തകരുമ്പോൾ വലിയ വേദനയും ഞെട്ടലുമവൾക്കുണ്ടായില്ല. ഇപ്പോൾ വൊളോഡ്യയുടെ പ്രേമാഭ്യർത്ഥന അവൾ സ്വീകരിച്ചത് അതിനുള്ള ദാഹം കൊണ്ടൊന്നുമല്ല, ഒറ്റയ്ക്കു ജീവിച്ചു മടുത്തതുകൊണ്ടു മാത്രമാണ്. താനയാളെ സ്നേഹിക്കുന്നുണ്ടോ എന്നു സ്വയം ചിന്തിക്കാൻ പോലും

അവൾ ശ്രമിച്ചില്ല. മാത്രമല്ല വൊളോഡ്യ വിടാതെ അവളുടെ പുറകെ ക്കുടിയിരിക്കയുമാണ്.

അവളോടയാളുടെ പെരുമാറ്റം അനുഭാവപൂർണമായിരുന്നു. അത്ര യ്ക്കൊന്നും കളിയാക്കാറില്ല. അധികവും പ്രോത്സാഹിപ്പിക്കാറാണ് പതിവ്. അവൾക്കില്ലാത്ത നർമ്മബോധങ്ങൾ അയാൾക്കുണ്ടായിരുന്നു. തനിയ്ക്കു വലിയ കഴിവൊന്നുമില്ല, കുത്തിത്തിരിപ്പുകളും ക്ലിക്കുകളുംകൊണ്ടു മട്ടുത്തു എന്നെല്ലാം അവൾ പരാതിപ്പെട്ടപ്പോൾ, മോസ്ക്കോവിലും മറ്റു മുള്ള പേരെടുത്ത കലാകാരന്മാരിൽ ചിലരെപ്പറ്റി കളിയാക്കിക്കൊണ്ട് അവളുടെ ശ്രദ്ധതിരിക്കാൻ ശ്രമിക്കാറുണ്ട്: “എല്ലാവരും അങ്ങിനെയൊ ക്കെത്തന്നെയാണ്; അതിൽ അതിശയിക്കാനൊന്നുമില്ല. ചില സേവ പിടുത്തങ്ങളും മുഖസ്തുതികളും കൂടാതെ ഒന്നും നടക്കില്ല. കലയേക്കാൾ അനുപേക്ഷണീയമാണത്.” അയാളുടെ ഇത്തരം അഭിപ്രായങ്ങൾ അവളെ വെറുപ്പിക്കാറുണ്ട്. ചിലത് അവളെ ചിരിപ്പിക്കും. എന്നാലും കുറച്ചുകഴിഞ്ഞപ്പോൾ അയാളെക്കാണാതിരിക്കുക അവൾക്കും അല്പം വിഷമമായിത്തുടങ്ങി.

“അവളിൽനിന്ന് ഒന്നും കിട്ടാനില്ല; എങ്കിലും എനിക്കവളെ ഇഷ്ടമാണ്” എന്നായിരുന്നു അയാളുടെ അഭിപ്രായം.

അതൊരു നീണ്ട നടത്തമായിരുന്നു. മഞ്ഞുകാറ്റ് വീറോടെ അടിയ്ക്കുക യാണ്. വൊളോഡ്യയ്ക്കു ദേഷ്യം വരാൻ തുടങ്ങി. താനിച്ക ഇടവിടാതെ സംസാരിച്ചുകൊണ്ടേയിരുന്നു:- സബ്വറോവിന്റെ ചിത്രങ്ങൾ എങ്ങിനെ? അവൾ ചോദിച്ചു.

വൊളോഡ്യ:- ഒരു വീടും രണ്ടു മരങ്ങളും; അല്ലെങ്കിൽ രണ്ടു വീടുകളും ഒരു മരവും. മറ്റൊന്നിലും അയാൾ വിശ്വസിക്കുന്നില്ല.

താനിച്ക:- എന്തുകൊണ്ട്?

വൊളോഡ്യ:- അതാണ് പെയിന്റിങ്ങെന്നാണ് അയാളുടെ അഭിപ്രായം.

താനിച്ക:- നിങ്ങളുടെ അഭിപ്രായമോ?

വൊളോഡ്യ:- അവനൊരു കിറുക്കനാണ്. ആരും അവന്റെ ചിത്ര ങ്ങൾ ഇതുവരെ വാങ്ങിയിട്ടില്ല.

താനിച്ക:- നിങ്ങളങ്ങിനെ പറയുന്നതെന്തുകൊണ്ടാണെന്ന് എനിക്കറിയാം. അനുദിനജീവിതാവശ്യങ്ങൾ നിറവേറ്റാൻ വേണ്ടി വരച്ചതാണ് നിങ്ങളുടെ ചിത്രങ്ങളെല്ലാം. അതാണ് നിങ്ങളയാളെ അധിക്ഷേപിക്കാൻ കാരണം. അയാളങ്ങിനെയല്ല, യഥാർത്ഥ

കലാകാരനാണ്. കാശുണ്ടാക്കാൻ വേണ്ടിയല്ല കലാപ്രവർത്തനം നടത്തുന്നത്. നിങ്ങളോ? നിങ്ങൾ വെറും കാശിനും പദവിക്കും വേണ്ടി മാത്രം. നിങ്ങളിക്കണ്ട പണംകൊണ്ട് എന്തുചെയ്യാനാണ് പോണത്? സബുറോവാകട്ടെ..."

വൊളോഡ്യ:- നിനക്കു സബുറോവിനോടും പ്രേമമുണ്ടോ?

താനിച്ക:- ക്ഷോഭിക്കണ്ട. എനിക്കയാളുടെ ഭാര്യയോട് വലിയ വാത്സല്യമാണ്. അയാളവളെ അതിരറ്റു സ്നേഹിക്കുന്നു.

വൊളോഡ്യ:- "നിനക്കു തെറ്റി. അയാൾ അവളുടെ ചിത്രം വരയ്ക്കുന്നു. അവൾ അയാളെ സ്നേഹിക്കുന്നു. അതാണ് ശരി, അവർ അവരുടെ ജോലി അങ്ങിനെ വിഭജിച്ചിരിക്കുകയാണ്. ആരെങ്കിലും വേണ്ടേ അയാളെ പ്രശംസിക്കാൻ! അതിന്നാണു ശ്ലാഘ. അയാളുടെ പെയിന്റിങ്ങുകൾ നോക്കി അവൾ പറയും "ഓ! അനിതര സാധാരണം!"

താനിച്ക:- "അതിൽ പരിഹസിക്കാനെന്തുണ്ട്? അതാത്മാർത്ഥമായി പറയുന്നതല്ലേ! അവളുടെ വൈരൂപ്യവും അനാരോഗ്യവും അവൾക്കൊരനുഗ്രഹമാണ്... ഇനി നിങ്ങൾക്കെന്നെ സ്നേഹിക്കാൻ കഴിയില്ലെന്നാണ് എനിക്കു തോന്നുന്നത്..."

വൊളോഡ്യ:- "അല്ല! നേരം മൂന്നുമണിയായി. ഇപ്പോഴാണ് നാം മനശ്ശാസ്ത്രത്തെപ്പറ്റി തർക്കിക്കാൻ കണ്ട സമയം. നായകൻ കാശിനുവേണ്ടി കലാസൃഷ്ടിനടത്തുന്നവൻ; നായികയോ ജീവിച്ചുതളരാത്ത ആത്മാർത്ഥതയുള്ള നടി."

താനിച്കയ്ക്കു ശുണ്ഠിവന്നു. അവൾ പെട്ടെന്നു നിന്നു. കടുത്ത സ്വരത്തിൽ അയാളോടു പറഞ്ഞു: "നിങ്ങളുടെ കിന്നാരം കേട്ട് എനിയ്ക്കു വയ്യാതായി. മനുഷ്യരെപ്പോലെ സംസാരിക്കാൻ കഴിയില്ലെങ്കിൽ മേലിലെന്നോടു സംസാരിക്കയേ വേണ്ട!"

അവളുടെ വീടെത്തുന്നവരെ പിന്നീടവർ ഒന്നും സംസാരിച്ചില്ല. വൊളോഡ്യയും അകത്തേയ്ക്കു ചെല്ലാൻ ആഗ്രഹിച്ചെങ്കിലും അവൾ അതിന്നവസരം കൊടുക്കാതെ വാതിൽ കൊട്ടിയടച്ചു.

തലയിലെ ഉുവാല അഴിക്കുകയോ കമ്പിളിക്കോട്ടു മാറ്റുകയോ ഒന്നുംതന്നെ ചെയ്യാതെ അവൾ കിടക്കയിൽപ്പോയിരുന്നു. തലയിൽ പറ്റിയിരുന്ന മഞ്ഞുപാളികൾ ഉരുകി അവളുടെ കണ്ണീരിൽക്കലർന്ന മുഖത്തു മുഴുവനും ഒഴുകി. "ഞാൻ പറഞ്ഞതു കുറച്ചു കടന്നുപോയോ?" അവൾ ഓരോന്നായി ആലോചിക്കാൻ തുടങ്ങി: "ഷാമ്പേയിന്റെ അമലാണോ അതിനു കാരണം? വെളോഡ്യ കാശിനുവേണ്ടി കലാസൃഷ്ടി

ചെയ്യുന്നവനാണെന്നു ഞാനാക്ഷേപിച്ചു. അപ്പോൾ ഞാനോ? ഞാനും അങ്ങിനെതന്നെയല്ലേ! പക്ഷെ വൊളോഡ്യയുടെ ഭാഗത്താണ് ന്യായ ക്കുറവ്. ഞാനൊരു സാധാരണ നടിമാത്രം. അത്രയ്ക്കൊന്നും എന്നെ ആരും കണക്കാക്കുന്നില്ല. വൊളോഡ്യയുടെ നിലയതല്ല. അയാളെപ്പറ്റി കാര്യമായിത്തന്നെ ചർച്ചകളും ലേഖനങ്ങളും മറ്റും വരുന്നുണ്ട്. പക്ഷേ ഉള്ളിലൊന്നുമില്ലാത്ത ഒരു പൊള്ളയാണയാളെന്ന വസ്തുത ആരുമറി യുന്നില്ലെന്നുമാത്രം. അതുകൊണ്ടാണ് അവന് എല്ലാറ്റിനേയും പുച്ഛം. ഗ്ലാഷ സബ്വറോവിനെ പ്രേമിക്കുന്നുണ്ട്. ഞാൻ വൊളോഡ്യയെ സ്നേ ഹിക്കുന്നുണ്ടോ? ഹേയ്! ഇതു പ്രണയമൊന്നുമല്ല. തനിച്ചു കഴിച്ചുകൂട്ടാൻ വിഷമമായതുകൊണ്ടു ഞങ്ങൾ ഒരു സന്ധിയുണ്ടാക്കിയെന്നുമാത്രം. അവനും എന്നെ പ്രേമിക്കുന്നില്ല. കാര്യങ്ങൾ എത്ര മോശമായിട്ടാണ് കലാശിക്കുന്നത്... കുറച്ചുറങ്ങണം. നേരം വല്ലാതെ വൈകി. രാവിലെ ഒരു റിഹേഴ്സലുണ്ട്...മദ്യം ആളുകളെ ഉറക്കംതൂങ്ങികളാക്കുമെന്നു പറയുന്നുണ്ട്. പക്ഷേ എന്റെ അനുഭവം അതല്ല. ഓരോന്നിനെപ്പറ്റി ആലോചിക്കാൻ തുടങ്ങിയാൽ പിന്നെയെങ്ങിനെ ഉറക്കംവരും... സബ്വറോവു പറഞ്ഞതു ശരിയാണ്. കലയെന്ന ഒന്നുണ്ട്."

വൊളോഡ്യേവ് ഒരു ടാക്സിയിൽ നിരുന്മേഷനായി ഇരുന്നു. "മദ്യം കഴിച്ചാൽ താനിച്കയുടെ ഭാവംമാറും" അയാൾ ചിന്തിച്ചു. "പക്ഷേ എന്തായാലും ഞാനവളെ ഇഷ്ടപ്പെടുന്നു. ഇന്നുരാത്രി ഒറ്റയ്ക്കു കഴിച്ചുകൂട്ട ണമെന്നായിരുന്നില്ല എന്റെ ആഗ്രഹമെന്നവൾക്കറിയാം. അതാണ് അവളെന്നെ അകത്തു കേറ്റാതിരുന്നത്. അസുഖകരമായ ഒരു രാത്രി! കലയെപ്പറ്റി നടന്ന തർക്കവും വല്ലാത്ത ബോറായിരുന്നു. സബ്വറോവിനു ഭാവനയുണ്ട്, സമ്മതിച്ചു. പക്ഷേ തലതിരിഞ്ഞവർ മാത്രമേ അയാളുടെ ചിത്രങ്ങൾ വാങ്ങി സൂക്ഷിയ്ക്കൂ. ആർക്കു വേണ്ടിയാണ് അവൻ പെയിന്റു ചെയ്യുന്നത്? നൊണ്ടി ഭാര്യയ്ക്കുവേണ്ടിയോ? ഇന്നിപ്പോൾ എല്ലാവരും കലയെപ്പറ്റി മുറവിളി കൂട്ടുന്നുണ്ട്. പക്ഷേ ഒറ്റക്കുഞ്ഞെങ്കിലും വാസ്ത വത്തിൽ അതിന്നുവേണ്ടി വല്ലതും ചെയ്യുന്നുണ്ടോ? ഇല്ല. അതാണീ ക്കാലത്തിന്റെ പ്രത്യേകത. താനിച്കയ്ക്കു മതിപ്പുണ്ടായി എന്നതിൽ ആശ്ചര്യപ്പെടാനില്ല. കാരണം അവൾ കലയെപ്പററി വലിയ സ്വപ്ന ങ്ങൾ കാണുന്നവളാണ്. സ്വപ്നജീവികളല്ലാത്ത വല്ല രസതന്ത്രശാസ്ത്ര ജ്ഞരേയോ കൃഷിശാസ്ത്രജ്ഞരേയോ താനിച്ക പ്രണയിച്ചെങ്കിൽ നന്നായിരുന്നു. ആനന്ദത്തിന്നുവേണ്ടി അവൾ പൊരിയുകയാണ്. അവളെന്തിനാണ് എന്നെ പിടിയ്ക്കുന്നത്? ഞാൻ കാശിനുവേണ്ടി കലയുണ്ടാക്കുന്നവനാണ്. എല്ലാവരും അങ്ങിനെതന്നെ. പക്ഷേ

ആരും അതു തുറന്നു സമ്മതിക്കില്ലെന്നുമാത്രം. ഞാൻ പണക്കൊതിയനാണെന്നാണ് അവളുടെ ധാരണ. ജീവിക്കേണ്ടേ? അതിനു പണം കൂടാതെ പറ്റുമോ? മോസ്ക്കോവിൽനിന്നു ഞാൻ പോരുന്നതിനു മുമ്പുള്ള ദിവസങ്ങൾ ഓർക്കാൻ വയ്യ... പണമുണ്ടോ! എന്നാൽ നിങ്ങളെ എല്ലാവരും ക്ഷണിക്കും. സല്ക്കരിക്കും. ഇല്ലെങ്കിൽ ആരും തിരിഞ്ഞുനോക്കില്ല. എനിക്കത് അനുഭവപ്പെട്ടതാണ്. അതിൽനിന്നു വേഗം പുറത്തു കടന്നുപോരാൻ കഴിഞ്ഞതിൽ ഞാൻ ഭാഗ്യവാൻതന്നെ. അതൊരു കുറ്റമാണോ? ഞാൻ ആരേയും ഉപദ്രവിച്ചല്ലല്ലോ കാശുണ്ടാക്കിയത്! എനിക്കധികാരമുണ്ടായിരുന്നെങ്കിൽ സബ്ബറോവിന്റെ പെയിന്റിങ്ങുകൾ ഉടൻ വരുത്തി പ്രദർശിപ്പിക്കുമായിരുന്നു. അയാൾക്കു നല്ല കഴിവുണ്ട്. പക്ഷെ അതല്ല പ്രശ്നം. ഇതിലെങ്ങും നീതിയല്ല നോക്കുന്നത്. അവനു ജീവിക്കാനാഗ്രഹമുണ്ടെന്ന കാര്യത്തിൽ എനിക്കു സംശയമേയില്ല... സവ്ചെങ്കോ രണ്ടു ഗ്ലാസ് കുടിച്ചപ്പോഴേയ്ക്കും സബ്ബറോവിന്റെ കഴുത്തിനു കേറിപ്പിടിക്കാൻ തുടങ്ങി. അതു തമാശയാണ്. സവ്ചെങ്കോ ഒരു മരത്തലയനല്ലേ! സോന്യയ്ക്ക് അയാളെ എങ്ങിനെ സ്നേഹിക്കാൻ കഴിയും? അച്ഛൻ ആദർശങ്ങളെപ്പറ്റി പറയുന്നതിൽ അത്ഭുതപ്പെടാനില്ല. അദ്ദേഹം വളർന്നതങ്ങിനെയാണ്. വിപ്ലവത്തിന്റെയും റൊമാന്റിസത്തിന്റേയും കാലത്തിലൂടെയാണദ്ദേഹം കടന്നുപോയിട്ടുള്ളത്. പക്ഷേ സവ്ചെങ്കോ ഒരു വെറും സാധാരണ മനുഷ്യൻ മാത്രം. അയാൾക്ക് ആദർശങ്ങളുമായി എടപാടൊന്നുമില്ല. അയാൾ എഞ്ചിനീയരാണ്. യന്ത്രങ്ങളാണ് അയാളുടെ ഏർപ്പാട്. അവനവന്റെ ഭാഗം സ്ഥാപിക്കാൻ എല്ലാവരും നുണയും സേവയും കുത്തിത്തിരിപ്പും ഒക്കെ നടത്തും. പക്ഷേ എല്ലാവരും അതിൽ ജയിച്ചെന്നുവരില്ല. സവ്ചെങ്കോ എന്നെ കുമ്പിടണം! കാരണം, എനിക്കു വേണമെന്നു തോന്നുമ്പോൾ ഒരൊറ്റച്ചിത്രം വരച്ചുവിറ്റാൽ മതി, അയാൾക്കു ഒരു മാസത്തിൽ കിട്ടുന്ന ശമ്പളത്തിന്റെ നാലിരട്ടി കിട്ടും. അതു ഞാൻ ചെയ്യുന്നതും അയാൾ കാണുന്നുണ്ട്. പക്ഷേ അയാളുടെ വിചാരം എനിക്കു യാതൊരു അല്ലലുമില്ലെന്നാണ്. വാസ്തവം നേരെ മറിച്ചാണ്. അയാളാണ് എന്നെക്കാൾ ഭാഗ്യവാൻ. കാരണം, അയാൾ അത്രകണ്ടു വിഡ്ഢിയാണ്. എനിയ്ക്ക് ആകപ്പാടെ ബോറായിക്കഴിഞ്ഞു. ദാ, കുറച്ചു ദിവസങ്ങളായി വളരെ നേരത്തെ കൃത്യത്തിന്നുണരണം, ജ്റാവിലോവിന്റെ പടമുഖം. എങ്കിലും ഞാൻ നല്ലൊരു രൂപം കൊടുത്തിട്ടുണ്ട്; സോവിയറ്റുവ്യവസായത്തിന്റെ നായകനാക്കിയിരിക്കയാണ് ഞാനയാളെ. തല ഉയർത്തിപ്പിടിച്ചു ദൃഢനിശ്ചയം സ്ഫുരിക്കുന്ന കണ്ണുകളോടെയാണ് ഞാൻ വരച്ചിട്ടുള്ളത്. മ്യൂസിയത്തിലേയ്ക്ക് ഇതു വാങ്ങിക്കുകയാണെങ്കിൽ, മസ്ലോവ്വ പറഞ്ഞപോലെ ഒട്ടും കുറയാതെ 20000 കിട്ടും.

അതു കിട്ടിക്കഴിഞ്ഞാൽ ഒരു വിക്ടറി മോട്ടോർകാർ വാങ്ങിയാലോ? റോട്ടിൽക്കൂടി അങ്ങിനെ പറപ്പിച്ചുപോകാൻ നല്ല അന്തസ്സുണ്ട്. പക്ഷേ അതാണോ ശരി? പകുതി അമ്മയ്ക്കു കൊടുത്തുകളയാം. വീട്ടിലെ വിഷമം അമ്മ ആരേയുമറിയിക്കാതെ കഴിക്കയാണ്. അച്ഛൻ കിട്ടുന്നതെല്ലാം ദാനം ചെയ്തു തീർക്കും. ജ്വാവിലോവിന്നു സുന്ദരിയായ ഒരു ഭാര്യയുണ്ട്. ടിൻടൊറെറ്റൊ അവളുടെ ചിത്രം വരച്ചതു ഞാൻ കണ്ടു. ചുമന്ന തലമുടി, പച്ചക്കണ്ണുകൾ - നല്ല ചന്തമുള്ള സ്ത്രീ...

ആൻഡ്രി പുഖോവ് കണ്ണുമടച്ച് ഒരു കസാലയിൽ അങ്ങിനെയിരിക്കയാണ്. പല ചിന്തകളും അദ്ദേഹത്തിന്റെ മസ്തിഷ്കത്തിലൂടെ ഓടിക്കൊണ്ടിരുന്നു. വൊളോഡ്യയുടെ വാക്കുകൾ ഞെട്ടലോടെയാണദ്ദേഹം ഓർമ്മിച്ചത്: “അതൊരുതരം ഇരട്ടത്താപ്പാണ്. കലാമൂല്യം വേണമെന്നു വാദിക്കുക, തൊഴിലാളികളെ പെയിന്റുചെയ്യുക, എന്നിട്ട് എല്ലാവരും ആത്മാർത്ഥതയില്ലാത്തവരാണെന്ന് ആക്ഷേപിക്കുക! അരുത്, ഞാനതിനെപ്പറ്റി വെറുതെ ആലോചിച്ചു തലപുണ്ണാക്കരുത്. സോന്യയ്ക്ക് ആത്മാർത്ഥതയുണ്ട്. ഹാവൂ, എന്തൊരാശ്വാസം! സവ്ചെങ്കോവിനെ മനസ്സിലാക്കാനാണെനിക്കെളുപ്പം... സോന്യയെ മനസ്സിലാക്കാൻ വിഷമമാണെങ്കിലും അവൾ ആത്മാർത്ഥതയുള്ളവളാണ്. എല്ലാവരും അതുപോലാവണമെന്നു പ്രതീക്ഷിക്കുന്നതു ശരിയല്ല. സോന്യ സവ്ചെങ്കോവിനെപ്പോലെ ആവണമെന്നു പ്രതീക്ഷിക്കേണ്ട ആവശ്യമെന്ത്? പക്ഷേ പലപ്പോഴും ഞാനങ്ങിനെ ആശിച്ചു പോകുന്നു, അതു ശരിയല്ല. എന്തോ ഉന്മേഷം തോന്നുന്നില്ല. കുട്ടികളായിരിക്കുമ്പോൾ പിറന്നാളാഘോഷമൊക്കെ രസമാണ്. ഇപ്പോൾ അതെന്നെ അസ്വസ്ഥപ്പെടുത്തുകയാണ്. പിന്നെ ഈ ശപിക്കപ്പെട്ട ഹൃദ്രോഗവും... മരണം എന്നെ ഭയപ്പെടുത്തുന്നില്ല; മറിച്ച് ഈ അസ്വസ്ഥതയാണ്. ചിലതു ചെയ്യാൻ നിങ്ങൾ ആഗ്രഹിക്കുന്നു; അതൊട്ടു സാധിക്കുന്നുമില്ലെന്നു വന്നാലോ!”

താൻ തളർന്നുതളർന്നു വീഴുകയാണെന്നദ്ദേഹത്തിനു തോന്നി. ഉറക്കെ കരയാനൊരാശ. അതു മനസ്സിന്റേതല്ല, ശരീരത്തിന്റെ വല്ലായ്മയിൽനിന്നുള്ളതാണ്. നദേജ നല്ല ഉറക്കമാണ്. അവളുടെ ശ്വാസോച്ഛ്വാസം കൂടി അദ്ദേഹത്തെ അസ്വസ്ഥനാക്കി. “ഞാൻ ദാ മരിയ്ക്കുകയാണ്; ഞാൻ ഒച്ചയൊന്നുമുണ്ടാക്കി നദേജയെ ഉണർത്തരുത്” എന്നുവരെ അദ്ദേഹത്തിനു തോന്നിപ്പോയി.

മനസ്സിന്നുല്ലാസം നൽകുന്ന വല്ലതിനെപ്പറ്റിയും ചിന്തിക്കാൻ അദ്ദേഹം ശ്രമിച്ചു. നാളെ സെറിയോജയുടെ അമ്മയെ ഒന്നു കാണണം. അവൾ വളരെ കഷ്ടപ്പെടുന്നുണ്ടാവും. ഒരു ടൈപ്പിസ്റ്റെന്ന നിലയ്ക്ക്

കഷ്ടിച്ച 600 റൂബിളേ അവൾക്ക് മാസം കിട്ടുന്നുള്ളൂ. സെറിയോജ കണക്കിൽ ബഹുമിടുക്കനാണ്. അവന്റെ പഠിപ്പ നിർത്തരുത്. കുട്ടിക ളുടേയും അവളുടേയും എല്ലാ ചിലവും അവളുടെ ശമ്പളംകൊണ്ടുവേണം നടക്കാൻ. അവർക്കെന്തെങ്കിലും സ്വല്പം സഹായം ചെയ്യണമെന്ന ദ്ദേഹം നദേജയോടു പറഞ്ഞിരുന്നു.

പെട്ടെന്ന് അദ്ദേഹം തന്റെ ഭാര്യയെപ്പറ്റി ഓർത്തു. അവളുടെ ചെറു പ്പത്തിലെ രൂപം അദ്ദേഹത്തിന്റെ മനസ്സിൽ നൃത്തം വെച്ചു. അവളുടെ തലമുടി സെറിയോജയുടേതുപോലിരുന്നു. അവൾ ഒരു പട്ടാളക്കാരന്റെ കോട്ടു ധരിച്ചിരുന്നതും അദ്ദേഹം ഓർമ്മിച്ചു. “നദേജയ്ക്കു നല്ല ധൈര്യ മുണ്ട്. റസ്റ്റോവ് ശത്രുക്കളാൽ വലയം ചെയ്യപ്പെട്ട സന്ദർഭം. ഒരു തോക്ക് തനിയ്ക്കും നല്കാൻ നദേജ കെഞ്ചി. അതെത്രകാലം മുമ്പാണ്? കഴിഞ്ഞ ജീവിതത്തിലേയ്ക്ക് ഇന്നു തിരിഞ്ഞുനോക്കുമ്പോൾ പലതും നിങ്ങൾക്കു വിശ്വസിക്കാൻ വിഷമമായിത്തോന്നും. പ്രായം വ്യത്യാസ പ്പെട്ട കാര്യംപോലും നിങ്ങൾ മറന്നുപോകും. നദേജയ്ക്കിപ്പോഴും നല്ല ധൈര്യമാണ്. എന്നെപ്പറ്റി മാത്രമേ അവൾക്കു പേടിയുള്ളൂ. അതുപോലെ എനിക്കവളെപ്പറ്റിയും. എന്റെ കാലം കഴിഞ്ഞാൽ അവളെങ്ങിനെ കഴി ച്ചുകൂട്ടും? ജീവിതത്തിൽ ഇതുവരെ ഞങ്ങൾ പിരിഞ്ഞിരുന്നിട്ടില്ല.” ഈ സമയത്ത് നദേജയുടെ ശ്വാസം കഴിയ്ക്കുന്ന ശബ്ദം ഒരു ശോകാർദ്രഭാവം അയാളിൽ ഉണർത്തിവിട്ടു.

രോഗിയും അശക്തനുമായിക്കഴിഞ്ഞെങ്കിലും കുറച്ചുനാൾകൂടി ജീവി ക്കാനദ്ദേഹം ആഗ്രഹിച്ചു. നെഞ്ചിന്റെവേദന അല്പം കുറഞ്ഞു. താനുമായി പഴകിക്കഴിഞ്ഞ ഒരു സാധാരണ വേദനപോലെയായിരിക്കുന്നു, അതായാൾക്ക്. താൻ ക്ഷണത്തിൽ ഉറങ്ങിപ്പോയേയ്ക്കാമെന്നയാൾ ആശ്വസിച്ചു. പെട്ടെന്ന് അയാൾക്കു ലോകം വളരെ സുഖസമൃദ്ധമായ ഒന്നായിത്തോന്നി. “ഇത് ഇന്നേയ്ക്കു മാത്രമല്ലെന്നതിൽ ഞാൻ സന്തോ ഷിക്കുന്നു. ജീവിയ്ക്കണമെന്നാണ് എല്ലാവരും അവസാനനിമിഷംവരെ ആഗ്രഹിക്കുന്നത്.”

അദ്ധ്യായം മൂന്ന്

വെളുപ്പാൻകാലമാവുന്നതുവരെ ലെനയ്ക്കുറക്കം വന്നില്ല. പിന്നീടവൾ ഉണർന്നതു വളരെ വൈകിയാണ്. അന്ന് ഞായറാഴ്ചയായിരുന്നു. ഉടനെ അവൾ നിശ്ചയിച്ചു: എല്ലാം ഇന്നുതന്നെ ഝുറാവിലോവിനോടു തുറന്നുപറയണം. "ഇനി ഒളിച്ചുവെച്ചിട്ടു കാര്യമില്ല. അതു മര്യാദയുമല്ല." പക്ഷേ അവൾ ഇതൊക്കെ തീരുമാനിച്ചു ഝുറാവിലോവിന്റെ മുറിയിലേയ്ക്കു ചെന്നപ്പോൾ വൊളോഡ്യ ചിത്രംവരച്ചു മുഴുമിയ്ക്കുകയായിരുന്നു. അത് അപ്പോൾതന്നെ കണ്ടേ കഴിയൂ എന്ന് ഝുറാവിലോവ് നിർബ്ബന്ധിച്ചു.

"ഛായ നല്ലവണ്ണമുണ്ട്; ഞാൻ അല്പം തടിച്ചുപോയിട്ടുണ്ടെന്നുമാത്രം. മുഖത്തെ ആ ഭാവമുണ്ടല്ലോ, അതു വളരെ ശരിയായിട്ടുണ്ട്. സംശയമില്ല."

ഒരു അലംഭാവം നിറഞ്ഞ പുഞ്ചിരിയോടെ വൊളോഡ്യ ലെനയോടു പറഞ്ഞു: "നിങ്ങളുടെ ഭർത്താവിന്റെ അവയവങ്ങൾക്കു മിഴിവില്ല. അതുകൊണ്ടു ചിത്രം വരയ്ക്കാൻ വളരെ വിഷമമാണ്. എങ്കിലും അദ്ദേഹത്തിന്റെ ഉള്ളിലുള്ളതു പ്രതിഫലിപ്പിക്കാൻ ഞാൻ കഴിയുന്നത്ര ശ്രമിച്ചിട്ടുണ്ട്."

ലെന ഒന്നും പറയാതെ അവിടെനിന്നു പോയി. "ഉള്ളിലുള്ളതെന്ന് അയാൾ പറയാനെന്താണ്?" അവൾ അത്ഭുതപ്പെട്ടു: "അതും ആ നേരിയ പരിഹാസച്ചിരിയോടെ...ആൻഡ്രി പുഖോവിനു ഇത്തരമൊരു മകനുണ്ടായത് അത്ഭുതംതന്നെ. എപ്പോഴും പൊളിപറയുന്ന ധാരാള മാളുകൾ ലോകത്തിലുണ്ടാവുമോ? എന്നെപ്പോലെ... ഞാൻ പോയി കുറച്ചു തേൻമേടിയ്ക്കാൻ നോക്കട്ടെ. ഷൂരക്ക് അതിഷ്ടമാണ്. എനിയ്ക്കു കുറച്ചു ശുദ്ധവായു കുടിയേ കഴിയൂ. തലയ്ക്കു വല്ലാത്ത ഒരു കനം. ഒന്നിലും

ശ്രദ്ധ നില്ക്കുന്നേയില്ല. ഞാൻ തിരിച്ചുവരുമ്പോഴേയ്ക്കും ആ ചിത്രകാരൻ പോയിട്ടുണ്ടാവും. അപ്പോൾപ്പിന്നെ വേറെയാരുമുണ്ടാവില്ല. ഞാൻ ജൂറാവിലോവിനോടു പറയും: "എനിക്കു നിങ്ങളോട് എല്ലാം തുറന്നുപറയണ"മെന്ന്.

അവൾ പുറത്തുനിന്നു തിരിച്ചുവന്നപ്പോഴും വീട്ടിൽ ജൂറാവിലോവ് തനിച്ചായിരുന്നില്ല. ഖിറ്റ്റോവുമായി സംസാരിച്ചിരിക്കയാണയാൾ. അവൾ എത്തിയ ഉടനെ ജൂറാവിലോവ് പറഞ്ഞു, താനും ഖിറ്റ്റോവുംകൂടി നായാട്ടിനു പോകയാണെന്ന്. ഒരുപക്ഷേ ഡിന്നറിനു ഞാനൊരു മുയലിനെക്കൊണ്ടുവരാം എന്ന് അഭിമാനത്തോടെ പറഞ്ഞുകൊണ്ടാണ് അയാൾ പുറപ്പെട്ടത്. ലെനയ്ക്ക് അല്പം ആശ്വാസം തോന്നി: "ഇനി കുറെ നേരത്തേയ്ക്കു സൊല്ലയില്ലല്ലോ. അയാൾ വരാൻ വൈകിയേയ്ക്കും. വിവരങ്ങൾ തുറന്നുപറയൽ ഞാൻ നാളേയ്ക്കു നീട്ടേണ്ടിയിരിക്കുന്നു... പക്ഷേ എന്താണ് പറയേണ്ടതെന്ന് ഇനിയും ഞാൻ തീരുമാനിച്ചുകഴിഞ്ഞിട്ടില്ലല്ലോ! എനിയ്ക്കൊന്നുമറിയില്ല, എന്തുചെയ്യണമെന്ന്!"

പിറ്റേദിവസം സുദീർഘമായ ഒരു കമ്മിറ്റിയോഗമുണ്ടായിരുന്നതുകൊണ്ട് അന്നും അവൾക്കു ജൂറാവിലോവിനോടു സംസാരിക്കാൻ കഴിഞ്ഞില്ല.

ഓരോ ദിവസവും രാവിലെ എണീക്കുമ്പോൾ അവൾ തീരുമാനിക്കാറുണ്ട്, ഇന്നു പറഞ്ഞേ ഇരിയ്ക്കുവെന്ന്. ഇനി ഇതു തുടരാൻ സാദ്ധ്യമല്ല, പറഞ്ഞുപിരിയണം എന്നു കരുതും; പക്ഷേ പറയാൻ കഴിയാറില്ല. എന്താണ് പറയണ്ടതെന്നു ചിന്തിച്ചു ശരിപ്പെടുത്തുന്നതിനുമുമ്പ് അയാൾ ഫാക്ടറിയിലേയ്ക്കു പൊയ്ക്കഴിയും. അവൾ സ്ക്കൂളിലേയ്ക്കും. മിക്കവാറും വൈകുന്നേരം സ്ക്കൂളിൽ എന്തെങ്കിലും വിശേഷമുണ്ടായിരിക്കും; രക്ഷകർത്താക്കളുടെ യോഗങ്ങളോ, മാർക്സിസം - ലെനിനിസത്തെപ്പറ്റിയുള്ള സെമിനാറോ കുട്ടികളുടെ നാടകങ്ങളോ - അങ്ങിനെ എന്തെങ്കിലുമില്ലാത്ത ദിവസമില്ല. അതിലെല്ലാം ലെനയ്ക്കു ചുമതലയുള്ളതാണ്. അങ്ങിനെ അവൾ വീട്ടിലെത്താൻ മിക്കപ്പോഴും വൈകും.

ഒരു ദിവസം രാവിലെ കാപ്പി കുടിക്കുമ്പോൾ ജൂറാവിലോവു ചോദിച്ചു. "നീ ഇത്രയധികം ജോലി ഏറ്റെടുത്താലെങ്ങിനെയാണ്? ചിട്ടവെയ്ക്കാൻ കഴിയാതാവില്ലെ?"അവളൊന്നും മറുപടി പറഞ്ഞില്ല.

അന്നുരാത്രി അത്താഴത്തിന്നിരിക്കുമ്പോൾ ചില തമാശകൾ പറഞ്ഞ് അവളുടെ ശ്രദ്ധതിരിയ്ക്കാൻ അയാൾ ഒരു ശ്രമം നടത്തി; "നമ്മുടെ ബ്രൈനിനില്ലേ, മറവിയുടെ കൂടപ്പിറപ്പെന്നു പേരെടുത്തവൻ! അയാളിന്ന് ആപ്പീസിലെത്തിയതു ഭാര്യയുടെ സ്വെറ്ററുമിട്ടാണ്. അതു

വളരെ വലുതാണ്. തൂങ്ങിക്കിടന്നിരുന്നു. തനിക്കിത്ര തടി കുറഞ്ഞു പോയോ എന്ന് അയാൾ അമ്പരന്നുപോയി. അപ്പോഴുണ്ട് അയാളുടെ ഭാര്യ ഓടിക്കൊണ്ടുവരുന്നു. അവൾ വിവരം പറഞ്ഞപ്പോൾ എല്ലാവരും ചിരിച്ചുചിരിച്ചു തളർന്നുപോയി..." ഇതുപറഞ്ഞു ഗുറോവിലോവു പൊട്ടിച്ചിരിച്ചു. ലെനയും ചിരിയ്ക്കാൻ ഒരു ശ്രമം നടത്തി.

സ്കൂളിൽനിന്നു വീട്ടിലേയ്ക്കു മടങ്ങുമ്പോൾ അവൾ വിചാരിച്ചു: "ഞാൻ ആത്മാർത്ഥതയില്ലാതെയാണ് ഇപ്പോൾ പെരുമാറുന്നത്. എനിക്കു സ്നേഹിക്കാനോ ബഹുമാനിക്കാനോ കഴിയാത്ത ഒരുത്തനോടുകൂടി ഞാനെങ്ങിനെ ജീവിതം തുടരും? വളരെ മുമ്പുതന്നെ ഇതയാളോടു പറയേണ്ടതായിരുന്നു. പക്ഷേ ഷൂരയെ അയാൾ വിട്ടുതരില്ല. അതുവല്ലാത്ത ബഹളങ്ങൾക്ക് ഇടവരുത്തും. കുട്ടി വിഷമിയ്ക്കും. അവളെ വിഷമിപ്പിയ്ക്കാൻ എനിക്കവകാശമില്ല. പിന്നെ ഞാനെന്തു ചെയ്യും?"

കൊല്ലം പിറന്നു. ജനുവരിമാസമായി. ഹേമന്തം അതിന്റെ മീശമുറുക്കി മുഖം വീർപ്പിച്ചുനില്ക്കുകയാണ്. ഹിമവാതത്തിനു ശക്തിവർദ്ധിച്ചു. മഞ്ഞു കട്ടയായി പെയ്തുകൊണ്ടിരിക്കുന്നു. ആ മഞ്ഞുകട്ടകളിൽക്കൂടി സ്കൂളിൽ നിന്നു വീട്ടിലേയ്ക്കു മടങ്ങുംവഴി അവൾക്കു തോന്നി: "ഇല്ല എനിക്കിനി ഇതു താങ്ങാനാവില്ല. ഇങ്ങിനെ ഒരു ദിവസംകൂടി കഴിച്ചാൽ എന്റെ ഹൃദയം പൊട്ടിത്തകർന്നുപോകും."

സ്കൂളിൽനിന്നു മടങ്ങി എത്തിയാൽ ഉടനെ അവൾ ഷൂര എന്തെടുക്കുന്നുവെന്നു നോക്കാൻ ഓടും. കുട്ടി മുറിയിൽക്കിടന്നുറങ്ങുകയോ അച്ഛനുമായി കളിക്കുകയോ ആണെങ്കിൽ അവൾ അസ്വസ്ഥയായി വീട്ടിന്റെ മറ്റു ഭാഗങ്ങളിൽ നടന്നുകൊണ്ടിരിക്കും. ഇതിനിടയിൽ വീട്ടിലെ ഓരോ ഉപകരണങ്ങളിലും - കർട്ടൻ, കസാല എന്നിവയിലെല്ലാം അവളുടെ കണ്ണുകൾ പറന്നെത്തും. കർട്ടനുകളിന്മേലും കുഷൻകളിലും താൻ വളരെ ശ്രദ്ധയോടെ തുന്നിപ്പിടിപ്പിച്ചിരുന്ന പൂക്കളും മറ്റും അവൾ നോക്കിനിന്നു. ഇപ്പോൾ അതെല്ലാം തന്നെ കൂടുതൽ ശുണ്ഠിപിടിപ്പിക്കുന്നതായിട്ടാണവൾക്കു തോന്നിയത്.

തന്റെ ഈ സ്ഥിതിയ്ക്കും ദിമിത്രിയ്ക്കും തമ്മിൽ യാതൊരു ബന്ധവുമില്ലെന്ന് അവൾ സ്വയം വിശ്വസിക്കാൻ ശ്രമിച്ചു. അയാളെപ്പറ്റി ഓർമ്മിക്കാതിരിക്കാനും അവൾ നിരന്തരം ശ്രമിക്കാറുണ്ട്. അവരിപ്പോൾ തമ്മിൽ കാണാറില്ല. പക്ഷേ അതുകൊണ്ടു വല്ല ഫലവുമുണ്ടായോ? ഇല്ല. വാസ്തവത്തിൽ അവൾ അയാളെപ്പറ്റി സ്മരിക്കാത്ത സമയമില്ല: "ദിമിത്രി അന്ന് ഇരുന്നത് ആ കസേലയിലാണ്. അതിലിരുന്നുകൊണ്ടാണ് ആ യുദ്ധകാലസംഭവങ്ങൾ അദ്ദേഹമെന്നോടു പറഞ്ഞത്.

പെട്ടെന്നയാൾ എണീറ്റുനിന്ന് എന്റെ നേർക്കു നോക്കിപ്പറഞ്ഞു: ലെന നിങ്ങൾ വളരെ ചെറുപ്പമാണ്. ഇതൊക്കെ മനസ്സിലാക്കാൻ നിങ്ങൾക്കു വിഷമമായിരിക്കും... എന്തിനാണ് വീണ്ടും അതേ ചിന്തകൾ എന്നെ അള്ളിപ്പിടിയ്ക്കുന്നത്?"

സംഭവങ്ങൾ ഇങ്ങിനെ മോശമായി കലാശിച്ചതെന്തിനാണ്? ഇതു തന്റെ കുറ്റമാണ്. ദിമിത്രിയും താനും തമ്മിലുള്ള സൗഹാർദ്ദബന്ധത്തെ ഞെട്ടിപ്പിച്ചത് താനാണെന്നവൾക്കു തോന്നി. ഈ ബന്ധം അതിർത്തി ലംഘിക്കുന്നതിനു മുമ്പുതന്നെ അയാൾ താക്കീതു ചെയ്തു; തടഞ്ഞു. ഇനി ഒരിയ്ക്കലും അവൾക്കയാളെ കാണാൻ കഴിയില്ലെന്നോ! അദ്ദേഹം ഒരു തവണയെങ്കിലും ഒന്നു വന്നിരുന്നെങ്കിൽ എന്ന് അവൾ ആശിച്ചു: "വന്നു വലിയ കാര്യമായി ഒന്നും സംസാരിക്കണമെന്നില്ല. ഏതെങ്കിലും പുസ്തകത്തെപ്പറ്റിയോ, കാലാവസ്ഥയെപ്പറ്റിയോ എന്തെങ്കിലും എങ്ങിനെയെങ്കിലും അദ്ദേഹത്തിന്റെ സാന്നിദ്ധ്യം ഒരിക്കൽക്കൂടി അനുഭവിക്കാൻ കഴിഞ്ഞെങ്കിൽ! ഛേ! മോശം, അവമാനമല്ലേ! ഞാനെന്തൊക്കെയാണ് ചിന്തിക്കുന്നത്! ഞാനൊരു സോവിയറ്റ് യുവതിയല്ലേ! ഒരന്തസ്സും അഭിമാനവും വേണ്ടേ? എനിയ്ക്കയാളുടെ ഔദാര്യമെന്തിനാണ്....?" ദിമിത്രിയല്ലല്ലോ പ്രശ്നം, തന്റെ ഭർത്താവല്ലേ എന്നവൾ ശ്രദ്ധതിരിച്ചു.

തന്റെ വിവാഹജീവിതാനുഭവവും ദിമിത്രിയോടുള്ള മനോഭാവവും തമ്മിൽ ബന്ധപ്പെടുത്താൻ അവൾ കൂട്ടാക്കിയില്ല. ദിമിത്രിയെക്കാണുന്നതിനുമുമ്പുതന്നെ ജൂറാവിലോവിനെ അവൾ സ്നേഹിക്കാതായിത്തുടങ്ങിയില്ലേ? ദിമിത്രിയെ സ്നേഹിക്കുന്നുവെന്ന് അവൾക്കു ബോധ്യപ്പെട്ടത് അന്നത്തെ ആ ചർച്ചായോഗത്തിൽ വെച്ചാണ്. വാസ്തവം പറഞ്ഞാൽ അന്നുമുതലയ്ക്കാണ് ജൂറാവിലോവിന്റെ സാന്നിദ്ധ്യം അവൾക്ക് അസഹ്യമായിത്തോന്നിയത്. കഴിഞ്ഞ വേനൽക്കാലത്ത് വെറുമൊരു ചങ്ങാതിയായിട്ടായിരുന്നു അവൾ ദിമിത്രിയെ വീക്ഷിച്ചിരുന്നത്. ഇന്നിപ്പോൾ തനിക്ക് സുഹൃത്തുക്കളേയില്ലെന്നവൾക്കു തോന്നി. താനിപ്പോൾ ഭർത്താവിനെ ഉപേക്ഷിച്ചാൽ ആരും തന്നെ സാന്ത്വനപ്പെടുത്താനോ മനസ്സിലാക്കാനോ ഉണ്ടാവില്ലെന്നും അവൾ പേടിച്ചു. ഇപ്പോൾ ദിമിത്രികൂടി നഷ്ടപ്പെട്ടുകഴിഞ്ഞപ്പോഴാണ്, ജൂറാവിലോവുമായുള്ള ബന്ധം വിടർത്താൻ അവൾ തീരുമാനിച്ചത്. എല്ലാം ജൂറാവിലോവനിനോട് തുറന്നുപറഞ്ഞു ഹൃദയഭാരം നീക്കണം, ബന്ധം അവസാനിപ്പിച്ച് ശുദ്ധമണ്ഡലം കാണണം എന്നവൾ തീർച്ചയാക്കിയിട്ട് ദിവസങ്ങൾ പലതായി. പക്ഷേ അത് പറയാൻ തയ്യാറെടുക്കുമ്പോഴാണ് കുട്ടിയുടെ ഓർമ്മ വരിക. അങ്ങിനെ അതു നീട്ടിവെയ്ക്കും. തന്റെ

ഈ വിങ്ങലും വീർപ്പുമുട്ടലും ഒന്ന് കൈമാറാൻ മറ്റാരെങ്കിലുമുണ്ടായിരുന്നെങ്കിൽ എന്നവൾ കൊതിച്ചു.

ഈ അമ്പരപ്പിൽ അവൾക്ക് കുണ്ഠിതവും പരിഹാസവും തോന്നിപ്പോയി. “എന്ത്! എനിക്ക് വയസ്സ് മുപ്പതായി. എന്നിട്ട് ഇനിയും സ്വന്തം കാര്യം തീരുമാനിക്കാൻ മറ്റൊരാൾ വേണമത്രെ. അതവമാനമാണ്. ഞാൻ കോംസൊമോളിൽ (യുവകമ്യൂണിസ്റ്റ് ലീഗ്) ചേർന്നകാലത്ത് ഇങ്ങനെ വല്ലതും ആരെങ്കിലും എന്നെ ഓർമ്മപ്പെടുത്തിയിരുന്നെങ്കിൽ “എന്നെ ഉടനെ പുറംതള്ളൂ” എന്ന് ആദ്യം പറയുക ഞാനായിരുന്നു. പക്ഷേ എന്നിട്ടും അവളാശിച്ചു. ആരെങ്കിലും തന്നെ സാന്ത്വനപ്പെടുത്താനുണ്ടായിരുന്നെങ്കിൽ എന്ന്.

അമ്മയ്ക്കെഴുതിയാലോ? അവൾ ആലോചിച്ചു : വേണ്ട! അതു കുഴപ്പമാണ്. മാതാപിതാക്കളെ കാണാൻ പോയാൽപ്പോലും ഇതവരോടു പറയരുതെന്ന് അവളുറച്ചു: “അമ്മയ്ക്ക് എന്നെക്കാൾ ബുദ്ധിയുണ്ട്. അവർക്ക് ആളുകളെ നന്നായറിയാനുള്ള സാമർത്ഥ്യവുമുണ്ട്. പക്ഷേ ഇതുപോലൊരു കാര്യം അമ്മയ്ക്ക് ഒരിക്കലും മനസ്സിലാവില്ല. ഇത്തരമൊരു മകളുണ്ടായതിൽ വേദനയ്ക്കുകയേയുള്ളൂ.”

ലെനയുടെ അമ്മ അന്റോനിന പാവ്‌ലോവന കലാഷ്നിക്കോവ് “റെഡ്‌വെ” കൂട്ടുകൃഷിസ്ഥാപനത്തിന്റെ ചെയർമാനാണ്. അവൾ ബുദ്ധിശാലിനിയും സമർത്ഥയുമാണതാനും. വളരെ ചെറുപ്പത്തിലേ അവൾ വിവാഹിതയായി. ഭർത്താവ് സൗമ്യനും സ്വപ്നജീവിയുമാണ്. കുട്ടികൾക്കു കളിക്കാൻ മരപ്പാവകളുണ്ടാക്കുകയാണദ്ദേഹത്തിന്റെ വിനോദം. ജോലികഴിഞ്ഞ് വന്നാൽ സായാഹ്നങ്ങളിൽ ഇതാണദ്ദേഹത്തിന് പണി. അദ്ദേഹം മരത്തിൽ കൊത്തുപണി ചെയ്തുകൊണ്ടിരിക്കുമ്പോൾ അന്റോനിന ചിലപ്പോൾ ചോദിക്കും: “എന്താണത്, പന്നിയോ?” അദ്ദേഹം നാണംകുണുങ്ങിക്കൊണ്ട് ഒന്ന് മന്ദഹസിക്കും: “ഇത് ലെനയ്ക്ക് കളിയ്ക്കാൻ ഒരാനയാണ് ,” എന്നോ മറ്റൊ മറുപടി പറയും. എപ്പോഴും ക്ഷമാപണസ്വരത്തിലായിരിക്കും മറുപടി. ഈ ഉണ്ടാക്കുന്ന പാവകൾ മുഴുവൻ കുട്ടികൾക്കു സമ്മാനിക്കയാണ് പതിവ്. ലെനയും അവളുടെ സഹോദരനും മുതിർന്നപ്പോൾ അദ്ദേഹം മറ്റു കുട്ടികളെത്തേടിപ്പിടിച്ച് അവർക്ക് പാവയുണ്ടാക്കിക്കൊടുത്തുകൊണ്ടിരുന്നു. ലെന അച്ഛനെ തന്റെ സമനിലയിലാണ് കണക്കാക്കിയിരുന്നത്. പലപ്പോഴും അവൾ അദ്ദേഹത്തെ ഉപദ്രവിക്കും. അവൾ വല്ലാതെ ധിക്കാരങ്ങൾ കാണിയ്ക്കുമ്പോൾ “അരുത് മോളെ, ഞാനമ്മയോട് പറഞ്ഞുകൊടുക്കും,” എന്ന് മാത്രമാണദ്ദേഹം പറയാറ്. അമ്മയെയാണ് കുടുംബത്തിന്റെ

നിയന്താവായി ചെറുപ്പം മുതൽക്കേ അവൾ കണക്കാക്കിവന്നിരുന്നത്. അമ്മയെ അവൾ കണക്കറ്റു സ്നേഹിച്ചിരുന്നു. മകനെയാണോ അമ്മയ്ക്കധികമിഷ്ടമെന്ന് അവൾ ചിലപ്പോൾ ഈർഷ്യ കൊള്ളാറുമുണ്ട്. പക്ഷേ, അവൾക്ക് അമ്മയെ അല്പം പേടിയുമാണ്.

ലെന പഠിപ്പിൽ ബഹുമിടുക്കിയായിരുന്നു. ധാരാളം വായിക്കും. ലെർമോണ്ടീവിന്റെ "ഡെമൺ" എന്ന കവിത ചൊല്ലിക്കൊണ്ട് അവളൊരിക്കൽ അച്ഛനോട് പറഞ്ഞു: "ഞാൻ വലുതാവുമ്പോൾ പുസ്തകങ്ങൾ എഴുതും."

അവളുടെ അമ്മാവൻ (അമ്മയുടെ സഹോദരൻ) ടൗണിലാണ് ജോലി നോക്കിയിരുന്നത്. ആദ്യത്തെ ഏഴുവർഷപ്പഠിപ്പ് കഴിഞ്ഞപ്പോൾ അവളെ അമ്മാവന്റെ അടുക്കലേയ്ക്കയച്ചു. ഇത് യുദ്ധത്തിനല്പം മുമ്പാണ്. അധികം കഴിയുന്നതിനുമുൻപ് യുദ്ധം പൊട്ടി. ലെനയുടെ അച്ഛനെ പട്ടാളത്തിലേയ്ക്ക് വിളിച്ചു; സഹോദരനെ 1942-ലും. അമ്മ തനിച്ചായി. അമ്മയെ കൂട്ടുകൃഷി സ്ഥാപനത്തിന്റെ ചെയർമാനായി തിരഞ്ഞെടുത്തു. വളരെ വിഷമംപിടിച്ച കാലം. പെണ്ണുങ്ങളും വൃദ്ധരും മാത്രമേയുള്ളൂ. മറ്റെല്ലാവരും നാടു രക്ഷിക്കാനുള്ള യുദ്ധത്തിലാണ്. ഉരുളക്കിഴങ്ങ് കിട്ടാനേയില്ല. വിളവ് നശിച്ചുപോയി; സമയത്തിനു വിളവിറക്കാനും കഴിഞ്ഞില്ല. ഈ സമയത്ത് അന്റോനിന തന്റെ കഴിവുകൾ പ്രകടിപ്പിച്ചു. ലാഭകരമായ പ്ലാൻ ചെയ്യുന്നതിലും വിളവിറക്ക് വളർത്തി എടുക്കുന്നതിലും ആളുകളെ അതിൽ പ്രോത്സാഹിപ്പിക്കുന്നതിലുമെല്ലാം അവൾ വളരെയേറെ മിടുക്ക് കാണിച്ചു. അവളുടെ കൃഷിസ്ഥലം പേരെടുത്തു. പത്രങ്ങളിൽ അവളുടെ പേരുവന്നു. പ്രശസ്തിയിലൊന്നും അവൾ വലിയ താല്പര്യം കാണിച്ചില്ല. തന്നെപ്പറ്റിയുള്ള ലേഖനം പത്രത്തിൽ വായിച്ചപ്പോൾ അവൾ പറഞ്ഞതിങ്ങനെയാണ്: "ഇപ്പോ ഇതെഴുതിയിട്ട് എന്താണ് ഫലം. സമരമുന്നണിയിൽ നമ്മുടെ കുട്ടികൾ പ്രദർശിപ്പിക്കുന്ന ധീരതയെപ്പറ്റിയാണ് എഴുതേണ്ടത്..."

കടുത്ത പരീക്ഷണങ്ങൾ ഈ കാലഘട്ടത്തിൽ അവൾക്കു നേരിടേണ്ടിവന്നു. 1944ൽ മകൻ യുദ്ധരംഗത്തുവെച്ചു മരിച്ചു. ഭർത്താവ് അംഗഭംഗം നേരിട്ടു വീട്ടിൽ തിരിച്ചെത്തി. "നീ എന്നെ ഈ വികൃത രൂപത്തിൽ സ്വീകരിക്കുമോ ടോന്യ?" അയാൾ അവളോടു ചോദിച്ചു. ഇതിന്നു മറുപടിയായി അവൾ അയാളെ കെട്ടിപ്പിടിച്ചു കരയുകയാണ് ചെയ്തത്.

അവൾക്ക് ആകെയുള്ള ആനന്ദം ലെനയായിരുന്നു. തന്റെ മകളിൽ അവൾ വളരെ അഭിമാനംകൊണ്ടു. ഹൈസ്കൂളിൽ പ്രശസ്തവിജയം നേടിയാണ് ലെന കോളേജിൽ പ്രവേശിച്ചത്. ഒഴിവുകാലത്ത് ലെന

വീട്ടിൽ വരുമ്പോഴേഴ്സും അമ്മ അവൾക്കുവേണ്ടി പലതും ഉണ്ടാക്കിവെയ്ക്കും. അയൽക്കാരെ ക്ഷണിച്ചുവരുത്തും. കോളേജിലെ പഠിപ്പ്, കളി, കൂട്ടുകാർ എന്നിങ്ങിനെ എല്ലാറ്റിനേയുംപററി വിശദമായി ലെനയെക്കൊണ്ട് വിവരിപ്പിക്കും. തമാശകളും മറ്റും പറഞ്ഞു കളിച്ചുചിരിക്കുമെങ്കിലും ലെനയ്ക്ക് ഉള്ളിൽ അമ്മയെ അല്പം പേടിയാണ്.

കോളേജിൽനിന്നു ഡിഗ്രിയും മറ്റും നേടിയതിനുശേഷം അവളൊരിക്കൽ വീട്ടിൽവന്നു. അപ്പോഴാണ് അവൾ ജ്ജുറാവിലോവിനെപ്പറ്റി പറഞ്ഞത്. അമ്മ എന്തുപറയും, ദേഷ്യപ്പെടുമോ എന്നു ഭയപ്പെട്ട് ഒന്നുരണ്ട് ദിവസം മടിച്ചു. പിന്നീട് അച്ഛനോടു ചെന്നു പറയുകയാണ് ചെയ്തത്. വിവരമറിഞ്ഞപ്പോൾ അമ്മ അവളെ കെട്ടിപ്പിടിച്ചു. "ഹാവൂ! ഞാൻ വേഗം ഒരു മുത്തശ്ശിയാവുമല്ലോ! മോളേ നീയെന്താണിത് നേരെത്തെ പറയാഞ്ഞത്?" അടുത്ത മഞ്ഞുകാലത്ത് വിവാഹം നടത്താനുള്ള ഏർപ്പാടുകൾ ഒരുക്കി.

വിവാഹശേഷം ലെന താമസം മാറ്റി. അമ്മ കുറച്ചുകാലം തന്റെ കൂടെവന്ന് താമസിക്കുമെന്ന് അവൾ പ്രതീക്ഷിച്ചു. പക്ഷേ അധികദിവസം നവദമ്പതികളുടെ കൂടെ താമസിക്കാതെ അന്റോനിന തിരിച്ചുപോയി. എന്താണ് അങ്ങനെ ചെയ്യാൻ കാരണമെന്ന് അവൾ പറഞ്ഞില്ല. യാത്ര ചോദിക്കുന്ന അവസരത്തിൽ അന്റോനിന മകന്റെ നെറുകയിൽ ആചാരപ്രകാരം ഒന്നു ചുംബിച്ചു. വേറൊന്നും പറഞ്ഞില്ല. എന്നാൽ അമ്മയുടെ മുഖഭാവത്തിൽനിന്നു ലെനയ്ക്ക് മനസ്സിലായി, മകനെ അത്ര പിടിച്ചിട്ടില്ലെന്ന്. മറിച്ച് ജ്ജുറാവിലോവിന്ന് അമ്മയെ വലിയ ബഹുമാനമായിരുന്നു. "നിന്റെ അമ്മയ്ക്ക് നല്ലൊരു രാഷ്ട്രതന്ത്രജ്ഞന്റെ തലയാണുള്ളത്," എന്ന് അയാൾ ലെനയോട് പറയാറുണ്ട്.

ലെന ഷൂരയെ പ്രസവിച്ചപ്പോഴും അമ്മ വന്നില്ല. രണ്ടുകൊല്ലത്തിനുശേഷം ലെന കുട്ടിയേയുംകൊണ്ട് അമ്മയെ കാണാൻ ചെന്നു. അതുവരെ അന്റോനിന മകളെ കാണാൻ ചെല്ലുകയുണ്ടായില്ല. അപ്പോഴേഴ്സും ലെനയ്ക്ക് ജ്ജുറാവിലോവിനെപ്പറ്റിയുണ്ടായിരുന്ന വ്യാമോഹങ്ങൾ അസ്തമിക്കാൻ തുടങ്ങിയിരുന്നു. അവളത് അമ്മയോടു സൂചിപ്പിക്കുകയുണ്ടായി: അദ്ദേഹമിങ്ങനെയായിരിക്കുമെന്ന് ഞാൻ ആദ്യം അറിഞ്ഞില്ല. പക്ഷേ എനിക്ക് ഓരോന്നും ദൂരെയായിരിക്കുമ്പോഴായിരിക്കും ആകർഷകമായി തോന്നുന്നത്. അന്റോനിന ഇതു കേട്ട് ശുണ്ഠിയെടുത്ത് മകളെ ശാസിച്ചു: "ഈ അസംബന്ധങ്ങൾ ഉടൻ മറന്നേക്ക്. അതാണ് നല്ലത്. ഒരു ജീവിത കാലം മുഴുവൻ ഞാൻ നിന്റെ അച്ഛന്റെ കൂടെ കഴിച്ചുകൂട്ടിയവളാണ്. ഇതുവരെ എന്റെ തലയിൽ ഇത്തരം അസംബന്ധങ്ങളൊന്നും

കേറിയിട്ടില്ല. വിവേകം കാണിയ്ക്ക്! നിനക്ക് ജോലിയുണ്ട്, ഒരു കുഞ്ഞുമുണ്ട്. ഇനി വേറെന്താണ് നിനക്ക് വേണ്ടത്?" ലെനയ്ക്ക് അവളോടുതന്നെ ദേഷ്യം തോന്നി: "എന്നെക്കൊണ്ട് ഇതെല്ലാം അമ്മയോടു പറയിച്ചതെന്ത് പ്രേരണകൊണ്ടാണ്?"അവളുടെ അമ്മ ഒരു മാതൃകാസ്ത്രീരത്നമാണ്. അവരെപ്പോലെ ധാരാളം സ്ത്രീകളുണ്ടെങ്കിൽ കമ്യൂണിസം വേഗം വരും.

എല്ലാം തുറന്നു പറയാൻ പറ്റിയ ഒരു അമ്മയുണ്ടായിരുന്നെങ്കിൽ എന്ന് അവൾ ആശിച്ചു. "പുഖോവിന്റെ മകൾ സോന്യയെ നോക്കു. അവൾക്ക് അവളുടെ അമ്മയോട് എന്തും തുറന്നുപറയാം. പക്ഷേ എനിയ്ക്ക് വിവാഹമോചനം വേണമെന്ന് അമ്മയ്ക്കെഴുതാമോ? മര്യാദക്കാരിയായ ഒരു സ്ത്രീയാക്കിയാണ് നിന്നെ വളർത്തിയത്, പരഭൃതമായിട്ടല്ല എന്ന് അമ്മ പറയില്ലേ? ദിമിത്രിയുടെ കാര്യം അമ്മയോട് പറയുന്നതിലും ഭേദം മരിക്കുകയാണ്."

അസഹ്യമായ അസ്വസ്ഥതതോന്നിയ ഒരു സായാഹ്നത്തിൽ ജ്വറാവിലോവിനോട് എല്ലാം തുറന്നുപറയാൻ അവസാനതീരുമാനമെടുത്ത് അവൾ അയാളുടെ അടുത്തേയ്ക്കു ചെന്നു. ശാന്തമായി ഞാൻ പറയുന്നത് മുഴുവൻ കേൾക്കു എന്ന ആദ്യവാചകവും അവൾ തുടങ്ങിവച്ചു. പക്ഷേ തുടരാൻ അവൾക്കു കഴിഞ്ഞില്ല. അതിനിടയ്ക്ക് തന്റെ മേശപ്പുറത്തുകിടന്നിരുന്ന കടലാസുകളുടെ ഇടയിൽനിന്നു ജ്വറാവിലോവ് ഒരു കൊച്ചു നോട്ടുബുക്ക് വലിച്ചെടുത്ത് അവളുടെ നേർക്കുനീട്ടി: "നോക്ക്, ഷൂര പൂച്ചയെ വരച്ചിരിക്കുന്നു!" ലെന പെട്ടെന്ന് ആ മുറിയിൽനിന്ന് ഓടിപ്പുറത്തേയ്ക്കു പോയി. താൻ പൊട്ടിക്കരഞ്ഞേയ്ക്കുമെന്ന് അവൾ ഭയപ്പെട്ടു.

വീട്ടിലിരിയ്ക്കാൻ അവൾക്കു സാദ്ധ്യമല്ലാതായി. ഡോക്ടർ വീരാഷീററെപ്പോയിക്കാണാൻ അവൾ നിശ്ചയിച്ചു. അവരോട് എല്ലാം തുറന്നുപറയാം. ഇത്തരമനുഭവങ്ങളെല്ലാം കടന്നുപോന്നവരാണവർ. അവർ തന്നെ സഹായിക്കുമെന് അവളാശിച്ചു.

അദ്ധ്യായം നാല്

ഡോ.ഷീററുടെ വസതിയിൽ സന്ദർശകർ അപൂർവ്വമാണ്. ഫാക്ടറിയിലെ ചീഫ് എഞ്ചിനീയറായ സൊഖോലൊവ്സ്കിയാണ് വല്ലപ്പോഴും വരാറുള്ള ഒരാൾ. വന്നാൽത്തന്നെ അദ്ദേഹം അധികമൊന്നും മിണ്ടാതെ അങ്ങിനെയിരിക്കും. ഒരു ലജ്ജാശീലനാണദ്ദേഹം. ഡോ.വീര അദ്ദേഹത്തിനു ചായയും പലഹാരവും നല്കും. ഇതിനിടയ്ക്ക് ഒന്നോ രണ്ടോ വാക്കുകളേ അദ്ദേഹം പറയൂ. അങ്ങിനെ കുറച്ചിരിയ്ക്കുമ്പോൾ ഡോക്ടറെ കാണാൻ വല്ല രോഗികൾ വരുകയോ രോഗിയെ നോക്കാൻ ആളുകൾ വന്നു കൂട്ടിക്കൊണ്ടുപോകയോ ചെയ്യും. അല്ലെങ്കിൽ സൊഖ്ലോവ്സ്കി എണീറ്റു യാത്ര പറയും: "ഞാനെന്റെ ബോറടിക്കൊണ്ടു നിങ്ങളെ ശല്യപ്പെട്ടുത്തി; ക്ഷമിക്കുക," എന്നുപറഞ്ഞാണദ്ദേഹമിറങ്ങാറ്. ഓരോ തവണയും അദ്ദേഹം വന്നു തിരിച്ചുപോയിക്കഴിയുമ്പോൾ അവൾ ചിന്തിക്കാറുണ്ട്: "അയാളെന്തിനാണ് വരുന്നത്? എന്റേയും അയാളുടേയും അഭിപ്രായങ്ങൾക്കു നല്ല പൊരുത്തമുണ്ട്. എനിക്കു കൂട്ടുകാരാരും ഇല്ലാത്തതുകൊണ്ടായിരിക്കുമോ? യഗറോവ്വ എന്നെ കളിയാക്കിപ്പറഞ്ഞപ്പോലെ താപസിയെ ദർശിക്കാൻ! അതോ എന്റെ ഏകാന്തജീവിതത്തിൽ ദയതോന്നിയിട്ടോ? ഓ, ആ, ഇതൊന്നും ശരിയല്ല. ഞാനൊരു കുട്ടിയൊന്നുമല്ലല്ലോ! അഥവാ, അയാൾക്കു തനിച്ചിരുന്നു ബോറായിട്ടു വന്നതായിരിക്കാം." അവൾക്കു ഒരു പിടിയും കിട്ടിയില്ല. ഏതാണ്ടു മൂന്നുകൊല്ലമായി അയാളിങ്ങിനെ വന്നു പോകുന്നു. അടുത്തവീട്ടിൽ താമസിച്ചിരുന്ന നേഴ്സ് അയാളെ ഡോക്ടർ വീരയുടെ വരനായിട്ടാണ് പറഞ്ഞിരുന്നത്. പക്ഷേ അയാൾ തന്നിൽ അനുരക്തനാവുമെന്ന തോന്നൽപോലും ഡോക്ടർ വീരയുടെ തലയിൽക്കേറിയില്ല.

"ഡോക്ടർ വീരയ്ക്കു വയസ്സ 43ആയി. തലമുടി നരയ്ക്കാൻ തുടങ്ങിക്കഴിഞ്ഞു. എങ്കിലും മുഖത്തെ ആകർഷകത്വം മാഞ്ഞുകഴിഞ്ഞിട്ടില്ല." സൊഖ്ലോവ്സ്കിയ്ക്കു മാത്രമല്ല മറ്റു പലർക്കുമുള്ള അഭിപ്രായമാണിത്. ഒരു നല്ല ഡോക്ടറാണെന്ന പേരവൾക്കു കിട്ടിയിട്ടുണ്ട്. തന്റെ രോഗികളെ അവൾ വേണ്ടവിധം മനസ്സിലാക്കും; അവർക്ക് ഉന്മേഷവും സ്വസ്ഥതയും എങ്ങിനെ നല്കാമെന്നവൾക്കറിയാം.

കഴിഞ്ഞ മഞ്ഞുകാലത്ത് മോസ്ക്കോവിൽ ചില ഡോക്ടർമാരെ സംശയിച്ചറസ്റ്റ് ചെയ്തപ്പോൾ അവളേയും ചിലർ സംശയിക്കാതിരുന്നില്ല. അന്നൊരിക്കൽ ആസ്പത്രിയിൽ രണ്ടു രോഗികൾ കിടന്നു ബഹളം കൂട്ടി. "ഡോക്ടർമാരെ, വിശേഷിച്ചും വീരയെ വിശ്വസിക്കരുതെ"ന്നും മറ്റും അവർ പറഞ്ഞുപരത്താൻ തുടങ്ങി. എഞ്ചിനീയർ യഗുറോവ് വന്നാണ് അവളെ അന്ന് ആശ്വസിപ്പിച്ചത്: "ഹോ, ഹോ! അർത്ഥമില്ലാത്ത പറച്ചിൽ. ലജ്ജാവഹം. നിങ്ങളിതു കണക്കാക്കണ്ട ഡോക്ടർ! ഇവിടെ എല്ലാവരും നിങ്ങളെ സ്നേഹിക്കുന്നവരാണ്. തലതിരിഞ്ഞ ചിലർ എന്തെങ്കിലും പറയുന്നതുകേട്ടു അസ്വസ്ഥപ്പെടേണ്ട," എന്നദ്ദേഹം അവളുടെ പുറത്തുതട്ടി സമാധാനിപ്പിച്ചു.

ഏഴു കൊല്ലമായി അവൾ ആ ഫാക്ടറി ഹോസ്പിറ്റലിൽ പ്രാക്ടീസു തുടങ്ങിയിട്ട്. എല്ലാവർക്കും അവളെ ബഹുമാനവുമാണ്. എന്നിട്ടും അവൾക്ക് അവിടെ ചങ്ങാതികളാരുമുണ്ടായില്ല. ഒരൊതുങ്ങിയ പ്രകൃതക്കാരിയാണ്. ആരോടും കൂട്ടുകൂടാൻ അവൾക്കറിയില്ല. സൊഖ്ലോവ്സ്കി ഒഴിച്ചാൽപ്പിന്നെ ലെനയാണ് ഇടയ്ക്കവളെ സന്ദർശിക്കുന്ന മറ്റൊരാൾ.

തന്റെ സ്നേഹഭാജനമായിരുന്ന പുരുഷൻ നഷ്ടപ്പെട്ടും എന്ന ഭീതിയായിരിക്കും ഇന്നത്തെ ഈ ഏകാന്തസ്വഭാവത്തിനു കാരണമെന്ന് എല്ലാവരും കരുതി. യുദ്ധത്തിനുമുമ്പ് എപ്പോഴും അവൾക്കു ചുറ്റും ആളുകളുണ്ടായിരുന്നു. ഇതിന്നു പ്രധാന കാരണം അവളുടെ ഭർത്താവാണ്. അദ്ദേഹത്തിന്നു ധാരാളം ചങ്ങാതികളുണ്ടായിരുന്നു. അന്നദ്ദേഹം ചിലപ്പോൾ ചോദിക്കാറുണ്ട്: "നീയെന്താണിങ്ങനെ മൂകയാവുന്നതെന്ന്." വല്ലാത്ത അമ്പരപ്പോടെയാണവൾ അതിനു മറുപടി പറയാറ്: എനിക്കറിയില്ല. അങ്ങിനെ ആവരുതെന്നു ഞാനാഗ്രഹിക്കാറുണ്ട്. ഞാനൊരു രാക്ഷസിയായിട്ടാണോ പിറന്നതെന്നുപോലും ചിലപ്പോഴെനിക്കു തോന്നാറുണ്ട്. അതുകേട്ടദ്ദേഹം പൊട്ടിച്ചിരിച്ച് അവളെ ചുംബിയ്ക്കും. എന്നിട്ടു തമാശയാക്കും: "ഹോ! ഒരു രാക്ഷസി! നിന്റെ വാക്കൊന്നും വേണ്ട എനിക്കു നിന്നെ മനസ്സിലാക്കാൻ.ഇഷ്ടംപോലെ മൗനം

ഭജിച്ചോളൂ."

ചെറുപ്പം മുതൽക്കേ ആരോടും അധികം വർത്തമാനം പറയാത്ത പ്രകൃതക്കാരിയാണവൾ. അവളുടെ അച്ഛൻ പറയാറുണ്ട്, ഒരു ദേവത വന്നു മകളുടെ ചുണ്ട് അരക്കുകൊണ്ട് മുദ്രവെച്ചപോലെയിരിക്കയാണെന്ന്.

സ്വന്തം വില്ലേജിൽനിന്ന് അവൾ കോളേജിൽ പഠിയ്ക്കാൻ പോയി. ആ വർഷങ്ങൾ അവൾക്ക് ആത്മ പരിശോധനയുടേയും അമ്പരപ്പുകളുടേയും വേദനകളുടേയും സ്വപ്നങ്ങളുടേയും കാലങ്ങളായിരുന്നു. അവളുടെ സമപ്രായക്കാരികൾ നേരത്തെ വിവാഹവും വിവാഹമോചനവും വളരെ എളുപ്പത്തിൽ നടത്തിക്കണ്ടപ്പോൾ അവൾക്ക് അസ്വസ്ഥതയും പരിഭ്രമവും ആശ്ചര്യവും തോന്നി. അവളുടെ സഹപാഠിനികൾ അവളെ കളിയാക്കി: "ഒരു മിണ്ടാപ്പൂതം." മഹത്തായ ഒരു പ്രണയജീവിതത്തെ അവൾ സ്വപ്നം കണ്ടുകൊണ്ടിരുന്നു. അവളുടെ പെരുമാറ്റത്തിലും ഭാവത്തിലും അസ്വസ്ഥതയും വൈരാഗ്യവും പ്രകടമായി. ആ കറുത്ത കണ്ണുകളിൽ ചിലപ്പോൾ കോപവും സ്ഫുരിക്കാറുണ്ട്.

വാസ്യ എന്ന ഒരു സതീർത്ഥ്യൻ അവളെ ആകർഷിച്ചു. വീര മാത്രമേ അയാളെ വാസ്യ എന്നു വിളിച്ചിരുന്നുള്ളൂ. മറ്റുള്ളവരെല്ലാം ആ കിഴവൻവാസ്യ എന്നാണ് പറയാറ്. വട്ടമുഖം, മഞ്ഞുകാലത്തിന്റെ മൂർദ്ധന്യത്തിൽപ്പോലും ആ മുഖത്തു കറുത്ത പുള്ളികൾ നിറഞ്ഞിരിക്കും. മണിനാദംപോലുള്ള ശബ്ദം - ആൾ വളരെ രസികനാണ്. കോളേജിന്റെ ഗേറ്റിൽ അയാൾ അവളെ കാത്തുനില്ക്കും, ഹോസ്റ്റലിൽ അവളെ അന്വേഷിച്ചുവരും. അയാളുടെ തുർച്ചയായ അപേക്ഷകൾ തന്നെ കുറ്റപ്പെടുത്തുന്നതായി അവൾക്കുതോന്നി. അവസാനം അവൾ സ്വയം തീരുമാനിച്ചു, "ഞാനൊരു പിശാചാണ്. മറ്റുള്ളവരിൽനിന്നു വ്യത്യാസപ്പെട്ട് ഇങ്ങിനെ തുടരാൻ കഴിയില്ല. ഞാനും മറ്റുള്ളവരെപ്പോലെ ജീവിക്കണം." അവൾ അയാൾക്കു കീഴടങ്ങിക്കൊടുത്തു. അവൾക്കയാളോട് അനുരാഗം തോന്നിയിട്ടല്ല, പ്രത്യുത കീഴടങ്ങാൻ സ്വയം നിർബ്ബന്ധിക്കയാണവൾ ചെയ്തത്. കാലക്രമത്തിൽ സ്നേഹിക്കാൻ കഴിഞ്ഞാലായില്ലേ എന്നാണവൾ ചിന്തിച്ചത്. പക്ഷേ വാസ്യയ്ക്കു വളരെ ചെറുപ്പമായിരുന്നു. കുട്ടികളെപ്പോലാണയാൾ. അയാൾക്കു വികാരങ്ങൾ മനസ്സിലാക്കാൻ കഴിവില്ല. ഒരിക്കൽ അവൻ വളരെ ബാലിശമായി ഒരു നിയന്ത്രണവുമില്ലാതെ എന്തൊക്കെയോ അവളോടു പറഞ്ഞു. അത് അവരുടെ ബന്ധത്തെ ആകെ തകർത്തുകളഞ്ഞു. കുറെ മാസങ്ങൾ അവൾ അതിന്റെ തിക്തഫലം തിന്നു. ഇനി ആരേയും എടുക്കില്ലെന്നവൾ അന്നു തീരുമാനിച്ചു.

ഈ തീരുമാനം 4 കൊല്ലത്തിനുശേഷമാണവൾ ഉപേക്ഷിച്ചത്. അന്നവൾക്ക് 27 വയസ്സാണ്. ഭൂഗർഭശാസ്ത്രജ്ഞനായ യാസ്ത്രി ബെച്ചേവിൽ അവൾ അനുരക്തയായി. അവരെങ്ങിനെയൊത്തു പോകുമെന്നു മനസ്സിലാക്കാൻ വിഷമമായിരുന്നു. അത്രയ്ക്കന്തരമുണ്ട്, അവരുടെ സ്വഭാവങ്ങൾക്ക്. യാസ്ത്രി ബെച്ചേവ് ധാരാളിയും വായാടിയും പെട്ടെന്നു ഭാവം മാറുന്നവനുമാണ്. ഒരുപാട് ചങ്ങാതികളുമായാണ് അയാൾ വീട്ടിൽ വന്നുകേറുക. എന്നിട്ടവരുമായി പാതിരവരെ സൊള്ളിയിരിക്കും. അയാളുടെ ഓരോ പ്രവൃത്തിയും അവളെ അത്ഭുതപ്പെടുത്തി; ഉന്മേഷം കൊള്ളിച്ചു. അവളയാളോടു പറഞ്ഞു: “ഇങ്ങിനെ ഒരാനന്ദം ഉണ്ടാവുമെന്നു ഞാൻ വിചാരിച്ചിരുന്നതല്ല.”

യുദ്ധം അവരെ അകറ്റി. യുദ്ധം ആരംഭിച്ച 4-ാം ദിവസം തന്നെ യാസ്ത്രി ബിച്ചേവിനെ പട്ടാളത്തിലേയ്ക്കു വിളിച്ചു. അയാളെ കീവിലേയ്ക്കാണയച്ചത്. വീര മോസ്ക്കോവിൽ ഒരു അഭയാർത്ഥി ആസ്പത്രിയിലും. കുറെക്കഴിഞ്ഞപ്പോൾ അവളെ ക്രാസ്നോഡറിലേയ്ക്കു സ്ഥലംമാറ്റി. യുദ്ധമുന്നണിയിൽനിന്നു വളരെ പിന്നിലാണത്. പിന്നീട് ആ പിന്നണി മുന്നണിയായി. അവളപ്പോൾ ഒരു മെഡിക്കൽ ബറ്റാലിയനിലാണ്. അന്നൊരിക്കൽ അവിടെ വെച്ച് ഒരു ആപ്പീസറിൽനിന്ന് അവൾ യാസ്ത്രിബെച്ചേവിന്റെ വിവരമറിഞ്ഞു. താൻ ബൈലോറഷ്യൻ സമരനിരയിൽവെച്ച് യാസ്ത്രിബെച്ചേവിനെ കാണുകയുണ്ടായെന്ന് ആ ആപ്പീസർ പറയുകയുണ്ടായി. പിന്നെ ആറു മാസം കഴിഞ്ഞപ്പോൾ കിട്ടിയ ഒരു വാർത്ത അവളെ തളർത്തിക്കളഞ്ഞു. ഡാർനിറ്റ്സയിൽവെച്ച് യാസ്ത്രി ബെച്ചേവു കൊല്ലപ്പെട്ടുവെന്നാണവൾക്കു കിട്ടിയ വിവരം. അതു പക്ഷേ തെറ്റായിരിക്കും എന്നാശ്വസിയ്ക്കാൻ അവൾ ശ്രമിക്കാതിരുന്നില്ല. അവൾ പ്രതീക്ഷ വെച്ചുപുലർത്താൻ തുടങ്ങി. യുദ്ധം അവസാനിച്ച് വിജയദിനം ആഘോഷിക്കുന്ന ദിവസംവരെ അവൾ ആ പ്രതീക്ഷയിലാണ് ജീവിച്ചത്. അവസാനം അവൾക്കു ബോദ്ധ്യപ്പെട്ടു. എന്നന്നേയ്ക്കുമായി അദ്ദേഹം നഷ്ടപ്പെട്ടിരിക്കുന്നുവെന്ന്. തന്റെ തലയ്ക്കുള്ളിൽ ഇടിമിന്നലും കൊടുങ്കാറ്റും നടക്കുന്നപോലെ അവൾക്കു തോന്നി. അടുത്തു നിന്നിരുന്ന ഒരു ഡോക്ടർ അവളുടെ മുഖഭാവം കണ്ടു കാര്യം മനസ്സിലാക്കി. “പോയിക്കിടക്കു; നല്ല ഉറക്കത്തിന് ഒരു വീര്യമുള്ള ഗുളിക ഞാൻ തരാം.” അദ്ദേഹം അവളോടു പറഞ്ഞു. തന്റെ ദുഃഖത്തെപ്പറ്റി അവൾ ആരോടും പറഞ്ഞില്ല. ജർമ്മൻ പട്ടാളക്കാരാൽ കൊല്ലപ്പെട്ട തന്റെ അമ്മയേയും അനുജത്തിയേയും പറ്റിയും അവളൊന്നും മിണ്ടിയില്ല. എല്ലാം സഹിച്ചുകൊണ്ടു ശാന്തയായി തന്റെ ജോലി നിർവ്വഹിച്ചു. ഇനി എന്തു വന്നാലും

സഹിക്കുകതന്നെ എന്നായിരുന്നു അവളുടെ തീരുമാനം. "ഞാനെന്തിനു ജീവിച്ചു"എന്നു ഡോ. വീര നൈരാശ്യത്തോടെ സ്വയം ചോദിക്കാറുണ്ടെ ന്നു് ഒരുത്തർക്കും ഊഹിക്കാൻപോലും അവൾ ഇടംകൊടുത്തില്ല.

യാതനകൾ അവളെ ക്രൂരയാക്കി മാററിയില്ല. പഠിച്ചിരുന്ന കാലത്ത് ഒരിക്കൽ അവൾ ചീഫ് സർജനോടു ചോദിക്കയുണ്ടായി, വേദനകൊണ്ടു പുളയുന്ന രോഗിയെ സാന്ത്വനിപ്പിക്കാൻ ഒരു വഴിയുമില്ലേ എന്ന്. മരുന്നി ന്നു മന്ത്രശക്തിയൊന്നുമില്ല, വിവേകമില്ലെങ്കിൽ ഡോക്ടറാവാൻ പറ്റില്ല എന്നാണവൾക്കന്നു ലഭിച്ച മറുപടി. അതവൾക്ക് ഒരു പാഠമായിരുന്നു. അതിന്നുശേഷം കാലം വളരെക്കഴിഞ്ഞു. വീര അവളുടെ തൊഴിലിൽ നല്ല സാമർത്ഥ്യം നേടി. പട്ടാളാസ്പത്രി എല്ലാ വികാരങ്ങൾക്കും ഇരു ത്തംകൊടുക്കുന്ന ഒരു സ്കൂളായിരുന്നു. പൊട്ടിത്തകർന്ന ശരീരങ്ങൾ, പൊള്ളിയമുഖങ്ങൾ, കണ്ണുപൊട്ടി അന്ധരായവർ, തലയ്ക്കു കേടുതട്ടി ചിത്തഭ്രമം പിടിപെട്ടവർ - ഇങ്ങനെയുള്ള ദൃശ്യങ്ങൾ അവൾക്കു സുല ഭമായിരുന്നു അവിടെ. അവളുടെ കയ്യിൽക്കിടന്നുതന്നെ ദിവസേന ആളുകൾ പിടഞ്ഞുമരിക്കാറുമുണ്ട്. ഇവയൊക്കെക്കണ്ടു പരിചയിച്ച് അവളുടെ അറപ്പു മാറിക്കഴിഞ്ഞിരുന്നു. എന്നിട്ടും ഇപ്പോഴും രോഗികൾ വേദനിക്കുന്നതു കണ്ടുനില്ക്കാനവൾക്കു ശക്തിയില്ല. യെഗറോവിന്റെ ഭാര്യ മരിക്കുകയേയുള്ളുവെന്നു പരിശോധനയിൽ തെളിഞ്ഞപ്പോൾ, കൻഡ്ര്യാവിറ്റ്സേവിന്റെ കുട്ടി രക്ഷപ്പെടാൻ വഴിയില്ലെന്നു കണ്ടപ്പോൾ, ഇനി ഒന്നിനുംതന്നെ പുഖോവിന്റെ രോഗം മാറ്റാൻ കഴിയില്ലെന്നു മനസ്സിലായപ്പോൾ - ഇങ്ങിനെ മറ്റുള്ളവരുടെ വേദനകൾ കാണുമ്പോ ഴൊക്കെ - അവൾ എന്തെന്നില്ലാത്ത അസ്വാസ്ഥ്യം അനുഭവിക്കാറുണ്ട്.

ലെന തന്റെ ഹൃദയത്തിന്റെ വിങ്ങൽ അവളെ അറിയിച്ച് ആശ്വാസം തേടാൻ നിശ്ചയിച്ച ദിവസം ഫെഡോ സ്യേവ് മരിയ്ക്കുന്നതു കണ്ടുകൊ ണ്ടാണ് ഡോ.വീര സ്വവസതിയിൽ തിരിച്ചെത്തിയത്. അയാൾക്ക് വിഷജ്വരമായിരുന്നു. പെൻസുലിൻ കുത്തിവെച്ച് അപകടമേഖല കടന്നുപോന്നതായി കണക്കാക്കിയതാണ്. അടുത്താഴ്ച മിക്കവാറും ആസ്പത്രിയിൽനിന്നു വീട്ടിലേയ്ക്കു പോകാൻ കഴിഞ്ഞേയ്ക്കുമെന്ന് അയാൾ തന്റെ ഭാര്യയോടു പറയുകയുമുണ്ടായി. അങ്ങിനെയിരിക്കുമ്പോൾ പെട്ടെ ന്നാണ് രോഗം മൂർച്ഛിച്ചതും മൃതിയടഞ്ഞതും.

കാളിങ്ങ്ബെൽ (ആൾ കാത്തുനില്ക്കുന്നുവെന്ന് അറിയിക്കാനുള്ള മണിയടി) ശബ്ദിച്ചപ്പോൾ ഡോ.വീര മുറിയിൽ അസ്വസ്ഥയായി നടക്കു കയായിരുന്നു. "സൊഖ്ലോവ്സ്കിയായിരിക്കും," അവൾ കരുതി. അയാൾ വരുന്നതിൽ അവൾക്കു ശല്യവും ആനന്ദവും തോന്നാറുണ്ട്.

പക്ഷേ ഇന്നവൾക്കു വല്ലാത്ത വെറുപ്പാണ് തോന്നിയത്. "വരാൻ കണ്ട സമയം!" എന്നവൾ ശ്രുണ്ടിപിടിച്ചു.

പക്ഷേ അത് സൊഖ്ലോവ്സ്കി ആയിരുന്നില്ല. ലെനയാണ് അകത്തേയ്ക്കു വന്നത്. വീര സന്തോഷം നടിയ്ക്കാൻ ശ്രമിച്ചു. ലെന കുട്ടികളെപ്പോലെയാണ്, പെട്ടെന്ന് തെറ്റിദ്ധരിയ്ക്കും എന്ന് വീരയ്ക്കറിയാം.:

"ഓ ലെനയോ! എത്രനാളായി കണ്ടിട്ട്; വരൂ. എന്തൊക്കെയാണ് വർത്തമാനം?"

ലെന ക്ലാസിൽ തനിക്കു നേരിടുന്ന പ്രശ്നങ്ങളുടെ ഒരു നീണ്ട പട്ടിക ഒറ്റശ്വാസത്തിലങ്ങു നിരത്തുകയാണ് ചെയ്തത്. 7-ാം തരത്തിലെ സിലബസ്സും കുട്ടികളും വളരെ കുഴപ്പമുണ്ടാക്കുന്നു; ഹെഡ്മാസ്റ്റർക്കു വിവരമില്ല, കുട്ടികളുടെ കഴിവുനോക്കാതെ പരിപാടികൾ ഇടുന്നു, പുഖോവാണെങ്കിൽ ഓരോ കുട്ടിയേയും പ്രത്യേകം പ്രത്യേകം മനസ്സിലാക്കിക്കൊണ്ടാണ് പ്രവർത്തിക്കാറ്, ഈ ഹെഡ്മാസ്റ്റർ അങ്ങിനെയല്ല, ഒരേ മുഴക്കോലാണ് - അങ്ങിനെ നൂറുകൂട്ടങ്ങൾ ഒരു ലിസ്റ്റു നോക്കി വായിക്കുന്നപോലെ അവളങ്ങു പറഞ്ഞു.

അവളുടെ ഈ പ്രകൃതം കണ്ടു വീരയ്ക്കു വല്ലായ്മ തോന്നി, ലെനയുടെ മുഖവും കണ്ണും തുടുത്തിരുന്നു. "എന്താ ലെന, ജലദോഷം പിടിച്ചിട്ടുണ്ടോ? ഇപ്പോൾ പരക്കെ ജലദോഷപ്പനിയുള്ള സമയമാണ്" വീര ചോദിച്ചു.

ലെന ഉടനെ എണീററു; പോകാനായി വാതില്ക്കലേയ്ക്കു നടന്നു: "ഹേയ്! എനിക്കു സുഖക്കേടൊന്നുമില്ല. ക്ഷമിയ്ക്കു. ഇന്ന് സ്കൂളിൽ ഒരു മീറ്റിങ്ങുള്ള കഥ ഞാൻ മറന്നുപോയി. സമയം വൈകുന്നു. പോകട്ടെ!" ഞാനെന്തൊക്കെയോ ആവശ്യമില്ലാതെ പുലമ്പി. നിങ്ങൾ മുഷിയരുത്. എന്റെ തല ശരിയല്ലെന്നു തോന്നുന്നു. ഇത്രയും പറഞ്ഞപ്പോഴേയ്ക്കും അവൾ കോണി ഇറങ്ങാൻ തുടങ്ങിയിരുന്നു.

വീര വിളിച്ചു: "ലെന, പൊന്നേ! നില്ക്ക്!"

ലെന പോയ്ക്കഴിഞ്ഞുവെന്നു താഴത്തുനിന്നു ബാരിഖിൻ വിളിച്ചുപറഞ്ഞു.

വീര വല്ലാതായി! "അവളങ്ങിനെ ഓടിപ്പോകാൻ ഞാനെങ്ങിനെ സമ്മതിച്ചു? അവളെന്തോ തകരാറിൽപ്പെട്ടിട്ടുണ്ട്. ഭർത്താവുമായി ശണ്ഠകൂടിയിരിക്കുമോ? അവൾ നേരേവാ നേരേപോ എന്ന മട്ടുകാരിയാണ്. എന്തും വേഗം ഉള്ളിൽത്തട്ടുന്ന പ്രകൃതം. കഴിഞ്ഞ മഞ്ഞുകാലത്തു കുട്ടിയെ ചികിത്സിക്കാൻ ചെന്നപ്പോൾ എനിക്കതു മനസ്സിലായതാണ്. അവളുടെ ഭർത്താവ് ഒരു തനി ഉദ്യോഗസ്ഥമേധാവിയാണ്. അവൾ

ഒരിക്കലും അയാളെപ്പറ്റി സംസാരിച്ചുകേട്ടിട്ടില്ല. എന്തോ അവർ തമ്മിൽ അത്ര പന്തിയല്ലെന്നു തോന്നുന്നു. അതോ സ്കൂളിലെ കുഴപ്പമാണോ? ആ ഹെഡ് മാസ്റ്ററെപ്പറ്റി എനിക്കും നല്ല അഭിപ്രായമല്ല. ചെഖോവിന്റെ കഥാപാത്രം പോലുണ്ട് (കണ്ണാടിക്കൂട്ടിനകത്തെ മനുഷ്യൻ). പാവം ലെന.. ഹോ! ഞാൻ മറ്റുള്ളവരെ വിമർശിക്കുകയാണ്! എന്റെ നിലയോ? ഞാനൊരു കല്ലായിത്തീർന്നിരിക്കുന്നു. എന്തുകൊണ്ട് എനിക്കവളെ സാന്ത്വനിപ്പിക്കാനും തുറന്നുപറയിക്കാനും കഴിഞ്ഞില്ല? ഇങ്ങിനെ അവളെ തനിച്ചങ്ങു വിട്ടയച്ചതു ശരിയായില്ല.

അവൾ ഒരു വൈദ്യമാസിക എടുത്തു ശ്രദ്ധതിരിയ്ക്കാൻ നോക്കി. കുറെനേരം വായിച്ചിട്ടും ഒറ്റ അക്ഷരംപോലും തലയിൽക്കേറിയില്ല. ചിന്തകൾ മറ്റു പലതിലും പാറിപ്പറക്കുകയായിരുന്നു. ആകപ്പാടെ വളരെ ചീത്ത ഒരു ദിവസം.

വീണ്ടും ബെല്ലടിച്ചു. ഇത്തവണ അതു സൊഖ്ലോവിസ്കിയായിരുന്നു.

അദ്ധ്യായം അഞ്ച്

ജ്ജുറാവിലോവിനെ ഫാക്ടറിഡയറക്ടർ സ്ഥാനത്തു നിയമിച്ചപ്പോൾ അയാളുടെ മുൻഗാമി (അദ്ദേഹം മന്ത്രികാര്യാലയത്തിലേയ്ക്ക് ഉദ്യോഗക്കയറ്റം കിട്ടിപ്പോയതാണ്) അവിടുത്തെ ജോലിക്കാരെ പ്പറ്റി ഒരു വിവരണം കൂടി നല്കുകയുണ്ടായി: സൊഖ്ലോവ്സ്കിക്കു നല്ല പാകതവന്ന ഒരു തലയുണ്ട്. സമർത്ഥനായ ജോലിക്കാര നാണയാൾ. പക്ഷേ നാക്കിനു മൂർച്ചകൂടും. അതു കണക്കാക്കാനില്ല. ഭാവനയുള്ളവനാണയാൾ. ജ്ജുറാവിലോവ് ഇടയ്ക്കിടെ ഈ വാക്കുകൾ അനുസ്മരിക്കാറുണ്ട്. പക്ഷേ അയാൾക്കു സൊഖ്ലോവ്സ്ക്കിയിൽ യാതൊരു ഭാവനയും കാണാൻ കഴിഞ്ഞില്ല. ഒരു ധിക്കാരിയായിട്ടേ ജ്ജുറാവിലോവിനു തോന്നിയുള്ളൂ. അതൊരിക്കൽ അയാൾ ലെനയോടു പറയുകയുമുണ്ടായി: "ക്രാപ്പിയോവയെ പിരിച്ചയയ്ക്കരുത്, അയാളുടെ ഭാര്യയ്ക്കു സുഖമില്ല എന്ന് സൊഖ്ലോവ്സ്ക്കി വന്ന് എന്നോടു പറഞ്ഞു. ക്രാപ്പിയോവ നാലുതവണ വൈകിവന്നു, ഇനിയും ക്വിക്സോട്ടിക് (കാറ്റാടിയന്ത്രത്തോടു യുദ്ധം ചെയ്യാൻ പോയ കഥാപാത്രത്തിന്റെ സ്വഭാവം) ആവുന്നതു നന്നല്ല എന്നു ഞാൻ മറുപടി കൊടുത്തു. അപ്പോൾ അയാളെന്നോടു ചോദിക്കയാണ് നിങ്ങൾ "ഡോൺ ക്വിക്സോട്ടേ വായിച്ചിട്ടുണ്ടോ"യെന്ന്! അതും എല്ലാവരും നില്ക്കുമ്പോൾ. ധിക്കാരം നോക്കൂ!" തൊഴിൽമന്ത്രി കാര്യാലയത്തിനു സൊഖ്ലോവ്സ്കിയെ പ്പറ്റി നല്ല അഭിപ്രായമാണെന്നറിഞ്ഞതുകൊണ്ടാണ് ജ്ജുറാവിലോവ് അയാളെ ഡിസ്മിസ്സ് ചെയ്യാതിരുന്നത്. അല്ലെങ്കിൽ ഇതിന്നെത്രയോ മുമ്പ് അയാളെ പിരിച്ചുവിട്ടുമായിരുന്നു. മന്ത്രികാര്യാലയത്തിൽ ആരെങ്കിലും സോഖ്ലോവ്സ്ക്കിയുടെ ഭാഗം പിടിയ്ക്കാനുണ്ടെങ്കിൽ കുഴപ്പമായാലോ എന്നു ജ്ജുറാവിലോവ് ഭയപ്പെട്ടു.

ഒരു അന്തമില്ലാത്തവനായിട്ടാണ് സൊഖ്ലോവ്സ്കിയെ കൂട്ടുകാരിൽ പലരും കണക്കാക്കിയിരുന്നത്. അയാളുടെ നോട്ടത്തിലും ഒരു പന്തികേട് കാണാം. അസാമാന്യമായ പൊക്കം. പറ്റെ ക്രോപ്പുചെയ്ത നരച്ച തലമുടി. നീലക്കണ്ണുകൾ. ചെമ്പിന്റെ നിറമാണ് മുഖത്തിന്. നല്ല മഞ്ഞുകാലത്തുപോലും ഉഷ്ണ മേഖലയിൽ നിന്നു വന്നവനെപ്പോലെ തോന്നും. ഒരു കവിളിൽ നീണ്ട ഒരു വടു. എപ്പോഴും ഒരു ചെറിയ പൈപ്പ് (പുകവലിക്കാനുള്ളത്) വായിൽ കാണും. എന്നാൽ പുകവലി വളരെ കുറച്ചേയുള്ളുതാനും. ജോലിചെയ്യുമ്പോൾ ഒറ്റ അക്ഷരം മിണ്ടില്ല. കനത്ത മൗനം. മറ്റുള്ളവർ ചുറ്റും നിന്ന് എന്തൊക്കെ പറഞ്ഞാലും അയാൾ മിണ്ടില്ല. അയാളെക്കൊണ്ടു വർത്തമാനം പറയിക്കാൻ ആരും അത്ര മിനക്കെടാറുമില്ല. ആരേയും അയാൾ കൂട്ടാക്കില്ല എന്നതും പ്രസിദ്ധമാണ്.

ദീർഘകാലം അയാളുടെ ഒപ്പം പണിയെടുത്തവർക്കുപോലും അയാളെ സംബന്ധിച്ച വിവരങ്ങൾ ഒന്നും അറിയാൻ കഴിഞ്ഞിരുന്നില്ല. വടക്കാണ് അയാളുടെ സ്വദേശമെന്നാണ് ചിലർ ധരിച്ചിരുന്നത്. അച്ഛൻ ഒരു മീൻപിടുത്തക്കാരനായിരുന്നു. 1917 ലെ ആഭ്യന്തരകലാപത്തിൽ കിട്ടിയതാണ് കവിളത്തെ വടു. സംഗീതത്തിലും ജ്യോതിശാസ്ത്രത്തിലും കുറെ താല്പര്യമുണ്ട്. ഭാര്യയുണ്ടായിരുന്നു; പക്ഷേ അയാളുടെ സ്വഭാവം സഹിക്കവയ്യാതെ അവൾ തടിതപ്പി. ഒരു മൂക്കുകടിയൻ കൊച്ചു നായയുണ്ട് അയാൾക്ക്. ഒരു പുതിയ ഗവേഷണ ഫലത്തിന് അയാൾക്കു സമ്മാനം ലഭിക്കേണ്ടതായിരുന്നു; അപ്പോഴേയ്ക്കും അതു മറ്റൊരാൾ തട്ടിയെടുത്തു. ഇവിടെ വരുന്നതിനുമുമ്പ് യൂറൽസിലായിരുന്നു ജോലി. അവിടെ ഫാക്ടറിഡയറക്ടറുമായി ശണ്ഠകൂടി. ആ പകവെച്ച ഫാക്ടറിഡയറക്ടർ സൊഖ്ലോവ്സ്ക്കിയുടെ പേരു കളങ്കപ്പെടുത്തി. അയാളെ പരിഹസിച്ചുകൊണ്ടു പത്രത്തിൽ ഒരു ലേഖനവും വന്നു. വളരെക്കാലം പിടിച്ചു, ഈ കുഴപ്പം ശരിപ്പെടുത്താൻ. അതു ശരിപ്പെട്ട് അയാൾ കുറ്റക്കാരനല്ലെന്നു തെളിഞ്ഞപ്പോൾ ഇങ്ങോട്ടു സ്ഥലം മാറ്റുകയാണ് ചെയ്തത്.

പല അസാധാരണസ്വഭാവങ്ങളുമുണ്ടയാൾക്ക്. അതിലേറ്റവും വിചിത്രം, ഇടയ്ക്കിടെ വൊളോഡ്യയുമൊന്നിച്ച വോഡ്ക്ക കുടിച്ച് അയാളുമായി സൊള്ളിക്കൊണ്ടിരിയ്ക്കലാണ്. സൊഖ്ലോവ്സ്കിയുടെ കൂട്ടുപിടിയ്ക്കുന്നതു വൊളോഡ്യ ഒരഭിമാനമായി കണക്കാക്കുന്നുമുണ്ട്. "പരിഷ്കൃത വീക്ഷണമുള്ള ഒരൊറ്റക്കുഞ്ഞുമില്ലാത്ത കുഗ്രാമം" എന്നാണ് ഈ പ്രദേശത്തെപ്പറ്റി വൊളോഡ്യയുടെ അഭിപ്രായം: പരിഹാസം കലർന്ന സൊഖ്ലോവ്സ്കിയുടെ അഭിപ്രായങ്ങൾ വൊളോഡ്യയെ

ഉന്മേഷം കൊള്ളിയ്ക്കും. തന്നെപ്പോലെ സൊഖ്ലോവ്സ്കിക്കും ഇവിടെ എല്ലാറ്റിനേയും പുച്ഛമാണെന്നയാൾ അനുമാനിച്ചു. പക്ഷേ സൊഖ്ലോവ്സ്കി വൊളോഡ്യയെപ്പോലെ ചുറ്റുപാടുമുള്ള കുറവുകളും കേടുകളും മാത്രമല്ല കണ്ടിരുന്നത്. നന്മകളേയും കാണും. ചിലപ്പോഴൊക്കെ അകം നിറഞ്ഞ അഭിനന്ദനത്താൽ മതിമറന്നാഹ്ലാദിക്കയും ചെയ്യും; അതു നിശ്ശബ്ദമായിട്ടാണെന്നുമാത്രം. ആ നന്മകൾ എല്ലാവരും കണ്ടിരിക്കുമെന്ന വിശ്വാസംകൊണ്ട് അതിനെപ്പറ്റി അയാൾ ഒന്നും പറയാറില്ല. എന്നാൽ കുറ്റങ്ങളുടേയും തെറ്റുകളുടേയും നേർക്കു സാധാരണ എല്ലാവരും കണ്ണടയ്ക്കാറേയുള്ളൂ. അതുകൊണ്ടാണ് സൊഖ്ലോവ്സ്കി അവയെ വിടാതെ ആക്ഷേപിക്കുന്നത്. ഇങ്ങിനെ കുറ്റങ്ങളും തെറ്റുകളും ചൂണ്ടിപ്പറയുന്ന ഭാഗത്താണ് വൊളോഡ്യയും സൊഖ്ലോവ്സ്ക്കിയും തമ്മിലുള്ള പൊരുത്തം.

സൊഖ്ലോവ്സ്കിയുടെ മുമ്പിൽ വൊളോഡ്യ കുറച്ചുകടി മര്യാദക്കാരനാവാറുണ്ട്. അച്ഛനോടു സംസാരിക്കുമ്പോൾ അയാൾ ആദർശങ്ങളെ നിഷേധിയ്ക്കും; താനിച്ക്കയോടാവുമ്പോൾ പ്രേമത്തെ പരിഹസിയ്ക്കും; സബുറോവിനോടാണെങ്കിൽ കലയെ കളിയാക്കും. എന്നാൽ സൊഖ്ലോവ്സ്കിയോടു സംസാരിക്കുമ്പോൾ ദുർവ്വാസനകൾ കാട്ടാറില്ല; വിനയം കാട്ടാറുമുണ്ട്. വൊളോഡ്യയോട് ഒരിക്കൽ മാത്രമേ സൊഖ്ലോവ്സ്കി ക്ഷോഭിക്കയുണ്ടായുള്ളൂ. “ബ്രൈനിനേയും യഗുറോവിനേയുംകാൾ മോശമാണോ” ജ്ഞറാവിലോവ് എന്ന് വൊളോഡ്യ ചോദിച്ചപ്പോഴാണത്. സൊഖ്ലോവ്സ്കി ശാസിച്ചു: നിങ്ങൾക്കൊന്നുമറിയില്ല; വെറും കുട്ടിയാണ്. ഒരു സർവ്വപുച്ഛക്കാരനാവാനാണോ നിങ്ങളുടെ ഉന്നം? അതാഭാസകരമാണെന്നു ഞാൻ തുറന്നുപറയുന്നു.

വൊളോഡ്യ വല്ലാതായി; മാപ്പുചോദിച്ചു. സമർത്ഥനാണെന്നു വരുത്താൻ ചിലപ്പോൾ അസംബന്ധങ്ങളും പറയാറുണ്ടെന്ന് അയാൾ സമ്മതിച്ചു. ബ്രൈനിനും യഗുറോവും നല്ല മര്യാദക്കാരാണെന്നത് ഒരു പരമാർത്ഥം മാത്രമാണ്. “ശരി, വോഡ്ക കുടിയ്ക്കൂ” എന്നു മാത്രമേ ഇതിനു മറുപടിയായി സൊഖ്ലോവ്സ്കി പറഞ്ഞുള്ളൂ:

സൊഖ്ലോവ്സ്കി അന്തമില്ലാത്തവനാണെന്ന ശ്രുതി ശരിയാണോ എന്നു പരിശോധിക്കാൻ വേണ്ട സൗകര്യങ്ങൾ ആൻഡ്രി പുഖോവിനു ലഭിച്ചിരുന്നു. സൊഖ്ലോവ്സ്കിയുടെ കൊച്ചു നായ ഒരിയ്ക്കൽ പുഖോവിനെ പിടികൂടി. അതയാളുടെ പുത്തൻട്രൗസർ കടിച്ചുകീറിയെന്നുമാത്രമല്ല, കാലും കടിച്ചു മുറിവേൽപ്പിച്ചു. ഒരാഴ്ച അദ്ദേഹത്തിനു കാലു തലോടി ഇരിയ്ക്കേണ്ടിവന്നു. “രണ്ടുതവണ അവൻ എന്റെ നേർക്കുപോലും

ചാട്ടുകയുണ്ടായി!" എന്നു സൊഖ്ലോവ്സ്കി വിവരിച്ചു.

അയാൾക്കു സംഗീതത്തിൽ കമ്പമുണ്ടെന്നതും വാസ്തവമാണ്. ഒരു ദിവസം വൈകുന്നേരം വൊളോഡ്യ അവിടെ ചെന്നപ്പോൾ സൊഖ്ലോവ്സ്കി റേഡിയോ ഗാനത്തിൽ തന്നെത്താൻ മറന്നിരിക്കുന്നതാണ് കണ്ടത്. വൊളോഡ്യ ചെന്നതുപോലും അയാൾ അറിഞ്ഞില്ല. ആ പാട്ടു കഴിഞ്ഞിട്ടും കുറേനേരം പിന്നേയും അയാൾ ചിന്താധീനനായിത്തന്നെയിരുന്നു. പിന്നീടാണ് അയാൾ വൊളോഡ്യയുടെ നേർക്കു തിരിഞ്ഞുനോക്കിയത്. "നല്ല പാട്ട്, അല്ലേ?" എന്നു വൊളോഡ്യയുടെ നേർക്കു നോക്കി ചോദിച്ചു. അത്രമാത്രം. പിന്നെ ഒറ്റവാക്കുപോലും പറയുകയുണ്ടായില്ല.

വൊളോഡ്യ തീരെ പ്രതീക്ഷിക്കാത്ത പുസ്തകങ്ങളാണ് സൊഖ്ലോവ്സ്കിയുടെ മേശപ്പുറത്തു കണ്ടത്. ജ്യോതിശ്ശാസ്ത്രത്തെപ്പറ്റിയുള്ള ഒരു തടിച്ച അററ്ലസ്സ്, ഇന്ത്യാചരിത്രം, ചില സയൻസുപുസ്തകങ്ങൾ, പെട്രാക്കാന്റെ കവിതകൾ - അങ്ങിനെ പലതും. "എപ്പഴാണിയാൾക്കിതെല്ലാം വായിക്കാൻ സമയം?" എന്നു വൊളോഡ്യ അത്ഭുതപ്പെട്ടു: "ഇയാൾ എന്തിനിതെല്ലാം വായിക്കുന്നു? എന്നെപ്പോലെ കൂട്ടില്ലാതെ തനിച്ചിരുന്നു മുഷിഞ്ഞിട്ടാവാം." വൊളേഡ്യെ ഏറ്റവും അത്ഭുതപ്പെടുത്തിയത് സൊഖ്ലോവ്സ്കി ഇംഗ്ലീഷു പഠിയ്ക്കാൻ തുടങ്ങിയിരിക്കുന്നതാണ്.

ആരും ചോദിക്കാതെതന്നെ സൊഖ്ലോവ്സ്കി ആദ്യം കേറിപ്പറയുന്ന ചില സന്ദർഭങ്ങളുമുണ്ട്. ജനങ്ങളെ വകവെയ്ക്കാതിരിക്കുക, ജോലിയിൽ കളവു കാണിക്കുക എന്നിവ കാണുമ്പോൾ അയാൾ കോപംകൊണ്ടു സ്വയം മറന്നുപോകും. അപ്പോൾ ആളും തരവും ഒന്നും നോക്കില്ല, കണ്ടമാനം ശകാരിക്കും. യൂണിയൻ പ്രവർത്തകനോ ഫാക്ടറിഡയറക്ടരായ ജ്രൂറാവിലോവോ, ക്ലബ് മാനേജരായ ഡോബിജിൻസ്കിയോ ആരായാലും അയാൾക്ക് കൂസലില്ല. തൊഴിലാളികളുടെ പാർപ്പിടങ്ങളുടെ കാര്യത്തിലും മറ്റും ജ്രൂറാവിലോവ് കാണിക്കുന്ന അനാസ്ഥയെ പരസ്യമായി മുഖത്തുനോക്കിത്തന്നെ സൊഖ്ലോവ്സ്കി അധിക്ഷേപിക്കും. അതുകൊണ്ട് എല്ലാവർക്കും അയാളെ തെല്ലൊരു ഭയമാണ്.

കാലക്രമത്തിൽ എന്തുകൊണ്ടോ സൊഖ്ലോവ്സ്കിയുടെ ഈ വിമർശനങ്ങളും അധിക്ഷേപങ്ങളും വളരെ അപൂർവ്വമായിത്തുടങ്ങി. ജ്രൂറാവിലോവിന്ന് അതു വലിയ ആശ്വാസമായി. "സൊഖ്ലോവ്സ്കിക്ക് പ്രായം കൂടിവരികയാണ്; അതയാളെ കുറെ തണുപ്പിക്കുന്നപോലുണ്ട്"എന്നായിരുന്നു ജ്രൂറാവിലോവിന്റെ അഭിപ്രായം. പത്രങ്ങൾ വായിക്കുമ്പോഴും "അതു ശരി" എന്നുമാത്രമേ മിക്കപ്പോഴും സൊഖ്ലോവ്സ്കി

പറയാറുള്ളൂ. അടുത്ത് ഒരിക്കൽ യഗറോവു ജ്ദറാവിലോവിനെപ്പറ്റി അദ്ദേഹത്തോടു വളരെ കാര്യമായി പല പരാതികളും പറഞ്ഞു "വാസിലോവ് അത്യാവശ്യമാണ്. നമുലിയനും കൂടാതെ പറ്റില്ല. നമ്മളിപ്പോൾ പുതിയ ഒരു ഡിപ്പാർട്ടുമെന്റുകൂടി തുടങ്ങിയിട്ടുള്ളതുകൊണ്ട് കൂടുതൽ ജോലിക്കാർ കൂടിയേ കഴിയൂ. അതു ഡയറക്ടർ ജ്ദറാവിലോവിന്നും അറിയാം. പക്ഷേ അയാളതു സമ്മതിക്കില്ല. ഇനിയും ആളെ കുറയ്ക്കണമെന്നാണയാളുടെ വാശി. അയാളേയും വെച്ചുകൊണ്ട് എങ്ങിനെ പണി നടത്താനാണ്? സൊഖ്ലോവ്സ്ക്കി ഒന്നു മന്ദഹസിച്ചിട്ടു യഗറോവിനെ സമാധാനിപ്പിച്ചു:

എന്റെ വിശ്വാസം ജ്ദറാവിലോവിനെ താമസിയാതെ പിരിച്ചുവിട്ടുമെന്നാണ്.

യഗറോവ് സന്തോഷത്തോടെ ചോദിച്ചു: എന്ത്? നിങ്ങൾക്കു വല്ല വിവരവും കിട്ടിയിട്ടുണ്ടോ?

സൊഖ്ലോസ്കി നിഷേധാർത്ഥത്തിൽ തലകുലുക്കിക്കൊണ്ട് പറഞ്ഞു: "ഇല്ല; ഞാനൊന്നും കേട്ടിട്ടില്ല. പക്ഷേ, എന്തോ, എനിക്കങ്ങിനെ ഒരു തോന്നൽ. കേന്ദ്രകമ്മിറ്റിയുടെ ആ രണ്ടു പ്രമേയങ്ങളും ഞാൻ രണ്ടാവൃത്തി വായിച്ചു. ഉപഭോഗ സാധനങ്ങളെപ്പറ്റി അതിൽ പറഞ്ഞിട്ടുള്ളത് അക്ഷരംപ്രതി ശരിയാണ്."[2] യഗറോവു അമ്പരപ്പോടെ അയാളെ നോക്കി: "ഇതു രണ്ടും തമ്മിൽ എന്താണ് ബന്ധം?"

"ഒന്നു മറ്റതിന്റെ തുടക്കമാണ്" എന്നു മാത്രമായിരുന്നു സൊഖ്ലോവ്സ്കിയുടെ മറുപടി. മറ്റൊന്നും അയാൾ പറഞ്ഞില്ല.

അയാളുടെ മുറിയുടെ ചുമരിന്മേൽ സുന്ദരിയായ ഒരു ബാലികയുടെ ഫോട്ടോ തൂക്കിയിട്ടുണ്ട്. വൊളോഡ്യ അതിനെപ്പറ്റി പല ഊഹാപോഹങ്ങളും നടത്താറുണ്ടെങ്കിലും സൊഖ്ലോവ്സ്കിയോടു ചോദിക്കാൻ ധൈര്യപ്പെട്ടില്ല. ആ മുറി അടിച്ചുവാരുന്ന ക്ലാവുയോടുമാത്രം സൊഖ്ലോവ്സ്കി ഒരിക്കൽ ഇതിനെപ്പറ്റിപ്പറയുകയുണ്ടായി: "അതെന്റെ മകളാണ്. 22 കൊല്ലമായി ഞാനവളെ കണ്ടിട്ട്."

1928 -ലാണ് അയാൾ മായയെ വിവാഹം ചെയ്തത്. അവൾ അന്ന് ഒരു സാഹിത്യവിദ്യാർത്ഥിനിയായിരുന്നു. അന്ന് മോസ്ക്കോവിൽ

---

2 1953 ഒക്ടോബർ 23-ാം ന സോവിയറ്റു കമ്യൂണിസ്റ്റ് പാർട്ടി കേന്ദ്രകമ്മറ്റി പാസ്സാക്കിയ രണ്ടു പ്രമേയങ്ങളെപ്പറ്റിയാണ് സൊഖ്ലോവ്സ്കി പരാമർശിച്ചത്. ഉപഭോഗസാധനനിർമ്മാണം വൻതോതിൽ വർദ്ധിപ്പിക്കുക, ജനങ്ങളുടെ ജീവിതനിലവാരം കൂടുതൽ ഉയർത്തുക- ഇവയാണ് ആ പ്രമേയങ്ങളിൽ എടുത്തിട്ടുള്ള തീരുമാനം.

ഒരു ഫാക്ടറിയിലായിരുന്നു അയാൾക്കു ജോലി. അവളുടെ ലജ്ജാശീലത്വവും ശോകാത്മകങ്ങളായ കണ്ണുകളുമാണയാളെ ആകർഷിച്ചത്. തന്റെ ഭാവനയിലുള്ള ഭാര്യയാവും ഇവളെന്നും അയാൾ പ്രതീക്ഷിച്ചു. എന്നാൽ പ്രതീക്ഷിച്ചപോലെയല്ല കലാശിച്ചത്. അവൾ എപ്പോഴും ഒരു പരാതിക്കാരിയായിരുന്നു. അതയാളെ ശല്യപ്പെടുത്തി. അവർക്ക് ഒരു പെൺകുഞ്ഞുണ്ടായി- മാഷ. പക്ഷേ മായയും സൊഖ്ലോവ്സ്കിയും മനസ്സുകൊണ്ടു കൂടുതൽ അകലുകയാണ് ചെയ്തത്. അവൾ എപ്പോഴും അസ്വസ്ഥയാണ്. ഒരിക്കൽ തെക്കൻഭാഗത്തു ചികിത്സയ്ക്കു പോയി തിരിച്ചുവരുമ്പോൾ അവൾ അയാളോടു പറഞ്ഞു. "എനിയ്ക്കിനിയും പൂർണ്ണസുഖം കിട്ടിക്കഴിഞ്ഞിട്ടില്ല; നമ്മുടെ വിവാഹമോചനം ഉടനെ നടത്തണം. പിന്നെ, ഞാൻ എന്റെ മനസ്സിനിണങ്ങിയ ഒരു പുരുഷനെ കണ്ടിരിക്കുന്നു. ഒരു വ്യാപാരി. കമ്മ്യൂണിസ്റ്റല്ലെങ്കിലും അനുഭാവിയാണ്. ബൽജിയത്തിലേയ്ക്കുള്ള പാസ്പോർട്ടുണ്ടയാൾക്ക്. ഇപ്പോൾ ബ്രസൽസിലാണ് പാർക്കുന്നത്. റഷ്യക്കാരനാണ്. എനിക്കും ഒരു പാസ്പോർട്ട് അയാൾ വാങ്ങിക്കഴിഞ്ഞു. അടുത്താഴ്ച ഞാനയാളുടെ കൂടെ പോകാൻ തീർച്ചപ്പെടുത്തി. കുട്ടിയേയും കൊണ്ടുപോകും. കുട്ടികളെ അയാൾക്കു വളരെ ഇഷ്ടമാണ്." മായയ്ക്കും മാഷയ്ക്കും സൊഖ്ലോവ്സ്കിയ്ക്കും ആ തീരുമാനം ഗുണകരമായിരുന്നു. മാഷയുടെ വർത്തമാനം ഇടയ്ക്കറിയിക്കണം എന്നുമാത്രമേ സൊഖ്ലോവ്സ്കി അവളോടാവശ്യപ്പെട്ടുള്ളൂ. അതു മായയുടെ ഉള്ളിൽത്തട്ടി. അവൾ അയാളുടെ കവിളിൽ ചുംബിച്ചു; ലിപ്സ്റ്റിക്കിന്റെ രണ്ടു തുടുത്ത രേഖകൾ അയാളുടെ കവിളിൽ നിർമ്മിച്ചുകൊണ്ട് അവൾ വിടവാങ്ങി.

അവൾ പോയിക്കഴിഞ്ഞപ്പോഴാണ് താൻ അവളെ പ്രേമിച്ചിരുന്നില്ലെന്ന് അയാൾക്കു മനസ്സിലായത്. അവളെപ്പറ്റി അയാൾ ഓർക്കാതായി. പക്ഷേ മാഷയെപ്പറ്റി അയാൾ പലപ്പോഴും ചിന്തിയ്ക്കാറുണ്ട്. ആദ്യമൊക്കെ മായ തുടർച്ചയായി കുട്ടിയുടെ വിശേഷങ്ങൾ അയാളെ അറിയിച്ചുകൊണ്ടിരുന്നു. കുട്ടിയ്ക്കു സുഖമാണ്, ഇളയച്ഛനെ സ്നേഹമാണ്, സ്കൂളിൽ പഠിയ്ക്കാൻ തുടങ്ങി. റഷ്യൻഭാഷ മറന്നിട്ടില്ല, മാഷ എന്ന പേരുമാറ്റി മേരി എന്നാക്കി - ഇങ്ങിനെ എല്ലാ വിവരങ്ങളും ഫോട്ടോകളും അയാൾക്ക് അയക്കാറുണ്ട്. യുദ്ധത്തിനു കുറച്ചു മുമ്പാണ് അവസാനത്തെ കത്തു കിട്ടിയത്. കുട്ടിയുടെ പേരു മാറ്റിയ കത്ത് കിട്ടിയപ്പോൾ "മേരി" എന്ന് പെട്ടെന്നു സ്വയം ഉറക്കെപ്പറഞ്ഞുപോയി, സൊഖ്ലോവ്സ്കി. തന്റെ ശബ്ദത്തിലെ ആ വ്യസനച്ഛായ അയാളെ ഒന്നു ഞെട്ടിപ്പിച്ചു.

പിന്നെ വളരെക്കാലത്തേയ്ക്ക് എഴുത്തുകളൊന്നുമുണ്ടായിരുന്നില്ല.

തന്റെ മകളും അവളുടെ അമ്മയും ജീവിച്ചിരിപ്പുണ്ടോ എന്നുപോലും അയാൾക്കു യാതൊരു തുമ്പുമുണ്ടായിരുന്നില്ല. അങ്ങിനെയിരിക്കെ മൂന്നു കൊല്ലംമുമ്പ്, ബെൽജിയത്തിലേയ്ക്കു ഒരു പ്രതിനിധിസംഘമൊന്നിച്ചു പോയ ഒരെഞ്ചിനീയർ സൊഖ്ലോവ്സ്ക്കിയ്ക്ക് ഒരു കത്തു കൊണ്ടുകൊടുത്തു. അതു മേരിയുടേതായിരുന്നു. മായ മരിച്ചിട്ടു വളരെക്കാലമായെന്ന് അപ്പോഴാണയാളറിഞ്ഞത്. യുദ്ധകാലത്തു ബൽജിയത്തിൽ ജീവിതം ദുസ്സഹമായിരുന്നുവെന്നും അതിൽ എഴുതിയിരുന്നു. റഷ്യക്കാരാണ് എല്ലാവരേയും രക്ഷിച്ചത്. താൻ ഒരു റഷ്യക്കാരിയെന്നതിൽ അഭിമാനം കൊള്ളുന്നു. സർവ്വകലാശാലയിൽ ഉപരിപഠനത്തിനു ചേർന്നെങ്കിലും അതുപേക്ഷിച്ചു. **പ്ലാസ്റ്റിക്ഡാൻസു** പഠിക്കയാണ് ചെയ്തത്. അതിൽ താൻ വളരെ സമർത്ഥയാണെന്ന് എല്ലാവരും പറയുന്നുണ്ട്. ഒരിക്കൽ റഷ്യയിലും വന്നു തന്റെ നടനസാമർത്ഥ്യം പ്രദർശിപ്പിക്കാൻ കഴിയുമെന്നു പ്രതീക്ഷിക്കുന്നു. ഭാവി സോവിയറ്റിന്റേതാണ്. ഒരൊറ്റ സോവിയറ്റു പടമെങ്കിലും താൻ കാണാതെ വിട്ടിട്ടില്ല - മറ്റും മറ്റും. അതോടൊപ്പം അവളുടെ രണ്ടു ഫോട്ടോകളും അടക്കം ചെയ്തിരുന്നു. ഒന്നു സർവ്വകലാശാലയിൽ പഠിച്ചിരുന്നപ്പോഴത്തേതാണ്. മറ്റേത് ഗ്രീക്കു ഡാൻസിന്റെ വേഷത്തിലുള്ളതും. ഇതിൽ ഡാൻസുവേഷത്തിലുള്ള ഫോട്ടോ സൊഖ്ലോവ്സ്ക്കി തന്റെ മേശയ്ക്കുള്ളിൽ ഒളിച്ചു വെച്ചു. മറ്റേതു ചുമരിൽ തൂക്കി. ആ ഫോട്ടോവിൽ നോക്കുമ്പോൾ, അയാൾ അമ്പരന്നു പോകാറുണ്ട്: "ഈ മനോഹരിയായ പെൺകുട്ടി എന്റെ മകളാണെന്നുള്ളത് എത്ര അസാധാരണമായിരിക്കുന്നു." അയാൾ ആ കത്തിനു മറുപടി അയച്ചു. അതിനുശേഷം ഒരു കൊല്ലം കഴിഞ്ഞപ്പോൾ അയാൾക്ക് ഒരു കാർഡ് കിട്ടി. അവൾ പാരീസിലേയ്ക്കു തിരിക്കിട്ട് പോവുകയാണെന്നും എല്ലാം വളരെ ആശ്ചര്യകരമായിരിക്കുന്നു എന്നും ഓടിച്ച് എഴുതിയ ഒരു കാർഡായിരുന്നു അത്. അതിന്നുശേഷം ഇതുവരെ യാതൊരു വിവരവുമില്ല.

തന്റെ അസുഖകരമായ വിവാഹജീവിതത്തിനുശേഷം സൊഖ്ലോവ്സ്കിയ്ക്കു ആത്മവിശ്വാസംപോലും നഷ്ടപ്പെട്ടു. പിന്നീട് ഏതെങ്കിലും സ്ത്രീ അയാളെ ആകർഷിക്കാൻ തുടങ്ങിയാൽ അയാൾ അവളെ കാണാതെ കഴിയ്ക്കാൻ ശ്രമിക്കും. അങ്ങിനെ കൂടുതൽ കൂടുതൽ ഏകാന്തതയുമായി ബന്ധപ്പെടാൻ തുടങ്ങിയ അയാൾ പ്രേമത്തേയോ സൗഹൃദത്തേയോ സ്മരിക്കയോ സങ്കല്പിക്കയോ ചെയ്യാതായി. അങ്ങിനെ ആ ഏകാന്തജീവിതം അമ്പതുവയസ്സു കഴിയുന്നതുവരെ അയാൾ തുടർന്നു. ഇതിനിടയ്ക്കാണ് ഒരു ദിവസം ഈ ഫാക്ടറിയിൽവെച്ച് അയാൾ ഡോ.വീരയെക്കണ്ടത്. അവൾ അയാളുടെ ഹൃദയത്തിൽ ഒരു ചലനമുണ്ടാക്കി. ആദ്യം

തമ്മിൽക്കണ്ട ദിവസം എന്തൊക്കെയാണ് അവർ സംസാരിച്ചതെന്ന് അയാൾക്ക് ഓർമ്മയില്ല. സംഗീതത്തെപ്പറ്റിയോ, ജ്യോതിശ്ശാസ്ത്രത്തെപ്പറ്റിയോ, വൈദ്യത്തെപ്പറ്റിയോ എന്തൊക്കെയാണെന്ന് അയാൾക്ക് ഓർമ്മിക്കാൻ കഴിഞ്ഞില്ല. കുറച്ചു ദിവസം കഴിഞ്ഞ് ഒരിക്കൽ അയാൾ അവളെ തെരുവിൽവെച്ചു കണ്ടു. താൻ വീട്ടിലേയ്ക്കു വരട്ടെ എന്ന് അന്ന് അവളോട് ചോദിക്കുകയുണ്ടായി. അന്നുമുതലാണ് അയാൾ അവളുടെ വീട്ടിലെ സന്ദർശകനായത്. എപ്പോഴും ഗൗരവത്തിലിരിക്കുന്ന അവളുടെ മുഖം മന്ദഹസിക്കുമ്പോൾ പ്രസന്നമാവുന്നതു കാണാനും ശാന്തമായ ആ ശബ്ദം കേൾക്കാനും, അവളുടെ സാന്നിദ്ധ്യം അനുഭവിക്കാനുമുള്ള ആശ പ്രതിദിനം അയാളിൽ വളരാൻ തുടങ്ങി.

സൊഖ്ലോവ്സ്കിയ്ക്ക് ഉറക്കം ചുരുങ്ങി. ചിലപ്പോൾ പെട്ടെന്ന് ഒന്നു മയങ്ങും. വളരെ നേരത്തെതന്നെ, രണ്ടു മണിയ്ക്കും മറ്റും, ഞെട്ടി ഉണരും. പിന്നെ കണ്ണടക്കാൻ കഴിയില്ല. അത്തരം സന്ദർഭങ്ങളിൽ വീരയുമായി നടന്ന ഓരോ കൂടിക്കാഴ്ചയും അയാൾ അനവധി വട്ടം അനുസ്മരിക്കും. തങ്ങളുടെ രണ്ടുപേരുടേയും പല അഭിപ്രായങ്ങളും രുചികളും ഒരുപോലെയാണെന്നു കണ്ടതിൽ അയാൾക്കു വലിയ ആശ്ചര്യം തോന്നി. അതു പോലെ അവളുടെ ചില തെറ്റിദ്ധാരണകളും, മുഖം വീർപ്പിക്കലും, എഴുന്നേറ്റു പോക്കും, ദേഷ്യം വന്നു പുരികം വളയുന്നതും, ദയയുള്ള നോട്ടങ്ങളും വേനലിന്റെ അവസാനത്തിലുള്ള കാറ്റും കോളും നിറഞ്ഞ രാത്രിയോടയാൾ ഉപമിച്ചു. താൻ എത്രമാത്രം അവളിൽ ആകൃഷ്ടനായിരിക്കുന്നുവെന്നു വളരെക്കഴിഞ്ഞാണയാൾക്കു ബോദ്ധ്യപ്പെട്ടത്. ഒരുദിവസം വെളുപ്പാൻകാലത്ത് പതിവുപോലെ ഉറക്കം കിട്ടാഞ്ഞ് അയാൾ എഴുന്നേറ്റ് ലാത്തിക്കൊണ്ടിരിക്കെ സ്വയം പറഞ്ഞു: അവളെന്റെ നിധിയാണ്; അവളാണ് ഒരേ ഒരു നിധി; വളരെ വൈകി കൈവന്നത്. എന്റെ ജീവിതകാലം മുഴുവൻ അവളെ സ്വപ്നം കാണുകയായിരുന്നു; അവൾക്കുവേണ്ടി കാത്തിരിക്കയായിരുന്നു. ഞാനിതവളോട് പറയില്ല. നാളെയോ, ഒരാഴ്ചയ്ക്കുള്ളിലോ ഞാനവളെ ചെന്നു കാണും. ഞാൻ മിണ്ടാതിരിക്കയേയുള്ളൂ. അല്ലെങ്കിൽ ഡ്രൂറാവിലോവിനെയോ, ചൊവ്വാഗ്രഹത്തിലെ ജനങ്ങളെയോ, ചർച്ചിലിനെയോ, പിശാചിനെയോ മറ്റോ പറ്റി മാത്രം സംസാരിക്കും. ഒരിക്കലും മറ്റേകാര്യം പറയില്ല. എന്റെ ആനന്ദമേ, സായാഹ്ന പ്രേമമേ, ഓമനേ വീരാ! ഞാനെന്റെ ഹൃദയത്തിൽ നിന്ന് അങ്ങിനെ വിളിയ്ക്കും. നിന്നെ കണ്ടറിയുന്നതുവരെ ജീവിയ്ക്കാൻ കഴിഞ്ഞതിൽ എനിക്കുള്ള ആനന്ദം പറഞ്ഞറിയിക്കാൻ വിഷമമാണ്."

തുടരെത്തുടരെ അവളെ ചെന്നുകാണാതിരിക്കണമെന്ന് അയാൾ നിശ്ചയിച്ചു. കാരണം, അതവൾക്ക് ബോറായിത്തോന്നിയാലോ! എന്നാൽ അത് വിഷമമായിത്തീർന്നു. ഉള്ളിലുള്ളത് പുറത്തുപറയാതെ അടക്കി വെയ്ക്കുന്നപോലെ മറ്റൊരു ഹൃദയഭാരമില്ല. അങ്ങിനെ അയാൾ അവളെ കാണാൻ ചെല്ലും. കുറെ നേരം കാര്യമായൊന്നും പറയാതെ അവിടെ കുത്തിയിരിക്കും. അപ്പോഴേയ്ക്കും രോഗികളെ നോക്കാൻ ആരെങ്കിലും വന്ന് വീരയെ കൂട്ടിക്കൊണ്ടുപോകും. അല്ലെങ്കിൽ അയാൾ എണീറ്റ് യാത്ര പറഞ്ഞുപിരിയും. പിന്നീട് പറയാം എന്നയാൾ നിശ്ചയിക്കും. അങ്ങനെ അതു നീണ്ടുപോയി.

പക്ഷേ ഇത്തവണ അയാൾ ചെന്നതു നല്ല നേരത്തായിരുന്നില്ല. ലെന വന്ന് പെട്ടെന്ന് മുഷിഞ്ഞുപോയ സമയമായിരുന്നു. വീര വല്ലാതെ അസ്വസ്ഥയാണ്. എന്താണ് കാരണമെന്നയാൾക്ക് മനസ്സിലായില്ല. ചോദിക്കാൻ ധൈര്യപ്പെട്ടുമില്ല.

ഫെചോസ്യേവിന്റെ മരണം, കുഡ്യാവിറ്റ്സെവിന്റെ കുട്ടിയ്ക്ക് കാഴ്ചയിൽ അല്പം ആശ്വാസം തോന്നുമെങ്കിലും രക്ഷയില്ലെന്ന വസ്തുത എന്നിവ അവൾ അയാളോടു പറഞ്ഞു. ഈ കഴിഞ്ഞ ചില കൊല്ലങ്ങൾക്കുള്ളിൽ പല പുതിയ കണ്ടുപിടുത്തങ്ങളുമുണ്ടായിട്ടുണ്ടെന്നത് ശരിതന്നെ... എന്നിട്ടോ! ആളുകൾ മരുന്നിൽ പൂർണ്ണമായി വിശ്വസിച്ചിരിക്കയാണ്; രക്ഷകിട്ടാൻ കാത്തിരിക്കയാണ്. പ്രതീക്ഷകൾ തകരുന്നു!... വല്ലാത്ത നിസ്സഹായത. ഇതസഹ്യമാണ്.

ആളുകൾ ചിന്തിക്കാൻ പഠിച്ചുതുടങ്ങുന്നേയുള്ളൂവെന്ന് സൊഖ്ലോവ്സ്കി അഭിപ്രായപ്പെട്ടു. ആറ്റം ഭേദനം ഒരത്ഭുതമായിട്ടാണ് നാം കാണുന്നത്. പക്ഷേ നമ്മുടെ കുട്ടികൾക്ക് അതിൽ ഒരു പുതുമ തോന്നാനിടയില്ല. ഒരു പഴയ കാര്യമായിട്ടാവും പുതിയ തലമുറയ്ക്ക് തോന്നുക. പുരോഗതിയിലേയ്ക്ക് അചഞ്ചലമായ നീക്കം കാണുന്നുണ്ട്. അതുകൊണ്ട് പ്രതീക്ഷയ്ക്കവകാശമുണ്ട്.

വീര: -"അതു ശരിയാണ്; പക്ഷേ വളരെ അവ്യക്തവുമാണ്. ജീവനുള്ള മനുഷ്യരുമായിട്ടാണ് എനിയ്ക്കിടപെടേണ്ടത്. ഈ മനുഷ്യരെയാണ് എനിക്ക് രക്ഷിക്കേണ്ടതും; എന്നാൽ അത് സാധിക്കുന്നില്ല. കഴിഞ്ഞ തവണ വന്നപ്പോൾ നിങ്ങൾ പറഞ്ഞല്ലോ, ജ്യോതിശ്ശാസ്ത്രത്തിൽ നിങ്ങൾക്ക് താല്പര്യമുണ്ടെന്ന്. ഞാൻ പിന്നീടതിനെക്കുറിച്ച് ചിന്തിച്ചു. അത് നിങ്ങൾക്ക് ആശ്വാസം നല്കുന്നുണ്ടാവും. ആരറിഞ്ഞു, ഒരുപക്ഷേ അടുത്തൊരു ദിവസം ചൊവ്വയിലേയ്ക്കോ മറ്റോ യാത്ര ചെയ്യില്ലെന്ന്!"
അവൾ പുഞ്ചിരിക്കൊണ്ടു: "അത് നിങ്ങളുടെ മനസ്സിനു സ്വാസ്ഥ്യം നൽകും!"

സൊ:- “എന്തൊക്കെയാണ് നിങ്ങൾ പറയുന്നത്? നേരെ വിപരീതമാണ്. ഇന്ന് നാം കാണുന്ന അതിർത്തിയ്ക്കപ്പുറത്തും ചലനങ്ങളും കാലഘട്ടങ്ങളും ലോകവും ജീവനും പരന്നുകിടക്കുന്നുണ്ടാവും.”

വീര അയാൾ പറയുന്നത് കേൾക്കുന്നുണ്ടായിരുന്നെങ്കിലും ശ്രദ്ധ വേറെയായിരുന്നു. ലെനയുടെ അസ്വസ്ഥമായ കണ്ണുകളെപ്പറ്റിയാണ് അവൾ ആലോചിച്ചിരുന്നത്: ഞാനെങ്ങിനെ അവളെ പോകാൻ സമ്മതിച്ചു? മനുഷ്യജീവികളെ മനസ്സിലാക്കുക എത്ര വിഷമമാണ്! വിദൂരത്തിലുള്ള ഒരു ഗ്രഹത്തിൽനിന്ന് ഭൂമിയിലെ സമുദ്രങ്ങൾ നോക്കി മനസ്സിലാക്കുന്നതിലും വിഷമം പിടിച്ചതാണ്. സൊഖ്ലോവ്സ്കിക്കും എന്നെ ഇപ്പോൾ സഹായിക്കണമെന്നുണ്ടാവും; എനിയ്ക്ക് ലെനയോട് തോന്നിയ മാതിരി... നോക്കണേ, എന്തൊക്കെ വിഷമമാണെന്ന്!”

“എന്ത് മഞ്ഞാണ്”യാതൊരു ബന്ധവുമില്ലാതെ അവൾ പറഞ്ഞു. സൊഖ്ലോവ്സ്കി തലകുലുക്കി. “ഇന്ന് രാത്രി 35 ഡിഗ്രിവരെ എത്തുമെന്നാണ് കാലാവസ്ഥാപ്രവചനം.”

രണ്ടുപേരും മൗനം പൂണ്ടു. സൊഖ്ലോവ്സ്കി വീരയുടെ നേരെ നോക്കിക്കൊണ്ടങ്ങിനെ ഇരുന്നു. അയാൾക്ക് തന്റെ കണ്ണുകൾ അവളിൽനിന്നെടുക്കാൻ കഴിഞ്ഞില്ല. അവളോട് പറയേണ്ട ചിലത് തന്റെ ഹൃദയത്തിൽക്കിടപ്പുണ്ടെന്നും എന്നാൽ താനത് പറയില്ലെന്നും അയാൾക്കറിയാം. അയാളുടെ നോട്ടം അവളെ അസ്വാസ്ഥ്യപ്പെടുത്തി.

മടങ്ങിപ്പോകാനായിത്തുടങ്ങുമ്പോൾ അയാൾ പെട്ടെന്ന് എന്തോ ആലോചിച്ചതുപോല പറഞ്ഞു: കുറച്ചു ദിവസംമുമ്പ് മോസ്ക്കോവിൽ പോയപ്പോൾ അവിടുത്തെ ബൊട്ടാണിക്കൽ ഗാർഡനിൽ ഞാനൊരു ചെടികണ്ടു. ആളുകൾ വീട്ടുമുറിയ്ക്കുള്ളിലും മറ്റും വെയ്ക്കാറുള്ളപോലത്തെ ഒരു ചെടി. ഒരു പയനിയർ (യുവകമ്യൂണിസ്റ്റ് ലീഗിൽ കുട്ടികൾക്കുള്ള വിഭാഗത്തിൽപ്പെട്ടവർ) ആണ് അതു കൊണ്ടുവന്നതെന്ന് തോട്ടക്കാരൻ പറഞ്ഞു. ആ കുട്ടി ഒരിക്കൽ നടക്കുന്ന വഴി കണ്ടെത്തിയതാണത്. അവനതു പറിച്ചുകൊണ്ടുപോയി വീട്ടിനകത്തു ചട്ടിയിൽ വെച്ചു. ഒരു സസ്യശാസ്ത്രഗ്രന്ഥത്തിൽ മരുഭൂമികളിലേ അത് വളരൂവെന്ന് എഴുതിയിരുന്നു. അതിനാൽ അതു നനയ്ക്കേണ്ടതില്ലെന്നർത്ഥം. ഇതയാളെ വിഷമിപ്പിച്ചു. വരുന്നതു വരട്ടെ എന്നു കരുതി അതു നനച്ചു വളർത്താൻ ശ്രമിച്ചു. നിങ്ങൾക്കു കേൾക്കണ്ടേ, അത്ഭുതം, അതു തഴച്ചുവളരാൻ തുടങ്ങി. അതു ചട്ടിയിൽ ഒതുങ്ങാതായി. അവൻ വേഗം അതു പുറത്തു വളപ്പിൽക്കൊണ്ടുപോയി നട്ടു... പക്ഷേ, എന്താണിപ്പോൾ ഇതോർമ്മിക്കാൻ കാരണമെന്ന് എനിക്കു പിടിയില്ല. ഞാൻ നിങ്ങളെ വല്ലാതെ

സ്വൈര്യം കെടുത്തി എന്നു തോന്നുന്നു. ക്ഷമിക്കു. എനിക്കു നിങ്ങളെക്കാണാൻ വല്ലാത്ത ആഗ്രഹം തോന്നി..

വീര അയാളുടെ നേർക്കു തിരിഞ്ഞു നേരിയ ശബ്ദത്തിൽ പറഞ്ഞു: ഞാനതു വിശ്വസിക്കുന്നില്ല. ചെടിയുടെ കാര്യമാണ് ഞാൻ പറയുന്നത് - അതു മരുഭൂമിയിൽമാത്രം വളരുന്നതാണെങ്കിൽ ഇത്തരം മാറ്റം അതിനെ നശിപ്പിച്ചുകളയും. എനിക്കു ബോട്ടണിയെപ്പറ്റി ഒന്നുമറിയില്ലെങ്കിലും... ക്ഷമിക്കണം... എനിക്കും വല്ലാത്ത ക്ഷീണം... ഒരു തലവേദനയും...

സൊഖ്ലോവ്സ്കി ബദ്ധപ്പെട്ടു സ്ഥലംവിട്ടു. പുറത്ത്, നിലാവിൽ കുളിച്ച മരം. ശ്വാസോച്ഛ്വാസംപോലും തണുത്തു കട്ടിയാവുന്ന തണുപ്പ് - പറന്നുപോകുന്ന പക്ഷികൾ തണുത്തുറച്ച കല്ലുഷണങ്ങൾപോലെ നിലംപതിച്ചു. പക്ഷേ സൊഖ്ലോവ്സ്കി അതൊന്നുമറിയുന്നില്ല. അഗാധമായ വേദനയോടെ ആ വിജനമായ തെരുവിൽ അയാൾ അടിവെച്ചു നീങ്ങിക്കൊണ്ടിരുന്നു. അയാളുടെ ചുണ്ടിളകുന്നുണ്ട്. എന്തെങ്കിലും സ്വയം പറയുകയാണോ അതോ സങ്കടംകൊണ്ടു വിതുമ്പുകയാണോ, എന്തോ!

അദ്ധ്യായം ആറ്

വൈകുന്നേരം ക്ലാസ്സെല്ലാം കഴിഞ്ഞ് ലെന സ്കൂളിൽനിന്നു വീട്ടിലേയ്ക്കു മടങ്ങാൻ ഒരുങ്ങുകയാണ്. അപ്പോഴാണ് സ്റ്റാഫ്റൂമിൽ ആൻഡ്രി പുഖോവിനെ അവൾ കണ്ടത്. ആ മാസത്തിൽ ഏതാണ്ടാദ്യമായിട്ടാണെന്നു തോന്നുന്നു, അവളൊന്നു സന്തോഷത്തോടെ ചിരിച്ചു. അവൾ സ്കൂളിലെ തന്റെ വിഷമങ്ങളെല്ലാം ഒറ്റ ശ്വാസത്തിൽ അദ്ദേഹത്തിന്റെ മുമ്പിൽ നിരത്തി. ഏഴാംതരത്തിലെ കുട്ടികൾ വളരെ പിന്നാക്കമാണ്; ബർഖോവിനേയും ചിജിഖോവിനേയും നിയന്ത്രിക്കാൻ കഴിയുന്നില്ല. അവൾ ക്ലാസിൽ വരില്ല, പുകവലിക്കും, തെമ്മാടികളുമായുമായി കൂട്ടുകൂടും - അങ്ങിനെ ഒരുപാടു പരാതികൾ.

പുഖോവ് അവളെ സമാധാനിപ്പിച്ചു: “ബർഖോവിന്റെ അമ്മയെക്കണ്ടു പറയാം, ചിജിഖോവിനെ വിളിച്ചു ശാസിക്കാം.”

അവർ ഒരുമിച്ചാണ് സ്കൂളിൽനിന്നിറങ്ങിയത്. അദ്ദേഹത്തെ വീടുവരെ കൊണ്ടാക്കാമെന്നു ലെന പറഞ്ഞു. അദ്ദേഹത്തോടുകൂടി കുറെ നേരം കഴിക്കണമെന്നുണ്ടായിരുന്നു അവൾക്ക്; തന്റെ വീട്ടിലേയ്ക്കു പോകാൻ അവൾക്കൊട്ടു തിടുക്കവുമില്ല. ഇയ്യിടെയായി ജൂറാവിലോവ് അത്താഴം കഴിയ്ക്കുന്നതുവരെ വീട്ടിലെത്താതിരിക്കാൻ അവൾ എന്തെങ്കിലും കാരണമുണ്ടാക്കും.

ഭർത്താവിനെ വേർപിരിയണം എന്നവൾ തീരുമാനിച്ചിട്ടു ദിവസം കുറച്ചായി. എങ്കിലും ആ തീരുമാനം നടപ്പിലാക്കാൻ കഴിഞ്ഞിട്ടില്ല. ഒന്നുംതന്നെ നിശ്ചയിക്കാൻ അവൾക്കു കഴിയുന്നില്ല. “ഒന്നിനുംകൊള്ളാത്ത ശവം,” എന്നവൾ സ്വയം കുറ്റപ്പെടുത്തി. “ഞാനിങ്ങനെതന്നെ നീറിക്കഴിയുമെന്നാണ് തോന്നുന്നത്. ഷൂര വളരുമ്പോൾ അവൾ

മറ്റാരേക്കാളുമധികം എന്നെ വെറുക്കും.”

വഴിയ്ക്കു പല കാര്യങ്ങളും പറഞ്ഞകൂട്ടത്തിൽ പൃഖോവ് അവളുടെയും അദ്ദേഹത്തിന്റേയും ഒരു പഴയ ശിഷ്യന്റെ വിവരം കൂടി പറയുകയുണ്ടായി:

നല്ലൊരു വർത്തമാനം നിന്നെ അറിയിക്കാനുണ്ട്. കോസ്റ്റ്യയെ ഓർമ്മയില്ലെ? നീ പഠിപ്പിച്ചിട്ടുണ്ട്. കഴിഞ്ഞ കൊല്ലമാണ് അവൻ സ്കൂളിൽനിന്നു പാസ്സായിപ്പോയത്. കോസ്റ്റ്യ ചെർനിഷേവ്! അവൻ ആദ്യം ഒരു വികൃതിയും ലഹളക്കാരനുമായിരുന്നു. പക്ഷേ നല്ല കുട്ടിയാണ്. സമർത്ഥനാണ്. ധാരാളം വായിക്കും. അവന്റെ സ്ഥിതി വളരെ കഷ്ടമാണ്. അച്ഛൻ യുദ്ധത്തിൽ മരിച്ചു. അമ്മ മറ്റൊരാളെ വിവാഹം ചെയ്തു. അയാളാണെങ്കിൽ ഒരു പോക്കിരിയും കുടിയനുമാണ്. ഇൻസ്റ്റിറ്റ്യൂട്ടിൽ ചേരാൻ കോസ്റ്റ്യ ഒരപേക്ഷ അയയ്ക്കുയുണ്ടായി. സ്കൂളിൽനിന്നു മെഡൽവാങ്ങി പാസ്സായവനായതുകൊണ്ട് പ്രവേശനം കിട്ടുമെന്നതിൽ സംശയമുണ്ടായിരുന്നില്ല. പക്ഷേ അവന്റെ അപേക്ഷ സ്വീകരിക്കപ്പെട്ടില്ല. കേട്ടാൽ ആരെങ്കിലും വിശ്വസിക്കുമോ? എന്നാൽ സംഭവിച്ചത് അങ്ങിനെയാണ്. ഒഴിവില്ലെന്നു പറഞ്ഞാണ് തള്ളിയത്. അവനാകപ്പാടെ നിരാശയും കുണ്ഠിതവും മൂത്തു. കുനിന്മേൽ കുരു എന്നപോലെ രണ്ടാനച്ഛൻ അവനെ വീട്ടിൽനിന്നു പുറത്താക്കുകയും ചെയ്തു. പാവം, വല്ലാതായി! ഞാനവനെ ഒരുവിധം സമാധാനിപ്പിച്ചു. എന്നിട്ടു ഞാൻ ഡയറക്ടറെ പോയിക്കണ്ടു. നിനക്കറിയില്ലേ അയാളെ? എല്ലാം മൂളിക്കേൾക്കും; തല കുലുക്കുകയും ചെയ്യും. പക്ഷേ ഒന്നും ചെയ്തു തരില്ലെന്നുമാത്രം. ടൗൺ കമ്മിറ്റിയേയും ഞാൻ സമീപിച്ചു. കൊല്ലത്തിന്റെ മദ്ധ്യമായില്ലേ! ഇനി ഇപ്പോൾ ഒന്നും സാദ്ധ്യമല്ലെന്നാണ് കമ്മിറ്റിയും പറഞ്ഞത്. അതു സാരമില്ല, കോസ്റ്റ്യ പോസ്റ്റൽ ട്യൂഷൻവഴി പഠിപ്പു നടത്തുന്നുണ്ടെന്നും ഇൻസ്റ്റിറ്റ്യൂട്ടിൽ ചേർക്കാൻ വിഷമമില്ലെന്നും ഞാൻ കമ്മറ്റിയെ ഓർമ്മിപ്പിച്ചു - എന്നിട്ടും അവർ കൈമലർത്തുകയാണ് ചെയ്തത്. വിദ്യാഭ്യാസമന്ത്രിയ്ക്കേ ഇത്തരം അസാധാരണസാഹചര്യങ്ങളിൽ എന്തെങ്കിലും ചെയ്യാൻ കഴിയൂ എന്നായിരുന്നു അവരുടെ അഭിപ്രായം. ഞാനുടനെ മന്ത്രികാര്യാലയത്തിലേക്കെഴുതി. ഡയറക്ടറാണു തീരുമാനിക്കേണ്ടത്, ഞങ്ങൾക്കു വിരോധമില്ല എന്ന് അവിടുന്നു മറുപടി കിട്ടി. ഞാനതുംകൊണ്ടു ഡയറക്ടറെ വീണ്ടും സമീപിച്ചു. പക്ഷേ അയാൾ പതിവുപോലെ തലകുലുക്കി. കോസ്റ്റ്യേ പ്രവേശിപ്പിക്കാൻ മന്ത്രികാര്യാലയം ഈ കത്തിൽ നിർദ്ദേശിച്ചിട്ടില്ല എന്നു പറഞ്ഞ് അയാൾ വീണ്ടും ഒഴിഞ്ഞുമാറി. എനിക്കും വാശികേറി: ഞാൻ നേരിട്ടു മന്ത്രിക്ക് എഴുതി. എല്ലാ വിവരങ്ങളും അതിൽ കാണിച്ചിരുന്നു. ഇതു

കഴിഞ്ഞ കൊല്ലമാണ്. ഇന്നിതാ ഡെപ്യൂട്ടി മന്ത്രിയിൽനിന്നു എനിക്ക് ഒരു കത്തു കിട്ടിയിരിക്കുന്നു. കോസ്റ്റ്യ ഇൻസ്റ്റിറ്റ്യൂട്ടിൽ പ്രവേശിപ്പിക്കാൻ ഡയറക്ടർക്ക് നിർദ്ദേശം കൊടുത്തിരിക്കുന്നുവെന്നാണ് കത്തിൽ. എന്തൊരു നേട്ടമാണ്! നീയൊന്നാലോചിച്ചു നോക്ക്."

ലെന സ്നേഹബഹുമാനങ്ങളോടെ അദ്ദേഹത്തെ നോക്കി പുഞ്ചിരിക്കൊണ്ടു. മനുഷ്യസ്നേഹിയായ ഒരു മഹാമനുഷ്യൻ! അവൾ സ്വയം അഭിപ്രായപ്പെട്ടു. അദ്ദേഹത്തിന് തീരെ ആരോഗ്യമില്ലെന്നവൾ ക്കറിയാം. അദ്ദേഹത്തെ ഇനി രോഗത്തിൽനിന്നു രക്ഷപ്പെടുത്താൻ ഒരു മാർഗ്ഗവുമില്ലെന്നു ഡോ. വീര പറഞ്ഞതും അവൾ ഓർത്തു. വളരെ ഒതുങ്ങി പഥ്യത്തിൽക്കഴിഞ്ഞാൽ കുറച്ചുകാലംകൂടി ഇരിക്കാം. അത്രമാത്രം കഠിനമായ വേദനയുണ്ട്, അദ്ദേഹത്തിനു നെഞ്ചിൽ; പക്ഷേ അത് ആരേയും അറിയിക്കാതെ കഴിക്കാൻ അദ്ദേഹം ശ്രമിക്കും. ഇപ്പോൾ വലിയ സന്തോഷത്തിലാണ്. കോസ്റ്റ്യയ്ക്കു ഇൻസ്റ്റിറ്റ്യൂട്ടിൽ പ്രവേശനം ലഭിച്ചത് അദ്ദേഹത്തെ ആനന്ദത്തിൽ മുക്കിക്കളഞ്ഞിരിക്കുന്നു.

"മഹത്തായ ഒക്ടോബർ വിപ്ലവം സംഘടിപ്പിച്ച ആളുകളെ ഇപ്പോഴാണ് എനിക്കു ശരിക്കു മനസ്സിലാവുന്നത്" ലെന സ്വയം പറഞ്ഞു: "എനിയ്ക്ക് അദ്ദേഹത്തിൽനിന്നു പഠിയ്ക്കാൻ കഴിഞ്ഞിരുന്നെങ്കിൽ! അദ്ദേഹത്തിന്റെ കൂടെ നടക്കുക എന്നതുതന്നെ സന്തോഷമുള്ള സംഗതിയാണ്."

പുഖോവ്: "ഞാൻ കോസ്റ്റ്യയെക്കാണാൻ പോവുകയാണ്. വിവരം അവനെ അറിയിക്കണ്ടേ!"

ലെന: (അസ്വസ്ഥതയോടെ) "എന്ത്! ഇത്രദൂരം തനിച്ചുനടക്കയൊ? ഞാനവനെ കൂട്ടിക്കൊണ്ടുവരാം. അതുപോരേ?"

പുഖോവ്: "നീയെന്തിനു പോണു? ഒരു വിഷമവുമില്ല, എനിയ്ക്കു നടക്കാൻ. കൂട്ടത്തിൽ സണ്ണിഖോവിനേയും ഒന്നുനോക്കണം. ഞാനൊരു രോഗിയാണെന്നു നീ ഭയപ്പെടേണ്ട. ഇന്ന് ആ എഴുത്തുകിട്ടിയപ്പോൾ ഏതാണ്ടു 10 വയസ്സു പ്രായം കുറഞ്ഞപോലെ തോന്നി എനിക്ക്. വാസ്തവം പറയാമല്ലൊ, ഞാനവരിൽനിന്ന് ഇത്തരം ഒരു മറുപടി പ്രതീക്ഷിച്ചിരുന്നില്ല. പക്ഷേ അവരെല്ലാം ഇപ്പോൾ സ്വയം പരിശോധിക്കാൻ തുടങ്ങിയിരിക്കുന്നു!"

അദ്ദേഹം വളരെ സാവധാനത്തിൽ കാലു നിലത്തുറയ്ക്കുന്നുണ്ടോ എന്ന് മനസ്സിരുത്തിക്കൊണ്ടാണ് നടന്നിരുന്നത്. ഇടയ്ക്ക് ഇരുവശങ്ങളിലുമുള്ള ഷോപ്പുകളിൽ നിരത്തിവെച്ചിട്ടുള്ള സാധനങ്ങളും മറ്റും നോക്കുന്ന

ഭാവത്തിൽ കുറച്ചു നില്ക്കും. നടക്കാൻ നന്നെ ഞെരുക്കമുണ്ടദ്ദേഹത്തി നെന്ന് ഇതിൽനിന്നു മനസ്സിലാക്കാം. പക്ഷേ അത് ആരുമറിയരുതെ ന്നുമുണ്ട്.

തനിയ്ക്കു ക്ഷീണമില്ല, കരുത്തുണ്ടെന്നു ലെനയെ ധരിപ്പിക്കാനെന്ന വിധം ഇടയ്ക്കദ്ദേഹം തമാശ പറയുകയും പൊട്ടിച്ചിരിക്കുകയും ചെയ്തിരുന്നു.

അന്നുരാത്രി വീട്ടിലെത്തിയിട്ടും പുഖോവിനെപ്പറ്റിത്തന്നെ അവൾ ചിന്തിച്ചു. വീട്ടിലെത്തിയപ്പോൾ ഭർത്താവ് കസാലയിലിരുന്നു പത്രം വായിക്കുകയായിരുന്നു. "ഓ, നീ വന്നോ! നന്നായി. തനിച്ച് അത്താഴം കഴിക്കേണ്ടി വരുമോ എന്നു ഞാനാലോചിക്കുകയായിരുന്നു,"എന്ന യാൾ അവളെക്കണ്ടു ഉടനെ പറഞ്ഞു. അവളങ്ങിനെതന്നെ കുറച്ചുനേരം സ്തംഭിച്ചുനിന്നുപോയി. അയാളും ഒന്നമ്പരന്നു: നിനക്കെന്തുപറ്റി! അയാൾ ചോദിച്ചു. അവൾ അയാൾക്കഭിമുഖമായിക്കിടന്ന കസേലയിലിരുന്ന ശേഷം വളരെ ശാന്തസ്വരത്തിൽ പറഞ്ഞു:

"ഒന്നുമില്ല... എനിയ്ക്കു നിങ്ങളോടു പലതും പറയാനുണ്ട്. നിങ്ങളെ കണ്ടതു നന്നായി. കുറെനാളായി പറയണമെന്നു ഞാൻ കരുതിയിട്ട്. പക്ഷേ അങ്ങിനെ നീട്ടിക്കൊണ്ടുപോവുകയായിരുന്നു... നമുക്കു പരസ്പരം പൊരുത്തമില്ല. തമ്മിൽ യാതൊരു പ്രയോജനവുമില്ല. ദേഷ്യപ്പെടേണ്ട... നിങ്ങൾക്കും ഇതേ അഭിപ്രായമായിരിക്കുമെന്നു ഞാൻ വിശ്വസിക്കുന്നു. വളരെ നാളായി ഞാനിതു തുറന്നുപറയാൻ ശ്രമിച്ചുതുടങ്ങിയിട്ട്. പക്ഷേ ഷൂരയെ വിചാരിച്ചാണ് നീട്ടിനീട്ടിപ്പോയത്. ഇനിയും നീട്ടാൻ സാദ്ധ്യമ ല്ലാതായിരിക്കുന്നു. നിങ്ങൾക്കു മനസ്സിലാകുന്നില്ലേ?"

അവളുടെ ശബ്ദം പതറിയെങ്കിലും പെട്ടെന്നുതന്നെ അവളതു നിയ ന്ത്രിച്ചുകൊണ്ടു വീണ്ടും തുടർന്നു.

"ഇതു വല്ലാതെ വേദനിപ്പിക്കുന്നുണ്ട്. എങ്കിലും നിർവ്വാഹമില്ല. ഞാൻ വളരെ ദീർഘമായാലോചിച്ചു. എനിക്കിനിയിങ്ങനെ തുടരാൻ സാദ്ധ്യമ ല്ല. അതു മര്യാദയുമല്ല."

ജൂറാവിലോവിന്ന് ആദ്യം തോന്നിയത് ഇതൊന്നും അവൾ കാര്യമാ യിട്ട് പറയുകയല്ലെന്നാണ്. അവൾക്ക് ഒരിരുത്തം വന്നിട്ടില്ല; പിന്നെ, താൻ കൂടെക്കൂടെ പറയാറുള്ള ആ ഹാലിളക്കവുമുണ്ട് - അയാൾ അവളോട് കുറച്ച് തട്ടിക്കേറാൻ ശ്രമിച്ചു. എന്നാൽ ലെന ഇങ്ങിനെ തടഞ്ഞു: "വെറുതെ ബഹളം കൂട്ടിയിട്ടു പ്രയോജനമില്ല. പരസ്പരം മനസ്സി ലാക്കാൻ ശ്രമിക്കൂ! നമുക്ക് സുഹൃത്തുക്കളായിപ്പിരിയാം."

ഒന്നും ഉരിയാടാതെയാണവർ അന്ന് അത്താഴം കഴിച്ചത്.

പിറ്റേന്നു രാവിലെ ജൂറാവിലോവ് പറഞ്ഞു, താൻ അന്ന് ആപ്പീസിലേയ്ക്ക് പോകുന്നില്ലന്ന്. ബ്രൈനിന്റെ പദ്ധതി വീട്ടിലിരുന്നുതന്നെ പരിശോധിക്കാനാണ് അയാൾ തീരുമാനിച്ചത്. ലെന അവിടെനിന്നു പോവുകയും ചെയ്തു.

അവൾ പോയിക്കഴിഞ്ഞപ്പോൾ അയാൾ പലതും ഊഹിക്കാൻ തുടങ്ങി: "അവൾക്ക് വേറെ ആരോടെങ്കിലും അനുരാഗം തുടങ്ങിയിട്ടുണ്ടാവുമോ? കുറെ ആഴ്ചകളായി വീട്ടിൽ നന്നെ ചുരുക്കം സമയമേ അവളിരിക്കാറുള്ളൂ. വേറെ വല്ലവരെയും കണ്ടെത്തിയിട്ടുണ്ടാവും! പുഖോവിന്റെ മകൻ വൊളോഡ്യയായിരിക്കുമോ? വളരെ അടുപ്പത്തിലാണയാളുടെ പെരുമാറ്റം! മോസ്ക്കോവിൽ പരിചയിച്ച അയാളെപ്പോലുള്ളവർക്ക് ഇതുപോലെ നൂറെണ്ണത്തെ വശീകരിക്കാൻ കഴിയും. ഞാൻ വളരെ മര്യാദക്കാരനായിപ്പോയി. എല്ലാവരേയും വിശ്വസിക്കുന്നു. അവൾക്കെന്നെ ഇപ്പോൾ പുച്ഛമാണ്! നോക്കണേ! എന്തു സ്ഥിതി!"

ലെന വളരെ വൈകിയാണ് അന്നും വീട്ടിലെത്തിയത്. ജൂറാവിലോവ് അവളെ കാത്തിരിക്കയായിരുന്നു. അയാൾ ഒന്നു പരിശോധിക്കുന്ന വിധത്തിൽ അവളെ നിശിതമായി നോക്കി. അവൾ മുഖം തിരിച്ചുകളഞ്ഞു.

നേരിട്ട് അവന്റെ അടുക്കൽനിന്നുള്ള വരവായിരിയ്ക്കും, അയാൾ സ്വയം പറഞ്ഞു. അവളെ കുറെ തെറി പറയാൻ തോന്നി. പക്ഷേ അയാൾ സ്വയം നിയന്ത്രിച്ചു. ബഹളം കൂട്ടിയതു കൊണ്ടു ഫലമില്ല എന്ന് അവൾ പറഞ്ഞത് ശരിയാണ്. അയാൾ ശാന്തതയോടും മര്യാദയോടുംകൂടി ചോദിച്ചു: "ലെന നീ മറ്റു വല്ലവരേയും സ്നേഹിക്കുന്നുണ്ടോ?"

അവൾ കലികൊണ്ട് അയാളുടെ നേർക്ക് തിരിഞ്ഞു: "അതറിഞ്ഞിട്ട് നിങ്ങൾക്കെന്ത് വേണം? അതിനും ഇതിനും തമ്മിൽ യാതൊരു ബന്ധവുമില്ല... എനിക്ക് നിങ്ങളുടെകൂടെക്കഴിയാൻ സാദ്ധ്യമല്ലെന്നു ഞാൻ മര്യാദയോടെ പറഞ്ഞില്ലേ? ഞാൻ ശ്രമിച്ചുനോക്കി. പക്ഷേ സാദ്ധ്യമല്ല...അത് മറ്റാരും കാരണവുമല്ല... നിങ്ങളുടെ കൂടെ ജീവിക്കാനെനിയ്ക്ക് സാദ്ധ്യമല്ല, അത് മനസ്സിലായോ?"

ജൂറാവിലോവ്: "ക്ഷോഭിക്കാതെ. ഇത് ഒരു ഗൗരവമുള്ള പ്രശ്നമാണ്. നാളെ നമുക്കിതിനെപ്പറ്റി സംസാരിക്കാം. അല്ലാതെ ഇപ്പോൾ ഇതേമാതിരി തുടങ്ങിയാൽ വെറുതെ ബഹളംകൂട്ടലാവും. അതു നന്നല്ല. കുറച്ചുകൂടി ശാന്തമായി നാളെ സംസാരിക്കാം."

അയാൾ പതിവുപോലെ വർത്തമാനപത്രമെടുത്ത് മേശപ്പുറത്തു നിവർത്തിയിട്ട് കുനിഞ്ഞുവായിക്കാൻ തുടങ്ങി. പക്ഷേ, ചിന്ത ലെനയെക്കുറിച്ചായിരുന്നു. എന്തുചെയ്യണമെന്നാലോചിക്കാൻ കഠിനയത്നം

നടത്തി. അവൾക്ക് ഒരു കാമുകനുണ്ടാവുമെന്ന കാര്യത്തിൽ അയാൾക്കു സംശയമില്ല. എന്റെ ഭാര്യയായി അവളെ തിരഞ്ഞെടുത്തതിൽ ഞാനാണ് കുറ്റക്കാരൻ. വാസ്തവം പറഞ്ഞാൽ ഇതിൽ അത്ഭുതപ്പെടാനൊന്നുമില്ല. ജീവിതത്തിൽ ഒരു തത്വവും മര്യാദയുമില്ലാതെ ആളുകളെ വളർത്തുന്നതിന്റെ ദൂഷ്യമാണിത്. അങ്ങിനെയുള്ളവർക്ക് ഒതുങ്ങിയ കുടുംബജീവിതമൊന്നും പിടിയ്ക്കില്ല. പട്ടണമാണെങ്കിൽ കുറച്ച് ദൂരെയാണ്, അവിടെയും സമയം ചിലവഴിക്കാൻ വലിയ വഹയൊന്നുമില്ല. അപ്പോൾ ഇങ്ങിനെയുള്ളവർക്ക് മറ്റു ചില ചീത്ത മാർഗ്ഗങ്ങളിലേയ്ക്കാവും ശ്രദ്ധതിരിയുക. ഖിറ്റ്റോവിന്റെ ഭാര്യ ഇതുപോലല്ല. നല്ല ചുമതലാബോധമുണ്ടവർക്ക്. വീടും കുട്ടികളുമായി അവർക്കെപ്പോഴും ധാരാളം പണിയുണ്ട്. അതെല്ലാം അവൾ ഭംഗിയായി നിർവ്വഹിക്കുകയും ചെയ്യും. കണ്ടവരുടെ പുറകെ ഓടി നടക്കുന്ന ഒരു തെറിച്ച പെണ്ണൊന്നുമല്ല അവൾ. ഞാനിക്കാര്യത്തിൽ നിർഭാഗ്യവാനാണ്. പക്ഷേ ഇങ്ങിനെയൊക്കെയാണെങ്കിലും വിവാഹമോചനം നടത്തുന്നതു മോശമാണ്. എനിക്ക് ഒരു മകളില്ലേ! അവളെ ഞാനെങ്ങനെ അച്ഛനില്ലാത്തവളാക്കി വിടും? എനിക്കതു ചിന്തിക്കാൻ കഴിയുന്നില്ല...

അയാൾ എണീറ്റ് ഷൂര കിടക്കുന്ന അകത്തേയ്ക്കു ചെന്നു. കുട്ടി ഉറങ്ങുകയാണ്. കുറച്ചുനേരം അങ്ങിനെ അയാൾ മകളെ നോക്കിനിന്നു. ഇടയ്ക്കിടെ കവിളിലും നെറ്റിയിലും നിന്നൊഴുകിയ വിയർപ്പു തുടച്ചു. അയാളുടെ ശ്വാസോച്ഛ്വാസം ദൂരെ കേൾക്കാം. “എന്റെ മകളെ അവർക്കു കൊടുക്കില്ല!” അയാൾ സ്വയം പറഞ്ഞു.

അന്നുരാത്രി മുഴുവൻ അയാളുറങ്ങാതെ കഴിച്ചുകൂട്ടി. രാവിലെ അയാൾ ലെനയോടു പറഞ്ഞു: “നിന്റെ ഇഷ്ടംപോലെ ആയിക്കോളൂ. ഞാനൊന്നും പറയാൻ വരുന്നില്ല. എന്നാൽ വിവാഹമോചനം വയ്യ. നമുക്ക് ഷൂരയെ ആലോചിക്കേണ്ടേ?”

ലെന: “ഷൂരയുടെ കാര്യവും ഞാൻ ആലോചിച്ചിട്ടുണ്ട്. നിങ്ങൾക്ക് എപ്പോൾ വേണമെങ്കിലും അവളെ വന്നു കാണാം. അല്ലെങ്കിൽ ഇടയ്ക്കു ഞാൻ തന്നെ അവളെ കൊണ്ടുവരാം. സ്കൂളിലെ ജോലി വിടാൻ ഞാനുദ്ദേശിക്കുന്നില്ല. ഫാക്ടറികോളണിയിൽനിന്നു മാറാനും വിചാരമില്ല. അടുത്ത് എവിടെയെങ്കിലുംതന്നെ അതിനൊരു മുറി വാടകയ്ക്കെടുക്കും.”

ജൂറാവിലോവ് ഒന്നും പറഞ്ഞില്ല. അയാൾ ഫാക്ടറിയിലേയ്ക്കു പോയി. പക്ഷേ അന്നു മുഴുവൻ ലെനയുടെ വാക്കുകളൊഴികെ മറ്റൊന്നിനെക്കുറിച്ചും അയാൾക്കു ചിന്തയുണ്ടായില്ല. അവളുടെ തലയ്ക്കെന്തോ

തകരാറുണ്ട് അയാൾ ഊഹിച്ചു: എന്നെപ്പിരിയുന്നതിൽ അവൾക്ക് ഭയമുണ്ട്. എന്തൊക്കെ അപവാദങ്ങളായിരിക്കും! ഡയറക്ടറുടെ ഭാര്യ കാമുകന്റെ പിന്നാലെ പോകുന്നു. ടൗൺ മുഴുവൻ എന്നെ പരിഹസിച്ചു ചിരിക്കും. മാത്രമല്ല മന്ത്രികാര്യാലയവും ഇതിഷ്ടപ്പെടില്ല, തീർച്ച.

അയാൾ അവളോട് യുക്തിവാദത്തിനു മുതിർന്നു: "എന്റെ കുട്ടിക്കാലത്ത്, പോസ്റ്റാപ്പീസിലേയ്ക്കെന്നപോലെയാണ് ആളുകൾ റജിസ്ട്രാപ്പീസിലേയ്ക്കു തള്ളിക്കേറിച്ചെന്നിരുന്നത്. ഇന്നു വിവാഹം, നാളെ വിവാഹമോചനവും! ഇന്നത്തെ സ്ഥിഗതികൾ അതാണോ! നിയമംതന്നെ മാറിയിട്ടില്ലേ? ഇന്ന് അത്തരം നടപടികൾ ജനങ്ങൾ ഇഷ്ടപ്പെടുന്നില്ല; വെറുക്കുകയും ചെയ്യുന്നു. ഇത്തരമൊരുത്തിയെ എങ്ങിനെ സ്കൂളദ്ധ്യാപികയാക്കി വെയ്ക്കുമെന്ന് അവർ ചോദിക്കില്ലെ? എന്റെ കാര്യം പോട്ടെ: എനിക്ക് വലുതായൊന്നും നഷ്ടപ്പെടാനില്ല. ഞാൻ പാർട്ടി മെമ്പറാണ്; ഒരു വലിയ സ്ഥാപനത്തിന്റെ ഡയറക്ടറുമാണ്. വിഷമമുണ്ടെങ്കിലുമില്ലെങ്കിലും ഇതൊക്കെ നീയാലോചിക്കണം!" ലെന ഒന്നും മിണ്ടിയില്ല.

പിറ്റേദിവസവും അവളൊന്നും പറഞ്ഞില്ല. ഒരാഴ്ച ഈ വിധത്തിൽ നീങ്ങി. ജൂറാവിലോവ് ഏതാണ്ടാശ്വസിച്ചു: അവൾക്കു വകതിരിവുണ്ടായപോലെ തോന്നുന്നു. ചില മര്യാദകളും നിലവാരങ്ങളും പാലിക്കണമെന്ന് അവൾക്കും ബോദ്ധ്യമായപോലെയുണ്ട്. അയാൾ അവളോടു വളരെ അനുഭാവത്തോടെ പെരുമാറാൻ തുടങ്ങി. ചോദ്യങ്ങളൊന്നും കൊണ്ടുചെല്ലാറില്ല; കഴിയുന്നത്ര അവളുടെ അടുക്കൽ പോകാതിരിക്കാനും ശ്രമിച്ചു. "അഥവാ ഞങ്ങൾ യോജിച്ചുപോവില്ലെന്ന് ആരു കണ്ടു," അയാൾ ചിന്തിച്ചു. "എന്തായാലും അത്രവലിയ കുഴപ്പമൊന്നുമുണ്ടായിട്ടില്ല. എനിയ്ക്കും ജോലിയുണ്ട്; എന്നെ ഗവർമ്മേണ്ടിന്നു വിശ്വാസവുമാണ്. ചുരുക്കിപ്പറഞ്ഞാൽ എനിയ്ക്കീ പ്രണയപ്രശ്നങ്ങളിലൊന്നും അത്ര താല്പര്യമില്ല. ഷൂരയോട് എനിക്ക് അതിരറ്റ വാത്സല്യമുണ്ട്. കുട്ടിയ്ക്ക് എന്നോടുള്ള പ്രതിപത്തിയിലും മാറ്റമുണ്ടാവില്ലെന്നാണ് വിശ്വാസം. അപവാദങ്ങൾ ഉയരില്ലല്ലൊ - അതാണ് സമാധാനം. ഇത്തരം സംഭവങ്ങൾ മറ്റു കുടുംബങ്ങളിലുമുണ്ടാവും. അവരൊന്നും അത് പരസ്യമായി വിളിച്ചു പറഞ്ഞുകൊണ്ടു നടക്കാറില്ലെന്നുമാത്രം. നോവലെഴുത്തുകാരെ ദിമിത്രി നല്ല കണക്കിനു കശക്കിവിട്ടതു ശരിയായിരുന്നു. ഒരു ചരിത്രപരമായ കാലഘട്ടത്തിലാണ് നാം ജീവിയ്ക്കുന്നത്. മര്യാദക്കാർക്ക് കത്തിത്തിരിപ്പുകളുടെ ആവശ്യമില്ല. അയാൾ വിവാഹം ചെയ്യാതിരുന്നതു ബുദ്ധിപൂർവ്വകമാണ്. ഇത്തരം നൂലാമാലകളിൽ ചുറ്റിപ്പിണയാതെ കഴിഞ്ഞല്ലോ. അയാൾക്കു ബുദ്ധിയുണ്ട്..."

കുഴപ്പംതീർന്നു എന്ന് ജൂറാവിലോവ് ഏതാണ്ടു സമാധാനിച്ച അവസരത്തിലാണ് താൻ ഒരു മുറി വാടകയ്ക്കെടുത്തുവെന്ന് ലെന ചെന്ന് അയാളോട് പറഞ്ഞത്. അടുത്ത ഞായറാഴ്ച താമസം അങ്ങോട്ട് മാറ്റുകയാണെന്നും അവൾ അയാളെ അറിയിച്ചു.

അവൾ അവളുടെ തീരുമാനത്തിൽനിന്നിളകില്ലെന്ന് അയാൾക്ക് ബോദ്ധ്യപ്പെട്ടു. "ശണ്ഠകൂടിയിട്ട് ഫലമില്ല, അല്ലാതെ തന്നെ വേണ്ടത്ര കുഴപ്പമുണ്ട്; അത് കൂടുതൽ വഷളാക്കാതിരിക്കയാണ് ഭേദം," എന്നയാൾ സ്വയം നിശ്ചയിച്ചു. "നിന്റെ ഇഷ്ടംപോലെ ചെയ്തോളൂ," അയാൾ അവളോടു പറഞ്ഞു.

തിങ്കളാഴ്ചയാണ് ലെന താമസം മാററിയത്. അന്ന് വൈകുന്നേരം ജൂറാവിലോവ് വീട്ടിൽ വന്നപ്പോൾ വല്ലാത്ത ഒരു ഏകാന്തത അയാൾക്കനുഭവപ്പെട്ടു. മനുഷ്യർ പാർക്കാത്ത ഒരു വീടാണെന്ന് തോന്നിപ്പോയി - എല്ലാ സാധനങ്ങളും അതാതിന്റെ സ്ഥാനത്ത് അടുക്കി ഒതുക്കിവെച്ചിരുന്നുവെങ്കിലും. അയാൾ ഓരോ മുറികളിലും ചെന്നു നോക്കി. "അത്ഭുതംതന്നെ! അവളൊന്നും കൊണ്ടുപോയിട്ടില്ലെന്നോ!" അയാൾ അമ്പരന്നുപോയി. "ആ പെട്ടിയിൽ അവൾക്ക് വലിയ കമ്പമായിരുന്നു. അതും കൊണ്ടുപോയില്ല! ഞാനത് അവൾക്കുവേണ്ടി മോസ്ക്കോവിൽ നിന്ന് വാങ്ങിയതാണ്..." ഭക്ഷണമുറിയിൽ ഷൂരയുടെ ഒരു കേടുവന്ന പാവ കിടക്കുന്നത് പെട്ടെന്ന് അയാളുടെ ദൃഷ്ടി പെട്ടു. അത് കുനിഞ്ഞെടുത്തു. "ഇത് മറന്നിട്ട് പോയതാണോ അതോ ലെന വലിച്ചെറിഞ്ഞതോ?" തനിക്കിത് താങ്ങാൻ കഴിയില്ലെന്ന് അയാൾക്ക് തോന്നി. പൊട്ടിക്കരയുമെന്ന് അയാൾ ഭയപ്പെട്ടു: "വല്ലാതെ കഷ്ടമായിപ്പോയി. വയ്യ, സഹിക്കാൻ വയ്യ. ലെന എന്നെ സ്നേഹിക്കുന്നുണ്ടെന്നാണ് ഞാൻ കരുതിയത്. കഴിഞ്ഞ നവവത്സരവേളയിൽ ഞാൻ ബ്രൈനിനോട് പറയുകയുണ്ടായി, ലെന ഒരു മാതൃകാപത്നിയാണെന്ന്. മറ്റൊരാളുടെ ഹൃദയം ഒരിക്കലും മനസ്സിലാക്കാൻ കഴിയില്ല. ഹോ, ഈ വീട് എത്രമാത്രം ശൂന്യമായിരിക്കുന്നു! ഷൂരയില്ലാതെ ഞാനെങ്ങിനെ കഴിയും? പുറത്തെവിടെയെങ്കിലും പോയി അല്പം വോഡ്ക കുടിയ്ക്കാൻ തോന്നുന്നു!"

വീട്ടുവേലക്കാരി ഗ്രുഷ ഒരു ടേയിൽ ചായയും പലഹാരങ്ങളും കൊണ്ടുവന്ന് അയാളുടെ മുന്നിൽ മേശമേൽ വച്ചു. അയാൾ ആ പാവയെ അവൾ കാണാതെ പെട്ടെന്ന് മറച്ചുപിടിച്ച് ആശ്വസിക്കാൻ ശ്രമിച്ചു: "ഞാൻ സ്വയം നിയന്ത്രിക്കണം. ഇതിലും വലിയ ആപത്തുകൾ സംഭവിക്കാം മനുഷ്യന്. യഗറോവിന്റെ ഭാര്യ മരിച്ചില്ലേ! എന്നിട്ടും അയാൾ ജോലിയ്ക്ക്

വരുന്നുണ്ട്. എന്റെ ജീവിതവും ആ ഫാക്ടറിയാണ്. സൊഖ്ലോവ്സ്കി മുറുമുറുത്തോട്ടെ. അതുകൊണ്ട് വസ്തുതകൾ മാറില്ലല്ലോ. ഗവർമ്മേണ്ട് എന്നെയാണ് വിശ്വസിച്ച് ഏൽപ്പിച്ചിട്ടുള്ളത്. അയാളെ അല്ല...എന്നെ കേന്ദ്രത്തിലേയ്ക്ക് മാറ്റാൻ ആലോചനയുണ്ടെന്ന് മൂന്നാലുമാസം മുമ്പ് സെയിറ്റ്സേവ് പറയുകയുണ്ടായി. അതു തരക്കേടില്ല. ഹെഡ്ഡാപ്പീസിലാണെങ്കിൽ എന്റെ അറിവും പരിചയവും രാഷ്ട്രത്തിന്നൊട്ടാകെ ഉപയോഗിക്കാൻ കഴിയും. സെയിറ്റ്സോവു ചുമ്മാ ഇളക്കിയതൊന്നുമല്ലല്ലൊ ഇത്! ഹേയ്! കളവാവാൻ വഴിയില്ല. അയാൾക്കങ്ങനെ പുളുപറഞ്ഞിട്ട് കാര്യമെന്താണ്?...ബ്രൈനിന്റെ പദ്ധതിയെപ്പറ്റി ഗവർമ്മേണ്ട് എന്ത് പറയുമാവോ...?"

ലെന തന്റെ പുതിയ വസതിയിൽ താമസമാക്കിയ അന്ന് വളരെ നേരത്തെ കിടന്നെങ്കിലും പിറ്റേദിവസം സ്ക്കൂളിലെത്തിയത് വൈകിയാണ്. വൈകാതിരിക്കാൻ വേണ്ടി അവൾ വേഗം നടന്നു. പെട്ടെന്ന് അവൾക്ക് ചിരിവന്നുപോയി. ദിമിത്രിയുടെ വാക്ക് അവൾ ഓർത്തു: "നിങ്ങൾ വളരെ ചെറുപ്പമാണ്. മനസ്സിലാക്കാൻ നിങ്ങൾക്കെളുപ്പമല്ല." അതിന്നുശേഷം അവൾക്കു വീണ്ടും പ്രായം കൂടി; സന്തോഷം നഷ്ടപ്പെട്ടു. പക്ഷേ അവൾ കീഴടങ്ങിയില്ല; സ്വന്തം മനസ്സാക്ഷിക്കനുസരിച്ച് പെരുമാറി. "അദ്ദേഹമെന്നെ സ്നേഹിക്കുന്നുണ്ടാവില്ല," അവൾ വിചാരിച്ചു: "പക്ഷേ വെറുപ്പുണ്ടാവാനും മതി. ഞാൻ എന്റെ മനോവികാരങ്ങൾ അദ്ദേഹത്തിന്റെ മേൽ കെട്ടി വെയ്ക്കാൻ ശ്രമിക്കുന്നുവെന്നു വിചാരിക്കുന്നുണ്ടാവും. ശരി, അങ്ങനെ കരുതുകയാണെങ്കിൽ ആയിക്കൊള്ളട്ടെ! വാസ്തവം പറഞ്ഞാൽ അയാളാണ് ഹൃദയത്തിൽ നിന്ന് ഈ കനത്ത ഭാരമിറക്കിവെയ്ക്കാൻ എന്നെ സഹായിച്ചത്. അദ്ദേഹത്തെപ്പറ്റി ആലോചിക്കുന്ന നിമിഷത്തിൽ എനിയ്ക്കെന്തോ ആശ്വാസം കിട്ടുന്നപോലെ തോന്നുന്നു."

"ലെന......" ആരോ തന്നെ വിളിച്ചത് കേട്ട് അവൾ തിരിഞ്ഞുനോക്കി. ഡോ.വീരയായിരുന്നു അത്. അവർ സ്ക്കൂളിൽ ലെനയെ കാത്തുനില്ക്കുകയാണ്.

ഡോ.വീര:- "ഞാൻ രണ്ടുതവണയായി വരുന്നു. അപ്പോഴൊന്നും നിങ്ങളെ കണ്ടെത്തിയില്ല. നിങ്ങൾക്കിപ്പോൾ ഉന്മേഷം കൂടിയിട്ടുണ്ട്. നിങ്ങൾ മന്ദഹസിച്ചുകൊണ്ട് നടന്നുവരുന്നത് ഞാൻ കണ്ടു. നിങ്ങൾക്ക് കൂടുതൽ സുഖം തോന്നുന്നുണ്ടാവും!"

ലെന:- "ഞാൻ താമസം മാറ്റി ഡോക്ടർ. ഫെഡൊറെങ്കോവിന്റെ വീട്ടിലെ ഒരു മുറി വാടകയ്ക്കെടുത്തിരിക്കയാണ്. ജി ബ്ലോക്കിൽ.

നിങ്ങൾ അവരെ അറിയുമോ? ഫെഡെറെങ്കോവിന്റെ ഭാര്യ പറഞ്ഞു, നിങ്ങൾ അവരെ ചികിത്സിച്ചിട്ടുണ്ടെന്ന്."

ഡോക്ടർക്ക് എല്ലാം പെട്ടെന്ന് മനസ്സിലായി. അവരുടെ മുഖത്തെ ഗൗരവഭാവം മാഞ്ഞു; തൽസ്ഥാനത്ത് സഹതാപവും നിസ്സഹായതയും പ്രതിഫലിച്ചു. ഒരു പുതിയ വീടു കിട്ടുന്നതുവരെ തന്റെ കൂടെ താമസിക്കാൻ അവൾ ലെനയെ നിർബ്ബന്ധിച്ചു: "എന്റെകൂടെ താമസിച്ചോളൂ. ഇപ്പോഴത്തെ സ്ഥലത്തേക്കാൾ കൂടുതൽ സൗകര്യമുണ്ട്, എന്റേത് വലിയ മുറിയാണ്. അത് നമുക്ക് പങ്കുവെയ്ക്കാം. സ്കൂളിന്നു കൂടുതൽ അടുത്താണതാനും.. ഫെഡൊറെങ്കോവിന്റെ ഭാര്യയെ എനിക്കറിയാം. ഷൂരയെ അവളുടെ കയ്യിൽഏല്പിക്കുന്നത് നന്നായിരിക്കില്ല. പണം കിട്ടുമല്ലോ എന്ന് കരുതി മാത്രമാണ് അവൾ കുട്ടിയെ നോക്കാൻ സമ്മതിച്ചിട്ടുള്ളത്. എന്റെ അയൽവക്കത്ത് ഒരു നല്ല മുത്തശ്ശിയുണ്ട് - നാഷ്യ. ഡോ.ഗൊരോഖോവിന്റെ നഴ്സാണ്. കുട്ടിയെ നോക്കാൻ അവരെ ഏർപ്പാടു ചെയ്യാം. നിങ്ങൾ സ്കൂളിൽ പോകുമ്പോൾ കുട്ടിയെ അവർ വേണ്ടപോലെ നോക്കിക്കൊള്ളും. ഞാനിതിൽ നിർബ്ബന്ധം പിടിയ്ക്കും. ഇന്നു രാത്രിതന്നെ താമസം മാറ്റണം."

അദ്ധ്യായം ഏഴ്

കോസ്റ്റ്യയ്ക്ക് ഇൻസ്റ്റിറ്റ്യൂട്ടിൽ പ്രവേശനം അനുവദിച്ചുകൊണ്ടുള്ള എഴുത്ത് കിട്ടിയപ്പോഴത്തെ ആഹ്ലാദവും അതിനെത്തുടർന്നുണ്ടായ ഓടിപ്പാച്ചിലും പുഖോവിന്റെ രോഗം അധികമാക്കി. അദ്ദേഹം തീരെ കിടപ്പിലായി. രണ്ടുദിവസത്തേയ്ക്ക് എണീക്കാൻപോലും പറ്റിയില്ല. അന്നുരാത്രി ഒരു ഹൃദയസ്തംഭനം ഉണ്ടായി. അതദ്ദേഹം നദേജയിൽനിന്നു മറച്ചുവച്ചു. വല്ലാതെ ക്ഷീണമുണ്ടെന്നല്ലാതെ വേറെ വിശേഷമൊന്നുമില്ലെന്നാണദ്ദേഹം പറഞ്ഞത്. പക്ഷേ അവൾക്കത് വിശ്വാസമായില്ല. അവൾ ഡോ.വീരയേയും ഡോ.ഗൊരോഖോവിനെയും വിളിച്ചുകാണിച്ചു. അയാളുടെ കിടയ്ക്കക്കരികിൽനിന്ന് നദേജ ഒഴിയാതായി. പുതപ്പെടുത്ത് ശരിയ്ക്ക് പുതപ്പിയ്ക്കുക, ഇടയ്ക്കിടെ തൊട്ടുനോക്കുക. മരുന്ന് നിർബ്ബന്ധിച്ച് കുടിപ്പിക്കുക - ഇങ്ങിനെ അവൾ ഭർത്താവിനെ ശുശ്രൂഷിച്ചു. ഇടയ്ക്കിടെ കഠിനമായ വ്യഥ സൂചിപ്പിക്കുന്ന ദീർഘശ്വാസങ്ങളും, കരച്ചിലും. പുഖോവ് സ്വയം കുറ്റപ്പെടുത്തി. "ഈ വിഷമം ഞാൻ നദേജയെ അറിയിക്കരുതായിരുന്നു. എണീറ്റുനടക്കാൻ ശ്രമിക്കേണ്ടിയിരുന്നു."

ലെന ജ്ഞറാവിലോവിനെ ഉപേക്ഷിച്ച വാർത്തയുംകൊണ്ട് വൊളോഡ്യ വീട്ടിൽ വന്നു. "ജ്ഞറാവിലോവിന്റെ ഭാര്യ അയാളെ ഉപേക്ഷിച്ചു: അതൊരു രസമുള്ള കഥയാണ് അല്ലേ!" അയാൾ ചിരിച്ചുകൊണ്ട് പറഞ്ഞു. വൊളോഡ്യയുടെ ആ പരിഹാസം കേൾക്കാതിരുന്നെങ്കിൽ എന്ന് പുഖോവ് ആശിച്ചു.

"അതു നന്നായി" പുഖോവ് ഭാര്യയോട് പറഞ്ഞു: ലെന അയാളുടെകൂടെ എങ്ങിനെ കഴിയുന്നുവെന്ന് എനിക്ക് ഒരിക്കലും മനസ്സിലാക്കാൻ കഴിഞ്ഞിട്ടില്ല. എനിക്കവളെ നന്നായറിയാം. രണ്ടുകൊല്ലം ഞങ്ങൾ

സ്കൂളിൽ ഒന്നിച്ച് ജോലി ചെയ്തിട്ടുണ്ട്. മനസ്സാക്ഷിയുള്ളവളാണവൾ. തന്നെയല്ല ചെയ്യുന്ന ജോലിയിൽ ആത്മാർത്ഥതയുമുണ്ട്. കുട്ടികൾക്കും അവളെ വലിയ കാര്യമാണ്. ജൂറാവിലോവാണെങ്കിൽ ശരിയ്ക്കൊരു ഉദ്യോഗസ്ഥ മേധാവിയും. അയാളെപ്പോലുള്ളവർമൂലം എത്രപേർക്ക് കണ്ണീരൊഴുക്കേണ്ടിവന്നിട്ടുണ്ടെന്നോ! പക്ഷേ എന്നിട്ടുണ്ടോ ഇത്തര ക്കാർക്ക് വല്ല കുസലും? ഭാഗ്യവശാൽ ഇത്തരക്കാരിൽ ഒരുത്തനെ പിടിച്ച് പുറംതള്ളിയാൽ, ഒരുത്തന്റെ സ്ഥാനത്ത് ഡസൻക്കണക്കി നാണ് അത്തരക്കാർ പ്രത്യക്ഷപ്പെടുന്നത്! പുതുമഴയ്ക്ക് കൂണുപോലെ... കോസ്റ്റ്യയെപ്പറ്റിയുള്ള ഒരു കത്ത് കിട്ടിയ ദിവസം ഞാൻ ലെനയെ കണ്ടിരുന്നു. അവൾ അന്നെന്നോടൊന്നും പറഞ്ഞില്ല... എനിയ്ക്ക് എന്താ നന്ദമാണെന്നോ ഈ വാർത്ത!"

വൊളോഡ്യ സോന്യയുടെ മുറിയിലേയ്ക്ക് ചെന്ന് അവളോട് ചോദിച്ചു:

"നീ ജൂറാവിലോവിന്റെ ഭാര്യയെ അറിയുമോ?"

സോന്യ:- "ഇവിടെ വന്നു കണ്ടിട്ടുണ്ട്. അച്ഛനെക്കാണാൻ പലതവണ ഇവിടെ വന്നിട്ടുണ്ട്: ഞാനിതുവരെ അവരോട് സംസാരിച്ചിട്ടില്ല. നിങ്ങ ളറിയുമോ?"

വൊളോഡ്യ:- "വളരെ കുറച്ച്. ഞാൻ ജൂറാവിലോവിന്റെ ചിത്രം വരച്ചത് നിനക്കറിയാമല്ലോ. അവളെപ്പോലുള്ളവരെ ഞാൻ മോസ്ക്കോ വിൽ ധാരാളം കണ്ടിട്ടുണ്ട്! അച്ഛന് എല്ലാവരും ആദർശമാതൃകകളാണ്; നല്ല തമാശ തന്നെ."

സോന്യ:- "നിങ്ങൾക്കെവിടുന്നാണ് ഈ വിവരം കിട്ടിയത്?"

വൊളോഡ്യ:- "ഇത് വാസ്തവമാണ്. പട്ടണത്തിലെല്ലാം ഇതാ ണിപ്പോഴത്തെ സംസാരം. അവർ രണ്ടുപേരും ഒരു പോലയാണ്, ഒരാൾ മറ്റാളേക്കാൾ ഭേദം എന്നു പറയാൻ കഴിയില്ല എന്നാണെന്റെ അഭിപ്രായം. നിനക്കെന്ത് തോന്നുന്നു?

സോന്യ:- "ഞാൻ പറഞ്ഞില്ലെ, എനിക്കവരെ അറിയില്ലെന്ന്. ജൂറാവിലോവിനെ തീരെ അറിയില്ല. അയാളെപ്പറ്റി രണ്ടഭിപ്രായങ്ങ ളും കേൾക്കുന്നുണ്ട്. മുൻകൈ എടുക്കാൻ കഴിവില്ലാത്തവനാണെന്ന് സവ്ചെങ്കോ പറയാറുണ്ട്. എന്തായാലും ഇതിൽ അച്ഛനെന്താണഭി പ്രായം? ഞാനതാണ് വിശ്വസിക്കുക."

വൊളോഡ്യ:- "അപ്പോ, ഇതു നന്നായെന്നാണോ നിന്റെയും അഭിപ്രായം?"

സോന്യ:- "ഓ! എന്നെ ശല്യപ്പെടുത്താതെ. എനിക്കവരെ രണ്ടു

പേരെയും വലിയ പരിചയമില്ലെന്ന് ഞാൻ പറഞ്ഞില്ലെ? അച്ഛന് അവളെപ്പറ്റി നല്ല അഭിപ്രായമാണെങ്കിൽ എന്നെ സംബന്ധിച്ചിട ത്തോളം അത് കണക്കിലെടുക്കാതെ പറ്റില്ല. ഈ വിവാഹമോചന മെന്നൊക്കെപ്പറയുന്നത് അസുഖകരമാണ്. പിന്നെ അതിനെപ്പറ്റി കഥകളും, അപവാദങ്ങളും, പത്രങ്ങളിൽ പ്രസ്താവനകളും, കോടതി വിധികളും അങ്ങിനെ ആകപ്പാടെ അസ്വസ്ഥപ്പെടുത്തും. പണ്ടൊക്കെ ഇത് ഒരു സാധാരണസംഭവമായിരുന്നിരിക്കാം. ഇന്നത് എന്തോ ലജ്ജാവഹമായ ഒന്നാണ്, വിവാഹം കഴിക്കുമ്പോൾ കുട്ടികളൊന്നു മല്ലല്ലൊ! മുതിർന്നിട്ടല്ലേ വിവാഹത്തിലേയ്ക്ക് കടക്കുന്നത്. തന്റെ കൂട്ടു കാരനേയോ കൂട്ടുകാരിയെയോ തിരഞ്ഞെടുക്കാനും ഭാവിയെപ്പറ്റി ചിന്തിക്കാനും കഴിയുന്ന പ്രായത്തില്ലേ വിവാഹം!"

വൊളോഡ്യ: (പൊട്ടിച്ചിരിച്ചുകൊണ്ട്) "എന്നിട്ടു നിശിതമായ പരീ ക്ഷണവും, വിദഗ്ദ്ധോപദേശവും അല്ലേ?"

സോന്യ: "അതിലെന്താണിത്ര കളിയാക്കാൻ! അച്ഛനെന്തു പറഞ്ഞു?"

വൊളോഡ്യ: "ഞാനിക്കാര്യം പറഞ്ഞപ്പോൾ അച്ഛൻ സന്തോഷം കൊണ്ടു ചാടിപ്പോയി."

സോന്യ: "അച്ഛന്റെ ആ ആവേശം വളരെ തകരാറുണ്ടാക്കും. അദ്ദേഹം സ്വയം കൊല്ലുകയാണ്. രണ്ടുമൂന്നു ദിവസം തുടർച്ചയായി അദ്ദേഹം ആ ലെനിൻ തെരുവിൽ ഓടിനടന്നിരുന്നു. പഴയ ശിഷ്യ ന്മാരെക്കാണാനും അവർക്കു പ്രോത്സാഹനം കൊടുക്കാനും. ഇത്തരം രോഗം പിടിപെട്ടിട്ടുള്ളവർ ഇങ്ങിനെ ശ്രദ്ധയില്ലാതെ കാണിക്കുന്നതു ഭയങ്കരമല്ലെ? എന്തായാലും വേണ്ടില്ല, അച്ഛനെ നമ്മൾ നിർബ്ബന്ധി ച്ചെങ്കിലും പിടിച്ചുകിടത്തണം."

വൊളോഡ്യ: "നിന്റെ അഭിപ്രായമല്ല എനിക്ക്. അച്ഛൻ മറ്റുള്ളവ രെപ്പോലെയല്ല. മാത്രമല്ല, അദ്ദേഹം വേറൊരു തലമുറയിൽപ്പെട്ട ആളുമാണ്. ഇപ്പോഴത്തെ ആൾക്കാർ അല്പം ജോലി അധികം ചെയ്താൽമതി, തളർന്നു വീഴും. പഴയ തലമുറക്കാരുണ്ടല്ലോ, അങ്ങിനെ യല്ല. അവരുടെ പടപ്പുതന്നെ വ്യത്യസ്തമാണ്. അവർക്കെവിടുന്നാണ് ഈ ചൈതന്യം കിട്ടുന്നതെന്ന് ഞാൻ പലപ്പോഴും അത്ഭുതപ്പെടാറു ണ്ട്. ശരിയാണ്, അല്പം പേടി തോന്നുന്നുണ്ട്. അച്ഛന്റെ കാര്യത്തിൽ എനിക്കും വല്ലാത്ത ഒരസ്വസ്ഥതയുണ്ട്. ഞാൻ എപ്പോഴും ചിരിയ്ക്കുന്നതു കാണുമ്പോൾ എനിയ്ക്ക് കൂസലൊന്നുമില്ലെന്നു നിങ്ങളൊക്കെ കരുതുന്നു ണ്ടാവും. നമ്മൾ കുറെ അസ്വസ്ഥപ്പെട്ടിട്ടു കാര്യമൊന്നുമില്ല. അദ്ദേഹം അദ്ദേഹത്തിന്റെ രീതിയിൽ ജീവിച്ചു. അതുപോലെ മരിക്കുകയും ചെയ്യും."

വൊളോഡ്യ പുറത്തേയ്ക്കിറങ്ങി. രാത്രി മുഴുവൻ ഭർത്താവിനെ ശുശ്രൂഷിച്ച് ഉറക്കമിളച്ചിരുന്നതിനാൽ നദേജ കിടന്നുറങ്ങുകയാണ്. അമ്മയ്ക്കുപകരം സോന്യ അച്ഛന്റെ സമീപത്തിരുന്നു. അദ്ദേഹം വായിക്കുകയായിരുന്നു, സോന്യ അകത്തേയ്ക്കു വന്നപ്പോൾ. അച്ഛനോട് ഒന്നു പറഞ്ഞുനോക്കാൻ അവൾ തീരുമാനിച്ചു. ശരീരസ്ഥിതി ഗണിക്കാതെ അച്ഛൻ കണ്ടമാനം ഓടിനടക്കുന്നതിനെപ്പറ്റി ഒന്നു കർശനമായിപ്പറയണമെന്ന് അവൾ ആലോചിച്ചുതുടങ്ങിയിട്ടു ദിവസം കുറെ ആയി. അമ്മയ്ക്ക് അച്ഛനെ പറഞ്ഞു സമ്മതിപ്പിക്കാൻ സാദ്ധ്യമല്ല; രോഗത്തെപ്പറ്റി മാത്രമേ അമ്മ പരാതിപ്പെടാറുള്ളൂ എന്നാണവളുടെ അഭിപ്രായം. "അമ്മ പറയുന്നതിനെ അച്ഛൻ തമാശയിലേ എടുക്കൂ. അതു കഴിഞ്ഞാൽ ഉടനെ തന്റെ ശിഷ്യന്മാരെക്കാണാൻ പുറത്തിറങ്ങി ഓടിനടക്കും. ഇതു ബാലിശമാണ്. തന്റെ ശേഷിച്ച ആരോഗ്യം മുഴുവൻ പത്തുപന്ത്രണ്ടു വിദ്യാർത്ഥികൾക്കുവേണ്ടി ചിലവിടുകയാണദ്ദേഹം. അദ്ധ്യാപകവൃത്തിയിലെ അനുഭവങ്ങളെപ്പറ്റി ഒരു ലേഖനമെഴുതാൻ പത്രങ്ങൾ രണ്ടു തവണ അദ്ദേഹത്തോടാവശ്യപ്പെട്ടതല്ലേ? കിടന്നകിടപ്പിൽത്തന്നെ അദ്ദേഹത്തിന് അതു എഴുതാമായിരുന്നു. അല്ലെങ്കിൽ പറഞ്ഞു തന്നാൽ ഞാൻ എഴുതി എടുക്കില്ലേ? പത്തുപന്ത്രണ്ടു കുട്ടികളുടെ പുറകെ ഓടുന്നതിലും എത്രയോ അധികം പ്രയോജനമുള്ളതാണത്."

സോന്യ ഇതെല്ലാം അച്ഛനോടു പറഞ്ഞു. അവളുടെ ശബ്ദം ഇടയ്ക്കു പതറിയിരുന്നു.

പുഖോവ് അതെല്ലാം ശ്രദ്ധിച്ചുകേട്ടു. താൻ പറഞ്ഞതെല്ലാം അച്ഛൻ സമ്മതിച്ചുവെന്ന് ഇടയ്ക്ക് അവൾക്കു തോന്നി. വാസ്തവത്തിൽ അദ്ദേഹത്തിനു കലികേറുകയാണ് ചെയ്തത്. അവൾ പറഞ്ഞവസാനിപ്പിക്കുന്നതുവരെ കേട്ടിരിയ്ക്കാൻ അദ്ദേഹം സാമാന്യത്തിലധികം ബുദ്ധിമുട്ടി.

"നോക്കണേ! ഇവൾക്കിനിയും എന്നെ മനസ്സിലാക്കാൻ കഴിയുന്നില്ല, അല്ലേ!" എന്നദ്ദേഹം അത്ഭുതപ്പെട്ടു: "ചെർണിഷേവിനും, സാന്നിഖോവിനും, സവ്ചൊങ്കോവിനും മറ്റും എന്നെ നല്ലപോലെ അറിയാം. അപ്പോൾ ഇത് പ്രായത്തിന്റെ കുറ്റമല്ല. നദേജയും വീട്ടിൽ സ്വസ്ഥമായിരിക്കാൻ മാത്രമേ എന്നോടു പറയുന്നുള്ളൂ. എന്റെ ശിഷ്യന്മാരെ കാണുന്നത് ഇതുവരെ അവൾ തടഞ്ഞിട്ടില്ല. അവൾക്കറിയാം, അതിന്റെ ആവശ്യം. എന്തായാലും ഞങ്ങൾ ഒന്നിച്ചാണ് ജീവിതം ഇതുവരെ കഴിച്ചുകൂട്ടിയത്. അതുകൊണ്ട് എന്നെ അവൾക്കു നല്ലപോലെ അറിയാം. എന്നെ തടയാൻ അവൾ യുക്തികളൊന്നും കൊണ്ടുവരാറില്ല. അവൾ എന്റെ രോഗത്തെ ഭയപ്പെട്ടിരിക്കയാണ്; ഞാനും. എന്നാൽ

സോന്യ അങ്ങിനെയല്ല. ഞാൻ ചെയ്യുന്നതെല്ലാം വിഡ്ഢിത്തമാണെന്ന ത്രേ, ഇവളുടെ ഭാവം. അതല്ലേ, ഇപ്പോളിവൾ പറഞ്ഞത്! വിഡ്ഢിത്തം. എന്നെക്കാൾ മുതിർന്ന ഭാവത്തിലാണ് ഇവളെന്നെ ഉപദേശിക്കുന്നത്. എനിക്കിതൊന്നും മനസ്സിലാവുന്നില്ല."

കുറച്ച് ആലോചിച്ചശേഷം അദ്ദേഹം പറഞ്ഞു: "എനിക്കു നീ പറയുന്ന തൊന്നും മനസ്സിലാവുന്നില്ല. നീ പറയുന്നു, ഒന്നു മറ്റതിനെക്കാൾ പ്രധാ നമാണെന്ന്. നീയെങ്ങിനെയാണതു തൂക്കിനോക്കിയത്? ഞാൻ ഒരു ലേഖനമെഴുതണമെന്നതു ശരിതന്നെ. ഞാനതിനെപ്പറ്റി പലപ്പോഴും ആലോചിക്കാറുണ്ട്; ചില കുറിപ്പുകൾ തയ്യാറാക്കുകയും ചെയ്തിട്ടുണ്ട്; എന്നുവെച്ചിട്ട് ഞാനെന്റെ ശിഷ്യന്മാരെ അവഗണിക്കണമെന്നുണ്ടോ? കുറച്ചുകൂടി ശാന്തമായി ചിന്തിച്ച് കാര്യങ്ങൾ മനസ്സിലാക്കാൻ ശ്രമിക്ക്. അവരിൽ പലരും അച്ഛനില്ലാത്തവരാണ്; യുദ്ധത്തിൽ അവരുടെ പിതാ ക്കന്മാർ നഷ്ടപ്പെട്ടു. ചെർണിഷേവിന്ന് അമ്മയുണ്ടെങ്കിലും ഇല്ലാത്ത ഫലമാണ്. നിനക്കിന്ന് നിന്റെ കാലിൽ നിൽക്കാൻ സാധിക്കുന്നു ണ്ട്. പക്ഷേ മുമ്പ് നീ എപ്പോഴും എന്റെ അടുക്കൽ ഓടിവന്ന് ഓരോ ഉപദേശങ്ങൾ തേടിയിരുന്നതു മറന്നുപോയോ? ഇവരെല്ലാം ജീവനുള്ള ആൾക്കാരാണെന്നു നീ കാണുന്നില്ലേ? നമ്മൾ തുടങ്ങിവെച്ചത് നാളെ പൂർത്തിയാക്കാനുള്ളവരാണവർ. എന്നിട്ടും നീ പറയുന്നു, ഞാനവരെ മറക്കണമെന്ന്!"

സോന്യയും വിട്ടില്ല. അവൾ വാദിക്കാൻ ശ്രമിച്ചു: "ഇതൊരു ഗൗര വപ്രശ്നമല്ലെന്നു ഞാൻ പറയുന്നില്ല. പക്ഷേ അച്ഛൻ ഒരാൾ തനിച്ച് എന്തുചെയ്യാനാണ്? ഇതൊക്കെ രാജ്യവ്യാപകമായ തോതിൽ പരിഹരിക്കേണ്ട പ്രശ്നങ്ങളാണ്. ഇന്നു നിങ്ങൾ ചെർണിഷേവിനെ സഹായിച്ചുവെന്നു വെയ്ക്കുക. നാളെ നിങ്ങളുണ്ടാവുമോ? ഇല്ല. അപ്പോൾ അവൻ തെമ്മാടികളുടെ സ്വാധീനത്തിൽ അകപ്പെടുന്നു. ഞാനാലേഖ നത്തെപ്പറ്റി സൂചിപ്പിച്ചത്, വളരെ പ്രധാനമായതുകൊണ്ടാണ്. മിശ്രവി ദ്യാഭ്യാസത്തെപ്പറ്റി[3] നിങ്ങൾതന്നെ എന്നോടു ചില അഭിപ്രായങ്ങൾ പറയുകയുണ്ടായില്ലേ! ഞാനതിനെപ്പറ്റി പത്രങ്ങളിൽ വായിച്ചു. ഇപ്പോൾ പത്രങ്ങളിൽ ഒരു ചർച്ച നടന്നുകൊണ്ടിരിക്കയാണ്. നിങ്ങൾ നിങ്ങളുടെ അഭിപ്രായം എഴുതുകയാണെങ്കിൽ അതു വളരെ പ്രയോജനകരമായിരി ക്കും. തന്നെയല്ല പത്തുപന്ത്രണ്ടു പേർക്കല്ല, കോടിക്കണക്കിനാളുകൾക്ക്

3ദീർഘമായ ചർച്ചയ്ക്കുശേഷം മിശ്രവിദ്യാഭ്യാസം (ആൺകുട്ടിക ളേയും പെൺകുട്ടികളേയും ഒന്നിച്ചുപഠിപ്പിക്കൽ) സോവിയറ്റിൽ നടപ്പാക്കിയതാണ് ഇവിടെ സൂചിപ്പിക്കുന്നത്.

അതു സഹായകമായിരിക്കും. ഇതിനുപകരം നിങ്ങൾ ഒന്നോ രണ്ടോ കുട്ടികളോട് ഉപദേശിച്ചും തർക്കിച്ചും ശേഷിച്ച ശക്തി നശിപ്പിക്കുക യാണ്. ഇതു ബുദ്ധിശൂന്യതയാണ്."

പുഖോവ്: "അല്ല സോന്യ, ബുദ്ധിശൂന്യതയല്ല; വിവേകമാണ്. ജീവനുള്ള ജനങ്ങളെക്കൊണ്ടാണ് സമൂഹം രൂപീകരിച്ചിട്ടുള്ളത്. വെറും കണക്കുകൂട്ടൽ നിന്നെ എങ്ങും എത്തിക്കില്ല. ബുദ്ധിയുപയോ ഗിച്ച കുറെ പരിപാടികൾ തയ്യാറാക്കിയാൽ മാത്രം പോരാ; അതു പ്രയോഗിക്കണം ."ഇത് അംഗീകരിച്ചു; അങ്ങിനെ തീരുമാനിച്ചു" എന്നു പ്രമേയം പാസ്സാക്കിയാലൊന്നും പോരാ. നിങ്ങളുടെ ജീവിതരീതിയേയും മറ്റുള്ളവരോടുള്ള പെരുമാറ്റത്തേയും ആശ്രയിച്ചാണ് സമുദായത്തിന്റെ ഭാവി കിടക്കുന്നത്. ഒരാൾക്കു തനിച്ചൊന്നും ചെയ്യാൻ കഴിയില്ലെന്നു നീ ഒരു പുച്ഛരസത്തിൽ പറഞ്ഞതിന്നർത്ഥമെന്താണ്? എനിക്കതു ദഹിക്കുന്നില്ല. പണ്ട്, വിപ്ലവത്തിന് ഏതാണ്ട് ഏഴുകൊല്ലംമുമ്പാണ് - ഞാൻ ഒരു വിദ്യാർത്ഥിയെ ഇടയ്ക്കിടെ പോയികാണാറുണ്ട്. എന്റെ ഒരു സ്നേഹിതനാണയാൾ. ലെനിൻ, പ്ലെഖ്നോവ് എന്നിവരുടെ ലേഖ നങ്ങളും ഗ്രന്ഥങ്ങളും വായിക്കുന്ന ഒരു ഗ്രൂപ്പ് ഞങ്ങൾക്കുണ്ടായിരുന്നു. ഞാനതിനെപ്പറ്റി എന്റെ അച്ഛനോടു പറയുകയുണ്ടായി. ലോകത്തെപ്പറ്റി അധികമൊന്നും ചിന്തിക്കാത്ത ഒരൊതുങ്ങിയ മനുഷ്യനാണദ്ദേഹം. ഒരാപ്പീസിൽ ജോലിക്കാരനായിരുന്നു. മേലധികാരികളുടെ ശാസനയും അധിക്ഷേപങ്ങളും കേട്ടു തഴമ്പിച്ച ഒരു ശുദ്ധൻ. അദ്ദേഹം എന്നോടു ചോദിച്ചു: "നിങ്ങളെത്ര പേരുണ്ട്? എട്ടോ? നിങ്ങൾക്കു ഭ്രാന്താണ്. എട്ട് ആളെക്കൊണ്ടു നിങ്ങൾക്കെന്തുചെയ്യാൻ കഴിയും? അദ്ദേഹം ഒരു പഴയ ആളായിരുന്നു. അതുകൊണ്ട് ആ അഭിപ്രായമുണ്ടായതിൽ ആശ്ചര്യ പ്പെടാനില്ല. ഇന്നു കാലമതല്ല. എല്ലാം മാറിയിരിക്കുന്നു. നിനക്കു ചെറു പ്പമാണ്. നീ യുവകമ്യൂണിസ്റ്റ് ലീഗിൽ മെമ്പറുമാണ്. നീ പ്രശ്നങ്ങളെ ചങ്കുറ്റത്തോടെ നേരിടുകയാണു വേണ്ടത്, ഒഴിഞ്ഞുമാറുകയല്ല. നീ നല്ല ആവേശമുള്ളവളാണെന്ന് എനിക്കറിയാം. ആ ആത്മവീര്യത്തെ നീയെന്തിന് ചങ്ങലയ്ക്കിടുന്നു?"

അദ്ദേഹം നിർത്തി. അവളുടെ മുഖത്തേയ്ക്കു സൂക്ഷിച്ചുനോക്കി. അവളുടെ കണ്ണുകൾ സന്നിപിടിച്ചവരുടേതുപോല തിളങ്ങി; ചുണ്ടുകൾ വിറച്ചു. മറുപടി പറയാൻ ആഗ്രഹിച്ചെങ്കിലും അവൾക്കു വാക്കുകൾ കിട്ടിയില്ല. അവളാകപ്പാടെ പകച്ചപോലായി. ഇതുകണ്ട് അദ്ദേഹ ത്തിനും അസ്വാസ്ഥ്യം തോന്നി. അതുവരെ നടന്നതൊക്കെ മറന്ന് അദ്ദേഹം മകളെപ്പിടിച്ച് അടുത്തിരുത്തി: "നീ അതുപോലൊന്നുമല്ല,

നല്ല മിടുക്കത്തിയാണ്" എന്നു സമാധാനിപ്പിച്ചു.

അവൾ അസ്വസ്ഥയായി അവിടെനിന്നെഴുന്നേറ്റുപോയി. അവളെ ബോദ്ധ്യപ്പെടുത്താൻ അദ്ദേഹത്തിനു കഴിഞ്ഞില്ല; ആശയക്കുഴപ്പമുണ്ടാക്കിയെന്നുമാത്രം. അദ്ദേഹത്തിന്റെ വാക്കുകൾക്ക് എന്തോ അവ്യക്തമായ ഒരു ശക്തിയുള്ളതായി അവൾക്കു തോന്നി: "അയ്യോ, ജീവിക്കാനെന്തു വിഷമം!" കുറച്ചൊന്നുമല്ല. വല്ലാത്ത വിഷമം! അവൾ ഒരു മാസിക എടുത്തു വായിക്കാൻ ശ്രമിച്ചു. ക്രമേണ പകലിന്റെ പ്രകാശം മങ്ങി. ആ അകമെല്ലാം ചാരിനിറമായി. അയാൾ ജനൽപ്പടിയിൽ ചാരി പുറത്തേയ്ക്കു നോക്കിനില്ക്കയാണ്. സമയം സന്ധ്യ. മഞ്ഞു പാളികൾ പാടല വർണ്ണം കൈക്കൊണ്ടു. സോന്യ ചിന്തയിൽ മുഴുകി:

"എനിയ്ക്ക് എന്റെ കാര്യത്തിൽപ്പിടിപ്പുണ്ടെന്നാണ് അച്ഛന്റെ വിചാരം." നിനക്കിന്നു നിന്റെ കാലിൽ നില്ക്കാൻ കഴിയുമെന്നദ്ദേഹം പറഞ്ഞില്ലേ! വാസ്തവത്തിൽ എന്റെ അടി പതറിക്കൊണ്ടാണിരിക്കുന്നത്. എനിക്ക് ഒന്നുംതന്നെ വ്യക്തമായി കാണാൻ കഴിയുന്നില്ല. സന്ധ്യാസമയത്തെ ഈ മങ്ങിയ വെളിച്ചംപോലെയാണ്. എല്ലാം കുഴഞ്ഞുകിടക്കുന്നു. വൊളോഡ്യയെപ്പോലെ എന്തും ചിരിച്ചുതള്ളാൻ കഴിഞ്ഞാൽ നന്നായിരുന്നു. എനിക്കു ചേട്ടനെ വലിയ ബഹുമാനമൊന്നുമില്ല. എല്ലാം നഷ്ടപ്പെട്ട മനോഭാവമാണദ്ദേഹത്തിന്നും... ജൂറാവിലോവിന്റെ ഭാര്യ സുന്ദരിയാണ്. അവളെന്തിനു ഭർത്താവിനെ ഉപേക്ഷിച്ചു? പണ്ടാണെങ്കിൽ മനസ്സിലാക്കാം. അന്ന് ഇച്ഛയ്ക്കെതിരായോ സൗകര്യത്തിനു വേണ്ടിയോ ഒക്കെയായിരുന്നു വിവാഹം. ഇന്നു സ്ഥിതി പാടെ മാറിയിരിക്കുകയാണ്. എന്നിട്ടും വിവാഹമോചനം... അന്യന്റെ ഹൃദയം ആളുകൾക്കു മനസ്സിലാക്കാൻ കഴിയുന്നില്ല! അതാകപ്പാടെ പേടിപ്പിക്കുന്നു. ഇരുട്ടിലാണ് ആളുകൾ നടക്കുന്നത്. നിങ്ങൾ സുഖത്തെ മുമ്പിൽ സ്വപ്നം കാണുന്നു. എന്നിട്ട് ഒരടി മുന്നോട്ടു വെയ്ക്കുമ്പോഴേയ്ക്കും എല്ലാം തകരുന്നു. വിചാരിക്കുമ്പോൾ ഭയമാവുന്നു. എന്റേയും സവ്ചെങ്കോവിന്റേയും നില... അച്ഛനു മനസ്സിലാവാത്ത മറ്റൊരു സംഗതിയാണത്. അദ്ദേഹമെപ്പോഴും സവ്ചെങ്കോവിന്റെ ഭാഗം പിടിക്കും. ഒരുവിധത്തിൽ നോക്കിയാൽ അതു സ്വാഭാവികമാണ്. അവരുടെ സ്വഭാവം ഏതാണ്ടൊരുപോലാണെന്നതായിരിക്കും അതിനു കാരണം. പക്ഷേ ആവേശം വരുമ്പോൾ അച്ഛൻ കാര്യങ്ങൾ വലുതാക്കിക്കാണാൻ ശ്രമിക്കും. അദ്ദേഹത്തെ ബഹുമാനിക്കാതിരിക്കാൻ കഴിയില്ല. താൻ പറയുന്നതു വെറു വീൺവാക്കല്ലെന്ന് അദ്ദേഹം തന്റെ ജീവിതംകൊണ്ടു തെളിയിച്ചിട്ടുണ്ട്. എന്നാൽ സവ്ചെങ്കോ അതുപോലെ പറയുന്നത് ആഭാസമായിത്തീരും. അയാൾ

ഇനിയും അതുപോലെ ജീവിച്ചു കഴിഞ്ഞിട്ടില്ല. ഞാനുമില്ല, എനിക്കിനിയും ഒന്നും ശരിക്കും മനസ്സിലാക്കാൻ സാധിച്ചിട്ടില്ല. എനിക്കു സവ്ചെങ്കോവിൽ അനുരാഗമുണ്ടെന്ന് അച്ഛനു ബോദ്ധ്യമായയപോലെ തോന്നുന്നു. ഇന്നാളൊരിക്കൽ അദ്ദേഹം അതു സൂചിപ്പിച്ചു: "നിങ്ങൾ രണ്ടു പേരും കാര്യങ്ങൾ ശരിപ്പെടുത്തിക്കഴിയുമ്പോൾ" എന്നദ്ദേഹം പറഞ്ഞില്ലേ! ഒന്നു ശരിയാണ്; ഞാൻ സവ്ചെങ്കോവിനെ സ്നേഹിക്കുന്നുണ്ട്. ഞാനതെത്ര മറയ്ക്കാൻ ശ്രമിച്ചിട്ടും പ്രകാശിച്ചുപോയിട്ടുണ്ട്. പക്ഷേ ഞങ്ങളൊന്നും ശരിപ്പെടുത്തുമെന്നു തോന്നുന്നില്ല. എനിക്കതു ബോദ്ധ്യമായിട്ടുണ്ട്. ഞാൻ സവ്ചെങ്കോവിനെ എപ്പോഴും ഓർമ്മിച്ചു പോകുന്നു. അതനാവശ്യമാണ്..."

അവൾ സ്വിച്ചിട്ടു വിളക്ക് തെളിയിച്ചു. കസാലയിൽപ്പോയിരുന്നു, നേരത്തെ വായിച്ചുതുടങ്ങിയ ലേഖനം മുഴുമിച്ചു. ആ സമയത്ത് കാളിങ്ങ്ബെൽ ശബ്ദിച്ചു. അമ്മ ഉറക്കമാണെന്നെ ഓർമ്മവന്നപ്പോൾ അവൾ ചെന്ന് കതകു തുറന്നു. അതു സവ്ചെങ്കോവാണ്. അവൾ തീരെ പ്രതീക്ഷിച്ചിരുന്നില്ല.

അവളുടെ അച്ഛന്റെ പിറന്നാളിനുശേഷം അവർ തമ്മിൽ കാണുകയുണ്ടായില്ല. കുറച്ചുദിവസം അവൾ അയാളെ കാത്തു. ഓരോ ദിവസം വൈകുന്നേരവും അവൾ കാളിങ്ങ്ബെൽ ശബ്ദം പ്രതീക്ഷിച്ചു. അയാൾ കുറച്ച് പരുക്കനായിട്ടാണ് ആ പിറന്നാൾദിവസം അവളോട് പെരുമാറിയത്. അവരുടെ സ്നേഹം ഒന്നിലുമെത്തില്ല എന്നവൾ കരുതി. എങ്കിലും അത് അങ്ങനെ ശണ്ഠയിൽ കലാശിപ്പിക്കേണ്ടിയിരുന്നില്ല എന്നവൾ ആശിച്ചു... പക്ഷെ ഒരു മാസത്തോളം സവ്ചെങ്കോ തിരിഞ്ഞുനോക്കിയില്ല.

അയാളും അല്പം വാശിപിടിച്ചു. ഇനി വിളിയ്ക്കാതെ പോവില്ലെന്നായിരുന്നു അയാളുടെ തീരുമാനം. ആ തീരുമാനം ദുസ്സഹമായിരുന്നു അയാൾക്ക്. എല്ലാ ദിവസവും വൈകുന്നേരം അയാൾ പുഖോവിന്റെ വീട്ടിലേയ്ക്ക് പുറപ്പെടും. ഏതാണ്ടു വീടടുക്കുമ്പോൾ അയാൾ മടങ്ങിപ്പോരും. പകുതി വഴി കഴിയുമ്പോഴാണ് അയാൾ ആലോചിക്കുക: "ഞാനെന്തിനാണ് പോകുന്നത്? എന്നെ കണക്കാക്കുന്നില്ലെന്ന് അവൾ തുറന്നു പറഞ്ഞില്ലേ? വിവാഹത്തെപ്പറ്റി സംസാരിക്കാനും അവൾക്കിഷ്ടമില്ല. വെറും സാധാരണ സുഹൃദ്ബന്ധം മതിയത്രെ! ഞാനാഗ്രഹിച്ചാൽ തന്നെ എനിക്കത് സ്വീകരിയ്ക്കാൻ സാദ്ധ്യമല്ല. അതുകൊണ്ട് വെറുതെ ശ്രമിക്കേണ്ട... തിരിച്ചുപോകാം" അയാൾ മടങ്ങി സ്വവസതിയിലേയ്ക്കോ ക്ലബിലേയ്ക്കോ പോകും. അല്ലെങ്കിൽ ദിമിത്രിയുടെ അടുക്കൽപോയി

സൊളളിയിരിക്കും. ദിമിത്രി സവ്ചെങ്കോവിന്റെ അയൽവക്കത്താണ് താമസം.

സവ്ചെങ്കോ ഇൻസ്റ്റിറ്റ്യൂട്ടിൽനിന്ന് ഈ ഫാക്ടറിയിലേയ്ക്കു വന്ന ഉടനെ ത്തന്നെ ദിമിത്രി അയാളെ തന്റെ കൂടെ നിർത്തി ജോലി ഓരോന്നും കാട്ടിക്കൊടുത്തു പഠിപ്പിച്ചു. “ആദ്യം കുറെ വിഷമമായിരിക്കും.” ദിമിത്രി, സവ്ചെങ്കോവിനെ പ്രോത്സാഹിപ്പിച്ചു: “തിയറി ഒന്നും ഫാക്ടറിയിലെ കഴിവുകൾ മറ്റൊന്നുമായിരിക്കും.” ഒരു ദിവസം സവ്ചെങ്കോവിനെ ദിമിത്രി തന്റെ വസതിയിലെക്കു ക്ഷണിച്ചു: “നമുക്കിന്നുരാത്രി ബ്രൈന്റെ പദ്ധതി ഒന്നു പരിശോധിക്കാം. നിങ്ങൾ എന്റെ താമസസ്ഥലത്തേയ്ക്കു വരൂ.” അന്ന് രാത്രി ജോലികഴിഞ്ഞശേഷം ദിമിത്രി ലെനിൻഗ്രാഡിലെ ഒരു ഫാക്ടറിയെപ്പറ്റി അയാളോട് പറഞ്ഞു. അവിടെയാണ് ദിമിത്രി പരിശീലനം നടത്തിയത്. ഏതാണ്ട് പുലർച്ചയാവുന്നവരെ അവർ ഉറങ്ങാതെ ഓരോന്നു സംസാരിച്ചുകൊണ്ടിരുന്നു. അവസാനം സവ്ചെങ്കോ പോകാനിറങ്ങിയപ്പോൾ “ഇടയ്ക്ക് വരണം, നമുക്ക് പലതും സംസാരിക്കാം” എന്ന് ദിമിത്രി പറഞ്ഞു. അയാൾ പോയിക്കഴിഞ്ഞപ്പോൾ ദിമിത്രി സ്വയം പറഞ്ഞു: “അവനൊരു നല്ല പയ്യനാണ്.”

സവ്ചെങ്കോ അങ്ങിനെ ദിമിത്രിയുടെ വസതിയിൽ ഇടയ്ക്കിടെ പോയ്ക്കൊണ്ടിരുന്നു. യുദ്ധത്തെപ്പറ്റിയും യുദ്ധകാലകഥകളെപ്പറ്റിയും സാഹിത്യത്തെപ്പറ്റിയും വിദേശമന്ത്രിസമ്മേളനം-മൂസ്സദ്ദിക്കിന്റെ വിചാരണ - എന്നു വേണ്ട ലോകത്തിലെ എല്ലാ വിഷയങ്ങളെപ്പറ്റിയും ദിമിത്രിയും സവ്ചെങ്കോവും സംസാരിക്കും. എത്രനേരം വേണമെങ്കിലും അവർ അങ്ങിനെ ഇരുന്നുപോകും. തന്റെ പരാജയപ്പെട്ട പ്രണയകഥ തെല്ലു വിസ്മരിക്കാൻ ഇത് സെവ്ചെങ്കോവിനെ സഹായിച്ചു.

തലേന്ന് രാത്രി അവരുടെ സംഭാഷണം സാഹിത്യത്തെപ്പറ്റിയായിരുന്നു. സവിചെങ്കോ അപ്രതീക്ഷിതമായി ചോദിച്ചു: “അന്ന് ആ ചർച്ചായോഗത്തിൽവെച്ച് നിങ്ങളെന്തിനാണ് സുബ്ട്സോവിനെ അത്ര കഠിനമായി വിമർശിച്ചത്?” ദിമിത്രി ഒന്നു മൂളുകമാത്രം ചെയ്തു. മറുപടി ഒന്നും പറഞ്ഞില്ല. കുറച്ചുകഴിഞ്ഞ് അയാൾ ഒരു കവിതാപുസ്തകം എടുത്ത് നിവർത്തി, “കവിത” എങ്ങിനെ ഇഷ്ടമാണോ,” എന്ന് സവ്ചെങ്കോവിനോട് ചോദിച്ചു: സവ്ചെങ്കോവിന്റെ മുഖം പ്രസന്നമായി. “ഓ, വളരെ. മറ്റെന്തിനെക്കാളുമധികം,” എന്നായിരുന്നു മറുപടി. ദിമിത്രി ചില പേജുകൾ മറിച്ചശേഷം ഒരെണ്ണം കുറച്ചുറക്കെ വായിച്ചു.

അഭിമാനം വിടാൻ കൂട്ടാക്കാതെ അന്തസ്സിൽ അവർ പിരിഞ്ഞു. ശോകമൂകമായി സഹിച്ചു. തങ്ങളുടെ പ്രേമത്തിന്റെ പ്രതിബിംബത്തെ

സ്വപ്നംകണ്ടു സമാധാനിച്ചു. അങ്ങിനെയിരിക്കെ മരണം അവരെ ആശ്ലേഷിച്ചു. അതിന്നുശേഷമാണവർ കണ്ടുമുട്ടിയത്. ആ ലോകത്തിൽ അവർ പരസ്പരം തിരിച്ചറിയാതെ കടന്നുപോയി - ഇതായിരുന്നു ആ കവിതയുടെ സാരം.

സവ്ചെങ്കോവിന്നു ആഹ്ലാദം കേറി. പക്ഷെ പൊട്ടുന്നനെ അയാളുടെ മുഖത്തെ പ്രസാദം മാഞ്ഞു. കത്തി നിന്നിരുന്ന മെഴുകുതിരി കെടുത്തിയപോലെ, അയാളുടെ പുഞ്ചിരി മറഞ്ഞു. സോന്യയെപ്പറ്റി യായി അയാളുടെ ചിന്ത! ഞങ്ങളും പരസ്പരം കാണുന്നു, സംസാരിക്കു ന്നു... പക്ഷേ ഒരപരിചിതനോടെന്നപോലെയാണ് അവൾ എന്നോട് പെരുമാറുന്നത്... എങ്കിലും അന്ന് ആ കുന്നിൽചെരുവിൽ നടക്കാൻ പോയപ്പോൾ അവളെന്നെ സ്നേഹിക്കുന്നുണ്ടെന്ന് എനിക്ക് തോന്നി. അവളെന്നെ ചുംബിച്ചു. അന്നത്തെ അവളുടെ ആ നോട്ടം ഓർക്കുമ്പോൾ ഉടനെ അങ്ങോട്ടോടിയെത്തി അവളോട് ഇങ്ങനെ പറയാൻ തോന്നി പ്പോകുന്നു: ഇതു ഞാനാണ് സോന്യ, ഞാനാണ്. നീ എന്നെ അറിയില്ലേ!

അയാൾ ദിമിത്രിയുടെ നേർക്കുനോക്കി ചോദിച്ചു: "ദിമിത്രി കൊറോട് യേവ്! ഒരാൾ ഒരുത്തിയെ പ്രണയിക്കുകയാണെന്നു വെയ്ക്കുക. അയാൾക്കു സുഖം ലഭിക്കാൻ കഠിനാദ്ധ്വാനം വേണ്ടിവരുമെന്നാണോ നിങ്ങളുടെ അഭിപ്രായം? അതുവല്ലാത്ത ഒരവമാനമല്ലെ? അവളെ പ്ര സാദിപ്പിക്കാൻവേണ്ടി അങ്ങേയറ്റം കിഴിയുക!"

ദിമിത്രി: (പുഞ്ചിരിയോടെ) "അവൻ വളരെ പണിപ്പെട്ടു സമരം ചെയ്യണം... ചിലപ്പോൾ മൂടൽമഞ്ഞു തുളച്ചു കീറേണ്ടതായും വന്നേയ്ക്കും." സവ്ചെങ്കോ വീണ്ടും പുഞ്ചിരിയിട്ടു.

അങ്ങിനെയാണ് അയാൾ വീണ്ടും, സോന്യയെ കാണാൻ വന്നത്. എല്ലാം സോന്യയോടു തുറന്നുപറയാൻ അയാൾ നിശ്ചയിച്ചു. "മൂടൽ മഞ്ഞു വലിച്ചുകീറി സുഖത്തിലേയ്ക്കുള്ള മാർഗ്ഗം കണ്ടുപിടിയ്ക്കുകതന്നെ," അയാൾ ഉറച്ചു.

"നമുക്ക് ഒന്നു നടക്കാൻ പോവാം. എനിക്കു നിന്നോട് വളരെയേറെ കാര്യങ്ങൾ പറയാനുണ്ട്. ഇവിടെ അകത്തിരിയ്ക്കാൻ ഒരു രസം തോന്നു ന്നില്ല."

സോന്യ: "പുറത്തു വല്ലാത്ത തണുപ്പല്ലെ? അല്ലാ നിങ്ങൾക്കു നിർബ്ബ ന്ധമാണെങ്കിൽ ഞാൻ വരാം." അവർ പുറപ്പെട്ടു. പുറത്ത് എന്തും മരവി പ്പിക്കുന്ന തണുപ്പാണ്. വടക്കുനിന്നാണ് കാറ്റടിച്ചിരുന്നത്. ആളുകൾ വളരെ വേഗ ത്തിൽ നടക്കുന്നു. സോന്യയും സവ്ചെങ്കോവും മാത്രമാണ്

സാവധാനം നടന്നിരുന്നവർ. അവർക്കു യാതൊരു തിടുക്കവും കണ്ടില്ല. ദൂരെനിന്നു നോക്കുമ്പോൾ ആനന്ദമഗ്നരായ ദമ്പതികളായേ അവരെ തോന്നൂ. പക്ഷേ അവർ ചൂടുപിടിച്ച തർക്കിക്കയായിരുന്നു. ദിമിത്രി, ആട്ടോമൊബൈൽ യന്ത്രങ്ങൾ, ബർളിൻസമ്മേളനം, ഇറ്റാലിയൻ ഫിലിമുകൾ - അങ്ങിനെ പലതിനെപ്പറ്റിയും സവ്ചെങ്കോ പറഞ്ഞു. യന്ത്രമൊഴിച്ചുള്ള മറ്റെല്ലാറ്റിനേയും അവൾ എതിർത്തു.

സവ്: "ആ ഫിലിം വളരെ അത്ഭുതകരമാണ്. അതിലെ ആ കൊച്ചു കുട്ടി അവന്റെ അച്ഛനോടു തട്ടിക്കേറിയപ്പോൾ ഞാൻ ഏതാണ്ടു പൊട്ടിക്കരഞ്ഞുപോയി."

സോന്യ: "അതു ദൗർബ്ബല്യമാണ്. ആ ഫിലിമിലെ ഒരു ഭാഗം നന്നായിട്ടുണ്ട്. പക്ഷേ പ്രശ്നത്തിനു പരിഹാരമില്ല. അതിലെ ആ തൊഴിലില്ലാത്തവനില്ലേ, ഒടുവിൽ അയാൾക്കെന്തുപറ്റി? അയാൾ കമ്യൂണിസ്റ്റുകാരുടെ കൂടെ ചേരുന്നോ അതോ രാഷ്ട്രീയബോധം ലഭിക്കാതെ അങ്ങിനെതന്നെ നിന്നുപോകുന്നോ എന്ന് വ്യക്തമല്ല."

അവരേതാണ്ടു നൂറുവാര നടന്നു. സവ്ചെങ്കോ തന്റെ ഫാക്ടറിയിലെ കാര്യങ്ങളാണ് പറഞ്ഞിരുന്നത്: ഇന്നു ജ്യൂറാവിലോവ് ഒരാവശ്യവുമില്ലാതെ ഒരു മെഷീൻഡ്രൈവറുടെ നേർക്കു തട്ടിക്കയറി: "ജ്യൂറാവിലോവ് ഒരു തെമ്മാടിയാണ്."

സോന്യ: "നിങ്ങൾ ഒരതിശയോക്തിക്കാരനാണ്; അച്ഛൻ പറഞ്ഞല്ലോ, അയാൾ ഒരു സാധാരണ ബ്യൂറോക്രാറ്റാണെന്ന്."

സവ്: "ദിമിത്രിയ്ക്കും ഇതേ അഭിപ്രായമാണ്. പക്ഷേ എന്റെ അഭിപ്രായത്തിൽ അയാൾ ഒരു തെമ്മാടികൂടിയാണ്. ഇപ്പോൾ ഭാര്യ ഉപേക്ഷിച്ചതോടെ അയാളുടെ അടിതെറ്റിയിരിക്കുന്നു. നീ അറിഞ്ഞില്ലേ സംഭവം?"

സോന്യ: "കേട്ടു. പക്ഷേ എനിയ്ക്കു ഊഹോപോഹങ്ങൾ ഇഷ്ടമല്ല. അയാളുടെ സ്വകാര്യജീവിതത്തിൽ എനിക്കൊരു താല്പര്യവുമില്ല."

സവ്: "എനിക്കു കുറച്ചു താല്പര്യമുണ്ട്. എന്തുമാതിരി സ്ത്രീയാണ് അയാളെ സ്നേഹിക്കുകയെന്നറിയാൻ എനിയ്ക്കു കൗതുകമുണ്ട്. ഞാൻ ദിമിത്രിയോട് ഇന്ന് ഇതിനെപ്പറ്റി ചോദിക്കുകയുണ്ടായി. അയാൾക്ക് അവരെ രണ്ടുപേരേയും പരിചയമുണ്ട്. പക്ഷേ അയാളെന്തോ തിടുക്കത്തിലായിരുന്നതുകൊണ്ടു മറുപടി പറഞ്ഞില്ല. അവൾ അയാളെക്കാൾ ഭേദമാണെന്ന് എനിയ്ക്കു തോന്നുന്നു. ഏതായാലും ആ സംഭവം നന്നായെന്നാണ് എന്റെ അഭിപ്രായം.

സോന്യ: "എനിക്കതിൽ ഒരു മെച്ചവും തോന്നുന്നില്ല."

സവ്: “അയാളൊരു തെമ്മാടിയാണെങ്കിൽപ്പോലും?”

സോന്യ: “അതവൾ നേരത്തെ ആലോചിക്കേണ്ടിയിരുന്നതല്ലേ?”

സവ്: “നിന്റെ ചേട്ടൻ ജ്ജറാവിലോവിന്റെ ഒരു ചിത്രം വരയ്ക്കുകയു ണ്ടായില്ലേ?”

സോന്യ: “ഉവ്വ്; ഞാനതു കണ്ടിട്ടില്ല.”

സവ്: “അത്തരമൊരു തെമ്മാടിയെ വരയ്ക്കാൻ നിന്റെ ചേട്ടനെ പ്രേരിപ്പിച്ചതെന്താണ്?”

സോന്യ: “എനിക്കറിയില്ല. അതിന്ന് ചേട്ടനെ ഗവർമ്മേണ്ടു നിർദ്ദേ ശിച്ചിട്ടുണ്ടായിരിക്കുമെന്നു ഞാനൂഹിക്കുന്നു. നിങ്ങൾ അദ്ദേഹത്തോടു ചോദിക്കയാണ് നല്ലത്.”

സവ്: “ഇല്ല, ഞാനയാളോടു ചോദിക്കില്ല. കലയെപ്പറ്റി സുബ്ബറോവ് പറഞ്ഞതാണ്ഞാനധികം ഇഷ്ടപ്പെടുന്നത്. നിന്റെ ചേട്ടന്റെ അഭിപ്രായം ശരിയാണെന്ന് എനിക്കു തോന്നുന്നില്ല. ചേട്ടന്റെ യഥാർത്ഥാഭിപ്രായം അതാണെന്നാണോ നിന്റെ വിശ്വാസം? അതോ അദ്ദേഹം വേണമെ ന്നുവെച്ചു പറഞ്ഞതോ?”

സോന്യ: “എനിക്കറിയില്ല. ചേട്ടൻ നിങ്ങളെപ്പോലെയാണ്. നിങ്ങൾ രണ്ടുപേരും നിങ്ങളുടെ തോന്നലനുസരിച്ചു ജീവിക്കുന്നവരാണ്. ഒരു വ്യത്യാസംമാത്രം; ചേട്ടൻ എല്ലാം കറുത്താണ് കാണുക. നിങ്ങൾ ഇളം ചുകപ്പു നിറത്തിലും.”

സവ്: “അപ്പോ നിയ്യോ?”

സോന്യ: “ഞാനെന്നെപ്പറ്റി പറഞ്ഞില്ലല്ലോ. ഞാൻ ഓരോന്നും അതാതിന്റെ യഥാർത്ഥരൂപത്തിൽത്തന്നെയാണു കാണുന്നത്.”

അവർ ആ മരുന്നുഷോപ്പിന്റെ മുന്നിൽക്കൂടി പലതവണ നടന്നു. താൻ അടുത്ത അവസരത്തിൽ വായിച്ച ഒരു പുസ്തകത്തെപ്പറ്റിയാണ് ഇപ്പോൾ സവ്ചെഹ്ങ്കോ പറഞ്ഞുകൊണ്ടിരുന്നത്. അതയാൾക്കിഷ്ട പ്പെട്ടിരുന്നില്ല. അയാൾ തുടർന്നു:

“അതിൽ റിയലിസമേയില്ല. മനുഷ്യനെ അധിക്ഷേപിക്കുന്ന ഒന്നാണത്.”

സോന്യയ്ക്കും ആ പുസ്തകത്തെപ്പററി നല്ല അഭിപ്രായമായിരുന്നില്ല. എങ്കിലും അവൾ സവ്ചെങ്കോവിനെ എതിർത്തു:

“എനിക്കങ്ങിനെയല്ല തോന്നുന്നത്. നല്ല രസമുള്ള ഒരു നോവ ലാണെന്നാണ് എന്റെ പക്ഷം. ഒരു പ്രധാന പ്രശ്നത്തെ അതു

മുന്നോട്ടുകൊണ്ടുവരുന്നുണ്ട്. ഈ സാഹിത്യചർച്ചകൾ തല്ക്കാലം നിർത്തിവെയ്ക്കുകയാണ് ഭേദമെന്നു നിങ്ങൾക്കു തോന്നുന്നില്ലേ? ഒരു ജീവനില്ലാത്ത ചർച്ച! വേറെ എന്തോ ആണ് നിങ്ങൾക്കെന്നോടു പറയാനുള്ളതെന്നു ഞാൻ കരുതി. അല്ലെങ്കിൽ തിരിച്ചു വീട്ടിലേയ്ക്കു പോകാം. അല്പം ചായ കഴിക്കാം."

സവ്ചെങ്കോ ഒന്നും മിണ്ടിയില്ല. അവർ നടന്നു. കുറച്ചിട ചെന്നപ്പോൾ, അയാൾ സ്വയം കരുതി: ഒന്നുകിൽ ഇപ്പോൾ, അല്ലെങ്കിൽ പ്പിന്നെയൊരിക്കലുമില്ല. സംസാരിക്കാനുള്ള ശക്തികൂടി എനിക്കു നശിച്ചോ! ഞാനെന്തു വിഡ്ഢിയാണ്. അയാൾ സോന്യയോടു പറഞ്ഞു:

"സോന്യ, ഞാൻ ചിലതു പറയാം.. നീ പരിഹസിക്കരുത്. നിന്നെക്കൂടാതെ എനിക്കു കഴിയാൻ വിഷമമാണ്. മൂടൽ മഞ്ഞോ, ഹിമപാതമോ എന്തുതന്നെ വരട്ടെ, എനിയ്ക്കു ഭയമില്ല."

സോന്യ ഒന്നും പറഞ്ഞില്ല. അയാൾ അവളുടെ കൈകൾ തന്റെ കയ്യിലെടുത്തു; തണുത്തിരുന്ന അവളുടെ ചുണ്ടുകളിൽ ചുംബിച്ചു. അവൾ ഹൃദയംനൊന്തു മന്ത്രിച്ചു:

"അതു ശരിയാവുമെന്നു തോന്നുന്നില്ല. നമ്മുടെ നടുക്ക് അഗാധമായ ഒരു കിടങ്ങുണ്ട്.. നിങ്ങളെ നിരുന്മേഷനാക്കുന്നത്ര ഭീഷണമാണത്." അടുത്ത നിമിഷത്തിൽ സ്വയം നിയന്ത്രിച്ചു സാധാരണ സ്വരത്തിൽ അവൾ പറഞ്ഞു.

"നമ്മുടെ സ്വഭാവങ്ങൾ തികച്ചും വിഭിന്നമാണെന്നു ഞാൻ നിങ്ങളോടു പലതവണ പറഞ്ഞിട്ടില്ലേ. നമുക്കീക്കാര്യം കൈവിടുക. നിങ്ങൾ ഞങ്ങളൊന്നിച്ചു ചായകുടിക്കാൻ വരുന്നോ? എന്താണ് ഒന്നും പറയാത്തത്? വേണ്ടേ?"

സവ്ചെങ്കോ കുപിതനായി പറഞ്ഞു:

"ഇനി ഒന്നും ഉപദേശിക്കാനില്ലേ? രണ്ടും രണ്ടും കൂട്ടിയാൽ നാലാവും; പണം സേവിങ്ങ്സ് ബാങ്കിലിടണം!"

കുറെ കഴിഞ്ഞപ്പോൾ അമ്മ അവളെ അത്താഴത്തിന്നു വിളിച്ചു: "മോളേ, അത്താഴംവേണ്ടേ? എല്ലാം തയ്യാറായി. എണീറ്റുവാ. ഇന്ന് സവ്ചെങ്കോ വന്നിരുന്നെന്ന് അച്ഛൻ പറഞ്ഞല്ലോ. നീയെന്താ അയാളെ അത്താഴത്തിനു ക്ഷണിക്കാതെ പറഞ്ഞയച്ചത്?"

സോന്യ: "അദ്ദേഹത്തിന് ഒരു മീറ്റിങ്ങിനു പോകാനുണ്ടെന്നു പറഞ്ഞു. ഞങ്ങൾ അല്പനേരം പുറത്തുനടന്നു. അമ്മേ എനിക്കു തീരെ സുഖമില്ല. ഒരു തലവേദന. എനിക്ക് അത്താഴം വേണ്ട. നിങ്ങൾ കഴിച്ചോളൂ."

അവൾ തന്റെ മുറിയിൽപോയി വാതിൽ സാക്ഷയിട്ടു കിടന്നു. അവൾക്ക് ആകപ്പാടെ ഒരസഹ്യത. താൻ സ്വയം തന്റെ സുഖത്തെ തട്ടിക്കളഞ്ഞില്ലേ എന്നവൾ സങ്കടപ്പെട്ടു. "ഞാനിതച്ഛനോടു പറഞ്ഞെങ്കിൽ അദ്ദേഹം ശകാരിക്കുമായിരുന്നു. "നിങ്ങൾ പരസ്പരം സ്നേഹിക്കുന്നു; എന്നിട്ടു വെറുതെ ദുരഭിമാനം മൂലം സ്വയം വേദനിക്കയാണ്, നിനക്കു ഭ്രാന്തുപിടിച്ചോ? എനിയ്ക്ക് അതു വിവരിച്ചുകൊടുക്കാൻ സാദ്ധ്യമല്ല. പക്ഷേ ഞങ്ങൾക്കു യോജിച്ച് ഒന്നിച്ചുകഴിയാൻ സാദ്ധ്യമല്ലെന്ന് എനിക്കറിയാം. വെറുമൊരു സൗന്ദര്യപ്പിണക്കമല്ല. എന്തസംബന്ധങ്ങളാണദ്ദേഹം പറഞ്ഞത്! അതൊന്നുമതിയല്ലോ വെറുക്കാൻ. സവ്ചെങ്കോ ഇപ്പോഴും വെറുമൊരു സ്കൂൾ കുട്ടിയാണ്. അനാവശ്യമായി ക്ഷോഭിച്ചതിന് ഇപ്പോൾ അദ്ദേഹം പശ്ചാത്തപിക്കുന്നുണ്ടാവും. പരസ്പരം യോജിക്കാൻ കഴിയാത്ത രണ്ടുപേർ എങ്ങിനെയാണു വിവാഹജീവിതത്തിലേർപ്പെടുക? പെരുക്കപ്പട്ടികയിൽമാത്രം വിശ്വസിക്കുന്ന ഒരു കണക്കുയന്ത്രമാണ് ഞാനെന്നത്രെ അദ്ദേഹത്തിന്റെ ധാരണ. അതു തെറ്റാണ്. ഞാനും ഭൂമിയിലാണ് ജീവിക്കുന്നത്: പക്ഷേ ചുമ്മാ സങ്കല്പത്തിൽ കഴിയാൻ ഇഷ്ടപ്പെടുന്നില്ലെന്നുമാത്രം. ഞങ്ങളെന്തേ ഇത്ര അടുക്കാൻ? അതാണെന്നെ ഏറ്റവുമത്ഭുതപ്പെടുത്തുന്ന സംഗതി! അദ്ദേഹത്തിന് എന്നെയോ എനിക്കദ്ദേഹത്തെയോ വിട്ടകന്നു നില്ക്കാൻ വിഷമമാണ്. എന്നെ അദ്ദേഹം അവമാനിച്ചു. പക്ഷേ എന്നുവെച്ച് വീണ്ടും അദ്ദേഹം വന്നാൽ ആട്ടിയോടിക്കാൻ എനിയ്ക്കു ശക്തിയുണ്ടാവുമോ? ഇല്ല! എന്നെ ഇന്ന് അദ്ദേഹം ചുംബിച്ചപ്പോൾ ഞാൻ എന്നെ സ്വയം അദ്ദേഹത്തിന്റെ കയ്യിലേയ്ക്കു സമർപ്പിക്കുമെന്നും ആനന്ദംകൊണ്ടു പുളഞ്ഞു പോകുമെന്നും ഞാൻ ഭയപ്പെട്ടുപോയി. അച്ഛൻ പറയുന്നു, ഞാനെന്റെ ഹൃദയത്തെ ചങ്ങലയ്ക്കിട്ടിരിക്കയാണെന്ന്. എനിയ്ക്കു ചെന്നു പറയാൻ തോന്നുന്നു. "നിങ്ങൾ പറഞ്ഞതു ശരിയാണ്. ഞാൻ അങ്ങിനെ പറയരുതായിരുന്നു. എന്നെപ്പറ്റി നിങ്ങൾ കരുതിയതു ശരിയാണ്... ആ ചങ്ങലകൾ! ഓ! എന്റെ ഹൃദയമിടിപ്പിനെ അതു തടയുന്നു; അതെന്നെ നശിപ്പിക്കയാണ്..."

അദ്ധ്യായം എട്ട്

വൊളോഡ്യ കുറച്ചാഴ്ചകളായി തീരെ നിരുന്മേഷനായിരുന്നു. അയാൾ സൊഖ്ലോവ്സ്കിയേയും കാണാൻ പോവാറില്ല. ഒന്നിനും ഒരുന്മേഷവില്ല. ഒരു നിരാശയും. താനിച്കയെ ഒരുദിവസം റോഡിൽ വെച്ചയാൾ കണ്ടുമുട്ടി. അയാളവളോടു തുറന്നു പറഞ്ഞു: "നിയ്യെന്നെ നിരുത്സാഹപ്പെടുത്തിയെന്നും മുഷിപ്പിച്ചെന്നും തെറ്റിദ്ധരിക്കരുത്. എനിക്കു കുറച്ചുദിവസമായി തീരെ ഉന്മേഷം തോന്നുന്നില്ല. ആരേയും കാണണമെന്ന് എനിക്കാഗ്രഹമില്ല; നിന്നെപ്പോലും..."

"ഞാൻ നിങ്ങൾക്കൊരാശ്വാസമാകില്ല" അവൾ മറുപടി പറഞ്ഞു: "എനിക്കും തീരെ സുഖമില്ല. നമ്മുടെ ആദ്യരാത്രിതന്നെ ഒരു പരാജയമായിരുന്നു. പ്രൊഡ്യൂസറുമായി ഒരു ശണ്ഠതന്നെ നടന്നു. എനിക്ക് ഒരു പല്ലു വേദനയും പിടിപെട്ടിരിക്കുകയാണ്. പോളിക്ലിനിക്കിൽ പോകാൻ തീരുമാനിച്ചു. ആകപ്പാടെ എനിക്കും മനസ്സിന് ഒരുന്മേഷമില്ല" വൊളോഡ്യയുടെ സ്നേഹപ്രകടനത്തെ താനിച്ക ആദ്യം മുതല്ക്കേ സംശയിച്ചിരുന്നു. എങ്കിലും അവളെക്കാണണമെന്ന് അയാൾ ഓരോ ദിവസവും വിചാരിക്കാറുണ്ട്. പക്ഷേ പുറപ്പെടാറാവുമ്പോൾ തീരുമാനം മാറ്റും. അവൾ അസ്വസ്ഥയാണ്; ആരുടെയെങ്കിലും സാന്ത്വനവും സാന്നിദ്ധ്യവും ആവശ്യമാണവൾക്ക് എന്നെല്ലാം അയാൾക്കറിയാം. പക്ഷേ തന്റെ ഇന്നത്തെ സ്ഥിതി അതിനുപറ്റിയതല്ല; തന്റെ അസ്വസ്ഥതകൂടി അവളിലേക്ക് പകരാനേ കഴിയൂ എന്ന് അയാൾ മനസ്സിലാക്കി.

"ഞാനെന്തേ, ഇങ്ങിനെ തകരാൻ?" അയാൾ സ്വയം ചോദിച്ചു. മോസ്ക്കോവിൽനിന്നു പോന്നതാണോ ഇതിന്നു കാരണമെന്നു

ചിലപ്പോൾ അയാൾ ശങ്കിക്കും; അതോ പണത്തിന് വലിവുവന്നതു കൊണ്ടോ എന്നാവും മറ്റു ചിലപ്പോൾ. അവസാനം അയാൾ കരുതും: ഞാൻ കിഴവനായിത്തുടങ്ങി.

അയാൾക്ക് പണത്തിന്ന് വലിവ് നേരിട്ടുവെന്നത് ശരിയാണ്. ജ്യൂറാവിലോവിന്റെ ചിത്രം ജ്യൂറാവിലോവിനെയൊഴിച്ച മറ്റാരേയും തൃപ്തിപ്പെടുത്തിയില്ല. ഇടയ്ക്ക് പത്തയ്യായിരം റൂബിളിന്റെ ഒരു പെയിന്റിങ്ങ് കിട്ടി. അതുകൊണ്ട് അല്പം വിഷമം കുറഞ്ഞെങ്കിലും അതും അയാളെ തൃപ്തിപ്പെടുത്തിയില്ല. പണം കുറവാണെന്ന് ഒരു തോന്നൽ. അതാകപ്പാടെ ഒരു ചിന്താക്കുഴപ്പം അയാളിലിളക്കിവിട്ടു. "പരമാർത്ഥത്തിൽ പണമല്ല ഈ അസ്വസ്ഥതയ്ക്ക് കാരണമെന്ന് അവസാനം അയാൾക്ക് ബോദ്ധ്യമായി. "ആ അയ്യായിരം റൂബിളിൽനിന്ന് മൂവ്വായിരം അമ്മയ്ക്ക് കൊടുത്തത് നന്നായി. എന്തോ കടുത്ത ഒരാപത്ത് എനിക്കു വരാൻ പോകുന്നപോലുണ്ട്." മോസ്ക്കോവിലുണ്ടായിരുന്ന സ്റ്റുഡിയോ നഷ്ടമായപ്പോൾപോലും ഇത്ര വലിയ ഒരു വല്ലായ്മ അയാളെ ബാധിച്ചിരുന്നില്ല. ലയോള അയാളെ ഉപേക്ഷിച്ച് ഷപ്പോഷിങ്കോവിനെ വിവാഹം ചെയ്യാൻ തീരുമാനിച്ച വാർത്ത കേട്ടപ്പോഴും ഇത്രമാത്രം അയാൾ തളരുകയുണ്ടായില്ല. അതുകേട്ടപ്പോൾ വല്ലായ്മയുണ്ടായെങ്കിലും അന്നു വൈകുന്നേരം തന്നെ അയാൾ ആർട്ടിസ്റ്റ് യൂണിയനിൽവെച്ച് ഷ്വാർട്ടിസിന്റെ ഭാര്യയുമായി കൊഞ്ചിക്കുഴയാൻ ശ്രമിച്ചു. ആ വാർത്തയ്ക്കു തന്നെ അടിപെടുത്താൻ അയാൾ കൂട്ടാക്കിയില്ല. അതെല്ലാം അതിവേഗം അയാൾ അതിജീവിച്ചതാണ്: ഇപ്പോൾ അങ്ങിനെയല്ല. തലയ്ക്ക് നല്ലൊരു പ്രഹരം കിട്ടിയതുപോലുണ്ട്. എന്നാൽ ആലോചിച്ചിട്ട് വല്ല പിടിയുമുണ്ടോ? ഇല്ലതാനും. താനിച്ക അയാളോട് ശണ്ഠകൂടിയിട്ടില്ല. അയാളിപ്പോൾ ചെന്നാലും പഴയപോലെ അവൾ സ്വീകരിക്കും. നിങ്ങൾക്ക് അസ്വസ്ഥത തോന്നുമ്പോൾ എന്നെ വന്നുകാണു" എന്ന് അവൾ എപ്പോഴും പറയാറുണ്ട്. പക്ഷേ അയാൾക്കിപ്പോൾ പോകണമെന്നുണ്ടോ? ഇല്ല. ഈ ഓണംകേറാമൂലയിലിരുന്നു ബോറായി എന്ന അയാൾ സോന്യയോട് പറയാറുണ്ടായിരുന്നു. എന്നാൽ മോസ്കൊവിലേയ്ക്ക് പോകാൻ വല്ല പ്ലാനുമുണ്ടോ? അതുമില്ല. അവിടെച്ചെന്നാൽ ഏതു ചിത്രകാരനാണ് തുടർച്ചയായി ഉയർച്ച കിട്ടിക്കൊണ്ടിരിക്കുന്നത്, ആരാണ് പിന്നോട്ടടിയ്ക്കുന്നത് എന്ന് സശ്രദ്ധം വീക്ഷിച്ച് സ്വന്തം കാലുറപ്പിയ്ക്കാൻ കണക്കുകൂട്ടിക്കൊണ്ട് വിശ്രമമില്ലാതെ പ്രവർത്തിക്കണം. അതെല്ലാം ചെയ്തിട്ടുള്ളവനാണയാൾ. പക്ഷേ ഇപ്പോൾ അവിടെ പോയി അതു ചെയ്യാനും അയാൾക്കാവേശം തോന്നുന്നില്ല." 34. വയസ്സായപ്പോഴേയ്ക്കും ഇത്രയേറെ വാർദ്ധക്യം തോന്നിത്തുടങ്ങിയാലോ? അയാൾ ചിന്തിച്ചു:

“എന്തോ എനിക്ക് വളരെ പ്രായമായപോലെ തോന്നുന്നു. ഇവിടെ ആരും എനിയ്ക്കൊരു തകരാറും ചെയ്യുന്നില്ല. ഈ പ്രദേശത്തെ ഏറ്റവും മികച്ച ചിത്രകാരനെന്നെ പേരിപ്പോഴുമെനിയ്ക്കുണ്ട്. ബുദ്ധിശാലിയായ ഒരു കൂട്ടുകാരനുമുണ്ട് - സൊഖ്ലോവ്സ്കി. പിന്നെ താനിച്കയുമുണ്ടല്ലോ. അച്ഛനാണെങ്കിലും രോഗം അല്പം ഭേദമുണ്ട്. എനിയ്ക്കെത്രമാത്രം അദ്ദേഹത്തോട് സ്നേഹമുണ്ടെന്ന് അച്ഛൻ അറിയുന്നില്ല . ഞാൻ ചിലപ്പോഴൊക്കെ പരിഹസിച്ചിട്ടുണ്ടാവും; അത് സാരമില്ല. ആ കിഴവന്റെ അഭിപ്രായങ്ങൾ ഈ കാലത്തിന് പററിയതല്ല. എങ്കിലും അദ്ദേഹം പ്രഗത്ഭനാണ്. ആരും അദ്ദേഹത്തെ വേദനിപ്പിക്കുന്നത് നന്നല്ല... പിന്നെ എന്താണ് എന്റെ ഈ നിരുന്മേഷതയ്ക്ക് കാരണം? ആലോചനകൊണ്ടാണോ? മോസ്ക്കോവിൽവെച്ച് ഇത്രയേറെ ആലോചിക്കാൻ സമയമുണ്ടായിരുന്നില്ല. എപ്പോഴും തിരക്കായിരുന്നു. ഇവിടെ അങ്ങിനെയല്ല. സമയം അധികമാണ്. അങ്ങിനെ ഞാൻ സമയം കളയാൻവേണ്ടി അതുമിതും ആലോചിക്കാൻ തുടങ്ങിയെന്നാണോ അർത്ഥം?” ഭ്രാന്തന്മാർക്ക് മാത്രമേ ചിന്തിയ്ക്കാൻ കഴിയുവെന്നായിരുന്നു അയാളുടെ അഭിപ്രായം. ഇപ്പോൾ അതിൽ താനും പെട്ടുപോയി എന്നയാൾ ഭയപ്പെട്ടു. ചുമ്മാ ആലോചിക്കുക - അത് ക്ഷോഭിപ്പിക്കുന്ന ഒരു ഏർപ്പാടാണ്.

വൊളോഡ്യ മുമ്പത്തെപ്പോലെ ഇപ്പോൾ തമാശ പറയാറില്ല. ആളുകളെ കളിയാക്കുന്ന ആ നോട്ടവും ഇപ്പോൾ അസ്തമിച്ച മട്ടാണ്. വലിയ താല്പര്യമൊന്നുമില്ലാതെ ഔപചാരികമായിട്ടേ ആരോടുമിപ്പോൾ സംസാരിക്കാറുള്ളൂ. ഒരു ദിവസം ബസ്സിൽ വെച്ച് അയാൾ സവ്ചെങ്കോവിനെ കണ്ടുമുട്ടി. അവർ കുറേനേരം സംസാരിച്ചു. “താൻ കരുതിയിരുന്നപോലെ സവ്ചെങ്കോ ഒരു വിഡ്ഢിയല്ലെന്ന് അയാൾക്ക് തോന്നി. അന്നു വൈകുന്നേരം അയാൾ സോന്യയോട് സവ്ചെങ്കോവിനെക്കണ്ട വിവരം പറഞ്ഞു: “ബുദ്ധിയുള്ളവനാണയാൾ എന്ന് തോന്നുന്നു.” നിങ്ങളിപ്പോൾ ഇതെന്നോട് പറയുന്നതിന്റെ അർത്ഥം മനസ്സിലായില്ല,” എന്നായിരുന്നു അവളുടെ മറുപടി.

ഒരു ദിവസം വല്ലാതെ മടുത്തപ്പോൾ അയാൾ പുറത്തേയ്ക്കിറങ്ങി. എവിടെപ്പോകും? അയാൾ ചിന്തിച്ചു: “സൊഖ്ലോവ്സ്കി എന്നെക്കൊണ്ടു മടുത്തുകഴിഞ്ഞു. ഇന്നാൾ ഞാൻ ചെന്നിട്ട് അയാൾ കാര്യമായൊന്നും സംസാരിച്ചില്ല. വായുംപൂട്ടി കനപ്പിച്ചിരുന്നു. താനിച്കയാണെങ്കിൽ പല്ലുവേദനയായിരിപ്പാണ്. വോൾഗാ റസ്റ്റോറണ്ടിൽപ്പോയാലോ? ഹേയ്! അവിടെ ഔദ്യോഗികകാര്യമായി സ്ഥലത്തെത്തിയിട്ടുള്ളവർ വോഡ്ക കടിച്ചും ചീട്ടു കളിച്ചും മറ്റും ബഹളം കൂട്ടുന്നുണ്ടാവും. വലിയ

രസമൊന്നുമുണ്ടാവില്ല. വെറുതെ നടക്കാമെന്നുവെച്ചാലോ? പുറത്ത് വല്ലാത്ത തണുപ്പാണ്."

പെട്ടെന്ന് അയാൾക്ക് സുബ്ബറോവിനെ ഓർമ്മവന്നു. അയാളെ ഒന്നു ചെന്നു കണ്ടുകളയാം. മോസ്കോവിൽനിന്ന് വന്നശേഷം ഇതുവരെ അയാളുടെ വീട്ടിൽ പോയില്ലല്ലൊ. അയാളുടെ പ്രിയപ്പെട്ട ചിത്രങ്ങളും കാണാം. പാവം, ഇപ്പോൾ പട്ടിണിയായിരിക്കും. വല്ലതും മേടിച്ചു കൊണ്ടുപോണം."

വെളോഡ്യ ഷോപ്പിൽകയറി കുറെയേറെ ആഹാരസാധനങ്ങളും സുബ്ബറോവിന് ഒരു കുപ്പി വോഡ്ക്കയും ഭാര്യയ്ക്ക് വൈനും മറ്റും മേടിച്ച് ഒരു ടാക്സിയിൽ പുറപ്പെട്ടു. സുബ്ബറോവിന്റെ വസതി ഒരിടുങ്ങിയ തെരുവിലാണ്. കാറിനോ മററു മോട്ടോർ വാഹനങ്ങൾക്കോ നീങ്ങാൻ കഴിയാത്ത ഒരു തെരുവ്. വൊളോഡ്യ കാറിൽ നിന്നിറങ്ങി ഒരുവിധത്തിൽ വീട് തേടിപ്പിടിച്ചു. മുമ്പ് അതൊരു വ്യാപാരിയുടേതായിരുന്നു. സുബ്ബറോവടക്കം 4 കുടുംബങ്ങളാണ് ഇന്ന് ആ കൊച്ചുവീട്ടിൽ കഴിഞ്ഞു കൂടുന്നത്.

ആ വൃത്തികെട്ട കൊച്ചുമുറിയിലേക്ക് കടന്നപ്പോൾ വൊളോഡ്യ ഞെട്ടിപ്പോയി. സുബ്ബറോവിന്റെ വസതി അത്ര സുഖകരമൊന്നുമെല്ലെന്നയാൾക്കറിയാം. പക്ഷേ ഇത്ര ശോചനീയമായിരിക്കുമെന്ന് അയാൾക്ക് ഊഹിക്കാൻ പോലും കഴിഞ്ഞിരുന്നില്ല. ആർട്ട്സ് സ്കൂൾ കെട്ടിടത്തിൽ സുബ്ബറോവിന്ന് ഒരു മുറിയുണ്ടായിരുന്നു. പക്ഷേ പിന്നീട് അയാളെ അതിൽനിന്ന് പുറത്താക്കി. അയാളുടെ ഭാര്യയായ ഗ്ലാഷയ്ക്ക് പ്രസിദ്ധീകരണവകുപ്പ് അനുവദിച്ചിട്ടുള്ളതാണ് ഇപ്പോൾ താമസിക്കുന്ന ഈ മുറി. രണ്ടു പഴയകട്ടിൽ, ഒരു അടുപ്പ്, ചിത്രം വരയ്ക്കാനുള്ള കുറെ ക്യാൻവാസുകൾ, ഒരു ഈസിചെയർ-അതുകൊണ്ടുതന്നെ മുറി മുഴുവൻ നിറഞ്ഞുകഴിഞ്ഞു. പിന്നെ നിന്നു തിരിയാനിടമില്ല.

ഇരിക്കാൻ ആകെയുള്ള ഉപകരണമായ ഈ ഈസിചെയർ അതിഥിയ്ക്കു നൽകി. അതിൽ കുറെ കാർഡുബോർഡും കടലാസുകളും മറ്റും കിടന്നിരുന്ന് ഗ്ലാഷ പരിഭ്രമത്തോടെ എടുത്തു കട്ടിലേയ്ക്കിട്ട് പൊടിതട്ടി അതിഥിയെ ഇരുത്തി. അതിന്റെ കയ്യുകൾ പോയിരിക്കുന്നു. വൊളോഡ്യയുടെ ആഗമനം സുബ്ബറോവിനെ ഉത്സാഹംകൊണ്ടു തുള്ളിച്ചാടിച്ചു: "വൊളോഡ്യ, വളരെ, വളരെ നന്ദി. നിങ്ങൾ വന്നല്ലൊ. ഞങ്ങൾക്കു രണ്ടു പേർക്കും വളരെ സന്തോഷമായി. എത്ര അപ്രതീക്ഷിതമായിരിക്കുന്നുവെന്നു നോക്കു! ഞാനും ഗ്ലാഷയും തമ്മിൽ വിവാഹം ചെയ്തതിന്റെ രണ്ടാം വാർഷികം കൂടിയാണിന്ന്. ഈ ദിനം ആഘോഷിക്കണമെന്ന്

ഞങ്ങളാഗ്രഹിച്ചിരുന്നതാണ്. നിങ്ങളുടെ വീട്ടുകാരെ ക്ഷണിക്കണമെന്നും ഞങ്ങൾ ആലോചിച്ചു. പക്ഷേ ഇതു മാസാവസാനമല്ലേ! വാസ്തവം പറഞ്ഞാൽ സാധാരണ പതിവുകൾ നടത്താൻപോലും കാശു കഷ്ടിയാണ്. എന്നെ തിയേറ്ററിൽ പെയിന്റിങ്ങിന് എടുക്കുമെന്നും മറ്റും അവർ പറഞ്ഞിരുന്നു. എന്നാൽ ഇതുവരെ ഒന്നും നടന്നുകാണുന്നില്ല. അതു വെറും പറച്ചിൽ മാത്രമാണെന്നു തോന്നുന്നു. ദാ! അതെന്തെങ്കിലുമാവട്ടെ... നിങ്ങളെക്കാണാൻ കഴിഞ്ഞതു വളരെ നന്നായി. നമുക്കൊന്നിച്ചു ചായ കഴിയ്ക്കാം. ഗ്ലാഷ അല്പം ജാം കരുതിയിട്ടുണ്ടെന്നു തോന്നുന്നു.. ഗ്ലാഷ, നിനക്കറിയാമോ? ഞങ്ങൾ സ്കൂളിൽ 10 കൊല്ലം ഒന്നിച്ചുകഴിച്ചവരാണ്. ഇപ്പോൾ അയാൾ നമ്മളെ കാണാൻ വന്നിരിക്കുന്നു. ഇതു വലിയൊരു ഭാഗ്യമാണ്."

വൊളോഡ്യ ഇതെല്ലാം കേട്ടു മന്ദഹസിക്കയായിരുന്നു. അയാൾ പറഞ്ഞു: "നിങ്ങളുടെ വിവാഹ വാർഷികത്തിന് എന്റെ ഹൃദയംഗമമായ അഭിനന്ദനങ്ങൾ. നമുക്കതാഘോഷിക്കണം. ഞാൻ കുറച്ച് വൈൻ കൊണ്ടു വന്നിട്ടുണ്ട്. നിങ്ങളുടെ സന്തോഷത്തിനുവേണ്ടി നമുക്കതു കുടിയ്ക്കാം.

"അയ്യോ, ഒറ്റക്കഷണംപോലുമില്ലല്ലോ റൊട്ടി! ഗ്ലാഷ അസ്വസ്ഥയായി. വൊളോഡ്യ വാങ്ങാൻ മറന്നതും അതുമാത്രമാണ്. ഡിപ്പാർട്ടുമെന്റ് സ്റ്റോർ പൂട്ടിയിരിക്കില്ല, ഞാനിപ്പോൾ വാങ്ങിവരാം എന്നുപറഞ്ഞു ഗ്ലാഷ പുറത്തേയ്ക്കോടി. അവൾ പോയിക്കഴിഞ്ഞപ്പോൾ വൊളോഡ്യ പറഞ്ഞു:

"തനിക്കോർമ്മയുണ്ടോ ആ തിയേറ്റർ വന്ന ദിവസം? അന്നു ഞാൻ അച്ഛനുമായി ശണ്ഠകൂടി. എന്റെ കയ്യിൽ ഒറ്റപ്പൈസപോലുമുണ്ടായിരുന്നില്ല. എനിയ്ക്കു മീരയേയുംകൂട്ടി തിയ്യേറ്ററിൽപ്പോകണമെന്നുണ്ടായിരുന്നു. അന്ന് താൻ 20 റൂബിൾ എനിക്കു തന്നതു മറന്നുപോയോ?"

സബുറോവ് ചിരിച്ചു: "അതു തികഞ്ഞില്ലെന്ന് താൻ പിന്നീടു എന്നോടുവന്നു പറഞ്ഞില്ലേ? വീര നല്ല സുന്ദരിയായിരുന്നു.അവൾക്കെന്തുപറ്റിയെന്നു താനറിഞ്ഞോ?"

വൊളോഡ്യോ: "വരട്ടെ. ഞാൻ മറ്റൊന്നാണു പറയാൻ ഉദ്ദേശിച്ചത്. ഇപ്പോൾ തന്റെ കയ്യിൽ കാശു കഷ്ടിയാണല്ലോ. ഇതാ ആയിരം റൂബിൾ. ഇപ്പോൾ ഇതേ എന്റെ കയ്യിലുള്ളൂ. എനിക്കിതുകൊണ്ടു യാതൊരാവശ്യമുമില്ല. തന്നെ അവർ ഒരു അക്കാഡമീഷനാക്കിയശേഷം ഇതെനിക്കു തിരിച്ചു തന്നാൽമതി. എനിയ്ക്കു യാതൊരു തിടുക്കവുമില്ല. താനിതു സ്വീകരിയ്ക്കണം. ഞാനാണു പറയുന്നത്. എന്നെ ഒരു സുഹൃത്തായി

ഗണിക്കുന്നില്ലെങ്കിൽ അതൊരവമനമായിട്ടാണ് ഞാൻ കണക്കാക്കുക."

ഗ്ലാഷ തിരിച്ചുവന്നു. ഉടൻതന്നെ ഭക്ഷണം കഴിയ്ക്കണമെന്നു സുബ്ബറോവ് അഭിപ്രായപ്പെട്ടു. ആദ്യം തന്റെ പെയിന്റിങ്ങുകൾ ഒന്നുനോക്കാം, എന്നിട്ടാവാം ഭക്ഷണമെന്നു വൊളോഡ്യ തട്ടുത്തുപറഞ്ഞു.

സുബ്ബറോവ് എതിർത്തു. "അതിലൊർത്ഥവുമില്ല. തനിയ്ക്കഷ്ടപ്പെട്ടെന്നു വരില്ല. പകരം നമുക്ക് അല്പം കുടിച്ച് പഴയ കഥകൾ ചിലതു പറയാം."

പക്ഷേ വൊളോഡ്യ നിർബ്ബന്ധം പിടിച്ചു. അയാൾക്കതു കാണാൻ അത്രവലിയ ആഗ്രഹമുണ്ടായിട്ടല്ല. സുബ്ബറോവ് വളരെ വിനയമുള്ളവനായതുകൊണ്ട് താനതു നോക്കി പ്രോത്സാഹിപ്പിച്ചില്ലെങ്കിൽ വേദന തോന്നിയാലോ എന്നു കരുതിയാണയാൾ നിർബന്ധം പിടിച്ചത്. ഗ്ലാഷയും അയാളെ പിന്താങ്ങി: ശരിയാണ്, അതു നിങ്ങൾ കാണിച്ചുതരേണ്ടതാണ്. ഏറ്റവും ഒടുവിൽ വരച്ച പ്രകൃതിദൃശ്യങ്ങളും എന്റെ ചിത്രവും - ആ പച്ച ബ്ലൗസിട്ടത്. അത് ഒന്നാന്തരമായിരിയ്ക്കുന്നു.

വൊളോഡ്യയ്ക്കു പെയിന്റിങ്ങുകൾ വളരെ ഇഷ്ടമാണ്. പക്ഷേ അയാളതാരോടും പറഞ്ഞിട്ടില്ല. സാധാരണ കലകളെപ്പറ്റി സംഭാഷണമുണ്ടാവുമ്പോൾ ഒന്നുകിൽ അയാൾ മൗനം പൂണ്ട് ഇരിയ്ക്കും, അല്ലെങ്കിൽ വിഡ്ഢിയാണെന്നു നടിക്കും. കുറച്ചു കൊല്ലങ്ങൾക്കുമുമ്പ് ഒരാഴ്ച അയാൾ ലെനിൻഗ്രാഡിൽ കഴിച്ചുകൂട്ടുകയുണ്ടായി. അന്ന് എല്ലാ ദിവസവും രാവിലെ "ഹെർമിറ്റാജി"ലേക്കു (മ്യൂസിയം) പോവും. അവിടെച്ചെന്നു ചിത്രകലയിലെ പ്രാചീനാചാര്യന്മാരുടെ കൈവിരുതുകൾ വളരെനേരം നോക്കിനിന്നാസ്വദിക്കും. അവിടുന്നു തിരിച്ചെത്തിയ ഉടനെ അയാൾ തന്റെ സാധാരണജോലിയിൽ മുങ്ങും. എങ്ങനെയാണ് ഒരു കമ്മീഷൻ കിട്ടുക, കലാവകുപ്പിലെ ബ്ലാൻഡൊവിനെ എങ്ങിനെ പ്രസാദിപ്പിയ്ക്കാം, ലയോളയ്ക്ക് എന്തു സമ്മാനങ്ങളാണ് വാങ്ങേണ്ടത് - ഇവയൊക്കെയായിരുന്നു അയാളുടെ അക്കാലത്തെ ആലോചന.

വൊളോഡ്യ സുബ്ബറോവിന്റെ പെയിന്റിങ്ങുകൾ ഓരോന്നായി നോക്കി. പുച്ഛിയ്ക്കുയോ ശരിവെയ്ക്കുകയോ ചെയ്യുന്ന യാതൊരു ഭാവവും അയാളിൽ പ്രകടമായില്ല. ഗ്ലാഷ അയാളുടെ അടുത്തേയ്ക്ക് ഇടയ്ക്കിടെ സൂക്ഷിച്ചുനോക്കിയിരുന്നു; തന്റെ ഭർത്താവിന്റെ പെയിന്റിങ്ങുകളെപ്പറ്റി അയാളുടെ അഭിപ്രായം മനസ്സിലാക്കാൻ. അയാൾ അപൂർവ്വമായേ വല്ലതും പറഞ്ഞിരുന്നുള്ളൂ. "അത് എടുത്തുമാറ്റാൻ വരട്ടെ, ഇതിൽ ഒരു പ്രതിഫലനമുണ്ട്. ചിലതുകൂടി കാണട്ടെ" എന്നോ മറ്റോ ചില വാക്കുകൾ മാത്രം. ബാക്കി സമയമെല്ലാം നിശ്ശബ്ദം. വളരെ

ശ്രദ്ധയോടെയാണയാൾ വീക്ഷിച്ചിരുന്നത്.അയാൾ ചുറ്റുപാടുകൾ മുഴുവൻ മറന്നിരുന്നു.അതുകൊണ്ടു "ഇനിമതി, അത്രയ്ക്കൊന്നും കാണാൻ മാത്രമില്ല," എന്ന സുബ്ബറോവിന്റെ തടസ്സവാദങ്ങൾ അയാൾ ശ്രദ്ധിച്ചില്ല.

ചിത്രശാലകളിൽ വിശ്വവിഖ്യാതങ്ങളായ പെയിന്റിങ്ങുകൾ നോക്കിക്കൊണ്ടു നടക്കുമ്പോൾ വൊളോഡ്യ്യയ്ക്ക് അതിരററ ആനന്ദവും ഉന്മേഷവും തോന്നാറുണ്ട്. ഒരിയ്ക്കൽ കല എന്ന ഒന്ന് നിലനിന്നിരുന്നു; പക്ഷേ, അസ്തമിച്ചിട്ടു കാലം വളരെയായി എന്നാണയാളുടെ അഭിപ്രായം. സുബ്ബറോവിന്റെ പെയിന്റിങ്ങുകൾ അയാളെ ആകപ്പോടെ പിടിച്ചുകുലുക്കിക്കളഞ്ഞു. അയാൾ ചിന്തിച്ചു: "ഇയാൾ എന്റെ സമകാലികൻ മാത്രമല്ല സഹപാഠി കൂടിയാണ്. പിടികിട്ടാൻ വളരെ വിഷമമായ ആ പ്രകൃതിദൃശ്യം അയാൾ എത്ര തന്മയത്വമായി വരച്ചിരിക്കുന്നു! അതും ഈ ഇരുട്ടുമുറിയിലിരുന്ന്; ആ കൊച്ചുജനലിൽക്കൂടി മാത്രം നോക്കിക്കൊണ്ട്. കൂട്ടുകാരിയോ? ഒരു മുടന്തിയും. എല്ലാം എത്ര യഥാർത്ഥവും ലളിതവുമായിരിക്കുന്നു."

തന്റെ ഭാര്യയുടെ ഏറ്റവും പുതിയ ചിത്രം സുബ്ബറോവ് അയാളെ കാണിച്ചു. അതും വൊളോഡ്യയെ സ്തംഭിപ്പിച്ചുകളഞ്ഞു."എന്റെ ഛായയുണ്ടോ ഇതിന്ന്?" ഗ്ലാഷയുടെ ഈ ചോദ്യത്തിന് അയാൾ മറുപടി പറഞ്ഞില്ല. അയാൾ ആ ഛായാപടത്തിൽത്തന്നെ കണ്ണുനട്ടുനിന്നു - ആ തലമുടി, ആ മുഖം, ആ പച്ച ബ്ലൗസ്. വൊളോഡ്യേവ് ആകപ്പാടെ തരിച്ചുപോയി. സുബ്ബറോവിനെപ്പറ്റിയുള്ള ബഹുമാനം അയാളുടെ ഹൃദയത്തിൽ തിങ്ങിവിങ്ങി.

അയാൾ ഒന്നും മിണ്ടാതെ ഭക്ഷണമേശയ്ക്കരികിൽചെന്നിരുന്നു. മൗനിയായിത്തന്നെ ഒരു ഗ്ലാസ് വോഡ്ക കുടിച്ചു. അപ്പോൾ മാത്രമാണ്, താൻ എന്തെങ്കിലും പറയണമെന്ന ഓർമ്മ അയാൾക്കുണ്ടായത്. ഉടനെ അയാൾ ഒരു പുണ്യകർമ്മത്തിനെന്നപോലെ എണീറ്റുനിന്ന് ഗ്ലാസുയർത്തിക്കൊണ്ട് പറഞ്ഞു:

"നിങ്ങളുടെ ആനന്ദത്തിനുവേണ്ടി! ഗ്ലാഷ അന്റോനോവ്ന, നിങ്ങളുടെ സുഖത്തിന്നുവേണ്ടി! ആ ചിത്രത്തിൽ ഞാൻ നിങ്ങളെ കണ്ടു! സുബ്ബറോവ്, നിങ്ങളുടെ പെയിന്റിങ്ങുകൾ ഞാൻ കണ്ടു, നിങ്ങളുടെ ആനന്ദത്തിനുവേണ്ടി. അത്രമാത്രം!" ഇത്രയും പറഞ്ഞ് അയാൾ ഗ്ലാസിലെ വോഡ്ക വലിച്ചുകുടിച്ചു.

ഗ്ലാഷ: "താങ്കൾക്ക് ആ ചിത്രം ഇഷ്ടപ്പെട്ടോ? തുറന്നുപറയൂ."

അയാൾ ഒന്നും പറഞ്ഞില്ല. കുറച്ചുകഴിഞ്ഞ് എന്തോ

ആലോചിച്ചശേഷം സുബുറോവിനോട് പറഞ്ഞു: "അസൂയ എന്നത് ഒരു ചീത്തസ്വഭാവമാണ്. പക്ഷേ ഞാൻ നിങ്ങളോടസൂയപ്പെടുന്നു."

അയാൾ ഒരു ഗ്ലാസുകൂടി കുടിച്ചു. എന്നിട്ട് വീണ്ടും സുബുറോവ് വരച്ച പ്രകൃതിദൃശ്യങ്ങളിലൊന്നിലേയ്ക്ക് നോക്കി. ചാരനിറത്തിലുള്ള ഒരു ചെറിയ വീട്, വളരെ പൊക്കത്തിൽ ശൂന്യമായ ആകാശം, അവിടവിടെ ചില മരങ്ങൾ, തവിട്ടുനിറത്തിലുള്ള മണ്ണ്. വൊളോഡ്യ വളരെ നേരം അത് നോക്കിയിരുന്നു. എന്നിട്ട് ശോകച്ഛായ കലർന്ന പുഞ്ചിരിയോടെ പറഞ്ഞു: "അസൂയാവഹമായിത്തന്നെ പെയിന്റ് ചെയ്തിരിക്കുന്നു. അത് സമ്മതിക്കാതെ നിവൃത്തിയില്ല.

സുബുറോവ് എതിർത്തു: അതത്ര നന്നായിട്ടില്ല. ആ മരങ്ങൾ ശരിയല്ല. ശരൽക്കാലത്ത് ഒരു ദിവസമാണ് ഞാനതു പെയിന്റ് ചെയ്തത്. കാലാവസ്ഥ പതിവില്ലാത്തവിധം തെളിഞ്ഞതായിരുന്നു. അന്നത്തെ ദിവസത്തിന്ന് ഒരു പ്രത്യേകനിറം തന്നെയുണ്ടായിരുന്നു.

വൊളോഡ്യ കുറേ നേരം ഒന്നുംതന്നെ മിണ്ടിയില്ല. ആ പെയിന്റിങ്ങിൽത്തന്നെ നോക്കിക്കൊണ്ടിരുന്നു. അവസാനം അയാൾ എണീറ്റു പറഞ്ഞു: ഞാൻ പോണു. എനിയ്ക്കു പോണമെന്ന് തോന്നിയിട്ടല്ല. പക്ഷേ പോണം.

അയാൾ പോയിക്കഴിഞ്ഞപ്പോൾ ഗ്ലാഷ മുറി വെടുപ്പാക്കുന്നതിലേർപ്പെട്ടു. സുബുറോവ് കിടക്കയിൽ കേറി സ്വപ്നം കാണുന്നപോലിരിക്കയാണ്. കുറച്ചുകഴിഞ്ഞ് നേരിയ ശബ്ദത്തിൽ അയാൾ ഗ്ലാഷയെ വിളിച്ചു. അവൾ ചെന്ന് അയാളെ കെട്ടിപ്പിടിച്ചു പറഞ്ഞു:

"നിങ്ങളൊന്നുണരൂ. വൊളോഡ്യയും പറഞ്ഞു ഇത് വളരെ കേമമായിട്ടുണ്ടെന്ന് നിങ്ങൾ സരതോവിനെ പോയി കാണണം. അവരിത് നോക്കാതിരിക്കില്ല. ഇതവഗണിക്കാൻ അവർക്കാവില്ല. അവർ ഒരു എക്സിബിഷൻ സംഘടിപ്പിക്കണം."

സുബുറോവ് തലയാട്ടി: "ആ മരങ്ങൾ ശരിയായിട്ടില്ല. ശരിയാണെന്നും അല്ലെന്നും പറയാം. വൊളോഡ്യ അയാളുടെ അഭിപ്രായം പറഞ്ഞെന്നുമാത്രം. അതിൽ മുകൾവശം വലത്തെ മൂല ഇനിയും പൂർണ്ണമാവാതെ കിടക്കുകയാണ്. ഞാനതിൽ കുറച്ചുകൂടി പണിയെടുക്കണം."

ഗ്ലാഷയുടെ വ്യസനഭാവം കണ്ട് അയാൾ സമാധാനിപ്പിച്ചു:

"ഓമനേ, ഗ്ലാഷ! സങ്കടപ്പെടേണ്ട, ഈ മാർച്ച് മാസത്തിൽ തിയേറ്ററിൽ എന്തെങ്കിലും ജോലി തരാമെന്ന് റോഡിനോവ് പറഞ്ഞിട്ടുണ്ട്. അപ്പോഴെല്ലാം ശരിപ്പെടും."

ഗ്ലാഷ: "നിങ്ങൾ പെയിന്റിങ്ങല്ലാതെ മറ്റ ജോലിയിൽ മുഴുകുന്നത് എനിക്കിഷ്ടമല്ല. മറ്റ വല്ല ജോലിയ്ക്കും നിങ്ങൾ ആഗ്രഹിക്കാൻ കാരണമെന്താണ്? ഞാനതല്ല ആഗ്രഹിക്കുന്നത്. നിങ്ങളുടെ പെയിന്റിങ്ങുകൾ എല്ലാവരും കാണണമെന്നാണെന്റെ ആശ. പണത്തെപ്പറ്റി വിഷമിയ്ക്കാതിരിയ്ക്കു. അതെങ്ങിനെയെങ്കിലുമുണ്ടാവും. ഇല്ലെങ്കിൽത്തന്നെ ഇല്ലാത്തമാതിരി നമുക്കു കഴിയാം. ഇന്നെനിയ്ക്കു വളരെ സന്തോഷമുള്ള ദിവസമാണ്: വൊളോഡ്യോവു പെയിന്റിങ്ങിൽ അത്ര മിടുക്കനല്ലെങ്കിലും നല്ലതുകണ്ടാൽ തിരിച്ചറിയാനയാൾക്കു കഴിവുണ്ട്."

സുബു: "അയാൾക്കു പെയിന്റ് ചെയ്യാൻ മിടുക്കില്ലെന്നാണോ നിന്റെ വിചാരം? നിനക്കു തെറ്റിപ്പോയി. അയാൾ വളരെ സമർത്ഥനാണ്. 1950 ൽ അയാൾ മോസ്ക്കോവിൽനിന്നു നാട്ടിൽവന്നപ്പോൾ എന്നെയും കാണാൻ വന്നിരുന്നു. അന്ന് അയാൾ വരച്ച ഒരു പൂവു ഞാൻ കണ്ടു. ഞാൻ എന്നെത്തന്നെ മറന്നിരുന്നുപോയി. നിയ്യതൊരു നോക്കു കണ്ടിരുന്നെങ്കിൽ! എനിക്ക് അതിൽനിന്ന് എന്റെ കണ്ണെടുക്കാൻ സാധിച്ചില്ല. ഒരു കറുത്ത ഭരണി, പ്രകാശിക്കുന്ന വലിയ പൂക്കൾ; അയാളെപ്പോലെ ത്തന്നെ അസ്വാസ്ഥ്യം പൂണ്ടവ. പിന്നെ അയാൾക്കെന്തു പറ്റിയെന്നാണ് എനിയ്ക്കു മനസ്സിലാവാത്തത്. അയാൾ തമാശ പറയുമ്പോഴാണു കൂടുതൽ ഭയം തോന്നുക. ഞാനയാളോടു വേണ്ടതുപോലെയല്ല പെരുമാറിയത്. അന്നുപോയില്ലേ, നമ്മൾ അയാളുടെ അച്ഛന്റെ പുറന്നാളിന്, അതിൽപ്പിന്നെ ഇതുവരെ അങ്ങോട്ടുപോയിട്ടില്ല ഞാൻ. ഞാനയാളെ ബോറാക്കിയിരിക്കുന്നുവെന്നാണ് കരുതിയത്. പക്ഷേ അന്നയാൾ വന്നിട്ടോ! തിരിച്ചുപോകാൻ തന്നെ മടിയായിരുന്നു... എന്താണയാൾക്കു വേണ്ടതെന്ന് എനിക്കു മനസ്സിലാവുന്നില്ല... നിന്നെപ്പോലെ ഒരുത്തിയെ കണ്ടുകിട്ടിയാൽ പക്ഷേ അയാൾ സ്വസ്ഥനായേക്കും!"

ഗ്ലാഷയുടെ മനസ്സാകെ കുഴഞ്ഞുമറിഞ്ഞു. ആ നിർവ്വികാരമായ മുഖം അത്യന്തസൂക്ഷ്മമായ ഒരു പുഞ്ചിരിയാൽ പ്രകാശംവെച്ച് ചന്തം പൂണ്ടു - സുബുറോവ് വരച്ച അവളുടെ ഛായാപടംപോലെ.

പുലർച്ചെ ഒരു നെറികെട്ട കാറ്റിനാൽ തള്ളിനീക്കപ്പെട്ട് ആ വഴുക്കലുള്ള റോഡിലൂടെ നടക്കുമ്പോൾ അയാൾ ചിന്തിച്ചു.

"വളരെ ദയനീയമാണു സുബുറോവിന്റെ ജീവിതം. ഒരു ഞൊടിയിടകൊണ്ട് അതു പരിഹരിക്കാൻ കഴിയുന്നതാണ്. പക്ഷേ ആരെങ്കിലും അയാളുടെ കലാശില്പം കാണണ്ടേ? ഞാനാണ് അയാളെ ആദ്യമായിക്കാണാൻ ചെല്ലുന്ന ചിത്രകാരൻ എന്നല്ലേ അയാൾ പറഞ്ഞത്! ആർട്ടിസ്റ്റ് യൂണിയൻ ഭാരവാഹികൾ അതു അവഗണിച്ചിരിക്കയാണ്.

അയാൾ ഒരു കിറുക്കൻപ്രകൃതിയാണെന്നത്രേ അവരുടെ അഭിപ്രായം. അതിലൊരർത്ഥവുമില്ല. പ്രഗത്ഭനായ ഒരു ചിത്രകാരനാണയാൾ. ഇതു ബാലിശമായി തോന്നിയേയ്ക്കാം, പക്ഷേ വാസ്തവത്തിൽ ഞാനയാളെ അസൂയപ്പെടുന്നു. എനിയ്ക്കു മോസ്കോവിൽ പോകാനും, കുറച്ചു പാടുപെട്ടു ചിലരെ കയ്യിലാക്കാനും ഇപ്പോഴും സാധിച്ചെന്നുവരും. ഉടനെ അവരെക്കൊണ്ട് ഒരു എക്സിബിഷനും സംഘടിപ്പിയ്ക്കാം. അവരെനിയ്ക്കു സമ്മാനവും തരും: എല്ലാവരും ഞാൻ വരച്ച ആ പുതുമയില്ലാത്ത ചിത്രങ്ങൾ നോക്കി "ഹോ! ആ!" എന്നൊക്കെ അങ്ങു പ്രശംസിക്കയും ചെയ്യും. ആ കിറുക്കന്മാർ, വേണമെങ്കിൽ എന്നെ പൊക്കിക്കൊണ്ടു നടക്കും... സുബുറോവ് അങ്ങിനെ ഒരു മുടന്തിയെ വിവാഹം ചെയ്തു നന്നായി എന്ന താനിച്ക്കയുടെ അഭിപ്രായം ശരിയാണ്. അവരുടേതുമാതിരി ഒരു ചിത്രം വെറും നിയമമനുസരിച്ചു പെയിന്റു ചെയ്യാൻ സാദ്ധ്യമല്ല; സാമർത്ഥ്യമുണ്ടായതുകൊണ്ടും കഴിയില്ല. അതു മനസ്സിൽത്തട്ടുകതന്നെ വേണം... ദാ, ഞാൻ വീണ്ടും അതുമിതുലോചിച്ചു തുടങ്ങിയിരിക്കുന്നു. ഇതു ഭ്രാന്തു പിടിപ്പിക്കും. എനിക്കു ഭ്രാന്തുപിടിച്ചാൽപ്പോലും സുബുറോവിനെപ്പോലെ പെയിന്റുചെയ്യാനാവില്ല. എനിയ്ക്കത്ര ഭാവനയില്ല. എനിയ്ക്കുണ്ടായിരുന്ന ഭാവനകൂടി ഞാൻ വലിച്ചെറിഞ്ഞുകഴിഞ്ഞു. ഒരു ചിത്തരോഗാസ്പത്രിയിലിരുന്നു നിർദ്ദേശപ്രകാരമുള്ള വല്ല കോഴികളേയും താറാവുകളേയും പെയിന്റു ചെയ്യാനേ എനിക്കു കഴിയൂ... അതാണോ വൊളോഡ്യോവ്, നിന്റെ ആഗ്രഹം?"

പിറ്റേദിവസം രാവിലെ അമ്മ അയാളുടെ മുറിയിലേയ്ക്കു വന്നു. "നീ ഇത് വായിച്ചോ" എന്നു ചോദിച്ച് അവർ അന്നത്തെ പത്രമെടുത്ത് നിവർത്തി. "ഇതിൽ നിന്നെപ്പറ്റി എഴുതിയിട്ടുണ്ട്. ഞാൻ വായിക്കാം കേട്ടോളൂ: തന്റെ സ്വതസിദ്ധമായ കഴിവുകൾ ഉപയോഗിച്ച് പെയിന്റർ വൊളോഡ്യോവ് പുഖോവ് വരച്ച ചിത്രങ്ങൾ ഓരോന്നും വളരെ മികച്ചവയാണ്. ഒന്ന് മറ്റെല്ലാറ്റിലും മികച്ചുനില്ക്കുന്നുവെന്ന് പറയാൻ പ്രയാസം. എല്ലാം ഒരുപോലെ മികച്ചതാണ്. റിയലിസത്തിന്റെ തനിപ്പകർപ്പ്. അതുകഴിഞ്ഞാൽപ്പിന്നെ എടുത്തുപറയേണ്ടത്..." വൊളോഡ്യ അമ്മയെ തടഞ്ഞുകൊണ്ട് പറഞ്ഞു: "അല്ല, ഇത് ആ പരവതാനികളെപ്പറ്റിയാണ്. അമ്മയ്ക്ക് സന്തോഷമായോ?"

അയാൾ സ്വയം നിന്ദിയ്ക്കാനാഗ്രഹിച്ചു. പക്ഷേ അമ്മയ്ക്കു രസിച്ചില്ലെങ്കിലോ എന്ന് കരുതി വിഷയം മാറ്റി "അച്ഛന് അല്പം ഭേദമുണ്ട് ഇല്ലേ! ഹാവൂ! അല്പം ആശ്വാസം തോന്നുന്നു. എനിയ്ക്ക് വല്ലാത്ത ബേജറായിരുന്നു അത് വിചാരിച്ച്."

അമ്മയ്ക്ക് മകനോട് അത്യധികം വാത്സല്യം തോന്നി. അവർ അയാളുടെ നിറുകയിൽ ചുംബിച്ചു. "അച്ഛൻ അവനോട് പരുക്കനായിട്ടാണ് പെരുമാറുന്നത്, പക്ഷേ മകന് അച്ഛനെ നല്ല സ്നേഹമുണ്ട്, അവൾ സന്തോഷിച്ചു അവൻ അത് പുറത്ത് കാണിക്കുന്നില്ലെന്നേയുള്ളൂ.

വൊളോഡ്യ ജനലിന്റെ അടുക്കൽ പോയിനിന്നു. മഞ്ഞല്ലാതെ പുറത്തൊന്നും കാണാനില്ല. അകത്ത് ചൂടുണ്ടായിരുന്നെങ്കിലും അയാൾക്ക് വല്ലാത്ത തണുപ്പുതോന്നി. അയാൾ പോയി ഓവർക്കോട്ട് എടുത്തിട്ടു. എന്നിട്ടും അയാൾക്ക് തണുപ്പ് മാറിയതായി തോന്നിയില്ല.

അദ്ധ്യായം ഒമ്പത്

അത്താഴം കഴിഞ്ഞു. ഭക്ഷണമുറി മിക്കവാറും ഒഴിഞ്ഞു. ദിമിത്രി ഒരു കപ്പ് ചായ മുന്നിൽവെച്ചുകൊണ്ട് പത്രം വായിക്കുകയാണ്; സവ്ചെങ്കോ അടുത്തിരിക്കുന്നു. ബെർളിൻ സമ്മേളന വാർത്തയിൽ മുഴുകിയിരിക്കയാണ് ദിമിത്രി. സവ്ചെങ്കോ ആ നിശ്ശബ്ദത ഭഞ്ജിച്ചു:

“സെമിനോവിനെ പിരിച്ചുവിടണമെന്നാണ് ഴൂറാവിലോവിന്റെ അഭിപ്രായം. കഴിഞ്ഞ മാസത്തിലാണ് ഴൂറാവിലോവ് സെമിനോവിന്ന് ഒരു മെഡൽ കൊടുത്തത്. ഇതാ ഈ മാസത്തിൽ അഭിപ്രായം മാറ്റി പിരിച്ചു വിടാനും പോകുന്നു. എന്ത് നേരമ്പോക്ക്! മില്ലിങ്ങ് മെഷീൻ പ്രവർത്തിപ്പിക്കുന്നതിൽ വളരെ സമർത്ഥനാണ് സെമിനോവ്. അയാൾ പുതിയ ആൾക്കാർക്ക് ലേത്ത്മെഷീൻ നടത്തിക്കാണിച്ചുകൊടുക്കുന്നത് ഇന്നാളൊരു ദിവസം ഞാൻ നോക്കി നിന്നുപോയി. അയാളാരുടേയും സേവയ്ക്ക് നില്ക്കില്ല - അതാണ് ഴൂറാവിലോവിന്ന് ആകപ്പാടെ ശുണ്ഠി പിടിച്ചിരിക്കയാണ്.”

ആ ലേഖനത്തിൽ നിന്ന് ശ്രദ്ധ തിരിയ്ക്കാതെ ദിമിത്രി ചോദിച്ചു:

“എന്താണ് ഴൂറാവിലോവ് ശുണ്ഠി പിടിയ്ക്കാൻ കാരണം?”

സവ്ചെങ്കോ: “നിങ്ങളറിഞ്ഞില്ലേ? അയാളുടെ ഭാര്യ ഉപേക്ഷിച്ചു പോയി. അതാണ് അയാളിങ്ങനെ എല്ലാറ്റിന്റെ നേർക്കും ചാടുന്നത്.”

വളരെ ആത്മനിയന്ത്രണമുള്ള ദിമിത്രി അതു കേട്ട് വിളർത്തുപോയി. അയാൾ മുഖം തിരിച്ചുകളഞ്ഞു.

സവ്ചെങ്കോ അത് ശ്രദ്ധിച്ചില്ല. അയാൾ തുടർന്നു. “നിങ്ങൾ അവളെ അറിയില്ലേ! ഇതുവരെ എങ്ങിനെ അവൾ അയാളുടെകൂടെ കഴിച്ചുകൂട്ടി?”

തന്റെ വാച്ച് നോക്കിയിട്ട് ദിമിത്രി എഴുന്നേറ്റു. “യഗറോവ് എന്നെ

കാത്തുനില്ക്കുന്നുണ്ടാവും," അയാൾ പറഞ്ഞു. ആ ലേഖനം വായിച്ച് സമയം പോയതറിഞ്ഞില്ല. ഇന്നലത്തെ സമ്മേളനം വളരെ പ്രധാന പ്പെട്ടതായിരുന്നു. അവസാനമായപ്പോൾ ബിദോളിന്ന് ഒന്നും പറയാ നുണ്ടായിരുന്നില്ല. അയാൾ ആകപ്പാടെ കുഴങ്ങി... യഗുറോവ് ബേജറാ യിരിക്കയാണ്. അ ബോയിലറിന്റെ ബ്രാക്കറ്റുകൾ ശരിയ്ക്ക് ചേരുന്നില്ല. അതൊന്ന് പരിശോധിക്കണം.

ദിമിത്രി യഗുറോവിനെ നോക്കിപ്പോയി. ഏതാണ്ട് മൂന്നു മണിക്കൂർ നേരം അയാൾ ബോയിലറുകളേയും ബ്രാക്കറ്റുകളേയും മറ്റും പറ്റി യഗുറോവിനോട് സംസാരിച്ചു. അവസാനത്തിൽ യഗുറോവ് പറഞ്ഞു: "നിങ്ങൾക്ക് നല്ല സുഖമില്ലാത്തപോലെ തോന്നുന്നു. നിങ്ങൾ കുറച്ച ധികം പുറത്തിറങ്ങി നടക്കണം. ദിവസത്തിൽ 2 മണിക്കൂറെങ്കിലും നടക്കണമെന്നാണ് ഡോക്ടർ ഗോരേഖാവ് എന്നോട് പറഞ്ഞത്. അതു സാധിക്കാറില്ലെങ്കിലും വീട്ടിൽനിന്ന് വരുന്നതും പോകുന്നതും നടന്നാണ്. ലെനയെപ്പറ്റി ആലോചിച്ചുകൊണ്ടാണ് ദിമിത്രി തന്റെ വസതിയിലേക്ക് നടന്നത്. ഇതിൽ തനിക്ക് ബന്ധമൊന്നുമില്ല, ആലോചിക്കേണ്ട കാര്യവു മില്ല എന്നയാൾ സ്വയം പറഞ്ഞു നോക്കി. ഞാൻ വേണ്ടാത്തതൊക്കെ മറന്ന് എന്റെ വഴിക്കു ജീവിക്കണം, എന്ന് അയാൾ സ്വയം നിയന്ത്രിച്ചു.

"പക്ഷേ, ലെനയെന്തേ ജൂറാവിലോവിനെ ഉപേക്ഷിയ്ക്കാൻ," അയാൾ വീണ്ടും ചിന്തിക്കാൻ തുടങ്ങി: ഏതാണ്ട് അഞ്ചുകൊല്ലം അവർ ഒരുമിച്ചു കഴിച്ചവരല്ലെ! പിരിയാനുള്ള തീരുമാനം വളരെ വിഷമിച്ചായിരിക്കും അവൾ എടുത്തത്... എന്റെ മനസ്സ് എന്നെ കുട്ടാക്കുന്നില്ല... ഇതിലെന്താ ണത്ഭുതപ്പെടാനുള്ളത്? ഇത്രകാലം അവൾ അയാളുടെകൂടെ കഴിച്ചതി ലാണ് അത്ഭുതപ്പെടേണ്ടത്! എനിയ്ക്ക് പലപ്പോഴും തോന്നാറുണ്ട്, അവർ പരസ്പരം എന്തിനെപ്പറ്റിയാണ് സംസാരിക്കുകയെന്ന്. സവ്ചെങ്കോ പറയുന്നപോലെ ജൂറാവിലോവ് തെമ്മാടിയല്ല. അയാൾ ഒരു സാധാരണ ബ്യൂറോക്രാറ്റാണ്, ഒരു റബ്ബർസ്റ്റാമ്പ് മാത്രം. സവ്ചെങ്കോ റൊമാന്റിസിസ്റ്റാണ്; വളരെ ചെറുപ്പവും. അവന്ന് ഇപ്പോഴെല്ലാം ഒരു പുതുമയായി തോന്നുന്നു. ഞാൻ നിരവധി ജൂറാവിലോവുമാരെ കണ്ടി ട്ടുണ്ട്. പക്ഷേ സ്വകാര്യജീവിതത്തിൽ അയാൾ ഭേദമായിരിക്കാം. എന്നാൽ അയാളുടെ പെരുമാറ്റങ്ങളിൽ ചിലത് അവളെ മുഷിപ്പിച്ചിട്ടു ണ്ടാവാം! എന്തായാലും അവർ തമ്മിലുള്ള ബന്ധം ഒരു ദുർബ്ബലമായ കണ്ണിയിന്മേലായിരുന്നു. അതിപ്പോൾ പൊട്ടി. ഇതെന്റെ കാര്യമൊന്നു മല്ലല്ലൊ. കഴിഞ്ഞ വേനൽക്കാലത്താണിത് സംഭവിച്ചതെങ്കിൽ സ്വാ ഭാവികമായും ഞാനോടിച്ചെല്ലുമായിരുന്നു; അവൾക്ക് വല്ല സഹായവും

വേണോ എന്നന്വേഷിക്കുകയും വേണ്ട പ്രോത്സാഹനം നല്കുകയും ചെയ്യുമായിരുന്നു. അന്ന് അങ്ങിനെ ചെയ്യുന്നതിൽ വിഷമമില്ല. ഇന്നത്തെ സ്ഥിതിയതല്ല. വഴിയ്ക്കെങ്ങാൻ കണ്ടുമുട്ടിയാൽപ്പോലും അവളോട് സംസാരിക്കാൻ ധൈര്യപ്പെടില്ല. അങ്ങിനെ തുറന്ന് പെരുമാറാൻ എനിക്കു ഭയമാണ്. ഇന്നത്തെ നില വെച്ചുനോക്കുമ്പോൾ അവൾക്ക് ഇതസഹ്യമായിരിക്കും. ആവശ്യമില്ലാതെ ഞാനെന്തിന് ചെന്ന് അവളെ കൂടുതൽ അസ്വസ്ഥയാക്കണം? ഞാൻ സവ്ചെങ്കോവല്ലല്ലോ. എന്റെ ഈ പ്രായത്തിൽ ചെയ്യുന്നതെന്തും മനസ്സിരുത്തിവേണം.

അന്നു വളരെ രാച്ചെന്നിട്ടാണ് അയാൾ കിടന്നത്. കിടക്കുമ്പോൾ അയാൾ വിശ്വസിച്ചു, തന്റെ മനസ്സിനെ കീഴടക്കിക്കഴിഞ്ഞെന്ന്. ഇത്തരം അസ്വസ്ഥരാത്രികൾ ഇനിമേലുണ്ടാവാൻ സമ്മതിക്കില്ലെന്നും അയാൾ തീരുമാനിച്ചു. എന്നാൽ ഉണർന്നെണീറ്റ ഉടനെ അയാളുടെ ആദ്യത്തെ ആലോചന ലെനയെപ്പറ്റിയായിരുന്നു: “അവളെവിടെയായിരിക്കും? അവളെ ചെന്നുകാണാൻ തീരുമാനിച്ചാൽത്തന്നെയും എവിടെയാണെന്ന് എങ്ങിനെ അറിയാനാണ്: മറ്റുവല്ല ടൗണിലേയ്ക്കും അവൾ മാറിയിരിക്കില്ലെ? അല്ലെങ്കിൽ നാട്ടിൻപുറത്തേയ്ക്കാവാം. അതുമല്ലെങ്കിൽ അച്ഛനമ്മമാരുടെ അടുത്തേയ്ക്കു പോയിട്ടുണ്ടാവാം. ... ഇല്ല, സ്കൂൾ വർഷത്തിന്റെ നടുക്കുവെച്ച് അവൾ ജോലി ഉപേക്ഷിക്കാനിടയില്ല. എങ്കിലും എനിക്ക് സ്കൂളിലേയ്ക്കു പോവാൻ വയ്യ. വഴിയ്ക്കുങ്ങാൻ വെച്ചു ആകസ്മികമായിക്കണ്ടാൽ അടുത്തു ചെല്ലാം. എന്നിട്ട് ഒന്നുംപറയാതെ നോക്കാമെന്നു മാത്രം.”

എത്രകാലമായി തനിക്കീ അസ്വസ്ഥത തുടങ്ങിയിട്ട് എന്നയാൾ ഓർമ്മിക്കാൻ ശ്രമിച്ചു. ആറുമാസംമുമ്പ് അവധികഴിഞ്ഞു വന്നപ്പോൾ മുതല്ക്കാണ് ഈ വിചാരംതന്നെയിട്ടു കൊട്ടയാട്ടാൻ തുടങ്ങിയതെന്ന് അയാൾക്കു തോന്നി. ഈ അസംബന്ധം തന്റെ മനശ്ശക്തിയേക്കാൾ ശക്തിമത്താണെന്ന് അയാൾ ഭയപ്പെട്ടു. എങ്കിലും അയാൾ കീഴടങ്ങാൻ സമ്മതിച്ചില്ല. എന്തു ചെയ്തും സ്വയം നിയന്ത്രിയ്ക്കണമെന്നയാളുറച്ചു.

“പക്ഷേ അവളെന്താണ് ജൂറാവിലോവിനെ ഉപേക്ഷിച്ചത്?” അയാളറിയാതെതന്നെ ചിന്തകൾ വീണ്ടും ആ വഴിയ്ക്കുതന്നെ പാഞ്ഞു: “എനിക്കൊരു പിടിയുമില്ല. ഒരുവേള വളരെക്കാലമായി അവൾ വിഷമിക്കുകയായിരുന്നുവോ? ഹേയ്! അങ്ങിനെയാവാൻ വഴിയില്ല. എങ്കിൽ എനിക്കറിയാൻ കഴിഞ്ഞേനെ. അഭിനയിക്കാൻ അവൾക്കറിഞ്ഞുകൂടാ. അതൊക്കെ നോവലിലേ കാണൂ. ഭാര്യ തെറ്റിദ്ധരിയ്ക്കുന്നു; ഭർത്താവു മനസ്സിലാക്കുന്നില്ല - നോവൽക്കർത്താവ് അതെടുത്തു വായനക്കാരനു

രസംതോന്നാൻ നാടകീയമാക്കുന്നു. പക്ഷേ യഥാർത്ഥജീവിതം വളരെ ലളിതമാണ്, അതിലിതൊന്നും കാണില്ല. സവ്ചെങ്കോവിനെപ്പോലുള്ള ചെറുപ്പക്കാർക്കേ അത്തരം തെറ്റിദ്ധാരണകൾ ഉണ്ടാകൂ. എനിക്ക് ആ പ്രായമൊക്കേക്കഴിഞ്ഞു.

അന്നുച്ചഭക്ഷണത്തിനു ജോലിനിർത്തിയപ്പോൾ ജൂറാവിലോവ് ദിമിത്രിയെ വിളിച്ചു: "ദിമിത്രി കൊകോടിയേവ്, ആ ബ്രാക്കറ്റിനെപ്പറ്റി കുറച്ചു സംസാരിക്കാനുണ്ട്. എന്റെകൂടെ ഭക്ഷണ കഴിയ്ക്കാം. എന്റെ മുറിയിലേയ്ക്കു വരൂ." ജൂറാവിലോവ് വളരെ അസ്വസ്ഥനായിക്കാണപ്പെട്ടു. ബ്രാക്കറ്റിനെസംബന്ധിച്ചു താനും യെഗറോവുമായി നടന്ന സംഭാഷണം ദിമിത്രി ജൂറാവിലോവിനു വിവരിച്ചുകൊടുത്തു: വിളക്കൽസമ്പ്രദായം പാടെ മാറ്റണം. പിന്നീടവർ ജർമ്മൻപ്രശ്നത്തെപ്പറ്റിയും തിരഞ്ഞെടുപ്പിനെപ്പറ്റിയും ചതുരംഗ ടൂർണമെന്റിനെപ്പറ്റിയും ഒക്കെ സംസാരിച്ചു. വളരെ സൗഹാർദ്ദനിലയിൽ പെരുമാറാൻ ദിമിത്രി ശ്രമിക്കുകയുണ്ടായി. ജൂറാവിലോവ് തീരെ അസ്വസ്ഥനായിരിക്കുമെന്ന് അന്നുരാവിലെ ദിമിത്രി കരുതിയതാണ്. അയാളുടെ വ്യഥ തന്നെപ്പോലെ മറ്റാരാണ് അറിയാനുള്ളതെന്നും അയാൾ സ്വയം ചോദിച്ചതാണ്. അതോ താൻ അവളെ തെറ്റിദ്ധരിച്ചോ എന്നും ദിമിത്രി സംശയിച്ചു. ജൂറാവിലോവിനെപ്പററി നല്ല അഭിപ്രായമുള്ളവരുമുണ്ടവിടെ. അയാൾ ചുമതലാബോധമുള്ളവനും കഠിനമായി പ്രയത്നിക്കുന്നവനും ഫാക്ടറിയെ ആരാധിക്കുന്നവനുമാണ് എന്നത്രേ ദിമിത്രിയുടേയും അഭിപ്രായം. അന്ന് ആ തീപ്പിടുത്തമുണ്ടായ സമയം ആലോചിച്ചാൽ മതിയല്ലോ ജൂറാവിലോവിനെ ബഹുമാനിക്കാൻ എന്ന് ദിമിത്രി സ്വയം പറഞ്ഞു: "എല്ലാവർക്കും അവനവന്റേതായ ദൗർബ്ബല്യങ്ങളുണ്ടാവും; എപ്പോഴും അവയെല്ലാം മുൻകൂട്ടിക്കണ്ടു നിയന്ത്രിച്ചുപോകാൻ വിഷമമാണ്." അസൂയകൊണ്ടു താൻ ജൂറാവിലോവിനോടു വേണ്ടത്ര മര്യാദ കാണിച്ചിരുന്നില്ലേ എന്നയാൾ ശങ്കിച്ചു. എന്തായാലും താനയാളോടു വളരെ സൗഹാർദ്ദത്തിൽ പെരുമാറുമെന്ന തീരുമാനത്തിലായിരുന്നു ദിമിത്രി.

ദിമിത്രിയുടെ പെരുമാറ്റം ജൂറാവിലോവിനു നല്ല ആശ്വാസം നൽകി. "ദിമിത്രി കൊറോട്യേവ് ഒരൊന്നാംകിട ജോലിക്കാരനാണെന്ന് എനിയ്ക്ക് എപ്പോഴുമറിയാം," ജൂറാവിലോവ് ചിന്തിച്ചു. അയാൾക്കു കുതികാലു വെട്ടുന്ന സ്വഭാവവുമില്ല. സൊഖ്ലോവ്സ്കിയെപ്പോലെ എന്നെ തെറിപ്പിയ്ക്കാൻ അയാൾ ശ്രമിക്കുന്നുമില്ല. ലെനയുടെ കാര്യം ആരെങ്കിലും ഇയാളോടു പറഞ്ഞിട്ടുണ്ടാവുമോ? അവളെ ഇയാൾക്കറിയാം. അവൾ ഇയാളെ ആകർഷിച്ചിരുന്നുവെങ്കിലും അവളുടെ തനിനിറം ഇയാൾ

മനസ്സിലാക്കിയിട്ടുണ്ട്.

ദിമിത്രി പോകാൻ എണീറ്റപ്പോൾ ജൂറാവിലോവ് അല്പം അസ്വസ്ഥതയിൽ പറഞ്ഞു: "എനിക്കു നിങ്ങളോട്ടു ഗൗരവമായി ചിലതു സംസാരിക്കാനുണ്ട്. ഇവിടെവെച്ചുവേണ്ട. ഈ ഞായറാഴ്ച വീട്ടിലേയ്ക്കു വരുമോ? അത്താഴം അവിടെയാവാം. സ്വൈരംകെടുത്താനാരുമുണ്ടാവുകയില്ല." അയാൾ നിർത്തി, എന്നിട്ടു പെട്ടെന്നു ഒരു പുഞ്ചിരിയോടെ തുടർന്നു: ഞാനും ഇപ്പോൾ നിങ്ങളെപ്പോലെയാണ്... അവിവാഹിതൻ."

ജൂറാവിലോവിന്റെ ആ വാക്കുകളെപ്പറ്റി പിന്നീടു ദിമിത്രി ആലോചിച്ചു: "അയാൾ ആകപ്പാടെ വിഷമിക്കുകയാണ്. യാതൊരു കോട്ടവുമില്ലെന്ന് എന്നെ ധരിപ്പിക്കാൻ അയാൾ പണിപ്പെട്ടതുപോലെ തോന്നി. അയാൾക്കു നല്ല നിയന്ത്രണശക്തിയുണ്ട്. എങ്കിലും ഞാൻ കരുതിയതിലധികം പ്രതിപത്തി അയാൾക്കവളോടുണ്ടായിരിക്കും. അയാൾക്കെന്താണ് എന്നോടു പറയാനുള്ളത്? ലെനയെപ്പറ്റിയാവില്ല. എനിക്കെന്താണ് ഭ്രാന്തുണ്ടോ? മറ്റുള്ളവർക്കും ബാലൻസു തെറ്റിയെന്നതിലേക്കാണല്ലോ എന്റെ ചിന്ത ചെന്നെത്തുന്നത്! പക്ഷേ ബ്രൈനിന്റെ പദ്ധതിയെ സംബന്ധിച്ചു ഹെഡ്ഡാപ്പീസിൽനിന്നു കിട്ടിയ വല്ല നിർദ്ദേശത്തെപ്പറ്റിയോ മറ്റോ പറയാനായിരിക്കും ക്ഷണിച്ചത്!... അതാണെങ്കിൽ എന്തുകൊണ്ട് ആപ്പീസിൽവെച്ചു പറഞ്ഞുകൂടാ? എന്തെങ്കിലുമാവട്ടെ... ലെന ഇപ്പോൾ എന്തായിരിക്കുമാവോ ആലോചിക്കുന്നത്?"

അയാൾ മറക്കാൻ ശ്രമിക്കുന്തോറും ആ ചിന്തകൾക്കു ശക്തികൂടിക്കൂടി വന്നു. അന്നു വൈകുന്നേരം ജോലികഴിഞ്ഞു മടങ്ങുമ്പോൾ കുറച്ചു ദൂരെ ലെനയെക്കണ്ടതായി ദിമിത്രിക്കുതോന്നി. അയാൾ മുറുകിനടന്നു. പക്ഷേ അതു മറ്റാരോ ആയിരുന്നു. വീണ്ടും ആ മൂടൽമഞ്ഞിന്നിടയ്ക്കു പലരേയും ലെനയാണെന്ന് അയാൾ തെറ്റിദ്ധരിക്കയുണ്ടായി. അവളെവിടെയായിരിക്കുമെന്നയാൾ ചിന്തിച്ചു.

വൈകുന്നേരം ക്ലബിൽ ഒരു യോഗമുണ്ടായിരുന്നു. ലോകകാര്യങ്ങളെപ്പറ്റി ബ്രൈനിൻ ഒരുപന്യാസം വായിക്കും. തുടർന്നു ചർച്ചയും. ദിമിത്രി അങ്ങോട്ടുപോയി. അഥവാ ലെനയും അവിടെവന്നാലോ? ഇത്തരം യോഗങ്ങൾക്ക് അവൾ ചിലപ്പോൾ വരാറുണ്ട്. ദിമിത്രി കുറച്ചു വൈകിപ്പോയി അവിടെ എത്തിയപ്പോൾ. അയാൾ ഇരുട്ടുകേറിത്തുടങ്ങിയ ആ ഹാളിൽ പ്രവേശിച്ചപ്പോൾ ബ്രൈനിൻ യൂറോപ്പിനെപ്പറ്റിയുള്ള ഭാഗം അവസാനിപ്പിച്ച് ഏഷ്യൻ പ്രശ്നത്തിലേയ്ക്കു കടന്നിരുന്നു. ബ്രൈനിൻ തന്റെ പ്രത്യേകമായ ആ ഒന്നുപറഞ്ഞാൽ എന്ന വാക്കുകൾ ഒരേവാചകത്തിൽ മൂന്നാലുതവണ ആവർത്തിച്ചുകൊണ്ട്

ഇന്ത്യയെ പരാമർശിക്കുകയാണ്. പെട്ടെന്നു വിളക്കു തെളിഞ്ഞു. ദിമിത്രി ഹോളിലാകെ കണ്ണോടിച്ചു. ലെന വന്നിട്ടില്ല.

പിറ്റേദിവസവും അയാൾ ക്ലബ്ബിൽപോയി, ലെന വന്നാലോ എന്നു പ്രതീക്ഷിച്ച്. അന്ന് ഒരു സിനിമാ പ്രദർശനമായിരുന്നു.അതോ, ഒന്നര ണ്ടാവർത്തി അയാൾ കണ്ടതും!

മൂന്നാം ദിവസവും അയാൾ പോയി. അന്ന് ഒരു ബൾഗേറിയൻഡാൻ സും ഒരു സമാധാനഗാനവുമായിരുന്നു. കാത്യാസ്റ്റോല്യാറോവയാണ് പാടിയത്. ദിമിത്രി നിശ്ചലനായിരുന്നു. ചുറ്റും നോക്കാൻ ഒരു വല്ലായ്മ. ലെനയെക്കണ്ടില്ലെങ്കിലോ എന്ന ഭയം. "ഈ അസംബന്ധചിന്ത എന്നെ കീഴടക്കുന്നുവല്ലോ," എന്നയാൾ കുണ്ഠിതപ്പെട്ടു.

ആ ആഴ്ച മുഴുവനും അയാൾ അവളെത്തേടി പലേടത്തും ഓടിന ടന്നു. സ്കൂൾ ഗേറ്റിൽപോയി ഒന്നുമറിയാത്തവനെപ്പോലെ നിന്നു. ആരെങ്കിലും നോക്കിയാൽ ഹിമപാതത്തിന്റെ അളവെടുക്കുകയാ ണെന്നു തോന്നും! സ്കൂൾഗേററിന്റെ ശബ്ദത്തിലാണ് ശ്രദ്ധ മുഴുവൻ. അവിടെ പരാജയപ്പെട്ടപ്പോൾ പുഖോവിന്റെ വീട്ടുപടിക്കൽ കാവലായി. പുഖോവിന്റെ വീട്ടിൽ ലെന ഇടയ്ക്കിടെ ചെല്ലാറുണ്ടെന്ന് അയാൾ ധരിച്ചിരുന്നു. രണ്ടു നീണ്ട മണിക്കൂറുകൾ രണ്ടുദിവസം ആ പടിക്കൽ കഴിച്ചു. അതും തുളച്ചുകേറുന്ന തണുപ്പിൽ! ഫലമുണ്ടായില്ല. അവസാനം അയാൾക്കു കോപവും താപവും നിരാശയും മൂത്തു. "ഈ പണി എനി ക്കാവില്ല," അയാൾ നിശ്ചയിച്ചു. ശനിയാഴ്ചയായിരുന്നു അത്. അന്നു ഫാക്ടറി വിട്ടശേഷം അയാൾ നേരെ തന്റെ മുറിയിലെത്തി. ചെഖോ വിന്റെ കൃതികൾ എടുത്തു വായിക്കാൻ ഒരുമ്പെട്ടു. അങ്ങിനെയിരിക്കു മ്പോഴാണ് സവ്ചെങ്കോ കേറിവന്നു ചോദിച്ചത്:

"ദിമിത്രി കൊറോട്യേവ്! നിങ്ങളെ കണ്ടത് എന്തു ഭാഗ്യമാണ്! നമുക്ക് തിയേറ്ററിൽപ്പോവാം. ഷേക്സ്പിയറുടെ ഹാംലെറ്റാണിന്ന്. ഇന്നാണ് തുടക്കം. ഞാൻ രണ്ടു ടിക്കറ്റു വാങ്ങിയിട്ടുണ്ട്. ഷേക്സ്പിയറെ നിങ്ങൾക്കു വളരെ ഇഷ്ടമാണെന്നു പറഞ്ഞിരുന്നല്ലോ!"

സവ്ചെങ്കോ കുറേ ദിവസങ്ങൾക്കുമുമ്പുതന്നെ വാങ്ങിയതാണ് ആ ടിക്കറ്റുകൾ. സോന്യയെ കരുതിയാണ് രണ്ടെണ്ണം മേടിച്ചത്. പക്ഷേ പിന്നീടയാളും സോന്യയും തമ്മിൽ ശണ്ഠകൂടി. മറ്റാർക്കെങ്കിലും കൊടു ത്തില്ലെങ്കിൽ ഒരു ടിക്കറ്റ് വെറുതെയാവും. ആരെയാണു കിട്ടേണ്ടതെ ന്നു ചിന്തിച്ചുവരുമ്പോഴാണു ദിമിത്രിയുടെ മുറിയിൽ അയാൾ വിളക്കു കണ്ടത്. അയാളെ വിളിയ്ക്കാമെന്നുറച്ച് സവ്ചെങ്കോ ഉടനെ അങ്ങോട്ടു കേറിയതാണ്. വലിയ പ്രതീക്ഷയോടെയല്ല അയാൾ ദിമിത്രിയെ

ക്ഷണിച്ചത്. ദിമിത്രി പെട്ടെന്നു സമ്മതിച്ചപ്പോൾ സവ്ചെങ്കോ അത്ഭുതപ്പെട്ടുപോയി: "തീർച്ചയായും വരാം. പഠിക്കുന്ന കാലത്തു കണ്ടതാണ് ഹാംലറ്റ്."

"ഹാംലെറ്റാ"യിരുന്നില്ല സവ്ചെങ്കോവിന്റെ ക്ഷണം സ്വീകരിക്കാൻ പ്രധാനമായും ദിമിത്രിയെ പ്രേരിപ്പിച്ചത്; ലെന അതു കാണാൻ വന്നേക്കുമെന്ന ആശയാണ്. അവൾക്കും ഷേക്സ്പിയറെ വലിയ പ്രതിപത്തിയാണ്. "അവൾക്കു വേറെ പല തിരക്കുമുണ്ടാവില്ലെ?" ദിമിത്രി ചിന്തിച്ചു: വരും, വരില്ല എന്നുറപ്പിച്ചു പറയാൻ ആർക്കും സാദ്ധ്യമല്ല. ഏതായാലും സവ്ചെങ്കോവിന്റെ ക്ഷണം സ്വീകരിക്കുന്നതിൽ എന്താണബദ്ധം? വല്ലവരുടേയും പടിക്കൽപോയി കാത്തുകെട്ടിനിൽക്കുന്നതിലും ഭേദമല്ലേ? ആരും സംശയിക്കില്ലല്ലോ!

നാടകം സവ്ചെങ്കോവിനെ മതിമറപ്പിച്ചുകളഞ്ഞു. പോരെങ്കിൽ എല്ലാവരും ബഹുമാനിക്കുന്ന ദിമിത്രിയുടെ കൂട്ടം. ദിമിത്രിയും താല്പര്യത്തോടെ നാടകം കാണുന്നപോലെ തോന്നി. ആദ്യത്തെ "ഇന്റർവെൽ"[4] സമയത്തു ദിമിത്രി പുറത്തിറങ്ങാതെ തന്റെ സീറ്റിൽത്തന്നെ ഇരുന്നു. ചുറ്റും നോക്കാതെ അച്ചടിച്ച പ്രോഗ്രാമിൽത്തന്നെ നോക്കിക്കൊണ്ടാണയാൾ ഇരുന്നത്. "സംവിധാനം - മെറിട്ടോറിയസ് ആർട്ടിസ്റ്റ്," എന്ന വാക്കു പത്താമത്തെത്തവണയും വായിച്ചപ്പോഴാണ് അയാൾക്കു തന്റെ നിലയെപ്പറ്റി ഓർമ്മ വന്നത്. അയാൾ ലജ്ജയോടെ സ്വയം പറഞ്ഞു. ഞാനും സവ്ചെങ്കോവിനെപ്പോലെ കൊള്ളരുതാത്തവനാണ്. വാസ്തവം പറഞ്ഞാൽ അയാൾക്കാണ് എന്നേക്കാൾ വിവേകം.

രണ്ടാമത്തെ ഇന്റർവെൽസമയത്തു സവ്ചെങ്കോവിന്റെ കൂടെ പുറത്തേയ്ക്കിറങ്ങി ഒരു സിഗരറ്റു വലിയ്ക്കാൻ അയാൾ തീരുമാനിച്ചു. അല്പംകഴിഞ്ഞു അകത്തേയ്ക്കുവരുമ്പോൾ കോണിപ്പടിയിൽവെച്ചു ലെനയെക്കണ്ടു. കടന്നുകഴിഞ്ഞതിനുശേഷമാണ് അയാളവളെക്കണ്ടത്. അതു തീരെ അപ്രതീക്ഷിതമായിരുന്നു. "ആ സമയത്ത് ഏതോ സ്ത്രീകൂടി അവളുടെ കൂടെയുണ്ടായിരുന്നല്ലോ!" അയാൾ ഓർമ്മിച്ചു: "അതു ഡോ. വീരാ ഷീററായിരിക്കണം." അയാൾ പെട്ടെന്നു തിരിഞ്ഞ് അവളുടെ പുറകെ ഓടിച്ചെന്നു വിളിച്ചു: "ലെന ബോറിസ്സോവ്ന!"

അവൾ തിരിഞ്ഞുനിന്ന് അയാൾക്ക് വന്ദനം പറഞ്ഞു: "നമസ്തെ, ദിമിത്രി സെർജിയേവിച്ച്. ഞാൻ വിചാരിച്ചു നിങ്ങൾക്കെന്നെ മനസ്സിലായില്ലെന്ന്."

അയാൾ ഡോ. വീരയ്ക്കു വന്ദനം പറയാൻ തിരിഞ്ഞുനോക്കി. പക്ഷേ

4 ഇടയ്ക്കുള്ള വിശ്രമസമയം

അവരെ അവിടെ കണ്ടില്ല. അയാൾ വാക്കുകിട്ടാതെ അങ്ങിനെ നിന്നു. ലെനയും ഒന്നും പറഞ്ഞില്ല. അവസാനം വളരെ ബുദ്ധിമുട്ടി അയാൾ ഒച്ചവലിച്ചെടുത്തുകൊണ്ട് പറഞ്ഞു:

"നിങ്ങളെവന്നുകാണണമെന്ന്ഞാനാഗ്രഹിച്ചു.പക്ഷേഎവിടെയാണ് നിങ്ങളെന്ന് പിടികിട്ടിയില്ല. ഇവിടെ നിങ്ങളെ കാണുമെന്ന് ഞാൻ തീരെ വിചാരിച്ചിരുന്നില്ല."

അവൾ ചിരിച്ചു: "അതെന്താ? ഞാൻ പറഞ്ഞിട്ടില്ലേ, നാടകത്തിൽ എനിക്ക് വലിയ ഭ്രമമാണെന്ന്. ഇപ്പോൾ എന്നത്തെക്കാളുമധികം സുഖം തോന്നുന്നുണ്ട് എനിക്ക്. വളരെ ആശ്വാസം. 7-ാം തരത്തിലെ സിലബസ്സിനെപ്പറ്റി എനിക്ക് വല്ലാത്ത അസ്വസ്ഥതയായിരുന്നുവെന്ന് ഞാനൊരിക്കൽ പറഞ്ഞില്ലേ. ഇപ്പോൾ എല്ലാം ശരിയായി. കുട്ടികൾ നല്ല പുരോഗതി കാണിച്ചുതുടങ്ങിയിട്ടുണ്ട്. പുഖോവ് എന്നെ വളരെ സഹായിച്ചു. ആകപ്പാടെ എല്ലാം നല്ല നിലയിലാണ് നീങ്ങുന്നത്. ഞാൻ ഡോ. വീരാ ഷീറ്റടെകൂടെയാണിപ്പോൾ താമസം. എനിയ്ക്ക് ഒരു വീടു തരാമെന്ന് സമ്മതിച്ചിട്ടുണ്ട്. പക്ഷേ അടുത്ത ശരൽക്കാലത്തേ ആവൂ. ഷുരയ്ക്ക് ഡോ.വീരയെ വലിയ സ്നേഹമാണ്. ഡോ.വീരയെ പിരിഞ്ഞിരിക്കാൻ അവൾക്ക് വയ്യെന്ന മട്ടായിട്ടുണ്ട്. അവൾ വളർന്നിരിയ്ക്കുന്നു. കണ്ടാൽ ചിലപ്പോൾ നിങ്ങൾക്ക് മനസ്സിലായില്ലെന്ന് വരാം. ഞാൻ നിരുന്മേഷയാണെന്ന് തെറ്റിദ്ധരിക്കരുത്. മറിച്ച് എനിയ്ക്ക് വലിയ ഉത്സാഹമാണിപ്പോൾ. നിങ്ങൾക്ക് സൗകര്യമുള്ളപ്പോൾ എന്റെ വസതിയിലേയ്ക്കും ഇടയ്ക്ക് വരാം. എനിക്കിപ്പോൾ ധാരാളം ചങ്ങാതികളും ഒരുപാട് ജോലിത്തിരക്കുമുണ്ട്. ഇന്നലെ രാത്രി വിദ്യാർത്ഥികളുടെ ചായസല്ക്കാരമുണ്ടായിരുന്നു. ഞാൻ അതിൽ ഡാൻസ് ചെയ്യുകപോലുമുണ്ടായി. എന്നെ ഒരു അജിറ്റേറ്ററും[5] ആക്കിയിട്ടുണ്ട്. ഇതിനൊക്കെപ്പുറമേ മൂന്ന് ബ്ലോക്കിന്റെ ചാർജ്ജുമുണ്ട്. വല്ലാത്ത ജോലിത്തിരക്ക്. ഇന്ന് ഈ നാടകത്തിന് വരാൻ കഴിയുമെന്ന് ഞാൻ കരുതിയിരുന്നില്ല."

അസാധാരണ ദ്രുതഗതിയിലാണവൾ സംസാരിച്ചത്. ദിമിത്രിയുടെ മറുപടിയൊന്നും കേൾക്കാൻ നില്ക്കാതെതന്നെ അവൾ അയാൾക്ക് കൈകൊടുത്ത് യാത്രപറഞ്ഞു: "ഞാൻ പോകട്ടെ ദിമിത്രി സെർജിയോവിച്ച്. ഡോ. വീര എന്നെ കാത്തുനില്ക്കുന്നുണ്ടാവും."

---

5 തിരഞ്ഞെടുപ്പ് മുതലായി ഇടയ്ക്കിടയ്ക്കുണ്ടാവുന്ന സംഭവങ്ങളിൽ ഔദ്യോഗിക നയങ്ങളും അഭിപ്രായങ്ങളും ജനങ്ങൾക്ക് വിവരിച്ചുകൊടുക്കുന്നതിന് നിയമിക്കുന്നവരെ അജിറ്റേറ്റർ എന്ന് പറയും

അവളുടെ കൈ ദിമിത്രി ഒരു നിമിഷം തന്റെ കൈക്കുള്ളിൽവെച്ചു കൊണ്ടിരുന്നു . എന്നിട്ട് പറഞ്ഞു.

“ലെന ബോറിസ്സോവ്ന, നിങ്ങളെപ്പറ്റി ഞാൻ വളറെയേറെ വിചാരപ്പെട്ടു...”

താൻ പൊട്ടിക്കരഞ്ഞുപോവുമെന്ന് അവൾക്ക് തോന്നി. പക്ഷേ സർവ്വശക്തിയുമുപയോഗിച്ച് അവൾ ഒരുവിധം നിയന്ത്രിച്ചു: “ദിമിത്രി സെർജിയോവിച്ച്, നമസ്കാരം. ഞാൻ നന്ദിപറയുന്നു. എന്നെപ്പറ്റി ഖേദിക്കണ്ട. എനിക്ക് സുഖമാണ്.” ഇത്രയും പറഞ്ഞ് അവൾ ഓടിക്കളഞ്ഞു.

നാടകം കഴിഞ്ഞ് മടങ്ങുന്നവഴി സവ്ചെങ്കോ ആവേശഭരിതനായി പലതും പറഞ്ഞുകൊണ്ടിരുന്നു. അയാളെ ആ നാടകം വല്ലാതെ ആകർഷിച്ചു. പക്ഷേ അയാൾ പറഞ്ഞതൊന്നും ദിമിത്രി കേട്ടില്ല. ദിമിത്രിയുടെ ചിന്ത മുഴുവൻ ലെനയെപ്പറ്റിയായിരുന്നു: “മിക്കവാറും എല്ലാംതന്നെ പറഞ്ഞു കഴിഞ്ഞു. മേലിൽ ഞാൻ പുഖോവിന്റെ ഗേറ്റിലോ, സ്കൂൾഗേറ്റിലോ കാത്തുനിന്ന് സുഖത്തെപ്പറ്റി സ്വപ്നം കാണേണ്ട ആവശ്യമില്ല. ഇവളെക്കാണുന്നതിനു മുമ്പ് ഞാൻ ജീവിച്ചിരുന്നില്ലേ? ഇത് വളരെ നേരമ്പോക്കായിരിക്കുന്നല്ലോ! എനിയ്ക്കൊന്നും മനസ്സിലാവുന്നില്ല. ഇപ്പോഴും ഞാൻ ജീവിക്കുന്നുണ്ട്, പഠിയ്ക്കുന്നുണ്ട്, ജോലി ചെയ്യുന്നുണ്ട്. ലെന എന്നൊരുവൾ ലോകത്തിൽ ഉണ്ടാവാത്തമാതിരി ഞാൻ ജീവിക്കണം. സന്തോഷവും സുഖവും സവ്ചെങ്കോവിനെപ്പോലുള്ള ചെറുപ്പക്കാർക്കുള്ളതാണ്. ഇനി ഞാനും എന്റെ മുറിയും മേശയും മെഷീൻ പ്ലാനുകളും മാത്രം. വേറെ ആരും വേണ്ട. ഞാൻ ഞാനായിത്തീരാൻ പോവുകയാണ്. ഒരു വിഡ്ഢിയാവാതിരിക്കാൻ, സ്വപ്നജീവിയാകാതെ നോക്കാൻ ഞാൻ ശ്രമിക്കും.”

ലെന അന്നുരാത്രി വളരെ നേരം ഡോ. വീരയോട് സംസാരിച്ചിരുന്നു. മനസ്സ് പതറിക്കൊണ്ടാണവൾ തിയേറ്ററിൽനിന്നു തിരിച്ചെത്തിയത്. നാടകത്തെപ്പറ്റി അവൾ ഒരുപാട് പറഞ്ഞു. ഇടയ്ക്ക് ഒഫേലിയയെ അനുകരിച്ച് കാണിച്ച് ഡോ. വീരയെ ചിരിപ്പിക്കുകയും ചെയ്തു. താനിച്കയുടെ അഭിനയം തീരെ നന്നായിരുന്നില്ല, ആ പാത്രത്തിന് അവൾ പോര എന്ന ലെന അഭിപ്രായപ്പെട്ടു. ഇങ്ങനെ പറഞ്ഞുകൊണ്ടിരിക്കുന്നതിന്നിടയിൽ പെട്ടെന്ന് ലെന പൊട്ടിക്കരയാൻ തുടങ്ങി. ഡോ. വീര അമ്പരന്നു. ഉടനെ എന്തോ മരുന്ന് ഒന്നുരണ്ട് തുള്ളി അവളുടെ വായിൽ ഡോക്ടർ ഇറ്റിച്ചു. എന്നിട്ട് അവളെ തലോടിക്കൊണ്ട് അടുത്തിരുന്നു. കുറച്ചു കഴിഞ്ഞപ്പോൾ ലെന എല്ലാം ഡോക്ടറോട് തുറന്നു പറഞ്ഞു:

“ഇതൊരുതരം ചിത്തഭ്രമമാണെന്ന് എനിക്കറിയാം. അദ്ദേഹം എന്നെ സ്നേഹിക്കുന്നില്ലെന്ന് ഓർമ്മിപ്പിച്ചതാണ്. അത് അദ്ദേഹത്തിന് ആലോചിക്കാൻപോലും സാദ്ധ്യമല്ലെന്ന് തുറന്നുപറഞ്ഞു. എന്നെപ്പോലെ ആടിക്കുഴഞ്ഞുനടക്കുന്ന ഒരു മരത്തലയിയെ അദ്ദേഹത്തിന് വെറുക്കാനേ കഴിയൂവെന്നും പറയുകയുണ്ടായി. ഞാനദ്ദേഹത്തെ സ്നേഹിച്ചുപോയി എന്നത് എന്റെ കുറ്റമല്ല. പക്ഷേ എന്റെ സ്നേഹം ഞാനദ്ദേഹത്തിന്റെ മേൽ അടിച്ചേൽപിക്കാൻ പോണില്ലല്ലൊ! എനിക്കദ്ദേഹത്തിന്റെ ദയയും വേണ്ട. ഞാൻ ഭർത്താവിനെ ഉപേക്ഷിച്ചത് അദ്ദേഹം മൂലമാണെന്ന് സ്വാഭാവികമായും അദ്ദേഹം കരുതുന്നുണ്ടാവാം. എന്നെ വന്നുകാണാമെന്ന് അദ്ദേഹം ഇന്നു പറയുകയുണ്ടായി... അദ്ദേഹത്തെ ഞാനിവിടെ കടത്തില്ല... ഞാനൊരു സ്കൂൾകുട്ടിയെപ്പോലാണെന്ന് നിങ്ങൾ കരുതുന്നുണ്ടാവും. പക്ഷേ ഇത് കുറെ ഗൗരവമുള്ള കാര്യമാണെന്നു, വീരാ, ഞാൻ നിങ്ങളെ ഓർമ്മിപ്പിക്കുന്നു. ഇതിനുമുമ്പൊരിക്കലും ഇങ്ങിനെയൊന്ന് എനിക്കുണ്ടായിട്ടില്ല, ഇതാദ്യത്തെ തവണയാണ്. എന്നിരുന്നാലും എന്നെച്ചൊല്ലി ആരും സങ്കടപ്പെടണമെന്ന് എനിക്കാഗ്രഹമില്ല. നിങ്ങൾക്കിപ്പോൾ എന്റെ വിഷമത മനസ്സിലായിരിക്കുമെന്ന് ഞാൻ വിശ്വസിക്കുന്നു. നിങ്ങൾ അത്രയധികം അനുഭവിച്ചിട്ടുള്ളവരാണല്ലോ!”

അവൾ ഏതാണ്ട് ശാന്തയായിക്കഴിഞ്ഞപ്പോൾ ഡോ. വീര പറഞ്ഞു: “അയാൾ നിന്നെ ശ്രദ്ധിക്കുന്നില്ലെന്നു നിനക്കെന്താണിത്ര നിശ്ചയം?”

ലെന: “ഓഹോ! എനിക്ക് നല്ല നിശ്ചയമുണ്ട്. അന്ന് ആ ക്ലബ് യോഗത്തിൽ അദ്ദേഹമങ്ങിനെ പ്രസംഗിക്കാൻ കാരണം തന്നെ അതാണ്. ഇപ്പോൾ അദ്ദേഹം എന്നെപ്പറ്റി ഖേദിക്കുന്നുപോലും! എന്നെ ഉന്മേഷം പിടിപ്പിക്കാൻ ആഗ്രഹിക്കുന്നുവത്രേ! എന്നെച്ചൊല്ലി ആരെങ്കിലും ഖേദിക്കുന്നത് എനിക്ക് സഹിക്കാൻ കഴിയില്ല. എനിക്കദ്ദേഹത്തിൽ അനുരാഗമുണ്ട്. അതെനിക്കറിയാം. ഇന്ന് തിയേറ്ററിൽ നമ്മൾ കോണികേറുമ്പോൾ ഞാനദ്ദേഹത്തെ പെട്ടെന്ന് കണ്ടു. എന്റെ ചുറ്റുമുള്ള എല്ലാംതന്നെ കറങ്ങുന്നപോലെ തോന്നി, എനിക്ക്. ഞാൻ തലചുറ്റി താഴെ വീണെന്ന് തോന്നി. പക്ഷേ പിടിച്ചു നിന്നു.”

കാരണമെന്തെന്നറിയില്ല, ഡോ.വീര, സൊഖ്ലോവ്സ്കിയേയും ആ മരുഭൂമിച്ചെടിയുടെ കഥയും ഓർമ്മിച്ചു. “ഇതുപോലെ സ്നേഹിക്കാനും വേദനിക്കാനും കരയാനും കഴിയുമെങ്കിൽ എത്ര സന്തോഷ മായിരുന്നു,” എന്ന് അവർക്ക് തോന്നി.

അദ്ധ്യായം പത്ത്

ലെനയെ മറക്കാൻ ജ്ജുറാവിലോവ് ശ്രമിച്ചു. അവളെപ്പറ്റിയുള്ള വിചാരംതന്നെ ആകപ്പാടെ കുഴപ്പത്തി ലാക്കുമെന്നും ഫാക്ടറി ഭരണം താറുമാറിലാകുമെന്നും അയാൾ ഭയപ്പെട്ടു. കഴിഞ്ഞ ഞായറാഴ്ച ലെന കുട്ടിയെ അയാളുടെ അടുക്കൽ കൊണ്ടുവന്നു. മകളുമായി അയാൾ കുറേനേരം കളിച്ചു. കുട്ടിയെ കൂട്ടിക്കൊണ്ടു പോകാൻ ലെന വന്നപ്പോൾ അയാൾ അവളെ സൂക്ഷിച്ചുനോക്കി. അവൾ നല്ലവണ്ണം നന്നായിരിക്കുന്നപോലെ തോന്നി."അവൾക്കെന്താണ് കുറവ്!" അയാൾ ചിന്തിച്ചു: "വേറെ വല്ലവനേയും കണ്ടിട്ടുണ്ടാവണം! വിവാഹമോചനം ഉടനടി നടത്തണമോ എന്നവളോട് ചോദിക്കാനയാൾ ഭാവിച്ചു. പിന്നെ സ്വയം പിൻവലിഞ്ഞു: "ഞാനെന്തിന്നതിന്നു മുതിരുന്നു? വേണമെന്നുണ്ടെങ്കിൽ അവൾ തന്നെ പറയട്ടെ. അവളോട് സംസാരിക്കാനെനിക്കു വയ്യ. അതെന്നെ ക്ഷോഭിപ്പിക്കും."

കുടുംബത്തകർച്ചയിൽനിന്നു താൻ ഒരുവിധം പുറത്തുകടന്നുവെന്ന് അയാൾ കരുതി. പക്ഷേ ഈ സംഭവം അയാളിൽ മായാത്ത ഒരു മുദ്ര പതിച്ചുകഴിഞ്ഞിരുന്നു. മുമ്പൊരു തവണയും, ഇതുപോലെ എല്ലാം തകർച്ചയുടെ വക്കത്തെത്തിയ ഒരനുഭവം അയാൾക്ക് സംഭവിക്കയുണ്ടായിട്ടുണ്ട്. തന്റെ പദവിയും ജോലിയും നഷ്ടപ്പെട്ടു എന്നുതന്നെ അന്നയാൾ ഭയപ്പെട്ടു. പക്ഷേ ഒരുവിധം തപ്പിപ്പിടിച്ച് അതിൽനിന്ന് കരകേറി. അതുപോലെ ഈ കുഴപ്പവും ശമിക്കുമെന്നയാൾ സമാധാനിച്ചു: "ഞാനെന്തിനാണ് അസ്വസ്ഥനാവുന്നത്? അവളെക്കൂടാതെതന്നെ എനിക്ക് ജീവിക്കാൻ കഴിയും." അതു ശരിയായിരുന്നു. അവളെപ്പറ്റിയുള്ള ചിന്ത അയാൾക്ക് ക്രമേണ കുറഞ്ഞുവന്നു. പക്ഷേ അയാളുടെ സ്വഭാവത്തിൽ ഒരു മാറ്റം വന്നിട്ടുണ്ട്. എല്ലാവരെയും അവിശ്വസിക്കുക, എന്തിലും ഒരു

ഗൂഢാലോചന സംശയിക്കുക, പെട്ടെന്ന് ദേഷ്യം വരിക, തട്ടിക്കേറുക - ഇതായിത്തീർന്നു അയാളുടെ സ്വഭാവം.

ലെന പിരിഞ്ഞതിന്റെ 15-ാം പക്കം. അന്നു പാർട്ടിയോഗം വെച്ചിരുന്നു. യോഗത്തിൽ ഫാക്ടറി കമ്മിറ്റി ചെയർമാനായ സിബിർട്ട്സേവ് ചെയ്ത അദ്ധ്യക്ഷപ്രസംഗത്തിൽ തൊഴിലാളികളുടെ പാർപ്പിടങ്ങളെ പരാമർശിച്ചു. പുതിയ പാർപ്പിടങ്ങൾ ഉണ്ടാക്കിക്കൊടുക്കേണ്ട സമയം വൈകിയിരിക്കുന്നുവെന്ന് സിബിർട്ട്സേവ് പറഞ്ഞു. ജ്ജുറാവിലോവ് അത് സമ്മതിക്കുന്നപോലെ തലകുലുക്കി: "സംശയമില്ല," അയാൾ പറഞ്ഞു: സിബിർട്ട്സേവ് ഈ പ്രശ്നം ഉന്നയിക്കുമെന്നു ജ്ജുറാവിലോവിന്നറിയാം. തൊഴിലാളികളുടെ പരാതി എപ്പോഴും അയാളുടെ അടുക്കലാണല്ലോ ചെല്ലുന്നത്. "ഇപ്പോൾ തൊഴിലാളികൾ പാർക്കുന്ന ചാളകൾ ഏതവസരത്തിലും തകർന്നു വീഴാം. അതാണ് നില," എന്നു സിബിട്ട്സേവ് ഓർമ്മിപ്പിച്ചു. പക്ഷേ മറ്റെല്ലാ സംഗതികളും ശരിയായി ക്കഴിഞ്ഞിരിക്കുന്നു, കെട്ടിടങ്ങൾക്കുള്ള പ്ലാനും തയ്യാറായി; മാർച്ച് കഴിഞ്ഞാൽ പണി ആരംഭിക്കാമല്ലോ എന്ന് ജ്ജുറാവിലോവ് സമാധാനിപ്പിച്ചു. സൊഖ്ലോവ്സ്കി ഇതിൽ കേറിപ്പിടിച്ചിരുന്നില്ലെങ്കിൽ ജ്ജുറാവിലോവ് ഒന്നും മിണ്ടാതെ അതങ്ങു കഴിഞ്ഞോട്ടെ എന്ന് വെയ്ക്കുമായിരുന്നു. പക്ഷേ സൊഖ്ലോവ്സ്കി സിബിർട്ട്സോവിനെ പിന്താങ്ങി സംസാരിച്ചു. തൊഴിലാളികൾക്കുള്ള പുതിയ മൂന്നു ബ്ലോക്കുകൾ 1852 ൽ പണി തുടങ്ങേണ്ടതായിരുന്നുവെന്ന് അയാൾ പറഞ്ഞു. ഇത് ജ്ജുറാവിലോവിനെ ശുണ്ഠിപിടിപ്പിച്ചു: ഫൌണ്ടറിയ്ക്കാണ് മുൻഗണന എന്ന് അന്നംഗീകരിച്ചതാണ്. അത് രാജ്യവ്യാപകപ്രാധാന്യമുള്ളതല്ലേ! പാർപ്പിടങ്ങളുടെ പ്രശ്നം ഇവിടെ കുറച്ചുപേരെ മാത്രമേ ബാധിക്കുന്നുള്ളൂ. ഇതൊക്കെ നന്നായി അറിഞ്ഞിരുന്നുകൊണ്ട് സൊഖ്ലോവ്സ്കി വീണ്ടും ഇങ്ങിനെ പാർട്ടിയോഗത്തിൽ ഉന്നയിക്കുന്നത് ദുർവ്വാശിയാണ്. സൊഖ്ലോവ്സ്കി തിരിച്ചടിച്ചു: പാർട്ടിക്കമ്മിറ്റികളുടെ പ്രവർത്തനസ്വഭാവം സ: ജ്ജുറാവിലോവിന്നറിയില്ലെന്ന് തോന്നുന്നു. പിന്നീടു നടന്ന ചർച്ചകൾ തിരഞ്ഞെടുപ്പു പ്രവർത്തനത്തെപ്പറ്റിയും മറ്റുമാണ്.

മീറ്റിങ്ങുകഴിഞ്ഞു ജ്ജുറാവിലോവ് വീട്ടിലേയ്ക്കു പോയി. അയാൾ ഈർഷ്യയോടെ മുറുമുറുത്തു കൊണ്ടിരുന്നു: "സൊഖ്ലോവ്സ്കി എന്തോ ഉള്ളിൽവെച്ചുകൊണ്ടായിരിക്കണം അതിൽക്കേറിപ്പിടിച്ചത്, ചുമ്മാതാവില്ല. പാർപ്പിടമല്ല, അയാളുടെ ഉദ്ദേശം. അയാൾ നല്ലവനല്ല എന്ന് എന്റെ മനസ്സാക്ഷി പറയുന്നു. ഒരു വെറിയനാണയാൾ. യൂറൽസിൽ ജോലിചെയ്തിരുന്ന കാലത്ത് അയാൾ സാർപ്പനോവിനെ മുക്കാൻ

നോക്കി. പക്ഷേ അന്നതു കണ്ടുപിടിക്കപ്പെട്ടു. തിരിച്ചടിച്ചു. ഇപ്പോൾ എന്റെ നേർക്കാണ്. അയാളെ വളച്ചെടുക്കുകയാണ് ഏറ്റവും നല്ലത്. ആ ചെകുത്താന്റെ മനസ്സിൽ എന്താണു സൂക്ഷിച്ചിട്ടുള്ളതെന്ന് ഒരു പിടിയും കിട്ടുന്നില്ലല്ലോ!"

"ഞാൻ കുറച്ച് ഊതിവീർപ്പിച്ചു കാണുകയാണോ" അയാൾ അല്പമൊന്നു ശങ്കിച്ചു: "സൊഖ്ലോവ്സ്കിയുടെ സ്വഭാവം ആരേയും വെറുപ്പിക്കും. ആരെയും ഒന്നു ചൊട്ടാൻ വാസനയാണയാൾക്ക്. പലപ്പോഴും എന്റെ നേർക്കും അയാൾ ചാടിയിട്ടുണ്ട്. പക്ഷേ അങ്ങിനെയൊക്കെയാണെങ്കിലും 6 കൊല്ലമായി ഞങ്ങൾ ഒരുമിച്ചു പ്രവർത്തിക്കുകയല്ലേ! "വെറും എടുത്തുചാട്ടം മാത്രമായിരിക്കില്ല ഇത്. അയാൾ എന്തെങ്കിലും ഒന്നു കണ്ടിട്ടുണ്ടാവണം... ആ പാർപ്പിടപ്രശ്നം എന്തിനാണയാൾ കുത്തിപ്പൊന്തിച്ചത്? അയാൾക്കതിലെന്തുകാര്യം? അപ്പോൾ എന്തോ കരുതിക്കൊണ്ടാണെന്നു വിശ്വസിക്കേണ്ടിയിരിക്കുന്നു."

കഴിഞ്ഞ രണ്ടാഴ്ചകളിൽ ഷൂറാവിലോവ് പതിവിലധികം സമയം ഫാക്ടറിയിൽ ജോലിചെയ്തു. വളരെ തിരക്കുള്ളതുപോലെ ആപ്പീസിൽ വളരെനേരം കുത്തിയിരുന്നു പണിയെടുത്ത് എല്ലാ ഭാഗങ്ങളിലും ഓടി നടന്നു; രണ്ടു ഷിഫ്റ്റുകളും നോക്കി; ഓരോ തൊഴിലാളിയോടും "വേഗം,വേഗം," എന്നു പറഞ്ഞുകൊണ്ട് എല്ലായിടത്തുമെത്തി.

ഞായറാഴ്ച തന്റെ വീട്ടിലേയ്ക്കുള്ള ക്ഷണം ശനിയാഴ്ച അയാൾ ദിമിത്രിയെ ഒന്നുകൂടി ഓർമ്മപ്പെടുത്തി. "പക്ഷേ ബ്രൈനിന്റെ പദ്ധതിയെപ്പറ്റി പറയാനായിരിക്കും," ദിമിത്രി വിചാരിച്ചു.

പറഞ്ഞതനുസരിച്ചു ഞായറാഴ്ച ദിമിത്രി ഷൂറാവിലോവിന്റെ വീട്ടിലെത്തി. ഷൂറാവിലോവ് വളരെ സ്നേഹപൂർവ്വമാണ് അയാളെ സ്വീകരിച്ചത്. അത്താഴസമയത്ത് അവർ പലതും സംസാരിച്ചു. ഫാക്ടറിയിലെ നിത്യനിദാന സംഭവങ്ങളെപ്പിടിച്ചാണ് ആദ്യം സംഭാഷണം തുടങ്ങിയത്. പിന്നെ കഴിഞ്ഞ യുദ്ധത്തിലെ ഒരനുഭവം ഷൂറാവിലോവ് വിവരിച്ചു. അപ്പോൾ ദിമിത്രി യുദ്ധകാലത്തെ തന്റെ ഒരു കഥയും അനുസ്മരിച്ചു. രണ്ടുപേർക്കും പരസ്പരം കൂടുതൽ അടുപ്പം തോന്നി.

ഭക്ഷണം കഴിഞ്ഞ് എഴുന്നേറ്റപ്പോൾ ഷൂറാവിലോവ് ദിമിത്രിയോട് പറഞ്ഞു:

"നിങ്ങൾ വന്നിട്ട് രണ്ടുകൊല്ലമേ ആയുള്ളുവെങ്കിലും സ്വന്തമൊരാളായിട്ടാണ് എനിക്കിപ്പോൾ തോന്നുന്നത്. ഫാക്ടറിയുടെ കാര്യം നിങ്ങളുടെ ഹൃദയത്തിലുണ്ടെന്ന് എനിയ്ക്ക് വിശ്വാസമുണ്ട്. എന്നെ

സംബന്ധിച്ചിടത്തോളം എന്റെ മുഴുവൻ ജീവനുമതാണ്."

ജൂറാവിലോവിന്റെ ശബ്ദമിടറി. ദിമിത്രിയ്ക്ക് ഒരു വല്ലായ്മ അനുഭവപ്പെട്ടു. ഇയാൾക്കു ലെനയോടു വലിയ പ്രതിപത്തിയാണ്! അതു മനസ്സിലാക്കാൻ കഴിയും! ദിമിത്രി കരുതി.

ജൂറാവിലോവ്: "നിങ്ങൾക്കറിയരുതോ, ഫാക്ടറിയുടെ കാര്യം! അതൊരു വലിയ കൂട്ടുകുടുംബമാണ്. എല്ലാവരും അവനവനെക്കൊണ്ടാവുന്നതു ചെയ്യണം. മൊത്തത്തിൽ നമ്മളൊരു കുടുംബമാണ്. പക്ഷേ ഒരു തകരാറു കാണുന്നു. ഞാൻ എന്തും തുറന്നുപറയുന്ന മട്ടാണ്. ജോലിയിലൊഴിച്ച് മറ്റൊന്നിലും ഞാൻ അച്ചടക്കം നിർബ്ബന്ധിക്കുന്നില്ല. ഫാക്ടറിയിൽനിന്നു നിങ്ങൾ പുറത്തുകടന്നുകഴിഞ്ഞാൽ ഓരോരുത്തനും സ്വന്തം ഇഷ്ടം പോലെ എന്തുപറയുന്നതിലും ചെയ്യുന്നതിലും എനിയ്ക്കെതിരില്ല. എന്നാൽ പണിയെടുക്കുന്നിടത്ത് അവിശ്വാസം കുറെ കാട്ടി നിന്നാലോ! നിങ്ങൾക്കു പണി എടുക്കാൻ കഴിയുമോ? സൊഖ്ലോവ്സ്കിയ്ക്ക് ധാരാളം പരിചയമുണ്ടെന്നു ഞാൻ സമ്മതിക്കുന്നു. പക്ഷേ അയാളുടെ മനോഭാവം ആരേയും അസ്വസ്ഥനാക്കും; അയാളോടുകൂടി ജോലി ചെയ്യാൻ എനിക്ക് അസാദ്ധ്യമായിത്തീർന്നിരിക്കുന്നു. ഞാൻ ശ്രമിച്ചുനോക്കി; എല്ലാറ്റിന്റെ നേർക്കും കണ്ണടച്ചു നോക്കി; പക്ഷേ ഫലമില്ല. അതു വർദ്ധിച്ചുവരികയാണ്. ഇപ്പോൾ ഏതാണ്ട് പരമകാഷ്ഠയിലെത്തിക്കഴിഞ്ഞിരിക്കുന്നു. ഇനി സഹിക്കാൻവയ്യ..."

ദിമിത്രി: "അയാൾ കുറച്ചു പരുക്കനാണെങ്കിലും നല്ല ഒന്നാന്തരം പണിക്കാരനാണ്. അയാൾ പറയുന്നതത്ര ഗൗരവമാക്കി എടുക്കാനില്ല. എനിക്കയാളെ വലിയ പരിചയമില്ല. ആപ്പീസിന്നുപുറത്തുവെച്ച് ഞങ്ങൾ കാണാറുമില്ല. അയാളുടെ നാവിന് അല്പം മൂർച്ചകൂടുമെന്ന് യഗറോവ് പറഞ്ഞു. തുറന്നുപറയട്ടെ ഇവാൻ ജൂറാവിലോവ്. ഞാനത്ര കാര്യമാക്കുന്നില്ല."

ജൂറാവിലോവ്: "അയാളുടെ നാവിന്റെ പ്രശ്നമല്ല അത്. അയാളെന്തിനാ എപ്പോഴും വർക്ക്ഷോപ്പിൽ ചുറ്റിത്തിരിയുന്നത്? അയാൾ അയാളുടെ ആപ്പീസുമുറിയിൽ മിക്കവാറുണ്ടാവില്ലെന്നുവേണം പറയാൻ. എല്ലാവരേയും അയാൾ അവിശ്വസിക്കുകയാണ്. യെഗറോവിനെയും നിങ്ങളേയുംകൂടി.

ദിമിത്രി: ഒരിക്കലുമല്ല. ആപ്പീസിലടച്ചിരുന്നു പണിയെടുക്കാൻ പറ്റുമോ, പ്ലാൻ തയ്യാറാക്കുന്ന ഒരാൾക്ക്? ഓരോന്നിന്റേയും പ്രയോഗം എങ്ങിനെയിരിക്കുന്നുവെന്ന് കണ്ടുപഠിയ്ക്കാതെ പറ്റുമോ? ഞാൻതന്നെ പലപ്പോഴും അയാളോടവശ്യപ്പെട്ടിട്ടുണ്ട്, വർക്ക്ഷോപ്പിൽ ചുറ്റിനടന്നു

പരിശോധിക്കണമെന്ന്. അയാളുടെ ഈ വെറിയൻ സ്വഭാവമില്ലെങ്കിൽ നിങ്ങളിത് സംശയിക്കയേയില്ലായിരുന്നു.

ജ്യൂറാവിലോവ്: ഒരാളെ വിലയിരുത്തുമ്പോൾ അയാളുടെ സ്വഭാവം പരിഗണിക്കാതെ പറ്റുമോ? ഇതിനുമുമ്പ് അയാൾ ജോലിചെയ്തിരുന്നിടത്ത് എന്ത് പറ്റിച്ചുവെന്ന് നിങ്ങൾക്കറിയാമോ? ഞാൻ പറഞ്ഞുതരാം. സാപ്പനോവായിരുന്നു ഫാക്ടറി ഡയറക്ടർ. നല്ല ചൊടിയും കഴിവുമുള്ള ചെറുപ്പക്കാരൻ. ആ ഫാക്ടറിയെ ഒരു ഫാക്ടറി ആക്കിയത് അയാളാണ്. സൊഖ്‌ലോവ്സ്കി തയ്യാറാക്കിയ ഒരു പദ്ധതി ഫാക്ടറി കമ്മിറ്റി സ്വീകരിച്ചില്ല. സാപ്പനോവ് അത് മനഃപ്പൂർവ്വം ചെയ്തതാണെന്ന് അയാൾ തെറ്റിദ്ധരിച്ചു. എന്നിട്ട് സാപ്പനോവിനെ ഓടിക്കാനുള്ള കുത്തിത്തിരിപ്പുകൾ തുടങ്ങി. ഇത് യുദ്ധകാലത്താണ്. ഞാനും നിങ്ങളും ശത്രുവിന്റെ മുന്നിൽ ട്രഞ്ചുകളിൽക്കിടന്ന് മരവിക്കുന്ന കാലം. സൊഖ്‌ലോവ്സ്കി സത്യസന്ധനായ ഒരുവനെ കുഴിയിലിറക്കി. സ്വന്തം പദവി ഉയർത്താൻ പാടുപെടുകയായിരുന്നു. പക്ഷേ അത് തിരിച്ചടിച്ചു. അയാൾക്ക് കണക്കിന് കിട്ടി. അവിടുത്തെ പ്രാദേശിക പത്രത്തിൽ അയാളുടെ കൊള്ളരുതായ്മകളെപ്പറ്റി ഒരു ലേഖനവും വന്നു. പിന്നെ അയാൾ എവിടെയൊക്കെയോ ചില ചരടുവലികൾ നടത്തി ഒരുവിധം അതിൽനിന്ന് രക്ഷപ്പെട്ടാണ് ഇങ്ങോട്ട് വന്നത്.

ദിമിത്രി: "സൊഖ്‌ലോവ്സ്കി കുഴപ്പം സൃഷ്ടിക്കുന്നവനാണെന്ന് വിശ്വസിക്കാൻ വിഷമമാണ്...അയാളെക്കണ്ടാലും അത് തോന്നുന്നില്ല."

ജ്യൂറാവിലോവ്: "ദിമിത്രി സെർജിയേവിച്ച്, നിങ്ങൾക്ക് എല്ലാവരേയും വിശ്വാസമാണ്. കണ്ടമാനം ആരെയും വിശ്വസിക്കുന്നത് അപകടമായിരിക്കും... സൊഖ്‌ലോവ്സ്കിയുടെ പൂർവ്വകാലചരിത്രത്തിൽ വേറെയും ചില കറുപ്പുപുള്ളികളുണ്ട്. നിങ്ങളിവിടെ വരുമ്പോൾ വൊറോണിൻ ജോലിയിലുണ്ടായിരുന്നുവെന്നുതോന്നുന്നു. അയാൾക്ക് വളരെക്കാലമായി സുഖമില്ലായിരുന്നു. ലിവറിലെന്തോ തകരാറ്. അത് വേണ്ടസമയത്ത് ശ്രദ്ധിച്ചില്ല. പക്ഷേ വാസ്തവത്തിൽ അയാളെക്കൊന്നത് ആ രോഗമല്ല, സ്പിൻഡിൽജോലിയിൽ ഏർപ്പെടുത്തിയതാണ്. ആരാണതിനുത്തരവാദി? സൊഖ്‌ലോവ്സ്കിതന്നെ. വയ്യാത്ത ജോലി ചെയ്തതിന് വൊറോണിൻ കുറ്റം ഏല്ക്കേണ്ടിവന്നുവെന്നുമാത്രമല്ല, അതയാളെ നശിപ്പിക്കയും ചെയ്തു."

ദിമിത്രി: "ഞാൻ വൊറോണിനെ അറിയില്ല. ഞാൻ വരുമ്പോൾ അയാൾ ഫാക്ടറിയിലില്ല; ആസ്പത്രിയിലായിരുന്നു, സൊഖ്‌ലോവ്സ്കി അങ്ങിനെ ഒരബദ്ധം ചെയ്യുമെന്നു വിശ്വസിക്കാൻ വിഷമമാണ്.

എല്ലാവർക്കും തെറ്റുപററാം. എന്തുതന്നെയായാലും വളരെ നിപുണനായ ഒരു ഡിസൈനറാണയാൾ.”

ഇതുവരെ ശാന്തമായും അലംഭാവത്തോടുകൂടിയുമാണ് ജ്യൂറാവിലോവ് സംസാരിച്ചിരുന്നത്. പക്ഷേ ദിമിത്രി തന്റെ വഴിക്കു വരുന്നില്ലെന്നുകണ്ടപ്പോൾ പെട്ടന്നയാൾ ക്ഷോഭിച്ചു. കോപംകൊണ്ടു മുഖം തുടുത്തു. ആകപ്പാടെ ഒരു വിറ. അയാൾ ചൊടിച്ചുകൊണ്ടു പറഞ്ഞു.

“നിപുണനായ ഡിസൈനറല്ല, നിപുണനായ കുത്തിത്തിരിപ്പുകാരനാണ് അയാൾ; ഞാനാണു പറയുന്നത്. ഇതിൽ യാതൊരു സന്ദേഹവും വേണ്ട. നിങ്ങൾ പാർട്ടി കമ്മിറ്റിയോഗത്തിൽ വരാത്തതു കഷ്ടമായിപ്പോയി. അതു നിങ്ങളുടെ കണ്ണു തുറപ്പിക്കുമായിരുന്നു. അയാൾ ആ യോഗത്തിൽ വീണ്ടും പാർപ്പിടപ്രശ്നം കുത്തിപ്പൊക്കിയതെന്തിനാണെന്നു നിങ്ങൾക്കറിയാമോ? തൊഴിലാളികളുടെ സ്ഥിതിയിൽ അയാൾക്കു വേദനയുണ്ടെന്നാണോ നിങ്ങൾ കരുതുന്നത്? ഓ! അയാൾക്കതിൽ ഒരു ചുക്കുമില്ല: എനിക്കിതിൽ വേദനയില്ലെന്നു നിങ്ങൾ കരുതുന്നുണ്ടോ? ഓരോ തവണയും ആ ചാളകൾ കാണുമ്പോൾ എന്റെ ഹൃദയം പൊട്ടാറുണ്ട്. വേഗംതന്നെ ഇവരെ പുതിയ കെട്ടിടങ്ങളിൽ മനുഷ്യരെപ്പോലെ പാർപ്പിക്കാൻ കഴിയുമെന്ന വിശ്വാസമാണ് എന്നെ ആശ്വസിപ്പിക്കുന്നത്. ഒരു ഡയറക്ടർ എന്ന നിലയ്ക്ക് അത് എന്റെ ചുമതലയാണ്; അയാളുടേതല്ല. ഞാൻ ഈ വിഷമങ്ങൾ വളരെ വിനയത്തോടെ വിവരിയ്ക്കുമ്പോൾ അയാൾ എന്നെ ഉപദേശിക്കാനാണ് മുതിരുന്നത്. അതും പാർട്ടിയോഗത്തിൽവെച്ച്! എന്നോടങ്ങിനെ പറയാൻ അയാൾക്കെന്താണധികാരം, നിങ്ങളൊന്നുപറയൂ!”

ദിമിത്രി അയാളെ സമാധാനിപ്പിക്കാൻ ശ്രമിച്ചു: “സൊഖ്ലോവ്സ്കി നിങ്ങളെ അപമാനിക്കാനാണു ശ്രമിച്ചതെന്ന് എനിക്കു തോന്നുന്നില്ല... അയാൾ പാർട്ടിയിലെ പഴയ മെമ്പർമാരിൽ ഒരാളല്ലേ!”

ഇതോടുകൂടി ജ്യൂറാവിലോവിന്റെ ബാലൻസു മുഴുവൻ തെറ്റിക്കഴിഞ്ഞിരുന്നു. അയാൾ വളരെ ഉച്ചത്തിൽ വിളിച്ചുകൂവി.

“പാർട്ടിയിലെ പഴയ മെമ്പറാണത്രെ.....! ശരി, നിങ്ങൾക്കറിയാമോ...! അവന്റെ ചരിത്രം അത്ര തെളിവുള്ളതല്ല...അവന്റെ കുടുംബം വിദേശത്താണെന്നറിയാമോ? ബെൽജിയത്തിൽ. ഇത് വെറും ശ്രുതിമാത്രമാണെന്നു നിങ്ങൾക്കു തോന്നുന്നുണ്ടോ? എന്നാൽ അങ്ങിനെയല്ല... അയാളുടെ ഫയലുകൾ ഒന്നു പരിശോധിച്ചാൽ മതി, നിങ്ങൾക്കെല്ലാം വ്യക്തമാവും... ഞാനെന്റെ പണിയിൽ മാത്രമേ ശ്രദ്ധിക്കാറുള്ളൂ... ഞാനൊരു കുഴപ്പക്കാരനല്ല... എന്തിനു പഴയതെല്ലാം വലിച്ചിടുന്നു! ഞാനയാൾക്കുവേണ്ടി

പലപ്പോഴും വാദിച്ചിട്ടു കൂടിയുണ്ട്. പഴയതു ക്ഷമിച്ച് അയാൾക്കു ജോലി ചെയ്യാൻ ഒരവസരം പാർട്ടി അനുവദിക്കയാണെങ്കിൽ ആവട്ടെ! പിന്നെയെന്തിനു അതുമിതും വലിച്ചുകൊണ്ടുവരുന്നു....? പക്ഷേ, അയാൾ കറയില്ലാത്തവനാണെന്നു നിങ്ങൾ എന്നോടു വാദിക്കാൻ വരണ്ട... എന്തൊക്കെയായാലും 50 ശതമാനമേ അയാളെ വിശ്വസിക്കാൻ പറ്റൂ...

ദിമിത്രി ഒന്നും പറഞ്ഞില്ല. അയാൾ ചിന്തിച്ചു: "എന്തൊക്കെത്തരത്തിലാണപ്പാ മനുഷ്യർ! ഒരു മണിക്കൂർ മുമ്പ് യുദ്ധകാലാനുഭവങ്ങളെപ്പറ്റി ഈ ഴൂറാവിലോവ് എന്നോട് പറഞ്ഞില്ലേ! എനിക്കപ്പോൾ വലിയ മമതതോന്നി. തന്നോടൊപ്പംനിന്നു സമരം ചെയ്തവരെപ്പറ്റി അയാൾ എത്ര സ്നേഹത്തോടെയാണനുസ്മരിച്ചത്. അതും വെറും പ്രസംഗമായിരുന്നില്ല. ആത്മാർത്ഥതയുടെ പ്രകടനമായിരുന്നു...അതുകഴിഞ്ഞ് ഒരു മണിക്കൂർ കഴിഞ്ഞേയുള്ളൂ. എന്തൊക്കെയാണിയാളിപ്പോൾ പറഞ്ഞുകൂട്ടിയത്? അപവാദങ്ങളും ആരോപണങ്ങളും അധിക്ഷേപങ്ങളും മാത്രം. എന്തിനാണിതൊക്കെ! എന്നെ അതിലേയ്ക്കു വലിക്കാനാണോ? വെറോണിനെപ്പറ്റിപ്പറഞ്ഞ ആ കഥ ഞാനൊരിക്കലും വിശ്വസിക്കില്ല. സൊഖ്ലോവ്സ്കി വളരെ വിശ്വസ്തനും സത്യസന്ധനുമാണ്. ഡിസൈൻ നിർമ്മാണത്തിൽ അയാളെ തൊടാനൊരാളില്ല ഇന്ന്. ഞാൻ സവ്ചെങ്കോവിനെ ഒരു റൊമാന്റിസിസ്റ്റാണെന്ന് ആക്ഷേപിക്കയുണ്ടായി. ഒരു കാര്യത്തിൽ അയാൾ ശരിയാണ് - ഴൂറാവിലോവു കൊള്ളരുതാത്തവനാണെന്ന അഭിപ്രായത്തിൽ. ഇത്തരമൊരുവനുമായി ഞാനെങ്ങിനെ ചങ്ങാത്തം കൂടി എന്നത് അത്ഭുതമായിരിക്കുന്നു. ഞാനെന്തിന്ന് അയാളുടെ ഈ കുനുഷ്ടുക്കൾ കേട്ടിരുന്നു!"

ദിമിത്രി പോകാനെണീറ്റു; "എനിക്കു തിരിച്ചുപോകാൻ വൈകി," എന്നു പറഞ്ഞുനടന്നു. വാതില്ക്കൽച്ചെന്നപ്പോൾ തിരിഞ്ഞുനിന്നു ഴൂറാവിലോവിനെ ഓർമ്മിപ്പിച്ചു: സൊഖ്ലോവ്സ്കിയെപ്പറ്റി നിങ്ങൾ പറഞ്ഞതിനോടു ഞാൻ യോജിക്കുന്നില്ല. അതു ധരിച്ചോളൂ."

വളരെനേരത്തേയ്ക്കു ഴൂറാവിലോവിന്ന് താൻ കാണിച്ച അബദ്ധം മനസ്സിലായില്ല: "ഞാനെന്തു വിഡ്ഢിയാണ്," അയാൾ ചിന്തിച്ചു: "ദിമിത്രിയും സൊഖ്ലോവസ്കിയും ഒറ്റക്കെട്ടാണ്. രണ്ടും തെമ്മാടികൾ... ഇയാൾ ലെനയെക്കാണാൻ വന്നിരുന്നതു വാസ്തവത്തിൽ ഫിലോസഫിയെപ്പറ്റി സംസാരിക്കാനായിരുന്നോ? ഞാൻ എല്ലാറ്റിനേയും വിശ്വസിക്കുന്ന ഒരു വിഡ്ഢിയായിപ്പോയി! ലെനയുടെ കാര്യമെടുത്താൽ മതിയല്ലൊ. ഞാനവളെ എപ്പോഴെങ്കിലും സംശയിച്ചിരുന്നോ? എന്നിട്ടും അവളൊരു അസത്തായിപ്പോയില്ലേ?... എന്തൊക്കെയായാലും

അവളുണ്ടായിരുന്നപ്പോൾ വീട്ടിനൊരു ജീവനുണ്ടായിരുന്നു. ഷൂരയുണ്ടായിരുന്നെങ്കിൽ എനിക്കവളുമായി കുറച്ചു കളിയ്ക്കായിരുന്നില്ലേ! വീടാകെ ശൂന്യമായിത്തോന്നുന്നു..."

"... ബോയിലറിന്റെ ബ്രാക്കറ്റിനെപ്പറ്റി ദിമിത്രി പറഞ്ഞതു ശരിയാണ്. അത് ആ വിളക്കലിന്റെ തകരാറുതന്നെ. നാളെ യെഗറോവിനെക്കണ്ടു സംസാരിക്കണം അതു ശരിപ്പെടുത്താൻ കഴിയും..."

"... സൊഖ്ലോവ്സ്കിയ്ക്കു കേന്ദ്രത്തിൽ എന്തോ പിടിയുണ്ട്. എന്നെ പുറത്താക്കാൻ അയാൾക്കു കഴിഞ്ഞെന്നുവരുമോ? അച്ഛൻ പറയാറുണ്ട്, "മോനേ സൂക്ഷിയ്ക്കണം, ആരുടെ വായിലും വിശ്വസിച്ചു വിരലിട്ടു പോകരുത് - കടിയ്ക്കും. അതിനുശേഷം കാര്യങ്ങളെത്ര മാറിക്കഴിഞ്ഞു! ഫാക്ടറികൾ എത്രയെണ്ണമാണുണ്ടായിട്ടുള്ളത്. പണ്ടു കോഴിയെ നോക്കാൻ നടന്നിരുന്ന ഞാൻ ഒരു ഡയറക്ടറായി. പക്ഷേ അച്ഛൻ തന്ന ആ ഉപദേശം ഇപ്പോഴും ശരിയാണ്. ആരേയും അന്ധമായി വിശ്വസിച്ചുപോകരുത്. അല്ലെങ്കിൽ എന്തുപറ്റുമെന്ന് കണ്ടുകഴിഞ്ഞില്ലേ! ലെന ചതിച്ചതു മതിയായ തെളിവാണ്. ദിമിത്രിയെ വിശ്വസിച്ചു; എന്നിട്ടോ! അയാളും വഞ്ചകനാണെന്ന് ഇപ്പോൾ ബോദ്ധ്യപ്പെട്ടില്ലേ....! ഞാനൊരു വല്ലാത്ത അസ്വസ്ഥതയിലാണ്. ഇത്രയും മോശമായ ഒരു സ്ഥിതി ഇതിനുമുമ്പുണ്ടായതായി തോന്നുന്നില്ല..."

അങ്ങിനെയിരിക്കുമ്പോൾ ഖിട്രോവു കേറിവന്നു. ജൂറാവിലോവിന്ന് ഒരുന്മേഷം തോന്നി. "ഇയാളൊരു യഥാർത്ഥ സുഹൃത്താണ്; എന്റെ അസ്വസ്ഥത ഇയാൾ മനസ്സിലാക്കിയിട്ടുണ്ടാവണം," അയാൾ ചിന്തിച്ചു.

ജൂറാവിലോവു കണ്ടമാനം സൊഖ്ലോവ്സ്കിയെ ആക്ഷേപിച്ചു. വായിൽവന്ന അധിക്ഷേപ വാക്കുകളെല്ലാം പ്രയോഗിച്ചു. അപവാദങ്ങളും ആരോപണങ്ങളുംകൊണ്ടു സൊഖ്ലോവ്സ്കിയെ തുണ്ടം തുണ്ടമാക്കി വലിച്ചുകീറി. ഖിട്രോവ് വലിയ താല്പര്യം നടിച്ചുകേട്ടിരുന്നു. ഇടയ്ക്കിടെ "ഓഹോ! "ആ! ഹാ,"ഞാനിതുവരെ അറിഞ്ഞില്ല, വിശ്വസിക്കാൻ വിഷമം തോന്നുന്നു എന്നിങ്ങനെ ജൂറാവിലോവിനെ പ്രോത്സാഹിപ്പിച്ചു. പറ്റിയ കൂട്ടുകാരനെ കിട്ടിയപ്പോൾ ജൂറാവിലോവിന്ന് ഉശിരുകേറി. സൊഖ്ലോവ്സ്കിയുടെ പിൽക്കാലചരിത്രങ്ങളെ കുറെ ആക്ഷേപിച്ചു. എന്നിട്ടു കലികേറിയപോലെ ചാടിയെണീറ്റു കൂവിവിളിച്ചു: "കുടുംബത്തെ നേരത്തെ മറുനാട്ടിലേയ്ക്കു കടത്തി. ആലോചിച്ചുനോക്കൂ! അവൻ ചാരനാണ്; വിദേശി. കമ്യൂണിസ്റ്റല്ല."

"ശ്ശെടാ! സൊഖ്ലോവസ്കി! വല്ലാത്ത ഭയങ്കരൻ!" ഖിട്രോവു താളം പിടിച്ചു.

***

ഷ്രൂറാവിലോവുമായുണ്ടായ സംഭാഷണത്തിന്റെ പ്രത്യാഘാതത്തിൽ നിന്നു വിമുക്തിനേടാൻ ദിമിത്രിയ്ക്കും കുറച്ചുനേരം വേണ്ടിവന്നു. അയാൾക്കു വെറുപ്പും മുഷിപ്പും തോന്നി: "എന്തൊക്കെയാണ് ആ മനുഷ്യൻ പറഞ്ഞത്: വല്ലാത്തൊരു സത്വംതന്നെ. ഇയാളിനി എന്തൊക്കെച്ചെയ്യില്ല? ...ഭാഗ്യമെന്നു പറയട്ടെ, സൊഖ്ലോവ് സ്കിയെ ഹെഡ്ഡാപ്പീസിലുള്ളവർക്കു നല്ലവണ്ണമറിയാം. അതുകൊണ്ടു ഭയപ്പെടാനില്ല. മാത്രമല്ല, കാലത്തിലും മാറ്റമുണ്ടായിട്ടുണ്ട്. ഷ്രൂറാവിലോവിന്ന് ഇഷ്ടംപോലെ അയാളെ പുറത്താക്കാനൊന്നും ഇനി കഴിയില്ല... എന്തായാലും ഷ്രൂറാവിലോവ് ഭയങ്കരനാണ്. ഞാനെന്തുകൊണ്ട് അതയാളോടു തുറന്നുപറഞ്ഞില്ല? അതു നന്നായില്ല. പറയേണ്ടതായിരുന്നു..."

"പക്ഷെ സവ്ചെങ്കോ പറയുമ്പോലെ അത്ര കൊള്ളരുതാത്തവനാണോ ഷ്രൂറാവിലോവ്? തന്റെ പണിയിൽ അയാൾ സദാജാഗ്രതയുള്ളവനാണല്ലോ. യുദ്ധകാലത്ത് ഒരു നല്ല യോദ്ധാവുമായിരുന്നു. ഒരേ മനുഷ്യനിൽത്തന്നെ ഈ വ്യത്യസ്തസ്വഭാവങ്ങൾ എങ്ങിനെ നിലനിൽക്കുന്നുവെന്നതാണത്ഭുതം. ലെന ഇപ്പോഴല്ലെ ഇയാളെ ഉപേക്ഷിച്ചത്? ഇയാൾ അവളെ ആകർഷിച്ചിരുന്ന ഒരു കാലമുണ്ടായിരുന്നു; സ്നേഹിക്കാൻ അവളെ പ്രേരിപ്പിച്ച എന്തോ ഒന്ന്! ഒരു വഞ്ചകനാവില്ല അയാൾ."

"ഒരു യന്ത്രത്തിന്റെ കേടുവന്ന ഭാഗങ്ങൾ തിരഞ്ഞെടുത്തു മാറ്റി പുതിയവ ചേർത്തു ശരിപ്പെടുത്താൻ കഴിയും. പക്ഷേ ഒരു മനുഷ്യന്റേതാണെങ്കിലോ? ഒരു കൊല്ലം മുമ്പാണെങ്കിൽ ഷ്രൂറാവിലോവ് ഉപയോഗമുള്ള ഒരു ജോലിക്കാരനാണെന്നു ഞാൻ പറയുമായിരുന്നു. അന്നും അയാളുടെ വൃത്തികെട്ട വശം ഞാൻ കാണാഞ്ഞിട്ടല്ല; പക്ഷേ കണ്ണടയ്ക്കാൻ ശ്രമിച്ചിരുന്നു. എന്നാൽ ഇന്നാകട്ടെ ഒരു മനുഷ്യനെന്ന നിലയ്ക്ക് അയാൾ കുഴഞ്ഞുമറിഞ്ഞു ജീർണിച്ച ഒന്നാണെന്നു ബോദ്ധ്യപ്പെട്ടുകഴിഞ്ഞിരിക്കുന്നു..."

"ഒരു പുതിയജാതി മനുഷ്യരാണാവശ്യം - സവ്ചെങ്കോവിനെപ്പോലെ റൊമാന്റിസിസ്റ്റായിട്ടുള്ളവർ. മോളിലേയ്ക്കുള്ള കേറ്റം വലിയ കുത്തനെയുള്ളതാണ്. ദ്രവിച്ച ശ്വാസകോശമുള്ളവർക്കു പറ്റിയതല്ല ഇന്നത്തെ വായു. ഷ്രൂറാവിലോവിനെ കവച്ചുവെയ്ക്കാൻ കഴിയുന്ന ചിലർ സവ്ചെങ്കോവിന്റെ സമകാലികരായുമുണ്ട്. നമ്മുടെ കിഴവൻ പുഖോവിനെപ്പറ്റി ലെന പറയാറുള്ളത് ഓർത്തുനോക്കൂ! ഇരുളടഞ്ഞ കാലഘട്ടത്തിൽ ജനിച്ചു വളർന്നവനാണദ്ദേഹം. എന്നിട്ടും എത്ര വിശാലമാണദ്ദേഹത്തിന്റെ വീക്ഷണം! എല്ലാകാലത്തും നല്ല മനുഷ്യരും

ചീത്തമനുഷ്യരുമുണ്ടാവും. ഒരുവൻ സത്യസന്ധനാണെങ്കിൽ അവനൊരിക്കലും തകർന്നുപോവില്ല. നേർവഴിയിൽത്തന്നെ അവനെത്തും. അറിവുകൊണ്ടുമാത്രമായില്ല. വികാര-വിചാരങ്ങൾക്കു പരിശീലനവും നിയന്ത്രണവും ലഭിക്കണം. അമേരിക്കയുടെ കാര്യമെടുക്കൂ! അവിടെ വിദ്യാഭ്യാസം വേണ്ടത്രയുണ്ട്.അവരുടെ ശാസ്ത്ര മാസികകൾതന്നെ അതിനു തെളിവാണ്. എത്ര അത്ഭുതകരമായ ലാബറട്ടറികളാണവിടെയുള്ളത്? പക്ഷേ നീഗ്രോകളോടുള്ള അവരുടെ പെരുമാറ്റമോ? അതു നിങ്ങളെ എത്രമാത്രം അസ്വസ്ഥനാക്കുന്നുവെന്നു നോക്കുക! തനി കാട്ടാളത്തം!”

“പക്ഷേ വികാര-വിചാരങ്ങളെ എങ്ങിനെയാണു പരിശീലിപ്പിക്കുകയും നിയന്ത്രിക്കുകയും ചെയ്യുക! അതു വളരെ കുഴപ്പംപിടിച്ച കാര്യമാണ്. ക്രിമിയയിൽ മുന്തിരിങ്ങ നട്ടുവളർത്താൻ അത്ര വിഷമമില്ല - സവ്ചെങ്കോവിനെ ഒരു നല്ല മനുഷ്യനാക്കി വളർത്തുന്നപോലെ സുഗമമാണത്. പക്ഷേ ബാലനായ ജ്ഞൂറാവിലോവിൽ മനസ്സാക്ഷി കുത്തിവെയ്ക്കുകയെന്നത് തെക്കുനിന്നു കാട്ടുമുന്തിരി പറിച്ച് നമ്മുടെ രാജ്യത്തിന്റെ വടക്കെ അറ്റത്തുകൊണ്ടുപോയി വെയ്ക്കുന്നപോലെയാണ്. അവിടെ അതു വളർത്തുക എളുപ്പമുള്ള പണിയല്ല. എങ്കിലും പുതിയ കണ്ടുപിടുത്തങ്ങൾമൂലം അസാദ്ധ്യമാണെന്നു പറയാനും വയ്യ. അടങ്ങാത്ത ആവേശവും നിശ്ചയദാർഢ്യവും നിങ്ങൾക്കുണ്ടോ - എന്നാൽ സാധിച്ചേയ്ക്കും. ലോകത്തിനു സ്വപ്നം കാണാൻപോലും കഴിഞ്ഞിട്ടില്ലാത്ത പലതും നമ്മുടെ ജനത സാധിച്ചുകഴിഞ്ഞിരിക്കുന്നു. ഒരു മഹത്തായ ജനതയെന്ന് അവരെ പറയുന്നതിൽ ഒട്ടും അതിശയോക്തിയില്ല. ഓരോ വ്യക്തിയും അങ്ങിനെ ആയിത്തീരേണ്ടത് അത്യാവശ്യമാണ്. സർവ്വസ്പർശിയായ ആ നവോത്ഥാനത്തിൽ ജ്ഞൂറാവിലോവ് പങ്കെടുത്തില്ലേ? ജനകീയ യുദ്ധത്തിൽ അയാൾ നല്ലൊരു യോദ്ധാവായിരുന്നില്ലെ? പിന്നെ ഇവിടെ ഫാക്ടറിയിൽ തീപിടിച്ചപ്പോൾ അസാമാന്യമായ ധീരത പ്രകടിപ്പിച്ചില്ലേ? മനുഷ്യരാശിയുടെ പകുതിയുടെ കാര്യത്തിൽ നമ്മൾ വളരെയേറെ പ്രയത്നിച്ചിട്ടുണ്ട്. പക്ഷേ മറ്റേ പകുതിയെ നമ്മൾ അവഗണിച്ചു. ഫലമോ? വീട്ടിന്റെ പകുതിമാത്രം ശുദ്ധമായി, മറ്റേ പകുതി ദുഷിച്ചുതന്നെ കിടക്കുന്നു. വളരെമുമ്പ് ഗോർക്കിയുടെ ഒരു ലേഖനം വായിച്ചതു ഞാനിപ്പോഴും ഓർക്കുന്നു. അന്നു ഞാനൊരു സ്കൂൾ കുട്ടിയായിരുന്നു. നമ്മൾക്കു നമ്മുടേതായ ഒരു സോവിയറ്റു മനുഷ്യസ്നേഹം ആവശ്യമാണെന്ന് അദ്ദേഹം ഉദ്ബോധിപ്പിച്ചിരുന്നു, അതിൽ. പക്ഷേ ആ വാക്കു നമ്മൾ മറന്നുകളഞ്ഞിരിക്കയാണ്. ആ കടമ ഇപ്പോഴും അവശേഷിച്ചിരിക്കുന്നു. അന്ന് ആ പഴയകാലത്ത് അതൊരാശയം മാത്രമായിരുന്നു.

ഇപ്പോഴോ? അതു നടപ്പിലാക്കേണ്ട ഘട്ടമാണ്."

ഞാൻ ജ്രൂറാവിലോവിനെ അധിക്ഷേപിക്കുന്നു. എന്നാൽ എന്റെ നിലയെന്താണ്? ഞാൻ എന്റെ നില ശരിപ്പെടുത്തിയിട്ടുണ്ടോ? എന്റെ ജീവിതരീതിയും ചിന്തകളും തമ്മിൽ ബന്ധമില്ലാത്ത തരത്തിൽ നമുക്കൊരു വേലികെട്ടിയിരിക്കയാണ്. ആ നോവലെഴുതിയ സുബ്ടര് സാവിനെ ഞാനെന്തിനാണ് അധിക്ഷേപിച്ചത്? എനിയ്ക്കു രണ്ടു മുഖങ്ങളുണ്ടെന്നു പറയാൻ അയാൾക്കു ന്യായമില്ലേ? പുസ്തകത്തിൽ അതൊക്കെ ശരിയാവാമെങ്കിലും ജീവിതത്തിൽ ആവില്ല എന്നു ഞാൻ പലപ്പോഴും പറയാറില്ലേ? അതൊരു കപടനാട്യമല്ലേ? എന്നിട്ടും ഞാൻ സത്യസന്ധനല്ലാതാവാൻ ഉദ്ദേശിക്കുന്നില്ല. എന്താണിങ്ങനെ സംഭവിക്കാൻ? പക്ഷേ നമ്മളിൽ മാറ്റങ്ങൾ സംഭവിക്കയും വേഗം വളരുകയും ചെയ്യുന്നതുകൊണ്ടായിരിക്കുമോ? ചിലപ്പോൾ മനസ്സിനും മറ്റു ചിലപ്പോൾ ഹൃദയത്തിനും ആ വളർച്ചയോടൊപ്പമെത്താൻ കഴിയുന്നില്ല! സവ്ചെങ്കോ എന്നെക്കാൾ ഭേദമാണ്! അവന്റെ ആവശ്യങ്ങൾ വലുതാണ്! അതവന്റെ അവകാശമാണ്. മുമ്പു നമ്മൾ വളരെ അവ്യക്തമായി സ്വപനം കണ്ടിരുന്ന വസ്തുതകളിലേയ്ക്ക് ഇപ്പോൾ നാം വളരെ അടുത്തെത്തുന്നപോലെ തോന്നുന്നു."

ദിമിത്രി കിടക്കയിൽക്കേറി കണ്ണടച്ചുകിടന്നു. പലവിധ ചിന്തകൾമൂലം ഉറക്കംവന്നില്ല. തന്റെ ഒപ്പംനിന്നു പടവെട്ടിയ സഖാരിയേവ് ശത്രുവിന്റെ വെടിയുണ്ടയേറ്റു മരിക്കുമ്പോൾ പറഞ്ഞതയാളോർത്തു, "എല്ലാം നേരെയാവും." തുടർന്ന് വെൽഡർ ലിസ്സിഷ്കിന്റെ വാക്കുകൾ കേൾക്കുന്നതായി അയാൾക്കു തോന്നി: "എനിക്ക് സമ്മാനം തന്നതിനെന്താണർത്ഥം? ഞങ്ങളെല്ലാവരും ചേർന്നാണത് കണ്ടുപിടിച്ചത്. ഞങ്ങളൊന്നിച്ചാണതിനെപ്പററി ചിന്തിച്ചതും." അതുകഴിഞ്ഞു സവ്ചെങ്കോവിന്റെ വാക്കുകൾ അനുസ്മരിച്ചു: "ബോംബും മറ്റും കൊണ്ട് അവർക്കു നമ്മെ ഭീഷണിപ്പെടുത്താനാവില്ല. നമ്മുടെ ഭാഗത്ത് ആശയങ്ങളുണ്ട്. നമ്മുടെ വാക്കിന് അന്തസ്സുമുണ്ട്." - ആവേശം കൊള്ളിക്കുന്ന അന്തസ്സുള്ള ജനങ്ങൾ. അവരെ സ്വപ്നംകണ്ട് അയാൾ ആവേശം കൊണ്ടു - ഉന്മേഷവും സ്നേഹവും നിറഞ്ഞ്, അല്പം പരുപരുപ്പുണ്ടെങ്കിലും ഹൃദയാലുക്കളായ ജനങ്ങൾ. തന്റെ ശതാബ്ദത്തിലെ അക്ഷയശക്തിയുള്ള മഹത്തായ ഒരു ജനത. ക്രമേണ നേരിയ ഒരു പുഞ്ചിരി അയാളുടെ മുഖത്തു തെളിഞ്ഞു. അപ്പോൾ ലെന അയാളുടെ സ്മരണയിലേയ്ക്കു കടന്നുവന്നു. മനുഷ്യരാശിയുടെ ഭാവിയെപ്പറ്റിയുള്ള അയാളുടെ ഉറച്ചതും ചൈതന്യവത്തുമായ സ്വപ്നവുമായി ലെനയുടെ സ്മരണയും ലയിച്ചുചേർന്നു.

അദ്ധ്യായം പതിനൊന്ന്

സൊഖ്ലോവിസ്കിയെപ്പറ്റി ജ്ജൂറാവിലോവ് പറഞ്ഞ കഥ ബിട്രോവിനെ അമ്പരപ്പിച്ചു. അയാൾ അത് തന്റെ ഭാര്യയോടും മൂത്തമകനോടും പറഞ്ഞു: "സൊഖ്ലോവ്സ്കി ഒരു ചാരനും അട്ടിമറിക്കാരനുമാണ്; അയാൾ തന്റെ കുടുംബത്തെ ബൽജിയത്തിലേയ്ക്ക് നേരത്തെ കടത്തിക്കഴിഞ്ഞു. ജ്ജൂറാവിലോവ് ചുമ്മാ പറയുന്നവനല്ല. അയാൾ ഓരോ വാക്കും അളന്നുതൂക്കിയേ പറയാറുള്ളു. സൊഖ്ലോവസ്കിയുടെ കള്ളി അവിടെ (മോസ്ക്കോവിന്റെ നേർക്കു കൈ ചൂണ്ടിക്കൊണ്ട്) കണ്ടുപിടിച്ചുകഴിഞ്ഞായിരിക്കും."

ഖിട്രോവ് ഈ കഥ എഞ്ചിനീയർ പ്രൊഖോറോവിനോടും ക്ലബ് മാനേജർ ദോബിൻസ്കിയോടും പറയുകയുണ്ടായി. ഓരോരുത്തരോട് പറയുമ്പോഴും "നമ്മൾ മാത്രമറിഞ്ഞാൽ മതി," എന്നു വിലക്കാറുമുണ്ടായിരുന്നു. എഞ്ചിനീയർ പ്രൊഖോറോവ് ഇത് വെറും അസംബന്ധമായിട്ടേ കണക്കാക്കിയുള്ളൂ. ക്ലബ് മാനേജർ ദോബിൻസ്കിയ്ക്ക് ഇത് രസമുള്ളതായി തോന്നി. ക്ലബിന്റെ പ്രവർത്തനത്തെ സൊഖ്ലോവ്സ്കി പലപ്പോഴും കളിയാക്കിയിട്ടുള്ളതുകൊണ്ട് ദോബിൻസ്കിയ്ക്ക് അയാളോട് നല്ല രസമുണ്ടായിരുന്നില്ല. തന്നെയല്ല അമ്പരപ്പിക്കുന്ന വാർത്തകൾ ഉണ്ടാക്കി ആളുകളെ ഞെട്ടിപ്പിക്കുക ദോബിൻസ്കിയ്ക്ക് ഒരു രസമാണ്. ഖിട്രോവിൽ നിന്ന് ഇത് കിട്ടിയ ഉടനെ അയാൾ പൊടിപ്പും തൊങ്ങലും ചേർത്ത് കണ്ടവരോടൊക്കെ പറഞ്ഞുനടന്നു.

ഖിട്രോവിന്റെ ഭാര്യയ്ക്ക് ഒരു ബാങ്കിലാണ് ജോലി. അവളിത് അവിടേയും പരത്തി. അയാളുടെ മകൻ 10-ാം തരത്തിലാണ് പഠിയ്ക്കുന്നത്. അവൻ തന്റെ സഹപാഠികൾക്കിടയിലും കൊളുത്തിവിട്ടു.

മൂന്നുദിവസം കഴിഞ്ഞപ്പോഴേയ്ക്കും ഇതേതൊണ്ട് മിക്കവരുടെ ചെവിയിലുമെത്തി. ഇതിനെപ്പറ്റി ഒന്നുമറിയാതിരുന്ന ഒരേ ഒരാൾ സൊഖ്ലോവ്സ്കി മാത്രമായിരുന്നു. അയാൾ പതിവുപോലെ തന്റെ ജോലി തുടർന്നുകൊണ്ടേയിരുന്നു. വൈകുന്നേരം ഡോ.വീരയെ കാണാൻ പോകണോ എന്നാലോചിക്കും. "ഞാൻ എപ്പോഴും ചെല്ലുന്നു എന്നവൾ കരുതിയാലോ," എന്ന് ശങ്കിച്ച് വേണ്ടെന്നുവെയ്ക്കും.

ഒരു ദിവസം സൊഖ്ലോവ്സ്കി ഷ്റാവിലോവിനോട് സിഗ്നൽ ഏർപ്പാടിനെപ്പററി സംസാരിച്ചു. ഷ്റാവിലോവിന്റെ അഭിപ്രായങ്ങൾ താൻ സ്വീകരിക്കുന്നു, അതുപ്രകാരം വേണ്ട മാറ്റങ്ങൾ വരുത്താം എന്നയാൾ സമ്മതി ച്ചു. വളരെ ശാന്തനായിട്ടാണ് സംസാരിച്ചത്. ഇതു കഴിഞ്ഞപ്പോൾ ഷ്റാവിലോവിന്ന് തോന്നി; പക്ഷേ ഞാനയാളെപ്പറ്റി പറഞ്ഞത് കുറച്ചു കടന്നുപോയോ? അയാൾ എപ്പോഴും ഓടിനടക്കുന്ന പ്രകൃതക്കാരനാണ്, സംശയമില്ല. പക്ഷേ അയാളുടെ ജന്മനാലുള്ള സ്വഭാവമായിരിക്കാം. ഞാൻ ചൂണ്ടിക്കാണിച്ച തിരുത്തലുകൾ ഒക്കെ അയാൾ സ്വീകരിച്ചു. ഞാനിത്രമാത്രമൊന്നും ബഹളം കൂട്ടേണ്ടിയിരുന്നില്ല എന്നാണ് തോന്നുന്നത്. ഞങ്ങൾക്ക് ഇണങ്ങിപ്പോവാൻ കഴിയുമെന്ന് തോന്നുന്നു...!"

ക്രമേണ ഷ്റാവിലോവ് തന്റെ അസ്വസ്ഥതയിൽനിന്ന് പുറത്തു കടന്നു. അടുത്ത ഞായറാഴ്ച അയാൾ ഖിട്രോവുമൊന്നിച്ച് ചൂണ്ടയിടാൻ പോയി. തിരിച്ചു മടങ്ങുന്ന അവസരത്തിൽ ഖിട്രോവ് ചോദിച്ചു: സൊഖ്ലോവ്സ്കിയുടെ വിശേഷമെന്തൊക്കെയാണ്?"

ഷ്റാവിലോവ്: "ഓ! അയാൾ അയാളുടെ പദ്ധതി ശരിപ്പെടുത്തുകയാണ്. അയാൾ ഒരു അസത്താണെങ്കിലും പണി അറിയാം."

ഒരാഴ്ചമുമ്പു താൻ അയാളെ കണ്ടമാനം അധിക്ഷേപിച്ചു ശപിച്ചതാണെന്ന ഭാവമേ ഇല്ലായിരുന്നു ഷ്റാവിലോവിന്ന്.

ഒരാഴ്ചകൂടി കഴിഞ്ഞു. താൻ നിലതെറ്റി സൊഖ്ലോവ്സ്കിയെ പുലഭ്യവർഷം ചെയ്ത ആ ഞായറാഴ്ച ഷ്റാവിലോവ് മറന്നുകഴിഞ്ഞിരുന്നു. നമ്മുടെ വയോധികനായ പുഖോവിന്ന് ഈ കഥ കിട്ടിയതിപ്പോഴാണ്. അത്താഴസമയത്ത് പുഖോവ് ഇതിനെ ആക്ഷേപിച്ചു: "ഇങ്ങിനെ ഒരെണ്ണം മിനഞ്ഞെടുക്കാൻ ഷ്റാവിലോവിന്ന് കഴിവുണ്ടെന്നു ഞാൻ വിശ്വസിച്ചിരുന്നില്ല. ലെന അയാളെ ഉപേക്ഷിച്ചതെത്രെ നന്നായി! സൊഖ്ലോവ്സ്കി കുടുംബത്തെ ബൽജിയത്തിലേയ്ക്കയച്ചെന്ന കഥ ഷ്റാവിലോവുണ്ടാക്കിയതാണ്. ഞാനായിരുന്നു പബ്ലിക് പ്രോസിക്യൂട്ടറെങ്കിൽ ഈ അപവാദം പരത്തിയതിന് അയാളെ പിടിയ്ക്കുമായിരുന്നു."

വൊളോഡ്യ നെറ്റിചുളിച്ചു: "എന്ത് വൃത്തികെട്ട ഏർപ്പാടാണ്! അച്ഛനൊരു ശ്രദ്ധനാണ്. ജൂറാവിലോവിന്റെ കഴുത്തിലല്ല കുടുക്കുവീഴുക, സൊഖ്ലോവ്സ്കിയുടെയാണ്. കുറച്ചുനാളായി ഞാൻ സൊഖ്ലോവ്സ്കിയെ കണ്ടിട്ട്. ഞാൻ ഒഴിഞ്ഞുമാറുകയാണെന്നയാൾ കരുതുന്നുണ്ടാവും... എന്തസംബന്ധം!"

അന്നുരാത്രിതന്നെ വൊളോഡ്യ സൊഖ്ലോവ്സ്കിയുടെ വസതിയിലേയ്ക്ക് ചെന്നു. അയാൾ ചെല്ലുമ്പോൾ സൊഖ്ലോവ്സ്കി ആ വലിയ മേശപ്പുറത്ത് ഡ്രായിങ്ങുകൾ നിവർത്തിവെച്ച് പരിശോധിക്കുകയാണ്.

പല ഫാക്ടറികളുടേയും യന്ത്രങ്ങളുടേയും ഫോട്ടോകൾ അടങ്ങിയ ഒരു ആൽബം സൊഖ്ലോവ്സ്കി വൊളോഡ്യയുടെ സമീപത്തേയ്ക്ക് നീക്കിവെച്ചു പറഞ്ഞു; "കുറച്ചുനേരം അത് നോക്കിയിരിക്കൂ; അപ്പോഴേയ്ക്കും എന്റെ ജോലി കഴിയും."

വൊളോഡ്യയ്ക്ക് ഈ യന്ത്രങ്ങളിലോ ഫാക്ടറികളിലോ വലിയ താല്പര്യമുണ്ടായിരുന്നില്ല. എങ്കിലും അതിൽ എഴുതിച്ചേർത്തിട്ടുള്ള കുറിപ്പ് അയാൾ വായിച്ചുനോക്കി: "ആദ്യത്തെ ബ്ലാസ്റ്റ് ഫർണസ് പണിതീർന്നു വിജയകരമായി പരീക്ഷണം നടത്തിയതിന്റെ സ്മരണക്കായി (1931) വ്ളാസിമിറോവിച്ച് സൊഖ്ലോവ്സ്കിയ്ക്ക് സഹപ്രവർത്തകർ സമർപ്പിക്കുന്നത്." 1931ൽ വൊളോഡ്യയ്ക്ക് 11വയസ്സാണ്. കുട്ടിക്കളിമാറാത്ത കാലം. അയാൾ ചിന്തിച്ചു: "വാസ്തവത്തിൽ സൊഖ്ലോവ്സ്കി കിഴവനായി. ഞങ്ങൾ തമ്മിൽ എങ്ങിനെ പൊരുത്തപ്പെടും? ഇയാൾ എല്ലാറ്റിനേയും വെറുക്കുന്ന ഒരുത്തനാണെന്നാണ് ഞാനാദ്യം കരുതിയത്. ഒന്നിലും വിശ്വാസമില്ലാത്ത ഒരുത്തനുമായി സംസാരിക്കുക രസമായിരിക്കുമെന്ന് ഞാൻ കരുതി. പക്ഷേ എന്തുമാതിരിയാണ് ഇയാളുടെ വിരക്തി? ജോലി ഇഷ്ടപ്പെടുന്നു, വളരെ ഏറെ വായിക്കുന്നു, കന്നുകാലിവളർത്തൽനിയമങ്ങൾ വീണ്ടും വീണ്ടും വായിക്കുന്നു - സാധാരണ ഒരു സോവിയറ്റ്പൗരനിൽനിന്നു യാതൊരു വ്യത്യാസവുമില്ല. പ്രതിഭ അല്പം കൂടുമെന്ന് മാത്രം. ഇതായിരിക്കണം ജൂറാവിലോവ് ഇയാളെ കടന്നുപിടിക്കാൻ കാരണം! പക്ഷേ സൊഖ്ലോവ്സ്കിയുടെ ഭാഗം പിടിയ്ക്കാൻ ആരുമുണ്ടാവില്ല. കാരണം, ഒരിക്കൽ നിങ്ങൾ അപവാദങ്ങൾക്ക് പാത്രമായാൽ പിന്നെ രക്ഷയില്ല. ആരും ബഹുമാനിക്കാൻ ധൈര്യപ്പെടില്ല. ഭാഗ്യവാന്മാരെ മാത്രമേ ഇന്ന് വിശ്വസിയ്ക്കൂ - ജൂറാവിലോവിനെപ്പോലുള്ളവരെ. സൊഖ്ലോവ്സ്കിയുടെ വികാരങ്ങൾ എനിയ്ക്കൂഹിക്കാൻ കഴിയും. ജോലിയിൽ നിന്ന് ഇയാളെ ഇനിയും അവർ പുറത്താക്കിയില്ലെന്നത് ഭാഗ്യമാണ്. ഓ! എന്തുഭാഗ്യം! ഇന്നല്ലെങ്കിൽ

നാളെ അവർ അയാളെ പുറത്തെറിയും!"

"ഇതെന്താ ഇങ്ങനെ വരാൻ?" ഡ്രോയിങ്ങിൽനിന്ന് തല ഉയർത്താതെ സൊഖ്ലോവ്സ്കി ചോദിച്ചു.

വൊളോഡ്യ: മുറിയ്ക്കകത്ത് നല്ല ചൂടാണ്. നിങ്ങളാണെങ്കിൽ കമ്പിളിക്കോട്ടും എടുത്ത് ധരിച്ചിരിക്കുന്നു.

സൊഖ്: ജലദോഷം പിടിച്ചിട്ടുണ്ടാവും.

ഏതാണ്ട് ഒരു മണിക്കൂർ കഴിഞ്ഞപ്പോൾ സൊഖ്ലോവ്സ്കി കടലാസ്സുകൾ എല്ലാം മടക്കിവെച്ചുകൊണ്ടു വൊളോഡ്യയുടെ നേർക്കു തിരിഞ്ഞു:

"കണ്ടിട്ടു വളരെക്കാലമായല്ലോ. എന്തു ചെയ്യുകയായിരുന്നു? ജോലിയുണ്ടായിരുന്നോ?"

വൊളോഡ്യ: "കുറച്ച്... നിങ്ങളെ ബോറാക്കേണ്ടെന്നു കരുതിയാണു വരാതിരുന്നത്." കുറച്ചുനേരം മൗനമായിരുന്ന ശേഷം വീണ്ടും വൊളോഡ്യ തുടർന്നു.

"വ്ളാഡിമിറോവിച്ച് സൊഖ്ലോവ്സ്കി, നിങ്ങൾക്ക് ആപ്പീസിൽ എന്തൊക്കെയോ കുഴപ്പം നേരിട്ടതായി കേട്ടല്ലോ?"

സൊഖ്ലോവ്സ്കി: "ഹേയ് അത്ര കാര്യമായിട്ടൊന്നുമില്ല... ആ പദ്ധതി ഒന്നു പുതുക്കേണ്ടിവന്നുവെന്നുമാത്രം... ചില തകരാറുകൾ ചൂണ്ടിക്കാണിക്കപ്പെട്ടു. അത് ന്യായവുമായിരുന്നു."

സൊഖ്ലോവ്സ്കിയ്ക്കു വല്ലാത്ത ഒരു വയ്യായതോന്നി. കിടന്നാൽ കൊള്ളാമെന്നാരാഗ്രഹം. സന്ദർശകൻ ഇപ്പോൾ ആവശ്യമില്ലായിരുന്നുവെന്നദ്ദേഹത്തിനുതോന്നി. കോഴി പൊരുന്നിരിയ്ക്കുന്നപോലെ കുഞ്ഞിക്കൂടി ഇരുന്നു. കുറച്ചുകഴിഞ്ഞു വൊളോഡ്യയോടു ചോദിച്ചു: "ആട്ടെ, ആ ഫോട്ടോകൾ ഇഷ്ടപ്പെട്ടോ?"

"വളരെ," വൊളോഡ്യ മറുപടി പറഞ്ഞു. അയാൾ വീണ്ടും ചിന്തിച്ചു: "ഇയാൾ ആ വാർത്ത കേട്ടിട്ടില്ലെന്നാണു തോന്നുന്നത്... ഞാനും അതു മിണ്ടാതെപോയാൽ ഷുറാവിലോവ് അപ്രതീക്ഷിതമായിട്ടായിരിക്കും ആക്രമിക്കുക. ഞാനതു ഓർമ്മിപ്പിക്കുകയാണു നല്ലത്. ഇയാൾ കരുതൽ എടുത്തു തയ്യാറായിക്കൊള്ളട്ടെ?" വൊളോഡ്യ ചോദിച്ചു:

"ഞാൻ നിങ്ങളുടെ ജോലിയെപ്പറ്റി ചോദിച്ചില്ലേ? ഷുറാവിലോവ് നിങ്ങളെ തകർക്കാൻ ശ്രമിക്കുന്നുവെന്നു കേട്ടതുകൊണ്ടാണ്."

സൊ: "വാസ്തവമോ?... ആ പുതിയമോഡൽ സംബന്ധിച്ചാണോ അത്?"

“അല്ല. നിങ്ങളുടെ കുടുംബത്തെ വിദേശത്തേയ്ക്കയച്ചെന്നും മറ്റുമാണയാൾ പറയുന്നത്” എന്നു താഴ്ന്ന ശബ്ദത്തിൽ പറഞ്ഞുകൊണ്ടു വൊളോഡ്യ കുറച്ചുകൂടി സൊഖ്‌ലോവ്സ്കിയുടെ അടുത്തേയ്ക്കു നീങ്ങിയിരുന്നു. പെട്ടെന്നു സൊഖ്‌ലോവ്സ്കിയുടെ ആ നായ വൊളോഡ്യയുടെ നേർക്ക് ഒരു ചാട്ടം. അയാളുടെ ട്രൗസറിന്മേൽ കടന്നുപിടിച്ചു എന്നായപ്പോഴേയ്ക്കും സൊഖ്‌ലോവ്സ്കി എണീറ്റ് അതിനെ പിടിച്ചു മാറ്റി. “വിഡ്ഢി, ആളെ അറിയാതെ ആരുടെ നേർക്കും ചാട്ടം,” എന്നു സൊഖ്‌ലോവ്സ്കി ശാസിച്ചു.

സൊവ്‌ലോവ്സ്കിയുടെ ആ വാക്കുകൾ നായയെ ഉദ്ദേശിച്ചോ അതോ ജ്രൂറാവിലോവിനെ ഉദ്ദേശിച്ചോ എന്ന് വൊളോഡ്യയ്ക്കു തീരുമാനിക്കാൻ കഴിഞ്ഞില്ല. അയാൾ എല്ലാം വിവരിച്ചുകൊടുത്തു. ജ്രൂറാവിലോവ് പരത്തിയ ശ്രുതി സൊഖ്‌ലോവസ്കി നിഷേധിക്കുന്നതും കാത്ത് അയാൾ ഇരുന്നു. പക്ഷേ സൊഖ്‌ലോവ്സ്കി ഒന്നും പറഞ്ഞില്ല. സോഫയിൽ കിടക്കുകയാണയാൾ. കുറച്ചുകഴിഞ്ഞപ്പോൾ ചോദിച്ചു: “അകത്തു നല്ല ചൂടുണ്ടെന്നാണോ വൊളോഡ്യ പറയുന്നത്! പക്ഷേ എനിക്കു വല്ലാത്ത തണുപ്പുതോന്നുന്നു.”

അപ്പോൾ മാത്രമേ സൊഖ്‌ലോവ്സ്കിയ്ക്കു ശരീരത്തിനു തീരെ സുഖമില്ലെന്ന കാര്യം വൊളോഡ്യയ്ക്കു മനസ്സിലായുള്ളൂ. “തണുപ്പു തട്ടിയിട്ടുണ്ടാവും,” അയാൾ കരുതി.

വൊളോഡ്യ: ഞാൻ കുറച്ചു ചായയുണ്ടാക്കട്ടെ? പോയി കുറച്ചു ബ്രാണ്ടിയും കൊണ്ടുവരാം!

സൊഖ്‌ലോവ്സ്കി: എനിയ്ക്കൊന്നുംവേണ്ട. ലിയോണാഡോ ഡാവിൻഞ്ചിയ്ക്കു ചായക്കൂട്ടു ശരിപ്പെടാഞ്ഞതെന്താണ്? പറയൂ. ഒരിയ്ക്കൽ ഞാനതിനെപ്പറ്റി വായിക്കയുണ്ടായി. പക്ഷേ മനസ്സിലായില്ല. തിരഞ്ഞെടുത്ത പെയിന്റു ശരിയാവാഞ്ഞിട്ടോ, അതോ ചായങ്ങൾ കൂട്ടിക്കലർത്തിയതിലെ തകരാറോ?

വൊളോഡ്യ: എനിക്കറിയില്ല. പൊതുവിൽ പറഞ്ഞാൽ എനിക്കിവയിലൊന്നും ഒരു പിടിയുമില്ല.

പിന്നെ കുറച്ചു നേരത്തേയ്ക്ക് ആരുമൊന്നും പറഞ്ഞില്ല. അല്പം കഴിഞ്ഞു വൊളോഡ്യ ചോദിച്ചു: “ഉറക്കംവരുന്നുണ്ടോ നിങ്ങൾക്ക്? എന്നാൽ ഞാനിറങ്ങാം...”

സൊ: “അവിടെയിരിയ്ക്കൂ. നിങ്ങളിരിയ്ക്കുന്നത് എനിയ്ക്കൊരു ബോറല്ല. ലിയോണാഡോവിന്റെ പെയിന്റിങ്ങുകൾ എങ്ങിനെ?

നിങ്ങൾക്കിഷ്ടമാണോ?"

വൊളോ: ഞാനതു ലെനിൻഗ്രാഡിലെ "ഹെർമിറ്റാജി"ൽവെച്ചുമാത്രമേ കണ്ടിട്ടുള്ളു. വളരെ വിഷമമാണ് ഒരഭിപ്രായം പറയാൻ.

സൊ: "അദ്ദേഹം തിരഞ്ഞെടുത്ത വസ്തുക്കൾ എനിക്കു പിടിച്ചു... മൈക്കൽ ആൻജലോ കവിത എഴുതാറുണ്ടായിരുന്നുവെന്ന കാര്യം നിങ്ങൾക്കറിയാമോ? ഇനി ഐൻസ്റ്റീനും കവിത എഴുതുമോ? എന്റെ ആ കോട്ടിങ്ങെടുക്കു; അതാ അവിടെ തൂക്കിയിരിക്കുന്നു."

"ഇയാൾ തന്റെ അസ്വസ്ഥത മറയ്ക്കാൻ ശ്രമിക്കുകയാവും, വൊളോഡ്യ വിചാരിച്ചു: ജൂറാവിലോവിന്റെ അപവാദപ്രചരണങ്ങൾ നിഷേധിക്കുക ഒരു കുറച്ചിലാണെന്ന് ഇയാൾ കരുതുന്നുണ്ടാവാം. ആ ധാരണ ശരിയാവാൻ മതി. ഞാനിതു പറയേണ്ടിയിരുന്നില്ല.. ഞാൻ വരുമ്പോൾ വളരെ സ്വസ്ഥതയോടെ ഇയാൾ ജോലിചെയ്യുകയായിരുന്നല്ലോ! ഇപ്പോഴോ? ഇതാ കിടക്കയിൽക്കിടന്നു തിരിഞ്ഞുമറിയുകയും കണ്ടതൊക്കെ പറയുകയും ചെയ്യുന്നു. നല്ല പനിയുണ്ടെന്നാണു തോന്നുന്നത്. ഒരു ഡോക്ടറെ കൊണ്ടുവരുന്നതു നന്നായിരിക്കും. ഞാൻപോയി കൊണ്ടുവരാം. ഇതേനിലയിലിട്ടു മിണ്ടാതെ പോണതു ശരിയല്ല..."

സൊഖ്ലോവ്സ്കി പിന്നെയും പ്രസക്തിയില്ലാതെ പലതും പറഞ്ഞു. ചെടികളെപ്പററിയും, പെയിന്റിങ്ങിനെപ്പറ്റിയും അങ്ങിനെ യാതൊരു ബന്ധവുമില്ലാതെ പലതും.

ഇയാൾക്ക് നല്ല ജ്വരമാണ്! വൊളോഡ്യ ഭയപ്പെട്ടു. അയാൾ സൊഖ്ലോവ്സ്കിയോടു പറഞ്ഞു: നോക്കൂ! "ഞാൻ പോയി ഡോക്ടറെ കൂട്ടിക്കൊണ്ടുവരാം."

സൊ: "ഓ! ഒന്നുമില്ല. നിങ്ങൾ ചുമ്മായിരിക്കൂ. ഇന്നെത്രയാണ് തിയ്യതി?"

വൊ: "പത്തൊമ്പത്."

സൊ: "നോക്കണേ വിഡ്ഢിത്തം! ഞാൻ കരുതി ഇരുപത്തൊന്നാണെന്ന്. ഞാൻ പറയുന്നത് സാരമാക്കാനില്ല. നിങ്ങൾ ഇതൊന്നും ശ്രദ്ധിക്കേണ്ട. ഹൊ! എന്റെ തലപൊളിയുന്നു."

വൊ: "ഞാൻ പോയി ഡോക്ടറെ കൊണ്ടുവരാം. നിങ്ങൾക്ക് നല്ല പനിയുണ്ട്."

സൊ: "എന്തിനാണ് ഡോക്ടർ? ഞാൻ പറഞ്ഞില്ലെ ജലദോഷമാണെന്ന്!"

വൊളോഡ്യ വീണ്ടും ഒരു മണിക്കൂർകൂടി ഇരുന്നു. പെട്ടെന്ന് സൊഖ്‌ലോവ്സ്കി വിഷമം പ്രകടിപ്പിച്ചു: ഹോ! എന്റെ തലപൊളിയു ന്നല്ലോ! ഇതെന്തുനാശം...

വൊളോഡ്യ എണീറ്റു. "ഞാനൊരു ഡോക്ടറെക്കൊണ്ടുവരാം," എന്നു പറഞ്ഞ് അയാൾ ഇറങ്ങാൻ തുടങ്ങി.

സൊ: "വൊളോഡ്യ. നില്ക്കു! ... ഡോ. ഷീററെ വിളിയ്ക്കണ്ട. ആരെയെ ങ്കിലും വിളിക്കണമെങ്കിൽ ഗൊരോഖോവിനെ മതി. ഇത് വേഗം മാറും, ആരും വേണ്ടിവരുമെന്ന് തോന്നുന്നില്ല."

വൊളോഡ്യ പോയി ഡോ. ഗൊരോഖോവിനെ കൂട്ടിക്കൊണ്ടുവന്നു.

ഗൊരോഖോവ് പരിശോധിച്ചശേഷം പറഞ്ഞു: "ഇത് ഇൻഫ്ലു വൻസയാണ്, വിഷജ്വരമായി മാറാനും വയ്യായ്കയില്ല, ഹൃദയത്തിന് ശക്തിപോര." പെനിസിലിനും കാംഫറും കുത്തി വെയ്ക്കാനായി ഉടനെത്തന്നെ ബാരീഖിന്നയെ അയയ്ക്കാമെന്നും രാവിലെ താൻ വീണ്ടും വന്നുനോക്കാമെന്നും പറഞ്ഞ് ഡോക്ടർ പോയി.

വൊളോഡ്യ അന്നുരാത്രി അവിടെ കൂടാൻ നിശ്ചയിച്ചു. സൊഖ്‌ലോ വ്സ്കി ഉറങ്ങുകയാണെന്ന് അയാൾക്കു തോന്നി.

വാസ്തവത്തിൽ അയാൾ നല്ല ഉറക്കമായിരുന്നില്ല. മയക്കമാണ്. ജ്വരത്തിന്റെ ശക്തിമൂലം പലതും പറഞ്ഞു കൊണ്ടിരുന്നു: ഷ്ചൂറാവിലോവ്, ലിയോണാഡോ ദാവിഞ്ചി, മേരി, വൊളോഡ്യ, വീര - ഇങ്ങിനെ പരസ്പര ബന്ധമില്ലാതെ പല വാക്കുകളും സംഭവങ്ങളും സൊഖ്‌ലോവ്സ്കിയുടെ പേപറച്ചലിൽനിന്നു വൊളോഡ്യ പെറുക്കി എടുത്തു.

മാനസികമായ അസ്വാസ്ഥ്യംകൊണ്ടു വിഷജ്വരം ഉണ്ടാവാൻ വഴിയില്ല എന്ന് വൊളോഡ്യയ്ക്കു ബോധ്യമുണ്ടെങ്കിലും താൻ പറഞ്ഞ വാർത്തയല്ലേ സൊഖ്‌ലോവ്സ്കിയെ ഈ നിലയിലാക്കിയതെന്ന് അയാൾ സങ്കടപ്പെട്ടു.

പിറ്റേദിവസം രാവിലെ ഡോ. ഗൊരോഖോവു വന്നു. അദ്ദേഹം രോഗിയെ പരിശോധിച്ചശേഷം നെറ്റിചുളിച്ച് ആലോചനയിലാണ്ടു. എന്നിട്ടു കുറച്ചുകഴിഞ്ഞു വൊളോഡ്യോവിനോടു പറഞ്ഞു: "മറ്റു ചിലരു ടെകൂടി അഭിപ്രായമറിയുന്നതു നന്നായിരിക്കും. ഞാൻ പ്രൊഫസർ ബൈഖോവിനെ ഫോൺചെയ്തു വരുത്താം."

ഗോറോഖോവു ഫോൺ ചെയ്തു. പ്രൊഫസർ എത്തി. കുറേനേരം അദ്ദേഹം എന്തൊക്കെയോ ഗൊരോഖോവിനു വിശദീകരിച്ചുകൊടുത്തു. വൊളോഡ്യോവിന് അവരുപയോഗിച്ച സാങ്കേതികവാക്കുകൾ ഒന്നും

മനസ്സിലായില്ല. പക്ഷേ ഡോക്ടർമാർപോലും അസ്വസ്ഥരായിട്ടുണ്ടെന്ന് അയാൾക്ക് ഊഹിക്കാൻ കഴിഞ്ഞു. രോഗിയെ ആസ്പത്രിയിലേയ്ക്കു മാറ്റുക യല്ലേ നല്ലതെന്നു ഗൊരോഖോവ് അഭിപ്രായപ്പെട്ടപ്പോൾ പ്രൊഫസർ ബൈഖോവ് അനുകൂലിച്ചില്ല: "വേണ്ട. ഇപ്പോൾ അനക്കരുത്. ഒരു നഴ്സിനെ കിട്ടാൻ വഴിയുണ്ടോ എന്ന് നോക്കൂ!"

നഴ്സ് ബാരീഖിന്നയോട് രോഗിയുടെ അടുത്തുതന്നെ ഇരിയ്ക്കാൻ ഗോരൊഖോവ് നിർദ്ദേശിച്ചു. വൈകുന്നേരമായപ്പോൾ വൊളോഡ്യ തന്റെ വീട്ടിലേയ്ക്കു പോയി. അയാൾ ആകപ്പാടെ തളർന്നു ക്ഷീണിച്ചിരിയ്ക്കുന്നതുകണ്ടു സോന്യ ചോദിച്ചു: "എന്തുപറ്റി?" ഒന്നും മറുപടി പറയാതെ അയാൾ തന്റെ മുറിയിലേയ്ക്കു പോയി.

രണ്ടുദിവസം സൊഖ്ലോവ്സ്കിയ്ക്കു ബോധമുണ്ടായിരുന്നില്ല. മൂന്നാം ദിവസമാണു കണ്ണുതുറന്നത്. താൻ വളരെ നേരം ഉറങ്ങിപ്പോയെന്നും ജോലിയ്ക്കുപോകാൻ വൈകിയെന്നുമാണപ്പോൾ തോന്നിയത്. വാച്ചെടുക്കാനായി കൈനീട്ടിയപ്പോൾ കൈതട്ടി ഒരു മരുന്നുകുപ്പി മേശമേൽ നിന്നു താഴെ വീണു. അപ്പോഴാണയാൾക്ക് ഓർമ്മ വന്നത്: "എനിക്കു പനിയാണ് അല്ലേ! ഗോരൊഖോവ് വന്നുനോക്കിയല്ലൊ...!" കണ്ണടച്ച് ഓരോന്നായി ഓരോന്നായി ഓർമ്മിക്കാൻ ശ്രമിച്ചു: വൊളോഡ്യ വന്നു... എനിയ്ക്ക് ഒരു കുളിരുതോന്നിയിരുന്നു. പിന്നെ തീപ്പിടുത്തം... ഇല്ല, അതെന്റെ സ്വപ്നമായിരിക്കണം... വീണ്ടും തലയ്ക്കകത്ത് എല്ലാംകൂടി ഒരു കെട്ടിമറിച്ചിൽ. ഒരു കാര്യം മാത്രം വ്യക്തമായിത്തോന്നിയിരുന്നു: എന്തു ചായങ്ങളാണ് ലിയോണാർഡോ ദാവിഞ്ചി ഉപയോഗിച്ചിരുന്നതെന്നു താൻ വൊളോഡ്യയോടു ചോദിച്ചതും അറിയില്ലെന്നുള്ള അയാളുടെ മറുപടിയും.

ക്രമേണ മറ്റു ചിലതും ഓർമ്മ വരാൻ തുടങ്ങി. ഷ്രുറാവിലോവിന്റെ കാര്യം വൊളോഡ്യ പറഞ്ഞതും അയാളോർമ്മിച്ചു. സൊഖ്ലോവ്സ്കിയുടെ മുഖം രൂക്ഷമായി: "ആ ബെൽജിയം കഥ കേട്ട് എനിയ്ക്കു മടുത്തു... ഞാൻ എണീറ്റു വീരയെ കാണാൻ പോകയാണ്... സമയമെന്തായെന്നു മനസ്സിലാവുന്നില്ല... ഇരുട്ടായിട്ടില്ല. വെളിച്ചം കാണുന്നുണ്ട്. ഇപ്പോൾ അവൾ വീട്ടിലുണ്ടായിരിക്കില്ല. എനിക്ക് സുഖമായെന്നു ഞാൻ വിശ്വസിക്കുന്നില്ല. കണ്ണുതുറക്കാൻ പറ്റുന്നില്ല; തല എന്റേതല്ലെന്നു തോന്നുന്നു. ഒന്നിളക്കാൻപോലും കഴിയുന്നില്ല..."

അയാൾ അസ്വസ്ഥനായി കിടന്നു മൂളിക്കൊണ്ടിരുന്നു. ബാരീഖിന്ന വന്നുനോക്കി. പക്ഷേ അയാൾ അവളെക്കണ്ടില്ല; ബോധം വിട്ടിരുന്നു.

അയാൾ പിന്നെ കണ്ണുതുറന്നതു വൈകുന്നേരമാണ്. ഡോ.വീര

കുനിഞ്ഞുതന്നെ നോക്കിനില്ക്കുന്നതാണ് അയാൾ കണ്ടത്. അവളുടെ കണ്ണിലെ അപ്പോഴത്തെ ഭാവം ഇതിനു മുമ്പൊരിക്കലും അയാൾ കണ്ടിട്ടില്ല. അവളോട് എന്തോ പറയാൻ അയാളാഗ്രഹിച്ചു. പക്ഷേ നാവു കുഴഞ്ഞുപോയി. അവളുടെ പേരുമാത്രം പറഞ്ഞൊപ്പിച്ചു. അവൾ ശാസനാരൂപത്തിൽ പറഞ്ഞു: "നിങ്ങൾ സംസാരിക്കരുത്."

അവൾ രോഗിയുടെ അടുക്കൽനിന്നു മാറി ബാരികിന്നയെ വിളിച്ചു: "നഴ്സ്, നോക്കൂ! എന്നെ അയാൾക്കു മനസ്സിലായി."

സൊഖ്ലോവ്സ്കി കണ്ണടച്ചുതന്നെ കിടന്നുകൊണ്ടു നേരിയ ശബ്ദത്തിൽ സ്വയം ചോദിച്ചു: "ഞാൻ വീരയെക്കണ്ടതു നേരാണോ, അതോ സ്വപ്നമോ? അതു തീർച്ചപ്പെടുത്തണം. വളരെ പ്രധാനപ്പെട്ടതാണ്... അവളൊരു ഡോക്ടറാണെന്ന കാര്യം ഞാനങ്ങു മറന്നുപോയി, ഞാൻ രോഗിയാണ്... ഒന്നും ശരിക്കാലോചിക്കാൻ കഴിയുന്നില്ലല്ലോ! എന്റെ തലയ്ക്കെന്തുപറ്റി? എല്ലാംകൂടി ഒരു കെട്ടിമറിച്ചിൽ..."

ബാരികിന്ന വന്നുനോക്കിയിട്ടു പറഞ്ഞു: "വീണ്ടും ബോധംകെട്ടു... വീര ഗ്രഗോറിവിന! നിങ്ങൾക്കെന്തുപറ്റി?"

നഴ്സ് ഒരു ഗ്ലാസ് വെള്ളമെടുത്തു ഡോക്ടർ വീരയ്ക്കു കൊടുത്തു. വീര പെട്ടെന്നു സ്വയം നിയന്ത്രിച്ചുകൊണ്ടു പറഞ്ഞു: "രോഗിയ്ക്ക് ഒരിഞ്ചക്ഷൻ കൊടുക്കണം. നഴ്സ്, നിങ്ങൾ കാംഫർ ഒന്നു കുത്തിവെയ്ക്കൂ! ഞാൻ പ്രൊഫസർ ബൈഖോവിനെ ഫോണിൽ വിളിയ്ക്കട്ടെ."

അദ്ധ്യായം പന്ത്രണ്ട്

കൂട്ടകൃഷിസ്ഥലങ്ങളിലേയ്ക്ക് അടിയന്തിരമായി കുറെ ആൾക്കാർ ആവശ്യമാണെന്ന് സിബിർട്ട്സേവ് (ഫാക്ടറി കമ്മിറ്റി ചെയർമാൻ) കഴിഞ്ഞ നവമ്പറിൽത്തന്നെ പറയാൻ തുടങ്ങിയതാണ്. വളരെ വിമ്മിഷ്ടപ്പെട്ടാണ് അയാൾ ഇക്കാര്യം പറഞ്ഞിരുന്നതും. കൃഷിസ്ഥലങ്ങളിലേയ്ക്കാവശ്യം നല്ല പണിക്കാരെയാണ്, അലസന്മാരെയല്ലെന്ന് അയാൾക്കറിയാം. സമർത്ഥരായവരെ ജൂറാവിലോവ് ഫാക്ടറിയിൽനിന്നു വിട്ടയയ്ക്കാൻ കൂട്ടാക്കില്ലെന്നും അയാൾക്കു നിശ്ചയമുണ്ട്. ആകപ്പാടെ ധർമ്മസങ്കടത്തിൽപ്പെട്ടിരിക്കയാണയാൾ. ഫാക്ടറിയാണെങ്കിൽ കൃഷിയ്ക്കാവശ്യമുള്ള ഉപകരണങ്ങൾ നിർമ്മിക്കുകയാണ്. അതത്യാവശ്യമാണുതാനും. ആരെയും നിർബ്ബന്ധിക്കണ്ട, ഒരു പ്രക്ഷോഭം സംഘടിപ്പിക്കാം എന്നയാൾ തീരുമാനിച്ചു. "അതിലൂടെ സ്വമേധയാവരുന്നവരെ കൃഷിസ്ഥലങ്ങളിലേയ്ക്കയക്കാം."

ട്രാക്ടർ സ്റ്റേഷനിലേയ്ക്കു പോകാൻ താൻ തയ്യാറാണെന്നു ലഷക്കോവ് സിബിർട്ട്സേവിനോടു വന്നു പറഞ്ഞു. ജൂറാവിലോവ് അതറിഞ്ഞു ശുണ്ഠികടിച്ചു. എന്തുതന്നെയായാലും അയാളെ പറഞ്ഞയയ്ക്കില്ല എന്നയാൾ വാശിപിടിച്ചു. "പിന്നെ നമ്മളെന്തുചെയ്യും, ഇവാന ജൂറാവിലോവ്,"എന്നു സിബിർട്ട്സേവ് തന്റെ ദയനീയത വെളിപ്പെടുത്തി.

ജൂറാവിലോവ്: "പുതിയ ആളുകളെ റിക്രൂട്ടുചെയ്തോളൂ."

(പുതുതായി ഫാക്ടറിയിൽ ജോലിപഠിയ്ക്കാൻ വന്നവരെയാണ് ജൂറാവിലോവുദ്ദേശിച്ചത്) കുറച്ചാലോചിച്ച ശേഷം അയാൾ വീണ്ടും പറഞ്ഞു:

"എന്തായാലും ലഷക്കോവിനെ ഞാനയക്കില്ല. ചിജോവിനോടു വേണമെങ്കിൽ ചോദിച്ചുനോക്കിക്കൊള്ളൂ. എനിക്കു വിരോധമില്ല.

അയാൾ ട്രാക്ടർ ഡ്രൈവറായിരുന്ന മുമ്പ്."

ഒരുകൊല്ലംമുമ്പുവരെ ചിജോവ്വ കൂട്ടുകൃഷിസ്ഥലത്ത് ട്രാക്ടർ ഡ്രൈവറായിരുന്നു. പക്ഷേ അയാൾ വല്ലാത്ത കുടിയനാണ്; അയാളുടെ അച്ഛനും നല്ല കുടിയനാണ്. അയാളെ പിരിച്ചുവിടാൻ ജുറാവിലോവ്വ പലതവണ തുനിഞ്ഞതായിരുന്നു. പക്ഷേ ഇനി ലഹരിദ്രവ്യങ്ങൾ തൊടാതിരിക്കയാണെങ്കിൽ ഒരവസരംകൂടി നല്കാമെന്നുപറഞ്ഞു തല്ക്കാലം താക്കീതുചെയ്തു വിട്ടിരിക്കയാണ്.

ജനവരി അവസാനത്തിൽ ചിജോവും മറ്റു മൂന്നു ചെറുപ്പക്കാരും കൃഷിസ്ഥലങ്ങളിലേയ്ക്കു പോകാൻ തയ്യാറായി പ്രതിജ്ഞാപത്രമൊപ്പിടുന്ന ഫോട്ടോ അവിടുത്തെ പ്രാദേശികപത്രത്തിൽ വന്നു.

ആ ശരൽക്കാലത്താണ് ബെൽഖിൻ റെഡ്‌വേ കൂട്ടുകൃഷി സ്ഥാപനത്തിലേയ്ക്കു തിരിച്ചുചെന്നത്. യുദ്ധത്തിനുശേഷം ലിബാനിയയിൽ തടിപ്പണിയിലായിരുന്നു അയാൾ. നല്ല വിശ്വസ്തനായ ജോലിക്കാരനാണെന്ന് ആരും സമ്മതിക്കും. ആരേയും കൂസില്ല. വളരെ ഉച്ചത്തിലേ സംസാരിക്കൂ. ഒരു ജോലിചെയ്യാനയാളോടാവശ്യപ്പെട്ടാൽ "ഹോ! ഇതുകഴിഞ്ഞാൽ ഇനിയെന്തു മാരണമാണാവോ പറയുക," എന്നയാൾ ഒച്ചയിടും. എന്നിട്ട് ആ പണി വളരെ തൃപ്തികരമായി നിർവ്വഹിക്കയും ചെയ്യും. അയാൾ തിരിച്ചുവരുന്നുവെന്ന വാർത്ത റെഡ്‌വേ കൂട്ടു കൃഷിസ്ഥാപന ചെയർമാനായ അന്റോനിന പാവ്‌ലോവ്നയെ സന്തോഷിപ്പിച്ചു. തന്റെ സ്ഥാപനത്തിൽ ആളു പോരെന്ന് എപ്പോഴും അവൾ പരാതിപ്പെടാറുണ്ട്: "ഒന്നാലോചിച്ചുനോക്കൂ: 9000 ഏക്കർ, 3000 കന്നുകാലികൾ, ഒരു കോഴി-താറാവു വളർത്തൽ കേന്ദ്രം, ഒരു മുന്തിരിത്തോട്ടം, ഒരു വലിയ തേനീച്ചവളർത്തൽ സ്ഥലം, ആകെ പണിയ്ക്കോ? വെറും 163 പേർ. എങ്ങിനെ കഴിച്ചുകൂട്ടാനാണ്!" ബെൽഖിൻ എത്തിയപ്പോൾ അവൾക്കൊരാശ്വാസം തോന്നി: "മറ്റുള്ളവരും തിരിച്ചുവരും" അവൾ ആശിച്ചു.

ഇതിനുശേഷം കുറച്ചുനാൾ കഴിഞ്ഞപ്പോൾ റാഡിനോവ് അവളോടു പറഞ്ഞു, തന്റെ മരുമകൻ സാഷ തിരിച്ചുവരാനാഗ്രഹിക്കുന്നുവെന്ന്. "വരാൻ പറയൂ" അവൾ മറുപടികൊടുത്തു. സാഷ മോസ്ക്കോവിൽ ഒരു ടാലിക്ലാർക്കാണ്. അവന്റെ ആരോഗ്യം മോശമായിരുന്നു.

സാഷയുടെ ആദ്യത്തെ പെരുമാറ്റം അന്റോനിനയെ വ്യാകുലപ്പെടുത്തി. സൊള്ളി സമയം കഴിയ്ക്കുക അവനൊരു വിനോദമായിരുന്നു. പക്ഷേ കുറച്ചുദിവസം കഴിഞ്ഞപ്പോൾ ആപ്പീസിലെ ഒരു മേശ നന്നാക്കി, കുറേശ്ശെ പണിയിൽ ശ്രദ്ധിക്കാൻ തുടങ്ങി. അയാൾക്കു മരപ്പണിയിലും ലോറി ഓടിയ്ക്കുന്നതിലും നല്ല സാമർത്ഥ്യമുണ്ടെന്ന

തെളിയിച്ചു. അന്റോനിനയ്ക്ക് ആശ്വാസമായി. അവൾ റാഡിയോനോവി നോടു സാഷയെ പ്രശംസിക്കാൻ തുടങ്ങി: "അവൻ മിടുക്കനാണെന്നു തോന്നുന്നു. നമ്മുടെ കൂട്ടുകൃഷിസ്ഥാപനത്തിന്ന് അവൻ സഹായമാണ്."

പക്ഷേ ചിജോവു തിരിച്ചുവരുന്നുവെന്നു കേട്ടപ്പോൾ അവൾക്കാകെ കലികേറി. "ഏറ്റവും മിടുക്കന്മാരാണ് കൃഷിയിലേയ്ക്കു പോകുന്നതെന്നു പത്രങ്ങളിൽക്കണ്ടു. പക്ഷേ നമുക്കു കിട്ടുന്നതോ? ആ ചിജോവാണ ത്രേ! അത്തരം ഒരു കുടിയനെ ഞാനിതുവരെ കണ്ടിട്ടേയില്ല. കഴിഞ്ഞ വേനലിൽ കുടിച്ചുമത്തനായി ക്ലബ്ബു കെട്ടിടത്തിനു തീവെയ്ക്കാൻ ഒരുങ്ങി യവനാണയാൾ. അത്തരക്കാരെ ഇവിടെ വേണ്ട."

ഉന്മേഷരഹിതനായിട്ടാണ് ചിജോവ് എത്തിയത്. മകന്റെ വരവ് ആഘോഷിക്കാനായി അച്ഛൻ രണ്ടുകുപ്പി വിസ്കി വാങ്ങി. കുപ്പി കണ്ടപ്പോഴേ ചിജോവിനുത്സാഹമായി. ഉന്മേഷം തിരിച്ചുകിട്ടി. ജുറാവിലോവിനെ ഭർത്സിയ്ക്കാൻ തുടങ്ങി: "ജുറാവിലോവ് എപ്പോഴും എന്റെ നേർക്കു കുരച്ചുചാടും. ഞാൻ കുടി വീണ്ടും തുടങ്ങാൻ കാരണംതന്നെ അതു മറക്കാൻവേണ്ടിയാണ്. അയാളൊരു വഷളനാണ്, ഡയറക്ടറ ല്ല. അയാളുടെ ഭാര്യ അയാളെ കാർക്കിച്ചുതുപ്പിയതിൽ ആശ്ചര്യമില്ല." ചിജോവിന്റെ അമ്മ അന്തംവിട്ടുപോയി. "അതു നമ്മുടെ ലെനയല്ലേ?" അവൾ ചോദിച്ചു. ചിജോവ് ആഹ്ലാദത്തോടെ തലകുലുക്കി. "അതേ, അവൾ തന്നെ. അവൾ കുട്ടിയായിരുന്നപ്പോൾ ഞങ്ങൾ ഒന്നിച്ചുകളിച്ചി ട്ടുണ്ട്. ഡയറക്ടറുടെ ഭാര്യാപദവി കൊതിച്ചായിരിക്കും അവൾ അയാളെ വിവാഹം കഴിച്ചത്. പക്ഷേ അവൾക്ക് അധികകാലം അയാളെ സഹി യ്ക്കാൻ സാധിച്ചില്ല. അവൾ ഉപേക്ഷിച്ചു പോയി. ഞാൻ പറയുന്നതു സത്യമാണ്."

ലെന ഇടയ്ക്കിടയ്ക്ക് ആലോചിക്കാറുണ്ട്, അമ്മയ്ക്കു വിവരം എഴുതണമെ ന്ന്. എന്നാൽ അമ്മയ്ക്കു ശുണ്ഠിവന്നാലോ എന്നു കരുതി അവൾ അതു നീട്ടിക്കൊണ്ടുപോയി. അടുത്ത അവസരത്തിൽ അമ്മയ്ക്കെഴുതിയ കത്തിലും ഇതവൾ മിണ്ടിയില്ല; എല്ലാം നന്നായി നടക്കുന്നു: സുഖമാണ്; ഷുര ചിത്രംവരയിൽ മിടുക്കിയാണ്. എന്നൊക്കെയാണ് എഴുതിയത്. അടുത്തുതന്നെ വീണ്ടു കത്തയക്കാമെന്നും എഴുതിയിരുന്നു.

ചിജോവിന്റെ അമ്മ ഈ പുതിയ വാർത്തയുംകൊണ്ട് അന്റോ നിനയുടെ അടുക്കലേയ്ക്കോടി. അവൾക്ക് അന്റോനിനയോട് ഉള്ളു കൊണ്ടത്ര രസമല്ല: എല്ലാവരേയും ശാസിക്കും; ഒരു ജനറൽപോലെ എല്ലാവരോടും കല്പിക്കും; അവളെപ്പോലെ എനിക്കറിവില്ലെന്നെ ന്താണുറപ്പ്? അവൾ ഇവിടുത്തെ ചെയർമാനാണെന്നുവെച്ച് എന്റെ

ഭർത്താവ് കുടിയ്ക്കുന്നതിനെ ആക്ഷേപിക്കാൻ അധികാരമുണ്ടോ? എന്റെ ഭർത്താവു കുടിയ്ക്കുന്നത് എന്റെ ഭാഗ്യക്കേടാണ്. അവൾക്കതിൽ ഇടപെടേണ്ട കാര്യമില്ല അവളുടെ ഭർത്തവിനെന്തറിയാം? കന്നാലിയെ തെളിച്ച തൊഴുത്തിലാക്കാൻപോലും ബുദ്ധിയില്ലയാൾക്ക്. എന്നിട്ടാണവൾ എന്റെ ഭർത്താവിനെ ആക്ഷേപിക്കുന്നത്. അവൾ അധികം വിളയണ്ട. മിണ്ടാതിരുന്നോട്ടെ. അതാണു നല്ലത്. ചിജോവിന്റെ അമ്മ അന്റോനിനയെപ്പറ്റി ഇങ്ങിനെ ഉള്ളിൽ പഴിയ്ക്കാറുണ്ട്; തന്റെ ചില വിശ്വസ്തചങ്ങാതികളോടും ഇതൊക്കെ മുറുമുറുക്കുക പതിവായിരുന്നു. ഇപ്പോൾ ലെനയുടെ വാർത്ത കിട്ടിയപ്പോൾ അന്റോനിനയെ ചൊട്ടാൻ അതൊരവസരമാണെന്ന് അവൾ കരുതി. അതാണങ്ങോട്ട് ഓടിയത്. ചെന്നപാടേ ചിരിച്ചുകൊണ്ടു അവൾ ചോദിച്ചു: "മകളുടെ വർത്തമാനമെന്തൊക്കെയാണ്? ഞങ്ങടെ മോൻ വന്നിട്ടുണ്ട്."

"അടുത്തദിവസം ഒരെഴുത്തു വന്നിരുന്നു" അന്റോനിന മറുപടി പറഞ്ഞു: "അവൾക്കു വല്ലാത്ത പണിത്തിരക്കാണ്. രണ്ടു ഷിഫ്റ്റുകളിലും ജോലിനോക്കണം. തിരഞ്ഞെടുപ്പിന് അവളേയും ഒരു "അജിറേറ്റർ" ആയി നിയമിച്ചിട്ടുണ്ട്.

ചിജോവിന്റെ അമ്മ: "എന്റെ മോൻ പറഞ്ഞല്ലോ അവൾ വിവാഹമോചനം നടത്താൻ പോകയാണെന്ന്. ഇപ്പോൾ ഭർത്താവിനെ ഉപേക്ഷിച്ച് താമസം മാറ്റിയെന്നും അവൻ പറഞ്ഞു. പാവം! അവളെങ്ങനെ കഴിയുന്നുവെന്ന് ചോദിക്കാനാണ് ഞാൻ വന്നത്."

അന്റോനിന ആകെ പകച്ചുപോയെങ്കിലും തന്റെ ആത്മനിയന്ത്രണപാടവം വെളിപ്പെടുത്തി. ഇതിനെപ്പറ്റി ഒന്നുംതന്നെ പറയാതെ ചിജോവയുടെ വിശേഷങ്ങൾ ചോദിച്ചു: "അവന്റെ പരിപാടിയെന്താണ്? ലീവിൽ വന്നതോ അതോ ഇവിടെ ജോലിചെയ്യാൻ തീരുമാനിച്ചു വന്നതോ? ജോലിക്കു വന്നതാണെന്ന് അവന്റെ അമ്മ പറഞ്ഞു. കൂടുതൽ സംസാരത്തിന് അന്റോനിന ഇടകൊടുത്തില്ല. അല്പം പണിത്തിരക്കുണ്ടെന്ന് പറഞ്ഞ് അവർ അകത്തേയ്ക്കുപോയി.

അന്റോനിന ഈ വിവരം ഭർത്താവിനോടുപോലും പറഞ്ഞില്ല. അന്നുരാത്രിമുഴവൻ ലെനയെപ്പറ്റിയായിരുന്നു ചിന്ത. അവൾക്കുറങ്ങാൻപോലും കഴിഞ്ഞില്ല. ചിജോവ് ഒന്നിനുംകൊള്ളാത്ത ഒരു കുടിയനാണ്. എന്നാലും ഇത്തരമൊന്നു വെറുതെ സൃഷ്ടിച്ചുണ്ടാക്കാൻ അവന് സാമർത്ഥ്യമില്ല എന്നവൾ കരുതി. ഭർത്താവ് ഒരു നിരാശയാണെന്ന് മുമ്പൊരിക്കൽ പറഞ്ഞതും അവളോർത്തു: "അവൾ അയാളെ ഉപേക്ഷിച്ചെന്ന കഥ ശരിയായിരിക്കാം. പക്ഷേ അവളത് സ്വന്തം

അമ്മയെ അറിയിച്ചില്ലെന്നുള്ളത് അത്ഭുതം തന്നെ.” അത് വിചാരിച്ചപ്പോൾ അവൾക്ക് കരച്ചിൽവന്നു. രാവിലെതന്നെ മകളെപ്പോയിക്കാണണമെന്ന് തീരുമാനിച്ചു: “ഞാൻ ഷുരയെ ഇങ്ങോട്ട് കൊണ്ടുപോരും. ലെനയെങ്ങിനെ തന്നത്താൻ കഴിച്ചുകൂട്ടും?”

അന്റോനിന ഡോ.വീരയുടെ വീട്ടിലെത്തിയപ്പോൾ ലെന പുറത്തുപോയിരിക്കയായിരുന്നു; ഡോ.വീര രോഗിയെ നോക്കാനും. വീട്ടുജോലിക്കാരി നാസ്ത്യ വന്ന് വാതിൽതുറന്നു. “ലെന ഇവിടെയല്ലേ താമസിക്കുന്നത്?” അന്റോനിന ഗൗരവസ്വരത്തിൽ ചോദിച്ചു.

ഷുരയ്ക്ക് അവളുടെ മുത്തശ്ശിയെ മനസ്സിലായില്ല. “വാ, മകളേ” എന്ന് അന്റോനിന വിളിച്ചപ്പോൾ അവൾ നാസ്ത്യയുടെ പിന്നിൽ മറഞ്ഞുനിന്നേയുള്ളൂ. അധികം താമസിയാതെ ലെന എത്തി.

അന്റോനിനയ്ക്കു കരച്ചിൽവന്നു. “എങ്കിലും നീ നിന്റെ അമ്മയോട് ഒരു വാക്കു പറഞ്ഞില്ലല്ലോ,” എന്ന് അവർ സംഭാഷണത്തിന്നിടയിൽ പലതവണ ആവർത്തിക്കയുണ്ടായി.

അന്റോനിന: “ഞാൻ ഷുരയെ എന്റെ കൂടെ കൊണ്ടുപോവും. അടുത്ത ശരൽക്കാലത്തല്ലേ നിനക്കു വേറെ വീട് കിട്ടൂ. അന്നുവരെ ഷുര എന്റെ കൂടെ താമസിക്കട്ടെ. അച്ഛനും സന്തോഷമാവും. കുട്ടികളില്ലാഞ്ഞിട്ട് അച്ഛന് തീരെ ഉന്മേഷമില്ല. ഇപ്പോഴും മരംകൊണ്ടു കളിക്കോപ്പുകളുണ്ടാകുന്നുണ്ട്. ഒഴിവുകാലത്ത് നീ വീട്ടിലേയ്ക്കു വരണം. എടി കേമി! എങ്കിലും നിന്റെ അമ്മയ്ക്കൊന്നെഴുതിയില്ലല്ലോ! നീ ഒന്ന് ഓർത്തുനോക്ക്! ആ ചിജോവിന്റെ അമ്മയിൽനിന്നു വേണ്ടിവന്നില്ലേ എനിക്കീവിവരമറിയാൻ? ചിജോവ് ഇപ്പോൾ വന്നിട്ടുണ്ട്. അച്ഛൻ പോരാഞ്ഞിട്ടാണോ ആവോ! അവന്ന് യാതൊരു വ്യത്യാസവുമില്ല. ഒരു ദിവസം പണിതാൽ ഒരു മാസം കുടിച്ചുനടക്കും.”

ലെന: “നിങ്ങളെന്നെ കുറ്റപ്പെടുത്തുന്നുണ്ടോ?”

അന്റോനിന: “വിഡ്ഢിത്തം പറയാതെ! നീ നിന്റെ അമ്മയോട് പറഞ്ഞില്ലല്ലോ എന്ന വേദന മാത്രം... നിന്റെ കാര്യം നിശ്ചയിക്കാൻ ഞാനാരാ? ഷുരയുടെ അച്ഛൻ വന്ന് അവളെ കാണാറുണ്ടോ?”

ലെന: “എല്ലാ ഞായറാഴ്ചയും അവളെ അവിടെ കൊണ്ടുചെല്ലണമെന്ന വ്യവസ്ഥയോടെയാണ് ഞങ്ങൾ പിരിഞ്ഞത്. ആദ്യത്തെ ഞായറാഴ്ച പറഞ്ഞപ്രകാരം ഞാൻ കൊണ്ടുചെന്നു. പിന്നത്തെ ഞായറാഴ്ച അദ്ദേഹത്തിന്ന് മറ്റെന്തോ പണിയുള്ളതുകൊണ്ട് കൊണ്ടുചെല്ലേണ്ടെന്നറിയിച്ചു. വരുന്ന ഞായറാഴ്ച കൊണ്ടുചെല്ലണമോ എന്ന് ഞാനിന്ന് ഫോൺ

ചെയ്തിരുന്നു. വേണ്ട, പണിത്തിരക്കാണ്, കുറച്ച് ചോക്ക്‌ലേററയയ്ക്കാം എന്നാണ് മറുപടി പറഞ്ഞത്. ഷൂരയോട് അദ്ദേഹത്തിനും കലശലായ സ്നേഹമുണ്ടെന്നാണ് ഞാൻ ധരിച്ചത്. അതാണ് പിരിയുന്ന കാര്യം തീരുമാനിക്കാൻ എന്നെ വല്ലാതിട്ട് വിഷമിപ്പിച്ചതും."

അന്റോനിന: "നീ പലതും വിചാരിക്കും. അയാളൊരു മിടുമിടുക്കനാണെന്ന് നീ കരുതി. അയാൾക്കൊരു ഹൃദയമുണ്ട്, മറ്റുള്ളവരെ മനസ്സിലാക്കാൻ കഴിവുണ്ട് എന്നൊക്കെ എന്നോട് എത്രതവണ നീ പറഞ്ഞിട്ടുള്ളതാണ്?"

ലെനയുടെ കണ്ണിൽ വെള്ളം നിറഞ്ഞു. അവൾ കരയാൻ തുടങ്ങി. അന്റോനിന പശ്ചാത്തപിച്ചു. മകളെ സമാധാനിപ്പിക്കാൻ ശ്രമിച്ചു: "സാരമില്ല. ഞാൻ അത്ര കാര്യമായിപ്പറഞ്ഞതല്ല. നിനക്ക് അല്പം തെറ്റിപ്പോയെന്ന് മാത്രം. പ്രായമായവർക്കുപോലും തെറ്റുപറ്റുന്നു. ഞാൻ നിന്നെ ആക്ഷേപിക്കയല്ല. അയാൾ ഒരു നല്ലവനല്ലെന്ന് എനിയ്ക്ക് ആദ്യം മുതൽക്കേ തോന്നിയിരുന്നു. എനിയ്ക്ക് നിങ്ങളുടെ രഹസ്യമൊന്നുമറിയില്ല. ഞാനതിനെപ്പറ്റിയല്ല പറയുന്നതും... പക്ഷേ അന്ന് ഞാൻ കുറച്ചുദിവസം നിങ്ങളുടെകൂടെ താമസിച്ചില്ലേ? അപ്പോൾ ഞാൻ അയാളെ നല്ലവണ്ണം മനസ്സിലാക്കി. അയാൾ ആളുകളോട് മഹാപരുക്കനായേ പെരുമാറൂ. മറ്റുള്ളവരുടെ സ്ഥാനത്ത് താനാണെങ്കിൽ എങ്ങിനെയിരിക്കുമെന്ന് അയാൾ പരിശോധിക്കാറേയില്ല. ഒരിയ്ക്കൽ ഫാക്ടറിസ്റ്റോറിൽ സാധനങ്ങൾ കിട്ടാനില്ലാതെവന്നതിനെപ്പറ്റി ഞാനയാളോട് ചോദിച്ചതോർക്കുന്നുണ്ടോ? ജോലിക്കാർക്ക് ടൗണിൽപ്പോയി വാങ്ങേണ്ടിവന്നിരുന്നു, ആവശ്യമുള്ള സാധനങ്ങൾ. രണ്ടുമൂന്നുമണിക്കൂർ അങ്ങിനെ പോവും. അയാളുടെ മറുപടി എന്തായിരുന്നെന്നോ? തനിയ്ക്ക് വല്ലാത്ത പണിത്തിരക്കാണെന്ന്! എന്നിട്ട് ഓരോ യന്ത്രങ്ങളെപ്പറ്റിയും എന്നോട് പ്രസംഗിക്കാൻ തുടങ്ങി. സ്റ്റോറിൽ എല്ലാമുണ്ടെന്ന് അവസാനം നുണയും പറഞ്ഞു. പിന്നൊരിക്കൽ മറ്റൊരു സംഭവമുണ്ടായി. തന്റെ ഭാര്യക്ക് പ്രസവാസ്പത്രിയിലേയ്ക്കുപോകാൻ ഫാക്ടറിലോറിയിൽ സ്ഥലമനുവദിക്കണമെന്ന് ഒരാൾ വന്ന് അയാളോടഭ്യർത്ഥിച്ചു. ലോറി ആ വഴിയ്ക്കാണ് പോകുന്നത്. ഒരു ദയയുമില്ലാതെ അയാളത് നിഷേധിച്ചു. അതിനുള്ളതല്ല ലോറി എന്നായിരുന്നു അയാളുടെ മറുപടി. അത് വലിയ കഷ്ടമല്ലേ, നിങ്ങൾ സങ്കടപ്പെടുന്നില്ലേ ആ മറുപടിയിൽ എന്ന് ഞാൻ കുറച്ച് കഴിഞ്ഞ് അയാളോട് ചോദിക്കയുണ്ടായി. അയാളത് കേട്ട് ചിരിക്കയാണ് ചെയ്തത്. എന്തിന് സങ്കടപ്പെടണം! അവൾ 5 റൂബിൾ ഡ്രൈവർക്ക് കൈമടക്കും. അങ്ങിനെ സ്ഥലവും കിട്ടും, എന്നാണയാൾ

എന്നോടു പറഞ്ഞത്. എന്തു വിചിത്രമായിരിക്കുന്നുവെന്ന് നോക്ക്! ഇവരെപ്പോലുള്ളവരാണ് ജനങ്ങളെ ഇട്ട് നട്ടം തിരിയ്ക്കുന്നത്. നമ്മൾ എന്തു പറഞ്ഞാലും അവരത് നിസ്സാരമാക്കിത്തള്ളും. ... ചിജോവിന്റെ അമ്മ ഇക്കാര്യം എന്നോട് വന്നുപറഞ്ഞപ്പോൾ മുതൽ എനിക്ക് ഉറക്കമേ വന്നില്ല. രാത്രി മുഴുവനും ഞാൻ കരഞ്ഞും ചിന്തിച്ചും കഴിച്ചുകൂട്ടി. പുറമേ ഒരാളിൽനിന്ന് ഇത് കേൾക്കേണ്ടിവന്നില്ലേ എന്നോർത്തപ്പോൾ ഞാൻ കരഞ്ഞു പോയി. എങ്കിലും എനിക്ക് സന്തോഷം തോന്നി. അയാളുടെകൂടെ ആർക്കും കഴിഞ്ഞുകൂടാൻ സാദ്ധ്യമാവില്ല."

ലെന: പിന്നെ നിങ്ങളെന്തിനാണ് എന്നെ ശാസിച്ചത്?

അന്റോനിന: ഞാൻ പെട്ടന്നല്പം ക്ഷോഭിച്ചുപോയി. അത് സാരമില്ല. നിനക്കൊരു കുഞ്ഞുണ്ടല്ലോ! ഒരമ്മയാവുകയെന്നത് അത്ര എളുപ്പമുള്ളതല്ല. ഷൂര വരുമ്പോൾ നിനക്കതറിയാനാവും...ഏതായാലും നീ ഒരുവിധം എല്ലാം ഒതുക്കിത്തീർത്തല്ലോ!...എനിക്ക് മനസ്സിലാവാത്ത ഒരേ ഒരു കാര്യം നിയ്യെന്തുകൊണ്ട് ഇത് നിന്റെ അമ്മയെ അറിയിച്ചില്ല എന്നതാണ്.

ആ നാടകശാലയിൽവെച്ച് രണ്ടാഴ്ച മുമ്പ് ദിമിത്രിയുമായി നടന്ന കൂടിക്കാഴ്ച ലെനയുടെ ഓർമ്മയിൽ വന്നു: "എന്റെ കാര്യത്തിൽ സഹതപിക്കുന്നുവെന്ന് അദ്ദേഹം പറയാനെന്താണ് കാരണം? അദ്ദേഹത്തിന് നല്ലൊരു ഹൃദയമുണ്ട്. പക്ഷേ അതെന്നെ കൂടുതൽ വിഷമിപ്പിക്കുന്നേയുള്ളൂ. ഷൂരയില്ലെങ്കിൽ എനിയ്ക്കിത് സഹിക്കാൻ കഴിയുമെന്ന് തോന്നുന്നില്ല. ഇങ്ങനെ സംഭവിക്കുമെന്ന് ഞാനൊരിക്കലും കരുതിയിരുന്നില്ല. കോളേജുകുമാരികൾ പറയാറുണ്ട് തങ്ങൾക്ക് കാമുകന്മാരുണ്ട്, പ്രണയബദ്ധരാണ് എന്നൊക്കെ. അവരുടെ കാമുകന്മാർ അവരെ സിനിമയ്ക്കും മറ്റും കൊണ്ടുപോകാറുമുണ്ട്. ഞാനും അതുപോലെ അന്ന് ജൂറാവിലോവിൽ എനിക്ക് പ്രേമമുണ്ടെന്ന് ധരിച്ചു. എന്തു വിഡ്ഢിത്തമായിരുന്നുവെന്ന് നോക്കൂ... ഇത് ഉണങ്ങാത്ത ഒരു വ്രണംപോലെ എന്നെ എപ്പോഴും വേദനിപ്പിക്കയാണ്..."

തന്റെ ഈ അസ്വസ്ഥത അമ്മ അറിഞ്ഞാലോ എന്ന് ലെന ഭയപ്പെട്ടു. "ഓ! ഇതെങ്ങനെ അറിയാനാണ് " എന്നവൾ സമാധാനിച്ചു: "എന്റെ മുഖത്ത് എഴുതി കെട്ടിയിട്ടൊന്നുമില്ലല്ലോ! ഞാൻ പറഞ്ഞില്ലെങ്കിൽ അമ്മ അറിയാനും പോണില്ല. ദിമിത്രിയെക്കൂടാതെ എനിക്ക് ജീവിയ്ക്കാൻ കഴിയില്ലേ! ഉവ്വ് അമ്മയ്ക്ക് ഇത്തരം കാര്യങ്ങളിലൊന്നും വലിയ താല്പര്യമുണ്ടാവില്ല... പക്ഷേ ഷൂരയെ അമ്മയുടെ കൂടെ അയച്ചാൽ ഞാനെങ്ങിനെ കഴിയും? രാവിലെ എണീക്കുമ്പോൾ കുട്ടിയെ അടുക്കൽ

കാണാതിരിക്കുക! അതെനിക്ക് ഓർക്കാൻപോലും വയ്യ."

അന്റോനിന മകളുമായി വളരെ ദീർഘമായ ഒരു ചർച്ച നടത്തി. മകളുടെ കുട്ടിക്കാലം അനുസ്മരിച്ചു; മരിച്ചുപോയ മകനെപ്പറ്റിയും ഓർമ്മിച്ചു. രണ്ടുപേരും കുറച്ചു കരഞ്ഞു. അതുകഴിഞ്ഞ് അന്റോനിന പറഞ്ഞു, നാളെത്തന്നെ തനിക്കു തിരിച്ചു പോകണമെന്ന്: "ഞാൻ ഷുരയേയും കൂടെ കൊണ്ടുപോണു."

ലെന: "എനിയ്ക്കൊന്നും പറയാൻ തോന്നുന്നില്ലമ്മേ; അവളെ കൂടാതെ എങ്ങിനെ കഴിച്ചുകൂട്ടുമെന്ന് എനിക്കറിയില്ല."

അമ്മ ഒന്നും പറഞ്ഞില്ല. മകളെ ഒന്നു നോക്കുകമാത്രം ചെയ്തു. അതു കഴിഞ്ഞ് അവർ അച്ഛന്റെ കാര്യമെടുത്തു.

"അച്ഛനിപ്പോഴും പന്നികളേയും കാണ്ടാമൃഗങ്ങളേയും മറ്റുമുണ്ടാക്കുന്നുണ്ട്?" അമ്മ ഓർമ്മിപ്പിച്ചു: "ഞാൻ കുട്ടിയെ എന്റൊപ്പം കൊണ്ടുപോവട്ടെ, മോളേ! വസന്തത്തിലെ ഒഴിവുകാലംവരെയെങ്കിലും അവൾ ഞങ്ങളുടെ കൂടെ താമസിക്കട്ടെ. നിന്റെ അച്ഛൻ സന്തോഷംകൊണ്ടു തുള്ളിച്ചാടും. ഇപ്പോ കുറച്ചിടയായിട്ടു മൂപ്പർക്കു നല്ല ഉന്മേഷമില്ല. ഷുര ഉണ്ടായിരുന്നെങ്കിൽ എന്നിടയ്ക്കിടെ തനിച്ചിരുന്നു പറയാറുമുണ്ട്."

"ശരി" ലെന വേദനയോടെ സമ്മതിച്ചു: "പക്ഷേ ഒരു മാസത്തിന്നുള്ളിൽ ഞാൻ വന്നു അവളെ തിരിച്ചു കൊണ്ടുപോരും. അമ്മേയ്ക്കെന്താണിത്ര തിടുക്കം. ഒരു ദിവസംകൂടി കഴിഞ്ഞുപോയാൽപ്പോരേ?"

അന്റോനിന: "പോര, കുഞ്ഞേ! വസന്തം വരാറായി. ഒരുപാട് പണികിടക്കുന്നു. അവിടെ ആളു വളരെ കമ്മിയാണ്. ബെൽക്കിൻ തിരിച്ചുവന്നതു വലിയൊരാശ്വാസമാണ്. റാഡ്യ്യോനോവിന്റെ മരുമകൻ സാഷയും എത്തിയിരിക്കുന്നു. കുഴപ്പം മുഴുവൻ ചിജോവിനെക്കൊണ്ടാണ്. ഞങ്ങൾക്ക് ജ്വറാവിലോവിന്റെ സമ്മാനമാണയാൾ."

പിറ്റേദിവസം രാവിലെ ലെന അമ്മയേയും കുഞ്ഞിനെയും ഒരു ടാക്സിയിൽ സ്റ്റേഷനിലേയ്ക്കു കൊണ്ടുപോയി. റെയിൽവേസ്റ്റേഷനിൽ എത്തുന്നതിനുമുമ്പുതന്നെ ഷുര അമ്മയുടെ മടിയിൽക്കിടന്നുറങ്ങിക്കഴിഞ്ഞിരുന്നു. ലെന എന്തോ ഗഹനായി ചിന്തിച്ചുകൊണ്ടിരിക്കയാണ്. പെട്ടെന്ന് അപ്രതീക്ഷിതമായി അന്റോനിന മകളോടു ചോദിച്ചു: "നീ എന്തോ എന്നിൽനിന്നു മറയ്ക്കുന്നുണ്ടല്ലോ!"

ലെന ഒന്നുഞെട്ടി. "തന്റെ മുഖത്ത് അത് എഴുതിയിട്ടുണ്ടോ? അവൾ സംശയിച്ചു: ഞാനമ്മയോടതു പറഞ്ഞല്ലോ?... വേണ്ട. അമ്മയ്ക്കതു മനസ്സിലാവില്ല. അമ്മയുടെ മനോഗതി വ്യത്യാസപ്പെട്ടതാണ്. എത്ര ശ്രമിച്ചിട്ടും

എനിയ്ക്കെന്നെ ഒതുക്കാൻ കഴിയുന്നില്ലല്ലോ. ഞാൻ ലജ്ജകൊണ്ടു മരിച്ചേയ്ക്കും!"

"ഞാനൊന്നും മറയ്ക്കുന്നില്ലമ്മേ" അവൾ പറഞ്ഞു: "അമ്മ പോണല്ലോ എന്നു വിചാരിച്ചപ്പോൾ വിഷമം തോന്നി; അത്രമാത്രമേയുള്ളൂ."

അമ്മ അപ്പോൾപ്പിന്നെ ഒന്നും പറഞ്ഞില്ല. പക്ഷേ തീവണ്ടിയിൽക്കേറിയശേഷം മകളോടു യാത്രപറയുമ്പോൾ വീണ്ടും അമ്മ ഓർപ്പിപ്പിച്ചു: "ഇനിയും നിന്റെ അമ്മയായിരിക്കും പുതിയ സംഭവം അവസാനം അറിയുക! നിനക്കു സുഖമാണെങ്കിൽ അതത്ര സാരമാക്കാനില്ല. നിനക്കു ബുദ്ധിയുണ്ട്; മറ്റാരുടേയും ഉപദേശം ആവശ്യവുമില്ല."

അദ്ധ്യായം പതിമൂന്ന്

അന്നരാത്രി ജ്ജറാവിലോവ് വലിയ ഉത്സാഹത്തിലായിരുന്നു. പുതിയ മോഡൽ മെഷീൻ മേദിനത്തിന് എന്തായാലും ശരിയാക്കി പുറത്തിറക്കാൻ പറ്റുമെന്നു യെഗറോവും ദിമിത്രിയും ഉറപ്പു നൽകിയതാണ് ആ ഉത്സാഹത്തിനു കാരണം. സൊഖ്ലോവ്സ്കിയായിരുന്നു ആ പുതിയ മോഡലിന്റെ സംവിധായകൻ. അയാൾ രോഗത്തിലായതുകൊണ്ടു മേദിനത്തിന്നു പണികഴിയുമോയെന്നു യഗറോവു ഭയപ്പെട്ടു. പക്ഷേ ആവുമെന്നു ദിമിത്രിയും ഉറപ്പിച്ചുപറഞ്ഞപ്പോൾ ജ്ജറാവിലോവിന്നും യഗറോവിന്നും വിശ്വാസമായി. "മേദിനത്തിന്നതു പുറത്തിറക്കും," അതു രാജ്യവ്യാപിയായ പ്രാധാന്യം സൃഷ്ടിക്കുന്ന ഒരു സംഭവമായിരിക്കുമെന്നു ജ്ജറാവിലോവ് സങ്കല്പിച്ചു: "പത്രങ്ങളിൽ അതിനെപ്പറ്റി ധാരാളം പ്രചാരണമുണ്ടാവും; റേഡിയോവും ഇതിനെപ്പറ്റി പറയും."

അന്നത്തെ അത്താഴത്തിനും അയാൾക്കു സാമാന്യത്തിലധികം രുചിതോന്നി. തനിച്ചേ ഉള്ളുവെങ്കിലും എല്ലാം ധാരാളം ഭക്ഷിച്ചു. "ഗ്രുഷ നല്ല വെപ്പുകാരിയാണ്", അയാൾ തലകുലുക്കി. അങ്ങിനെ ഭക്ഷണം കഴിച്ചു കൊണ്ടിരിയ്ക്കുമ്പോൾ പെട്ടെന്ന് സംതൃപ്തിയുടെ ഒരു മന്ദഹാസം അയാളുടെ മുഖത്തു വിരിഞ്ഞു. തന്നെ ഈ ഫാക്ടറിയിൽ നിയമിച്ച ദിവസം അയാൾ അനുസ്മരിച്ചു: "അന്നത്തേയും ഇന്നത്തേയും നില എത്ര വ്യത്യസ്ഥമാണ്! ആനയേയും എറുമ്പിനേയും താരമതമ്യപ്പെടുത്തുന്നപോലിരിക്കും."

ഓരോ പുതിയ മോഡലും തന്റെ ജീവിതത്തിലെ ഓരോ ഘട്ടമായിട്ടാണ് അയാൾ കരുതിയത്. "ഞങ്ങൾ വളരുകയാണ്; അത്ഭുതകരമായ വളർച്ച" അയാൾ സ്വയം അഭിനന്ദിക്കും. കുറെ വിശ്രമിക്കാൻ പറ്റിയ ഒരു

രാത്രിയാണിതെന്നയാൾ കരുതി. “ഒഗോനിയോക്ക്”എന്ന മാസിക എടുത്ത് അതിലെ ഒരു ചെറുകഥ വായിച്ചു. ഒരു കോളേജുകുമാരിയെ വിവാഹം ചെയ്യാൻ ആഗ്രഹിച്ച ഒരു സ്റ്റോർ മാനേജരുടെ കഥയാണ്. അവസാനം വിവാഹം നടന്നില്ല. രണ്ടുപേരും മനസ്സുമാറ്റി: ഇത്തരം കാര്യങ്ങളല്ലാതെ മറ്റൊന്നുമില്ലേ എഴുതാൻ എന്ന് ജൂറാവിലോവ് മുഖം ചിളിച്ചു സ്വയം ചോദിച്ചു: “ഇതിലെന്താണു രസം? ആ മാനേജർ അയാളുടെ ജോലിയിലെങ്ങിനെയാണ് എന്നല്ലേ വിവരിക്കേണ്ടിയിരുന്നത്?... കമ്പോളത്തിൽ നല്ല കടൽമീൻ കണ്ടതായി ഖിട്രോവു പറഞ്ഞു. പക്ഷേ ഞങ്ങൾ ചൂണ്ടയിടാൻ പോയിട്ടു ഞണ്ടിനെയാണു കിട്ടിയത്... ഞാൻ ഒന്നുകൂടി വിവാഹം ചെയ്യേണ്ടിവരുമെന്നു തോന്നുന്നു. ഒരു ഫാക്ടറി ഡയറക്ടർ പ്രേമനാടകത്തിന്ന് ഓടിനടക്കുന്നതു ശരിയല്ല... തിടുക്കപ്പെടേണ്ട. വളരെ ആലോചിച്ചു ചെയ്താൽ മതി. കാണാൻ ചന്തമില്ലാത്ത പെണ്ണായാലെ ബുദ്ധിയുണ്ടാവൂ എന്നു പറയുന്നുണ്ട്. അതു വിഡ്ഢിത്തമാണ്. ഖിട്രോവിന്റെ ഭാര്യ ചെറുപ്പത്തിൽ നല്ല മിടുക്കിയായിരുന്നു. ലെന ഒരു ശ്രദ്ധയുമില്ലാത്ത ധിക്കാരിപ്പെണ്ണാണ്. കുറച്ചുനാൾ അവളെന്നെ ശിങ്കിരി പാടിപ്പിച്ചു. ഞാനതിൽ അകപ്പെട്ടിരുന്നെങ്കിൽ രാഷ്ട്രത്തിനു വലിയ നഷ്ടമായേനെ. ഭാഗ്യമെന്നു പറയട്ടെ, ഞാനൊരു “അച്ചിക്കോന്ത”നായില്ല. അടിപെടുന്നതിന്നുമുമ്പു അതിൽനിന്നു രക്ഷപ്പെട്ടു.”

രാത്രി മണി 10-50. ജൂറാവിലോവ് റേഡിയോ തിരിച്ചു. ഒരു പകുതി ശ്രദ്ധയോടെ അയാൾ പ്രോഗ്രാം കേൾക്കാൻ തുടങ്ങി. ചെക്കോസ്ലോവാക്യയിലെ ഖനിത്തൊഴിലാളികൾ ഒരു പുതിയ സോഷ്യലിസ്റ്റ് മത്സരം ആരംഭിച്ചിരിക്കുന്നു - ബൊളീവിയയിൽ പ്രധാന ലോഹങ്ങളുടെ ഉല്പാദനം വളരെ ഇടിഞ്ഞു - എല്ലാ വിദേശ രാജ്യങ്ങളുമായി സ്വതന്ത്ര വ്യാപാരത്തെ ഈജിപ്റ്റിലെ പത്രങ്ങൾ അനുകൂലിക്കുന്നു. ഇതിനെത്തുടർന്നു കാലാവസ്ഥാ റിപ്പോർട്ടായിരുന്നു. സാധാരണ എല്ലാ ശനിയാഴ്ചയും ജൂറാവിലോവു കാലാവസ്ഥ റിപ്പോർട്ടു ശ്രദ്ധിക്കാറുണ്ട്. പക്ഷേ അയാളതിൽ വിശ്വസിക്കാറുമില്ല. “അന്തരീക്ഷം പ്രസന്നമായിരിക്കുന്നവർ പറഞ്ഞാൽ നമ്മൾ മഴയിൽ കുളിക്കുമെന്നർത്ഥമാക്കിക്കോളൂ” എന്ന് അയാൾ ഖിട്രോവിനോടു പരിഹസിച്ചു പറയാറുള്ളതാണ്. പക്ഷേ ഇതു തിങ്കളാഴ്ചയാണ്: അതുകൊണ്ട് അയാൾക്കതിൽ അത്ര താല്പര്യമില്ലായിരുന്നു. ഞായറാഴ്ച മീൻ പിടിയ്ക്കാൻ പോകണമെന്ന ആഗ്രഹംകൊണ്ടാണ് ശനിയാഴ്ച രാത്രി കാലാവസ്ഥ ശ്രദ്ധിക്കാറ്. റേഡിയോ ഇങ്ങിനെ റിപ്പോർട്ടു ചെയ്തു: “അടുത്ത 24 മണിക്കൂർ നല്ല

കാലാവസ്ഥയായിരിക്കും. പക്ഷേ വോൾഗാ ജില്ലയുടെ മദ്ധ്യഭാഗത്തും താഴ്ന്ന പ്രദേശങ്ങളിലും ഒരുമാതിരി നല്ല മഞ്ഞും ശക്തിയായ കാറ്റും പ്രതീക്ഷിക്കപ്പെടുന്നു." വെറും പൊളിയാണിതെന്നു ജ്റാവിലോവ് പരിഹസിച്ചു: തണുപ്പുണ്ടാവും. പക്ഷേ കാറ്റെവിടെ? ഞാൻ ഫാക്ടറിയിൽ നിന്നു വരുമ്പോൾ കാറ്റിന്റെ യാതൊരു ലക്ഷണവുമില്ല! പിന്നീടയാൾ റേഡിയോവിലെ ചില പാട്ടുകൾ ശ്രദ്ധിച്ചു. അതിൽ രണ്ടുവരി അയാൾ ഏറ്റുമൂളി:

"ഉറച്ച നിശ്ചയത്തോടെ മുന്നോട്ടു നാം ഗമിക്കുന്നു

അറിയില്ല നമുക്കൊട്ടും നിരാശ, സത്യം"

എന്നിട്ടു നീട്ടിവലിച്ച് ഒരു കോട്ടുവായിട്ടു. കോട്ട് ഊരി ഒരു കസാലയിലേക്കെറിഞ്ഞു. സാവധാനത്തിൽ ഷൂസഴിച്ചു. വസ്ത്രം മാറ്റി കിടക്കയിൽപ്പോയിക്കിടന്നു.

കാലാവസ്ഥ റിപ്പോർട്ടിൽപ്പറഞ്ഞപോലെ അതിശക്തിയായ കാറ്റ്, പുലരാൻ ഒരു മണിക്കൂറുള്ളപ്പോൾ, ആഞ്ഞടിക്കാൻ തുടങ്ങി. ജ്റാവിലോവിന്റെ വീട്ടിനുമുന്നിൽ നിന്നിരുന്ന ഒരു വെള്ള ബിർച്ചുമരം കടപുഴകി വീണു. അത് ഒരു കാവല്ക്കാരന്റെ പുരയുടെ മീതെയാണു വീണത്. ശബ്ദംകേട്ടു ജ്റാവിലോവ് ഞെട്ടി എണീറ്റു. ഉറക്കത്തിൽ നിന്നു ഞെട്ടി എണീറ്റ അയാൾക്ക് എന്താണു സംഭവിക്കുന്നതെന്നു പിടികിട്ടിയില്ല. ആരോ വാതിലിൽ ആഞ്ഞടിയ്ക്കുകയാണെന്നായിരുന്നു അയാളുടെ ധാരണ. തിടുക്കപ്പെട്ട് അയാൾ വസ്ത്രങ്ങൾ ധരിച്ചു പുറത്തേയ്ക്കോടി. നല്ല തെളിഞ്ഞ രാത്രി. തണുപ്പു കലശലായുണ്ട്. അയാൾ ഫാക്ടറിയിലേക്കോടി. പക്ഷേ കാറ്റിന്റെ ഊക്കുമൂലം ഓട്ടം തടസ്സപ്പെട്ടു. ഒന്നുരണ്ടുതവണ അയാൾ അടിതെറ്റിവീണു. ആസ്പത്രിയുടെ അടുക്കലെത്തിയപ്പോൾ യഗുറോവവിടെ പകച്ചുനില്പുണ്ട്. അയാളുടെ തൊപ്പി പറന്നുപോയിരുന്നു. മുഖം ഭയംകൊണ്ടു കരുവാളിച്ച മട്ടുണ്ട്. ഒച്ച പുറത്തേയ്ക്കു വരുന്നില്ല. അയാളെന്തോ വിളിച്ചുപറയുകയാണ്. അടുത്ത് ചെന്നശേഷമേ യഗുറോവു പറഞ്ഞതെന്തായിരുന്നുവെന്ന് ജ്റാവിലോവിനു മനസ്സിലായുള്ളൂ. തൊഴിലാളികളുടെ 3-ാം നമ്പർ കുടിലുകൾ ഒക്കെപ്പറന്നുപോയി എന്നാണയാൾ വിളിച്ചുപറഞ്ഞിരുന്നത്. കാറ്റിന് ഊക്കു കൂടി കൊണ്ടുവരികയാണ്. ഒരു സംഹാരാത്മകമായ ആവേശം കേറിയിട്ടെന്നപോലെയാണു കാറ്റിന്റെ ചീറ്റൽ. മരങ്ങൾ കടപുഴക്കി; എലക്ട്രിക് കാലുകൾ തള്ളിയിട്ടു. വീടുകളുടെ മോന്തായങ്ങൾ തകർത്തുപറപ്പിച്ചു; വിറകു കൊള്ളികൾ എടുത്തെറിയും പോലെ ആളുകളെ ചുഴറ്റിയെറിഞ്ഞു; ഒരു ചൂളംവിളിയോടെ ആളുകളുടെ കണ്ണിലും മുഖത്തും

മഞ്ഞുകട്ടകളെടുത്തെറിഞ്ഞു - അങ്ങിനെ ആ കാറ്റ് കുടിച്ചു മത്തുപിടിച്ച ഒരു ഭ്രാന്തനെപ്പോലെ പേക്കോലം തുള്ളുകയാണ്.

ഇതുകഴിഞ്ഞതിനുശേഷം ആളുകൾ പറഞ്ഞത് അതൊരു കൊടുങ്കാറ്റായിരുന്നുവെന്നാണ്. ഇത്തരമൊരു കാറ്റ് ഇതിന്നുമുമ്പു കണ്ടിട്ടില്ലെന്നും പലരും പറഞ്ഞു. 1908 ൽ തന്റെ വിവാഹദിവസം ഇതിലും ഭയങ്കരമായ കാറ്റുണ്ടായി എന്ന് കിഴവൻ യെർഷോവു വാദിച്ചു.

ജൂറാവിലോവിന്ന് ഇതൊരു ദുശ്ശകുനമായിത്തോന്നി. ചില ആളുകളോടൊപ്പം പ്രകൃതിശക്തിയും തനിക്കു പ്രതികൂലമായിത്തിരിഞ്ഞിരിക്കുന്നുവെന്ന് അയാൾ സ്വയം പരാതിപ്പെട്ടു. അല്ലെങ്കിൽ എന്തിന്ന് ഈ ജില്ലയിൽമാത്രം ഈ കാറ്റടിക്കണം എന്നായിരുന്നു അയാളുടെ വിചാരം.

വീട്ടിൽനിന്നു പുറത്തിറങ്ങിയ ഉടനെ അയാൾക്കു മനസ്സിലായി, ഈ കാറ്റ് അയാളുടെ നാശത്തിനുള്ളതാണെന്ന്. യെഗറോവിന്റെ മുഖത്തു നോക്കിയ ഉടനെ ജൂറാവിലോവു കരുതി: "ഇതിന്റെ മുഴുവൻ അപരാധം എന്റെ മേലായിരിക്കും. ഇപ്പോളവർ ചോദിക്കാൻ തുടങ്ങും: "എവിടെ ആ പുതിയ മൂന്നു ബ്ലോക്കുകൾ? എന്തുകൊണ്ടതു കെട്ടിയില്ല?" അതിന്റെ ബലിമൃഗം ഞാനാവുമെന്നതു തീർച്ചയാണല്ലോ!"

അന്നേദിവസം അയാൾ വളരെ ഊർജ്ജിതമായി പണി എടുത്തു. "ബി" സെക്ഷൻ കുടിലുകളിലെ 9 കുടുംബത്തേയും രണ്ടു ഒറ്റയാന്മാരേയും മാറ്റിപ്പാർപ്പിക്കേണ്ടിയിരിക്കുന്നു. ജൂറാവിലോവ് പാർട്ടിയുടെ ടൗൺ കമ്മിറ്റിസിക്രട്ടറി ഉഷാക്കോവിനെ ഫോണിൽ വിളിച്ചു. കുടിലുകൾ നഷ്ടപ്പെട്ട കുടുംബങ്ങളെ മാറ്റിപ്പാർപ്പിയ്ക്കാൻ സ്ഥലം വേണമെന്നഭ്യർത്ഥിച്ചു. ഇപ്പോഴേ ഓർത്തുള്ളൂ? ഇതുവരെ എന്താ ചെയ്തിരുന്നത്? എന്നു ഉഷാക്കോവു തിരിച്ചടിച്ചു. തന്റെ പ്രവൃത്തി ന്യായീകരിയ്ക്കാൻ നില്ക്കാതെ വീണ്ടും അപേക്ഷ തുടർന്നു: "ചിലരെ ഫാക്ടറിയിലെ അസംബ്ളി ഷോപ്പിൽ പാർപ്പിച്ചിരിക്കയാണ്. അലക്സിയേവിച്ച് ഉഷാക്കോവ്, ദയവായി സഹായിക്കു.

തകർന്ന വീട്ടുസാമാനങ്ങളും മറ്റും കെട്ടിവലിച്ചുകൊണ്ടുപോകുമ്പോൾ കൂട്ടത്തിൽനിന്നൊരാൾ ജൂറാവിലോവിനോടു വിളിച്ചു ചോദിച്ചു: "തൃപ്തിയായോ?" ജൂറാവിലോവു മിണ്ടിയില്ല. ഫോർമാൻ വിനോഗ്രഡോവിനേയും കുടുംബത്തേയും ജൂറാവിലോവു തന്റെ വീട്ടിലാക്കി. എന്നിട്ടയാൾ ടൗൺ എക്സിക്യൂട്ടീവ് ചെയർമാനെ ചെന്നുകണ്ടു ചുളിവുവരുത്തിയ 3 ടൺ ഇരുമ്പുതകിടാവശ്യപ്പെട്ടു. പറന്നുപോയ മേല്പുരകൾ അതുകൊണ്ടു ശരിപ്പെടുത്താമെന്നായിരുന്നു അയാളുടെ സമാധാനം.

താൻ കഴിയുന്നതെല്ലാം ശ്രമിയ്ക്കുന്നുണ്ടെന്ന് അയാൾ വിനോഗ്രഡോവിന്റെ കിഴവിയായ ശ്വശ്രുവിനെ സമാധാനിപ്പിച്ചു. ഇങ്ങിനെ ഓടിനടന്ന് അവരെയും ഇവരെയും കണ്ട് അപേക്ഷകളും സാന്ത്വനിപ്പിക്കലും ചെയ്തിരുന്നുവെങ്കിലും അപ്പോഴൊക്കെ അയാളുടെ വിചാരം മുഴുവൻ തന്റെ ഭാവിയെപ്പറ്റിയായിരുന്നു: "ഞാൻ നശിച്ചു. എത്രപേർക്കു വീടു നഷ്ടപ്പെട്ടു, എത്ര പേർക്കു നാശനഷ്ടങ്ങൾ സംഭവിച്ചു, എത്ര മരവും ഇരുമ്പും വേണ്ടിവരും എന്നൊക്കെ അവരിപ്പോൾ കണക്കെടുക്കുകയാണ്. എന്നാൽ എന്റെ സ്ഥിതിയോ? ഞാൻ ഇവാൻ ജൂറാവിലോവ്, സത്യസന്ധനായ ഒരു സോവിയറ്റ് പൗരൻ, തന്റെ സർവ്വസ്വവും രാഷ്ട്രത്തിനു വേണ്ടി സമർപ്പിച്ചവൻ, തകരുകയാണ് - അതാരും അറിയുന്നില്ല. ആർക്കും അതിൽ ശ്രദ്ധയുമില്ല ഈ കാറ്റ് എന്നെ പറ്റെ നശിപ്പിച്ചു."

അവിടുന്ന് ആറ് ദിവസം കഴിഞ്ഞു. ഏഴാം ദിവസം പാർട്ടിയുടെ ടൗൺകമ്മിറ്റി ആപ്പീസിൽനിന്നു ജൂറാവിലോവിന്ന് ഒരു ഫോൺ സന്ദേശം കിട്ടി: "കേന്ദ്രക്കമ്മിറ്റിയിൽനിന്നു നിങ്ങൾക്കൊരു നിർദ്ദേശമുണ്ട്: ഉടനടി നിങ്ങൾ നേരിട്ടുചെന്നു റിപ്പോർട്ടു ചെയ്യണം. കുഴപ്പങ്ങൾ നേരിടാൻ ജൂറാവിലോവു തയ്യാറെടുത്തുകൊണ്ടിരിക്കയായിരുന്നുവെങ്കിലും ഇതു കേട്ടപ്പോൾ ടെലിഫോൺ റിസ്സീവർ അയാളുടെ കയ്യിൽനിന്നു വീണുപോയി. ആകെ പകച്ചു. പിന്നെപ്പറഞ്ഞതൊന്നും അയാൾ കേട്ടേയില്ല. "എന്താണ് ഉഷാക്കോവു ഫോൺ ചെയ്യാഞ്ഞത്,"അയാൾ ചിന്തിച്ചു. "എന്താണ് ആപ്പീസു സിക്രട്ടറിയെക്കൊണ്ടു ഫോൺ ചെയ്യിച്ചത്?" വല്ലാത്ത തകർച്ച യാണെന്നെ തുറിച്ചുനോക്കുന്നത്? ഞാൻ മന്ത്രികാര്യാലയത്തിൽനിന്നുമാത്രമേ അന്വേഷണം പ്രതീക്ഷിച്ചുള്ളൂ. പക്ഷേ കേന്ദ്രകമ്മിറ്റിയ്ക്കു ഞാൻ നേരിട്ടുചെന്നു റിപ്പോർട്ടു ചെയ്യണമെന്നല്ലേ നിർദ്ദേശം വന്നത്! ഇതു തീരെ പ്രതീക്ഷിച്ചില്ല. "റിപ്പോർട്ട്!" എന്താണു റിപ്പോർട്ടു ചെയ്യാനുള്ളത്? ഒരു ശക്തിയായ കാറ്റടിച്ചു. അത് എല്ലാവരും അറിഞ്ഞിരിക്കണമെന്നുണ്ടോ? എന്റെ കലാശമായി. അതാണിതിന്നർത്ഥം. പക്ഷേ ഇതിലെന്തു നീതിയാണുള്ളത്? ഞാനാണോ കാലാവസ്ഥ നിയന്ത്രിക്കുന്നത്? ആ കാസ്റ്റിങ്ങ് ഫൗണ്ടറിയുണ്ടാക്കിയിരുന്നില്ലെങ്കിൽ റിപ്പോർട്ടു പൂരിപ്പിക്കാൻ കഴിയുമായിരുന്നോ? അതുണ്ടാക്കിയതുകൊണ്ടു ഞാൻ സ്റ്റേറ്റിന് എത്രമാത്രം ലാഭമുണ്ടാക്കിയെന്നു കാണരുതോ!... ആദ്യം അവർ കെട്ടിടങ്ങൾക്കുള്ള പരിപാടി പാസ്സാക്കി. എന്നിട്ട് ഉല്പാദനക്വോട്ട വർദ്ധിപ്പിച്ചതിൽ രണ്ടുതവണ എന്നെ അഭിനന്ദിച്ചു. പിന്നീട് ഇപ്പോൾ എന്നെ കെട്ടിത്താഴ്ത്തുകയാണ്. ഇതെന്തുകൊണ്ടാണ്? ഒരു കാറ്റുണ്ടായതുകൊണ്ടുമാത്രം. ഈ കാറ്റു വീശിയിരുന്നില്ലെങ്കിൽ മേയ്

1-ാംനു എന്നെ അഭിനന്ദിച്ചുകൊണ്ട് അവർ കമ്പിയടിക്കുമായിരുന്നു. ഈ പ്രവൃത്തിയിൽ ഒരു യുക്തിയുമില്ല. ഞാനൊരു കുട്ടിയൊന്നുമല്ല. വയസ്സ് 38 ആവുകയാണ്. എന്തുകൊണ്ടാണ് ഞാൻ നശിച്ചത്? വെറും കാലാവസ്ഥ കാരണം!"

പാർപ്പിടങ്ങൾ നിർമ്മിയ്ക്കുന്നതിൽ കാലതാമസം വരുത്തിയതിനെപ്പറ്റി ആരായിരിക്കാം മോസ്ക്കോവിലേയ്ക്കു റിപ്പോർട്ടുചെയ്തതെന്ന് അയാൾ ഊഹിക്കാൻ തുടങ്ങി. അത് സൊഖ്ലോവ്സ്കി ആവാനാണ് വഴി! കഷ്ടമായിപ്പോയി, ഞാനയാളെ നിലയ്ക്കു നിർത്താഞ്ഞത്. അയാളുടെ കുടുംബം ബൽജിയത്തിലാണെന്ന ആ തുരുപ്പുശീട്ടുപയോഗിച്ച് ഞാനയാളെ തുരത്തേണ്ടതായിരുന്നു. ആ സന്ദർഭം ഞാൻ പാഴാക്കിക്കളഞ്ഞല്ലോ! ഇപ്പോൾ അയാൾ മുതലെടുത്തു. അയാൾ ഇപ്പോഴും കിടപ്പിലാണെന്നാണല്ലോ യഗറോവ് പറഞ്ഞത്. അഥവാ, അയാളല്ലായിരിക്കുമോ, ഇത് ചെയ്തത്? എന്നാൽപ്പിന്നെ ആരായിരിക്കും? സിബിർട്ട്സോവാവില്ല. അതിനുള്ള ചങ്കൂറ്റമയാൾക്കില്ല. ഉഷാക്കോവാവുമോ? ആ വീടുകളുടെ കാര്യത്തിൽ അയാൾ എന്നെ എപ്പോഴും അലട്ടിക്കൊണ്ടിരുന്നു. അയാൾക്കെന്താണിതിൽ കാര്യം? ഞാനല്ലേ ഫാക്ടറിയ്ക്കുത്തരവാദി. അല്ല, താൻ വലിയ ഉത്സാഹിയാണെന്നു കാണിക്കാൻവേണ്ടി അയാൾ ചെയ്തതായിരിക്കും; പ്രമോഷൻകിട്ടാൻവേണ്ടി... മന്ത്രികാര്യാലയത്തിൽ നിന്നു യാതൊരു ചോദ്യവും ഇതുവരെ വന്നില്ലല്ലോ. ഇത് ഉഷാക്കോവ്*[6] പറ്റിച്ചതുതന്നെയാവണം... ഫാക്ടറിയെ സംബന്ധിക്കുന്ന മന്ത്രികാര്യാലയത്തിൽനിന്നു യാതൊരന്വേഷണവും കിട്ടാത്തനിലക്ക് കെട്ടിടനിർമ്മാണത്തിൽ സംഭവിച്ച കാലതാമസം പാർട്ടി വഴിയ്ക്കായിരിക്കും പോയിട്ടുണ്ടാവുക എന്നു ഷുറാവിലോവ് വിശ്വസിച്ചു. സൊഖ്ലോവ്സ്കി ഇതിന്ന് ഉഷാക്കോവിനെ പ്രേരിപ്പിച്ചിട്ടുമുണ്ടാവും. സുഖക്കേടുമൂലം കിടപ്പിലാണെങ്കിലും അവിടെക്കിടന്നുതന്നെ അപവാദങ്ങൾ സൃഷ്ടിച്ച് ടൗൺകമ്മിറ്റിയ്ക്കു ഫോൺ ചെയ്യാമല്ലോ!... ഇനി ആരായാലെന്താ? ആരു കൊളുത്തിക്കൊടുത്തുവെന്നത് ഒരു കാര്യമല്ല. നശിക്കുന്നതു ഞാനാണല്ലോ!"

തീരെ അപ്രസന്നമായിട്ടാണ് ഷുറാവിലോവ് മോസ്ക്കോവിലേയ്ക്കു പുറപ്പെട്ടത്. തീവണ്ടിയിൽ അയാൾ മുഖം കനപ്പിച്ചുകുഞ്ഞിക്കൂടി ഇരുന്നതേയുള്ളൂ. ചുറ്റുപാടുമുള്ള കാഴ്ചകൾ നോക്കുകയാവട്ടെ, യാത്രക്കാരുടെ ആവശ്യങ്ങൾ ഇടയ്ക്കിടെ വന്നന്വേഷിച്ചിരുന്ന കണ്ടക്ടറുടെ ചോദ്യങ്ങൾക്കു വല്ല മറുപടിയും പറയുകയാവട്ടെ ചെയ്തില്ല. സാധാരണ

---

6 ഉഷാക്കോവ് പാർട്ടി ഭാരവാഹികളിലൊരാളാണ്.

തീവണ്ടിയാത്ര അയാൾക്കു വളരെ ഇഷ്ടമുള്ളതായിരുന്നു. മുമ്പൊക്കെ വണ്ടിയിൽക്കേറിയ ഉടനെ അയാൾ സഹയാത്രികരുമായി പരിചയപ്പെട്ടും. ശീട്ടുകളിയിലോ, മറ്റുവല്ല കളിയിലോ ചേരും; ഇടയ്ക്കിടെ ചായയും പലഹാരങ്ങളും വരുത്തിക്കഴിച്ചുകൊണ്ട് ഉറക്കെ തന്റെ ഫാക്ടറിയുടെ നേട്ടങ്ങൾ പറഞ്ഞു തുള്ളിച്ചിരിക്കും; "ക്രോക്കോസെയിൽ" (വിനോദമാസിക) വായിച്ച ബലേ ഭേഷ് പറയും - അങ്ങിനെ വളരെ രസിച്ചാണ് അയാൾ യാത്ര ചെയ്യാറ്. ഇത്തവണ അതിന്നു നേരേ വിപരീതമാണ്. ഇപ്പോൾ എല്ലാറ്റിനോടും ഒരു വെറുപ്പാണയാൾക്ക്. ജ്റ്റാവിലോവ്വ കേറിയ മുറിയിലെ മറ്റൊരു യാത്രക്കാരൻ റെയിൽവേ എഞ്ചിനീയറായിരുന്നു.അയാളുടെ നാവു വെറുതെയിരിക്കില്ല. അതുമിതും പറഞ്ഞുകൊണ്ടിരിയ്ക്കും. ആ എഞ്ചിനീയറുടെ നാവിനെയും റേഡിയോവിലൂടെ കേട്ടിരുന്ന പാട്ടുകളേയും ജ്റ്റാവിലോവ്വ ശപിച്ചു. തന്റെ തല വല്ലാതെ പൊളിയുന്നതായി അയാൾക്കു തോന്നി.

രാത്രി റെയിൽവെ എഞ്ചിനീയർ കിടന്നു കൂർക്കം വലിക്കുമ്പോൾ ജ്റ്റാവിലോവ് ഓരോന്നാലോചിച്ച് ഉറക്കംവരാതെ കിടക്കുകയാണ്. എന്താണ് സംഭവിച്ചതെന്നറിയാൻ അയാൾ ചിന്തിച്ചുചിന്തിച്ചു തലപുണ്ണാക്കിക്കൊണ്ടിരുന്നു. എഞ്ചിനീയർ ഒന്നുചുമച്ചു തിരിഞ്ഞുകിടന്നു. ജ്റ്റാവിലോവ്വ ചിന്തകളുമായി കെട്ടിമറിയുകാണ്. പെട്ടെന്ന് അയാൾക്കു മനസ്സിലായപോലെ തോന്നി: "ലെനയിൽനിന്നാണ് ഈ കുഴപ്പമെല്ലാമുണ്ടായത്. ആ അസത്ത് കണ്ട അതുമിതും നോവലുകളെല്ലാം വായിക്കും. അങ്ങിനെ അവളുടെ തലയിൽ ചളികെട്ടി. എന്നിട്ട് അവൾ സത്യസന്ധനായ ഒരു സോവിയറ്റു പൗരന്റെ നിലനിൽപുപോലും തകർത്തുകളഞ്ഞു. ആ ഫാക്ടറിയുടെ കഥ ഇനിയെന്താവുമോ? മേയ് 1-ന് പുതിയ മോഡൽ പുറത്തിറക്കാമെന്നു ഞാൻ ഉറപ്പുകൊടുത്തതായിരുന്നു. ഇനി എന്തു സംഭവിക്കുമോ ആവോ? ഒരു ഡിസൈൻ നിർമ്മാതാവെന്ന നിലയിൽ സൊഖ്ലോവസ്കി മോശമല്ലെന്നതു ശരിതന്നെ. സൊഖ്ലോവ്സ്കിയുടെ സിഗ്നൽ രീതി ദിമിത്രി പാടേ മാറ്റി; അതിൽ അയാൾ സംതൃപ്തനായിട്ടുണ്ട്. വിമർശനം വളരെ നല്ലതാണ്! പക്ഷേ ഫാക്ടറിയ്ക്ക് എല്ലാറ്റിനേയും യോജിപ്പിച്ചു കൊണ്ടുപോകാനുള്ള ഒരു തത്വമുണ്ടായിരിക്കണമല്ലോ. അതിനി ഉണ്ടാവില്ല. അതിനിനി അവിടെ ആരാണുള്ളത്? ആരുമില്ല. നല്ല പരിചയസമ്പന്നനായ ഒരു എഞ്ചിനീയറാണ് യഗുറോവ്. പക്ഷേ ഭാര്യ മരിച്ചശേഷം അയാളുടെ ഗതി കീഴ്പോട്ടായിരിക്കുന്നു. ദിമിത്രി ഒരു ഭാവിയുള്ളവനാണ്. എന്നാൽ എല്ലാം നിയന്ത്രിച്ചുകൊണ്ടുപോകാൻ കഴിവായിട്ടില്ല.

താരതമ്യേന വളരെ ചെറുപ്പവുമാണ്. എന്നെക്കൂടാതെ ആ ഫാക്ടറിയുടെ നടത്തിപ്പ് എനിക്ക് ആലോചിക്കാനേ കഴിയുന്നില്ല: ഒരു പൊട്ടിപ്പെണ്ണ് ഇതെല്ലാം ഒറ്റയടിക്കു തകർത്തുവെന്നതു കേട്ടുകേൾവി പോലുമില്ലാത്ത സംഭവമാണ്. ദിമിത്രി അന്ന് ആ ക്ലബ്ബിൽ ചെയ്ത പ്രസംഗം അക്ഷരം പ്രതി ശരിയാണ്. ഒരു കല്ല് നിങ്ങൾ വലിച്ചെടുത്താൽ വീടു മുഴുവനും ഇടിഞ്ഞുവീഴും. ഇതിൽക്കൂടുതൽ എന്തു പ്രതീക്ഷിക്കാൻ കഴിയും? ആളുകളുടെ ചുറ്റുപാട് മോശമാണ്; കൊള്ളരുതാത്ത പുസ്തകങ്ങൾ പ്രസിദ്ധപ്പെടുത്തി മനസ് കേടുവരുത്തിയിരിക്കുന്നു. എന്തിനാണത്തരം പുസ്തകങ്ങൾ ഇറക്കീട്ടുള്ളത്? ആർക്കുമറിയില്ല, എന്തിനാണെന്ന്. എന്നിട്ടിപ്പോൾ മനോഭാവത്തെപ്പറ്റിയും വികാരങ്ങളെപ്പറ്റിയും വാദിക്കാൻ തുടങ്ങിയിരിക്കുന്നു! ഫലമെന്താണ്? എന്റെ അനുഭവം കണ്ടില്ലേ. അതുതന്നെ ... ഒരുറച്ച തീരുമാനമാണ് ഇന്നാവശ്യം. എന്റെ ജീവിതത്തെ ആർക്കും ആക്ഷേപിക്കാൻ കഴിയില്ല. ആ ഫാക്ടറിക്കുവേണ്ടിയാണ് ഞാൻ ജീവിച്ചത്. എന്നിട്ടോ? ഇപ്പോളെന്തുശേഷിച്ചു? ഒന്നുംതന്നെയില്ല. കുറെ പൊട്ടും പൊടിയും മാത്രം - അതാണു ജൂറാവിലോവിന്റെ ജീവിതം!"

എഞ്ചിനീയർ എണീറ്റ് ഒരു സഞ്ചിയിൽനിന്ന് എന്തോ പുറത്തെടുത്തു: അതൊരു പൊതിയാണ്. അയാൾ അതു നിവർത്തി ചില കേക്കുകൾ എടുത്ത് ജൂറാവിലോവിനു നീട്ടി: "എന്റെ ഭാര്യയുണ്ടാക്കിയതാണ്; തിന്നുനോക്കൂ."

ജൂറാവിലോവു നിരസിച്ചു. തനിയ്ക്കിപ്പോൾ ഒന്നു കഴിയ്ക്കാൻവയ്യെന്നയാൾ പറഞ്ഞു. അയാൾ ഈർഷ്യയോടെ സ്വയം മുറുമുറുത്തു: "ഹേ മഠയാ! താനെന്തിനാണിത്ര സന്തോഷിയ്ക്കുന്നത്! ഇന്ന് അവൾ തനിയ്ക്കു കേക്കുണ്ടാക്കിത്തരും. നാളെ മറ്റു വല്ല കാമുകന്റേയും കൂടെ ചാടിപ്പോവും. തന്നെ അവൾ ചവിട്ടിപ്പുറത്താക്കും... നോക്കണം, അയാളുടെ ഒരു ഭാവം. മന്ത്രികാര്യാലയത്തിൽനിന്നു വിളിച്ചിട്ടാണത്രെ അയാൾ പോകുന്നത്? പ്രൊമോഷൻ സ്വപ്നം കാണുന്നുണ്ടാവും! പക്ഷേ ആകസ്മികമായി ഒരു റെയിലപകടമുണ്ടായാൽ തന്റെ സ്വപ്നമൊക്കെത്തകരില്ലേ! എന്റെ ഗതിയതല്ലേ സൂചിപ്പിക്കുന്നത്; പറഞ്ഞിട്ടെന്തു ഫലം! ആരേയും വിശ്വസിക്കാൻ വയ്യ!"

യാത്ര പുറപ്പെടുന്ന സമയത്തു ജൂറാവിലോവ് യഗുറോവിനോടു പറഞ്ഞത്, ഒന്നോ രണ്ടോ ദിവസത്തേയ്ക്കു മാത്രമാണ് താൻ പോകുന്നതെന്നായിരുന്നു. അധികം ദിവസം വിട്ടിനില്ക്കാൻ പറ്റുന്ന സമയമല്ലല്ലോ; പുതിയ മോഡൽ പൂർത്തിയാക്കേണ്ടതില്ലേ എന്നയാൾ യഗുറോവിനോടു പറയുകയുണ്ടായി. പക്ഷേ ആഴ്ചയൊന്നുകഴിഞ്ഞു. ജൂറാവിലോവു

മടങ്ങിയെത്തിയില്ല. അങ്ങിനെയിരിക്കെ ഹെഡ്ഡാപ്പീസിൽനിന്നു യഗുറോവിന്ന് ഒരു ഫോൺകിട്ടി. ഒരു പുതിയ ഡയറക്ടറെ നിയമിച്ചിട്ടുണ്ട്, ഉടനെ എത്തും എന്നായിരുന്നു സന്ദേശം. "പുതിയ ഡയറക്ടർ ഗൊള്ളോവ്നോവാണ്. ഏപ്രിൽ രണ്ടാമത്തെ ആഴ്ചയിൽ അയാൾ എത്തി ചാർജ്ജെടുക്കും" എന്ന് ആ സന്ദേശത്തിൽ വിവരിച്ചിരുന്നു.

യഗുറോവ് ഈ വാർത്ത ബ്രൈനിനോടു പറഞ്ഞപ്പോൾ അയാൾ തുള്ളിച്ചാടി. "എനിയ്ക്കറിയാം, ഗൊള്ളോവ്നോവിനെ. സ്വെർഡ്‌ലോവ്സ്കയിൽ ഞാനയാളുടെകൂടെ ജോലിചെയ്തിട്ടുണ്ട്. വിവേകമുള്ളവനാണ്. പണിയും അറിയാം."

യഗുറോവ്: "നന്നായി... മേയ് 1-ാം നയ്ക്കു പുതിയ മോഡൽ നമുക്കു പൂർത്തിയാക്കാൻ കഴിയുമല്ലോ!"

ബ്രൈനിൻ: "തീർച്ചയായും. അതിലെന്താണു സംശയം!...

ആട്ടെ, ജ്രൂറാവിലോവിന്റെ വിവരമെന്താണ്?"

യഗുറോവ്: "അയാളെ ഡിസ്മിസ്സ് ചെയ്തെന്നു വ്യക്തമല്ലേ! അയാളെ പുറത്താക്കാൻ കേന്ദ്രം കുറെക്കാലമായി തീരുമാനിച്ചിട്ടെന്ന് ഞാനറിഞ്ഞിരുന്നു. പകരമൊരാളെക്കിട്ടാനാണ് ഇതുവരെ കാത്തിരുന്നത്... ഇക്കഴിഞ്ഞ മഞ്ഞു കാലത്ത് സൊഖ്ലോവ്സ്കി ഇതു സൂചിപ്പിക്കുകയുണ്ടായി. അയാൾ തമാശ പറയുകയാണെന്നേ അന്നു ഞാൻ കരുതിയുള്ളൂ."

ബ്രൈനിൻ ഒന്നുചിരിച്ചു "പ്രവദ" നിവർത്തി നോക്കി:

"ഫ്രാൻസിൽ ഗവർമ്മേണ്ടിന്നിനിയും ഭൂരിപക്ഷമില്ല; ഒന്നുപറഞ്ഞാൽ അത് ഒരു ലക്ഷണമാണ്."

അന്നുരാത്രി ഖിട്രോവിന്റെ ഭാര്യ തന്റെ ഭർത്താവിന്റെ കാര്യത്തിൽ ഭയം പ്രകടിപ്പിക്കയുണ്ടായി. അവൾ ഭർത്താവിനോടു ചോദിച്ചു: നിങ്ങൾ ജ്രൂറാവിലോവിന്റെ ചങ്ങാതിയായിരുന്നില്ലേ! ഇതു നിങ്ങൾക്കും ശല്യമുണ്ടാക്കുമോ?"

ഖിട്രോവു കുറച്ചുനേരം ആലോചിച്ചശേഷം തലയാട്ടി: ഹേയ്! ഞാനത്രയൊന്നും അടുപ്പമായിരുന്നില്ല. അയാളൊരു കൊള്ളരുതാത്തവൻ. താൻ പറയുന്നത് എല്ലാവരും സമ്മതിക്കണമെന്ന ആഗ്രഹക്കാരനാണയാൾ. എനിയ്ക്ക് അയാളോടു യോജിച്ചുപോവാൻ കഴിഞ്ഞിരുന്നില്ല. ഇപ്പോഴയാളെ മാറ്റിയതിൽ എനിക്കൊട്ടു ഖേദവുമില്ല. പക്ഷേ, ഈ പുതിയ ഗൊള്ളോവ്നോവ് എന്തുമാതിരിക്കാരനാണെന്ന് അറിയുന്നവരെ നാം കാത്തിരിക്കണം. എന്തായാലും ജ്രൂറാവിലോവിനെക്കാൾ

മോശമാവാൻ വഴിയില്ല.

സംസാരം മുഴുവൻ ഗൊളോവനോവിനെപ്പറ്റിയായിരുന്നു. ജുറാവിലോവിനെപ്പറ്റി ആരും അത്ര പറഞ്ഞുകേട്ടില്ല. വെപ്പുകാരി ഗ്രൂഷമാത്രം ഇടയ്ക്കിടെ ചോദിക്കും: "ജുറാവിലോവ് എപ്പഴാണു വന്ന് അയാളുടെ സാധനങ്ങൾ എല്ലാം എടുത്തുകൊണ്ടുപോവുക? എല്ലാ മുറികളും നിറഞ്ഞുകിടക്കുകയാണ്. പുതിയ ആൾ വരുമ്പോഴേയ്ക്കും വീടൊഴിച്ചു കൊടുക്കണമല്ലോ!"

ഫാക്ടറി യാതൊരു കോട്ടവുമില്ലാതെ പതിവുപോലെ പ്രവൃത്തിയിൽ മുഴുകി. ജോലിയ്ക്കുകേറേണ്ട സമയമറിയിക്കുന്ന ചൂളം മുഴങ്ങി; ആളുകൾ സാധാരണപോലെ തമാശപറഞ്ഞും വാദിച്ചും ജോലിതുടർന്നു! ജുറാവിലോവിന്റെ അഭാവം ആരുംശ്രദ്ധിച്ചില്ല. ആ കാറ്റുമൂലം വീടു നഷ്ടപ്പെട്ടവർ ഇടയ്ക്കു ജുറാവിലോവിനെ ശപിച്ചിരുന്നു. അത്രമാത്രം.

പാർപ്പിടങ്ങൾക്കുള്ള പുതിയ 3 ബ്ലോക്കുകളുടെ അടിത്തറ ഫ്രൻസ് തെരുവിൽ ഉയരുന്നത് അവർ സംതൃപ്തിയോടെ വീക്ഷിച്ചു. "രണ്ടു മുറികൾ, അടുക്കള, കുളിമുറി - ഹാവൂ! നമുക്കൊരു പുതുജീവിതം എന്ന് അതുനോക്കി വിനോഗ്രേഡോവിന്റെ ഭാര്യ ആശ്വാസംപൂണ്ടു.

ജുറാവിലോവ് എവിടെ? എന്തുപറ്റി അയാൾക്ക്? ആർക്കും അതിൽ ഒരു ശ്രദ്ധയില്ല. ആരും അതോർമ്മിച്ചുമില്ല. ഒരു കാറ്റുതി; കുറെ തകരാറുണ്ടാക്കി; അതങ്ങ് അടങ്ങി. ആ കാറ്റടങ്ങിക്കഴിഞ്ഞാൽപ്പിന്നെ ആളുകൾ അതിനെപ്പറ്റി ഓർമ്മിച്ചു മിനക്കെടാറില്ലല്ലോ!

മഞ്ഞുകാലത്തിന്റെ അവസാന ദിവസങ്ങളായിരുന്നു അത്. തെരുവിന്റെ ഒരുഭാഗം ഇപ്പോഴും മഞ്ഞു കൊണ്ടു മരവിച്ചാണ് കിടക്കുന്നത്. പക്ഷേ മറുഭാഗത്ത് മഞ്ഞുകട്ടകൾ പൊട്ടിയുരുകാൻ തുടങ്ങിയിട്ടുണ്ട്.

സൊഖ്ലോവ്സ്കി കിടപ്പിലായതിനുശേഷം അന്നാണ് ആദ്യമായി കിടയ്ക്കയിൽ നിന്നേഴുന്നേറ്റത്. അദ്ദേഹം പതുക്കെ ജനലിന്റെ അരികിലേയ്ക്കു നീങ്ങി പുറത്തേയ്ക്ക് എത്തിനോക്കി. ആ പരന്നുകിടക്കുന്ന മഞ്ഞുകട്ടകൾ കുറേശ്ശെ ഉരുകാൻ തുടങ്ങിയതുകണ്ട് അദ്ദേഹം സ്വയം പറഞ്ഞു: "വസന്തം ഒരു കാൽച്ചോടകലെ എത്തിക്കഴിഞ്ഞു!"

അദ്ധ്യായം പതിനാല്

സോന്യയുടെ ചിന്തമിക്കപ്പോഴും തന്റെ ഭാവിയെപ്പറ്റിയായിരുന്നു. താൻ ജോലി എടുക്കാൻ പോകുന്ന ഫാക്ടറിയെ അവൾ മനസ്സിൽ സങ്കല്പിച്ചു. തനിയ്ക്ക് ആ ജോലി തൃപ്തികരമായി നിർവ്വഹിക്കാൻ കഴിയുമോ എന്നവൾ ഭയപ്പെട്ടുകൊണ്ടിരുന്നു. "പെൻസ"യിലെ ഫാക്ടറിയിൽ അവളെ നിയമിച്ചതായി അറിവുകിട്ടിയ ദിവസം അവൾക്കാകപ്പാടെ ഒരു പരിഭ്രമമായി. തന്റെ യൗവനം അവസാനിച്ചപോലെ അവൾക്ക് തോന്നി. സഹവിദ്യാർത്ഥിനികളുമായുള്ള ചങ്ങാത്തം, പരീക്ഷ, ക്ലാസിലെ പ്രസംഗങ്ങൾ, സവ്ചെങ്കോവുമായുള്ള ശണ്ഠകൾ ഇവയെല്ലാം പഴയകാലത്തെ അനുസ്മരണകൾ മാത്രമായിക്കഴിഞ്ഞുവെന്നവൾ ഖേദിച്ചു. ഇപ്പോൾ അവൾ മുമ്പിൽക്കാണുന്നത് ആ അപരിചിത നഗരവും ഭീമമായ ഫാക്ടറിയും കനപ്പെട്ട ചുമതലകളുമാണ്. സ്ക്കൂളിൽ അവൾക്കു നല്ല പേരായിരുന്നു, നേരാണ്. പക്ഷേ സ്ക്കൂളിലെ സാധാരണ പ്രായോഗികപരിശീലനത്തിൽക്കവിഞ്ഞ് ഒരു ഫാക്ടറിയെക്കുറിച്ചു തനിയ്ക്കെന്തറിയും എന്നവൾ ഭയപ്പെട്ടു. ശരിയ്ക്കും ഒരു ഫാക്ടറിയിൽ പ്രവേശിക്കുമ്പോൾ സിദ്ധാന്തങ്ങളും ചുരുങ്ങിയ നിയോഗജ്ഞാനവും എങ്ങിനെയിരിക്കും എന്നവൾ ശങ്കിക്കാൻ തുടങ്ങി. തെറ്റുവരാൻ എത്ര എളുപ്പമാണ്? കഴിഞ്ഞകൊല്ലത്തെ പ്രയോഗപരിശീലന ക്ലാസ്സിൽ നിന്നറിഞ്ഞതാണല്ലോ താൻ ആ നാനാതരം ബുദ്ധിമുട്ടുകൾ.

അവൾ: "എനിക്കു പേടിയാവുന്നു! പുതിയ ജോലി എങ്ങനെ നിർവ്വഹിച്ചുപോവാൻ കഴിയുമെന്നറിയില്ല." അദ്ദേഹം അവളെ ആശ്വസിപ്പിച്ചു: "ഓ! സാരമില്ല. ആദ്യം എല്ലാവർക്കും അങ്ങിനെ തോന്നും."

എന്നിട്ടദ്ദേഹം പത്തിരുപത്തഞ്ചുകൊല്ലം മുമ്പ് താൻ "പെൻസ"യിൽ കുറച്ചുകാലം ഉണ്ടായിരുന്നതും മറ്റും വിവരിച്ചു. ധാരാളം ഉദ്യാനങ്ങളുള്ള ഒരു നഗരം. നല്ല പാരമ്പര്യവുമുണ്ട്. സാൾട്ട്ഖോവ് ഷെഷിഡ്രിൻ അവിടെയാണു താമസിച്ചിരുന്നത്. അതിനോടു തൊട്ടടുത്തുകിടക്കുന്ന നാട്ടിൻപുറങ്ങളിലാണ് ലെർമോണ്ടീവ ജീവിച്ചിരുന്ന താർഖണി. സോന്യയ്ക്കു കൂടുതൽ അസ്വസ്ഥതയാണനുഭവപ്പെട്ടത്. ലെർമോണ്ടീവ് അവിടുത്തുകാരനാണെങ്കിലും അല്ലെങ്കിലും എനിയ്ക്കെന്താണ്? എന്നവൾ ചിന്തിച്ചു: അദ്ദേഹത്തിന്റെ കവിതകൾ ആളുകളെ ഇളക്കുമെന്നതു ശരിതന്നെ. പക്ഷേ അന്നത്തേതല്ല ഇന്നത്തെ അനുഭവങ്ങൾ. അവിടുത്തെ ഉദ്യാനങ്ങളിലിരുന്നു ഞാൻ സ്വപ്നം കാണുമെന്നാണോ അച്ഛന്റെ വിചാരം? എനിയ്ക്കു ഫാക്ടറിയിലേ താല്പര്യമുള്ളൂ. ഞാൻ ആ ജോലിയിൽ എങ്ങനെയാവുമെന്നതാണ് എന്നെ അലട്ടുന്നത്.

ഇതുവരെ മാതാപിതാക്കളെ പിരിഞ്ഞ് അവൾ താമസിച്ചിട്ടില്ല. സവ്ചെങ്കോ തന്നെ കാണാൻ വരില്ലേ എന്നവൾ ഉൽക്കണ്ഠപ്പെട്ടുകൊണ്ടിരുന്നു. (അവളെ എവിടെയ്ക്കാണു നിയമിച്ചിട്ടുള്ളതെന്നുപോലും അയാൾ അറിഞ്ഞിട്ടില്ല.)

ഫെബ്രുവരി അവസാനത്തിലാണ് അവൾക്കു യാത്ര പുറപ്പെടേണ്ടിയിരുന്നത്. പക്ഷേ ആ സ്ഥലത്തേയ്ക്കു മറ്റൊരാളെ അയച്ചു. അവളെ വേറെ സ്ഥലത്തേക്കു മാറ്റും എന്ന ഒരു ശ്രുതി ഉത്ഭവിച്ചതിനെത്തുടർന്ന് പോക്കു നീട്ടിവെച്ചു. ഇപ്പോൾ അങ്ങോട്ടുതന്നെ പോകാൻ അവൾക്കു നിർദ്ദേശം ലഭിച്ചിരിക്കയാണ്. "നമുക്കിതൊന്ന് ആഘോഷിക്കണം," അവളുടെ അച്ഛൻ അഭിപ്രായപ്പെട്ടു.

അവൾ എതിർത്തു. ഇപ്പൊ വേണ്ട. ഞാൻ ജോലി കുറച്ചൊക്കെച്ചെയ്ത് അവധിയിൽ വരുമ്പോഴാവാം.

സോന്യ പോകുന്നതിൽ അമ്മയ്ക്കു വല്ലാത്ത ഒരസഹ്യത. "അവളിവിടെ എങ്ങിനെ കഴിച്ചുകൂട്ടും?" നദേജ ഭയപ്പെടാൻ തുടങ്ങി: "അവൾക്കു പോകാൻ വലിയ ഇഷ്ടമില്ലെന്നാണ് എനിക്കു തോന്നുന്നത്. സവ്ചെങ്കോവിനോടു അവൾക്കു പ്രതിപത്തിയില്ലെന്നു കരുതുന്നതു ശരിയല്ല. അവളതു മറച്ചുപിടിയ്ക്കുകയാണെന്ന് എനിക്കറിയാം. അവനൊരു നല്ല പയ്യനാണ്. അവരുടെ വിവാഹം ഒന്നു നടന്നു കാണാൻ എനിക്കു കൊതിയാവുന്നു. പറഞ്ഞിട്ടെന്തുഫലം? അവളിപ്പോൾ പോവുകയല്ലെ! അവനാണെങ്കിൽ ചെറുപ്പമാണ്. അവളെ കാണാതാവുമ്പോൾ അവന്റെ മനസ്സു മറ്റാരിലേയ്ക്കെങ്കിലും തിരിയാനും മതി! അവരൊരു ധാരണയിലെങ്കിലുമെത്തിയിരുന്നെങ്കിൽ എനിക്കു മനസ്സിനൊരു സുഖം

കിട്ടിയേനേ!"

സോന്യ പോവാൻ ഇനി രണ്ടുമൂന്നു ദിവസമേയുള്ളൂ. അമ്മയ്ക്കു തന്റെ വിചാരം അടക്കിവെയ്ക്കാൻ കഴിഞ്ഞില്ല. അവർ മകളോടു ചോദിച്ചു: "എന്തേ സവ്ചെങ്കോ നിന്നെ കാണാൻ വരാഞ്ഞത്? ശണ്ഠയൊന്നു മില്ലല്ലോ, ഉണ്ടോ?"

സോന്യ: "ഞാനെന്തിനു ശണ്ഠകൂടണം? അയാൾക്കു ജോലിത്തിര ക്കുണ്ടാവും."

നദേജ: "നീ പോണ വിവരം അവനറിയാമോ?"

സോന്യ: "പിന്നെയില്ലാതെ! ഇന്നാൾ ഞാനയാളെ വഴിയിൽവെ ച്ചുകണ്ടു. അച്ഛനെ ഒന്നുവന്നു കാണണമെന്നുണ്ട് അയാൾക്ക്. പക്ഷേ പണിത്തിരക്കുകാരണം കഴിയുന്നില്ല എന്ന് എന്നോടു പറഞ്ഞു."

തനിയ്ക്കിങ്ങനെ ഒരു കള്ളംപറയാൻ കഴിഞ്ഞതോർത്തു സോന്യ ലജ്ജിച്ചുപോയി. "അന്നത്തെ രാത്രിയ്ക്കുശേഷം ഞാനയാളെ കണ്ടി ട്ടില്ലെന്ന് എങ്ങിനെ അമ്മയോടു പറയും? അവൾ ചിന്തിച്ചു: "എന്നെ എങ്ങോട്ടാണു നിയമിച്ചതെന്നറിയാൻപോലും അയാൾ ശ്രമിച്ചില്ലല്ലോ! എന്റെ കാര്യത്തിൽ അയാൾക്കു യാതൊരു ശ്രദ്ധയുമില്ല. ഞാനതുഹി ച്ചു... പക്ഷേ എന്തായാലും ഞാനിത് അമ്മയെ അറിയിക്കില്ല...ഇത് അമ്മയുടെ കാര്യമല്ലല്ലോ." സോന്യ അമ്മയോടു ചോദിച്ചു:

"അമ്മയെന്തിനാണ് അയാളെപ്പററി അന്വേഷിക്കുന്നത്? അയാൾ നല്ലവനാണെന്നു ഞാനും സമ്മതിക്കാം. പക്ഷേ അയാളെന്റെ ആദർശ പുരുഷനല്ല. തനിയ്ക്ക് ആകർഷകത്വം തോന്നാത്ത ഒരു പുരുഷനാൽ ശ്രദ്ധിയ്ക്കപ്പെടുന്നത് അത്ര രസമുള്ളതല്ല."

അന്നുരാത്രി ആൻഡ്രി പുഖോവിനു തീരെ സുഖമില്ലായിരുന്നു. ഇത്ര മോശമായ ഒരു രാത്രി ഇതിനു മുമ്പുണ്ടായിട്ടില്ലെന്നദ്ദേഹത്തിനു തോന്നി. താനിപ്പോൾ മരിച്ചേയ്ക്കുമെന്നുപോലും അദ്ദേഹം ശങ്കിച്ചു. എല്ലാവരോടും മനസ്സുകൊണ്ട് വിട ചോദിക്കപോലും ചെയ്തു. കിടക്കയിൽ ചാരിയിരു ന്നുകൊണ്ട് ജനലിന്റെ വിടവിൽകൂടി അദ്ദേഹം അനന്തതയിലേയ്ക്കു ദൃഷ്ടിപായിച്ചു. താൻ മരിച്ചാൽ നദേജയുടെ സ്ഥിതിയെന്താവുമെന്ന് അദ്ദേഹത്തിനു ചിന്തിക്കാൻപോലും വിഷമമായി: "പാവം നദേജ! സോന്യയുംകൂടി പോയിക്കഴിഞ്ഞാൽപ്പിന്നെ അവളെങ്ങനെ കഴിച്ചുകൂ ട്ടും?"

ഭാര്യ ഉണർന്നു തന്റെ വിഷമം കാണാതിരിക്കാൻ അദ്ദേഹം തന്നെ ശ്രദ്ധിച്ചു. രാത്രിയിലുണ്ടായ അസ്വസ്ഥത പിറ്റേദിവസം വെളിച്ചമായിട്ടും

അദ്ദേഹം ആരേയും അറിയിച്ചില്ല. ഉച്ചവരെ കിടയ്ക്കയിൽത്തന്നെ കിടന്നു. ഉച്ചകഴിഞ്ഞ് എണീയ്ക്കാൻ ഒരു ശ്രമം നടത്തിനോക്കി. കാലുറയ്ക്കുന്നില്ല. വീണ്ടും കിടന്നു. അന്നു സിറോജയെക്കാണാൻ ചെല്ലാമെന്നു സമ്മതിച്ചതായിരുന്നു. പക്ഷേ നടക്കാൻ തീരെവയ്യ.

മറ്റൊരാളുടെ ദൃഷ്ടിയിൽ താനെങ്ങിനെയിരിക്കുമെന്നദ്ദേഹം സ്വയമൊന്നു പരിശോധിച്ചു. അതദ്ദേഹത്തെ വീണ്ടും ചിന്തയിലേയ്ക്കു തള്ളിവിട്ടു: "സോന്യയ്ക്ക് എന്റെ പ്രകൃതിയിൽ പരിഹാസം തോന്നിയതിന് പക്ഷേ വല്ല അടിസ്ഥാനവുമുണ്ടായിരിക്കാം! സിറോജയെക്കാണാൻവേണ്ടി ഞാനെന്റെ ആരോഗ്യം തകർത്തുകളയുന്നുവെന്നതു തമാശയായിത്തോന്നിയേക്കാം! ഒരു കൊച്ചു ലോകത്തിലാണ് ജീവിയ്ക്കുന്നതെന്നും തോന്നാൻ ഇട വരുത്തിയേയ്ക്കാം! പക്ഷേ സമരം ചെയ്യുകയല്ലാതെ മറ്റെന്താണ് പോംവഴി! അല്ലാതെ നിലനില്ക്കാൻ കഴിയുമോ! ചെറുപ്പത്തിൽ ഞാൻ എല്ലാവരോടുമൊപ്പംനിന്നു സമരം ചെയ്തു. വിപ്ലവകാലത്തു മാത്രമല്ല; അതിന്നുമുമ്പും പിമ്പും ജോലി ചെയ്യുന്നതിൽപ്പോലും. പക്ഷേ അതാരും അറിയുന്നില്ല. കനത്ത പ്രഹരങ്ങൾ, ദാരുണമായ യാതനകൾ, പരാജയങ്ങൾ, സംശയങ്ങൾ - ഇവയോടൊക്കെ നിരന്തരം പടവെട്ടിക്കൊണ്ടാണ് ഞാൻ ഇതുവരെ എത്തിയത്. ഇപ്പോഴും അത് ഞാൻ തുടരുകയാണ്. സിറോജയോടു സംസാരിക്കുമ്പോഴും തന്റെ അനുഭവങ്ങളുടേയും പരിചയങ്ങളുടേയും ചിന്തകളുടേയും നേരിയ അംശങ്ങളെങ്കിലും അവനിൽ ചെലുത്താൻ ഞാൻ സമരം ചെയ്യുന്നുണ്ട്. മരണത്തോടും ഞാൻ മല്ലടിക്കുകയാണ്. അതെന്നെ വലയം ചെയ്തു കീഴടക്കാൻ തക്കം നോക്കിയിരിക്കുന്നത് ഞാൻ കാണുന്നു. വാർദ്ധക്യത്തിൽ മനുഷ്യൻ ഉണങ്ങിച്ചുങ്ങുമെങ്കിലും മനസ്സിന് അകലെയ്ക്കു കാണാൻ കഴിയും. പക്ഷേ അവന്റെ ലോകം ചുരുങ്ങിച്ചുരുങ്ങിവരും. മരണവുമായി മല്ലടിയ്ക്കുന്ന ഈ മുറിയിൽനിന്ന് ഒന്നു പുറത്തു കടന്നുകിട്ടാൻവേണ്ടി മറ്റുള്ളവരുടെ ജീവിതത്തെപ്പറ്റി ചിന്തിക്കാൻ ഞാൻ ശ്രമിക്കുകയാണ്. അക്കാര്യത്തിലും ജീവിതത്തിൽ ഇതുവരെ എന്തുചെയ്തോ അതുതന്നെ ചെയ്യാനാണ് ശ്രമം. സോന്യയ്ക്ക് ഇത് മനസ്സിലാവാറായിട്ടില്ല. ഇപ്പോ അതു വിശദീകരിച്ചതുകൊണ്ട് ഫലവുമില്ല."

വൊളോഡ്യയോടുള്ള അദ്ദേഹത്തിന്റെ മനോഭാവത്തിന്നു കുറച്ചുദിവസമായി വ്യത്യാസം വന്നിട്ടുണ്ട്. സാധാരണ മകന്റെ നേരെ നോക്കുമ്പോൾ അദ്ദേഹത്തിന്നു വെറുപ്പതോന്നാറാണ് പതിവ്. ഒരു പുച്ഛരസം നിഴലിയ്ക്കുന്ന വൊളോഡ്യയുടെ കണ്ണുകളിലേയ്ക്ക് നോക്കുമ്പോൾ ഈയിടെയായി അദ്ദേഹത്തിന്നു അഭിപ്രായം മാറിത്തുടങ്ങി.

“പാവം വൊളോഡ്യ!” അദ്ദേഹം ചിന്തിച്ചു: “അവന് ബുദ്ധിയുണ്ട്, ഭാവനയുമുണ്ട്. അവൻ ഒരു വഷളനല്ല. പക്ഷേ അവനെന്തോ ഒരു കുറവുണ്ട്. പ്രായമായിട്ടും ജീവിതത്തെ നേരിടാൻ കഴിവില്ലാത്ത ഒരനാഥനെപ്പോലാണവൻ! മകന്റെ അഭിപ്രായങ്ങളിൽ മാറ്റം വരുത്തുംവണ്ണം അവനിൽ സ്വാധീനം ചെലുത്താൻ തനിക്കാവില്ലെന്നദ്ദേഹത്തിന്നറിയാം. അതുകൊണ്ട് അവനുമായി വാദിക്കാനോ അവന്റെ ജീവനില്ലാത്ത തമാശകളിൽ ശ്രദ്ധിയ്ക്കാനോ അദ്ദേഹം ശ്രമിക്കാറില്ല. ഇടയ്ക്കെങ്ങാൻ ഒന്നോ രണ്ടോ വാക്കുകൾ കൈമാറും. അല്ലെങ്കിൽ വാത്സല്യത്തോടെ ഒന്നു നോക്കുകമാത്രം ചെയ്യും. വൊളോഡ്യയ്ക്കതു മനസ്സിലായി. അത് പ്രകടിപ്പിയ്ക്കാതിരിയ്ക്കാൻ അയാൾ ശ്രമിക്കുകയും ചെയ്തു.

തന്റെ പുതിയ ജോലിയിലുള്ള ഭയം സോന്യ പ്രകടിപ്പിച്ചതിനെത്തുടർന്ന് അച്ഛൻ മകളുമായി ഒരു ദീർഘ സംഭാഷണം നടത്തി. അവർക്കു പരസ്പരം മനസ്സിലാക്കാൻ കഴിയാത്ത പല സന്ദർഭങ്ങളും ഈ സംഭാഷണത്തിന്നിടയ്ക്കുമുണ്ടായി. പെട്ടെന്ന് അവൾ ഇടയ്ക്കുകയറി ചോദിച്ചു: അച്ഛനെന്തിനാണ് എപ്പോഴും ആളുകളെപ്പറ്റിമാത്രം പറയുന്നത്? ആളുകളല്ല എന്നെ ഭയപ്പെടുത്തുന്നത്. എന്റെ മേലധികാരി ഒരു ജ്യൂറാവിലോവായിത്തീർന്നാൽപ്പോലും എനിക്കു പരിഭ്രമമില്ല. ടെക്സ്റ്റുബുക്കിൽനിന്നു ശരിയ്ക്കുള്ള മെഷീനിലേയ്ക്കുള്ള മാറ്റമാണ് എന്നെ അലട്ടുന്നത്. ഞാനെങ്ങിനെ അത് നേരിടും?”

എന്തുപറയണമെന്നു പുഖോവിന്നു പിടികിട്ടിയില്ല. അദ്ദേഹം അന്തം വിട്ടിരുന്നുപോയി. അവർ തമ്മിലുള്ള സ്നേഹവാത്സല്യങ്ങൾ മറ്റെല്ലാ ചിന്തകളേയും തള്ളിമാറ്റി പെട്ടെന്നു മുന്നോട്ടു വന്നു. രണ്ടുപേരും അതിൽ മുങ്ങി. ഒന്നുരണ്ട് ദിവസത്തിന്നകം പിരിയേണ്ടിവരുമല്ലോ എന്ന ചിന്ത! “ഇനി വീണ്ടും കാണാൻ പറ്റുമോ?” എന്നു രണ്ടുപേരും വ്യാകുലപ്പെട്ടു.

സോന്യയ്ക്ക് അഭിമാനവും ആർദ്രതയും അഭിലാഷങ്ങളും തുളുമ്പുന്ന ഒരു യുവഹൃദയമാണുള്ളത്; അത് മറയ്ക്കാൻവേണ്ടിയാണവൾ വിരസവും ശുഷ്കവുമായ മനോഭാവം പ്രകടിപ്പിയ്ക്കുന്നതെന്നു പുഖോവ് കരുതി.

സോന്യ പോകുന്നതിന്റെ തലേന്നു വൈകുന്നേരം - അവൾ തന്റെ മുറിയിൽ ചിന്തയിലാണ്ടിരിക്കയാണ്. സാധനങ്ങളെല്ലാം ഒതുക്കിക്കെട്ടിവെച്ചുകഴിഞ്ഞു. ആകെ നോക്കിയാൽ ഒരൊഴിഞ്ഞ മുറിയുടെ ഛായ. വിദ്യാർത്ഥിനിയായിരുന്നപ്പോൾ സൂക്ഷിച്ച ഡയറികൾ, കോളേജുചങ്ങാതികളുമായി കൈമാറിയ കത്തുകൾ, സവ്ചെങ്കോവിൽനിന്നു കിട്ടിയ കത്തുകൾ - എല്ലാം അവൾ കത്തിച്ചുകളഞ്ഞു. അതുപോലെ തന്റെ ജീവിതത്തിൽ പല സംഭവങ്ങളേയും അനുസ്മരിപ്പിയ്ക്കുന്ന ചില ചില്ലറ

വസ്തുക്കളുടെ വലിയൊരു കെട്ടും അവൾ എടുത്തു കുപ്പത്തൊട്ടിയിലേയ്ക്കിട്ടു. വലിയ വിലപിടിപ്പുള്ളതല്ലെങ്കിലും, നിസ്സാരമായിത്തോന്നിയേക്കാവുന്ന ആ പൊട്ടും പൊടികളും ഇതുവരെ അവൾ ഓമനിച്ചു സൂക്ഷിച്ചുപോന്നിരുന്നവയാണ്. അവളുടെ തലനിറയെ ചിന്തകളാണ്. എന്താണാലോചിക്കുന്നതെന്നുപോലും അവൾക്കു വ്യക്തമല്ല. അങ്ങിനെ ഒരു മനോരാജ്യത്തിലിരിക്കയാണവൾ. അമ്മ എന്തൊക്കെയോ വാങ്ങാനായി അങ്ങാടിയിലേയ്ക്കു പോയിരിക്കയാണ്. വൊളോഡ്യ വീട്ടിലിരിക്കാറില്ല. തന്നെയല്ല, ക്ലബിൽ ഒരു പെയിന്റിങ്ങിനുള്ള ഓർഡർ അയാൾക്കു കിട്ടിയിട്ടുണ്ട്. അയാളതിൽ ഏർപ്പെട്ടിരിക്കയാണ്. അങ്ങിനെയിരിക്കെ അച്ഛന്റെ മുറിയിൽ നിന്ന് ആരുടെയോ ശബ്ദം കേട്ടപോലെ തോന്നി. അവൾ ചെവിയോർത്തു: "ആരാണച്ഛനോട് സംസാരിക്കുന്നത്? ഗൊരോഖോവാണോ? അല്ല. വേറൊരു ശബ്ദമാണല്ലോ...!"

"ആൻഡ്രി ഇവാനോവിച്ച് പുഖോവ്, നിങ്ങൾക്കിതു മനസ്സിലാവുന്നുണ്ടോ?" ആ അപരിചിത ശബ്ദം ചോദിച്ചു: "അവളതു പറഞ്ഞപ്പോൾ ഞാനാകെ തരിച്ചുപോയി. എനിക്കു ജീവിയ്ക്കാൻ സാദ്ധ്യമാവില്ലെന്നുപോലും തോന്നി. പിന്നീട് അത് ഞാൻ ചിരിച്ച് തള്ളിക്കളഞ്ഞു. എന്റെ സ്വബുദ്ധി തിരിച്ചുകിട്ടി. എനിയ്ക്കു വേറെ പലതും ചിന്തിക്കാനുണ്ടായിരുന്നു. അവിടെ എവിടെയോ ഒരു വ്യാമോഹം മറയുകയും ചെയ്തു. എന്നാൽ ഇപ്പോൾ പെട്ടെന്ന് അത് വീണ്ടും സ്വയം തിരിച്ചുവന്നിരിക്കയാണ്. ഞാനാലോചിച്ചിട്ട് ഒരു കാരണവും കാണാനില്ല..."

"എനിക്ക് അതുപോലെ പലപ്പോഴും സംഭവിച്ചിട്ടുണ്ട്. (ഇത് അച്ഛന്റെ സ്വരമായിരുന്നു) മറവി മനുഷ്യന്റെ കൂടപ്പിറപ്പാണെന്നു ചിലർ പറയും. അതു ശരിയല്ല. മറക്കാൻ ആഗ്രഹമുണ്ടെങ്കിലേ മറക്കാൻ കഴിയൂ. പക്ഷേ എത്ര മറന്നാലും യഥാർത്ഥമായുള്ളത് അവന്റെ സ്മരണയിൽ നിലനിൽക്കും... മരണം വരെ..."

ആരാണതെന്നറിയാൻ സോന്യയ്ക്ക് ഉൽക്കണ്ഠ വർദ്ധിച്ചു. എണീറ്റു ചെന്നു പകുതി അടഞ്ഞ വാതിലിന്നിടയിലൂടെ നോക്കി. കൗമാരപ്രായത്തിലുള്ള ഒരുത്തനെയാണവൾ കണ്ടത്. ചുവന്ന തലമുടി. പുള്ളിക്കുത്തുകളുള്ള മുഖം. തടിച്ച കണ്ണട. അവൾ എത്തിനോക്കുന്നത് അച്ഛൻ കണ്ടു.

"സോന്യയാണോ അത്?" അദ്ദേഹം വിളിച്ചുചോദിച്ചു. "വാ, അകത്തേയ്ക്കു വരൂ. ഞാനിവനെ നിനക്കു പരിചയപ്പെടുത്താം. എന്റെ കൂട്ടുചെങ്ങാതി. സിറോഡ. (സോന്യയെ ചൂണ്ടി) ഇതെന്റെ മകൾ സോന്യയാണ് സിറോജ്. മെക്കാനിക്കൽ എഞ്ചിനീയറാണവൾ."

സോന്യ അവളുടെ മുറിയിലേയ്ക്കു മടങ്ങിപ്പോയി. "എന്തത്ഭുതമാണെന്നു

നോക്കണം" അവൾ സ്വയം പറഞ്ഞു. "ഒരു മുതിർന്നാളോടു പറയുമ്പോലല്ലേ ആ കുട്ടിയോടദ്ദേഹം സംസാരിക്കുന്നത്! വല്ലാത്ത ഒരു കാഴ്ചതന്നെ... അച്ഛൻ എന്നോടൊരിക്കലും ഇതുപോലെ പറഞ്ഞതായി ഓർക്കുന്നില്ല. വല്ല പഴയ ചങ്ങാതിയുമാണെന്നല്ലേ ഞാൻ കരുതിയത്!" എന്നിട്ടവൾ വീണ്ടും ആലോചനയിൽ മുഴുകി: "പക്ഷേ അച്ഛന്റെ അഭിപ്രായമായിരിക്കും ശരി. ആ കുട്ടി എത്ര മമതയോടും ശ്രദ്ധയോടുമാണദ്ദേഹത്തെ നോക്കിനില്ക്കുന്നത്! തന്നിലുള്ള ചിലതു മറ്റുള്ളവരിലേയ്ക്കു പകരാനാഗ്രഹിക്കുന്നതായി അന്നൊരിക്കൽ അച്ഛൻ എന്നോടു പറഞ്ഞതോർക്കുന്നു. പക്ഷേ അദ്ദേഹത്തിനു വൊളോഡ്യയുടെ അടുത്തു അതു പറ്റിയില്ല. എന്റെ കാര്യമെനിക്കറിയാം, ഉപദേശമാവശ്യമില്ല എന്നു ഞാനെപ്പോഴും നടച്ചിരുന്നു. അപ്പോ അച്ഛൻ ഈ കുട്ടികളെയൊക്കെ തന്റെ വഴിയ്ക്കു പരിശീലിപ്പിക്കയാണ്!... എങ്ങനെയാണ് പെരുമാറേണ്ടതെന്നു ഞാൻ പലപ്പോഴുമദ്ദേഹത്തോടു ചോദിക്കാറുണ്ട്. പക്ഷേ സവ്ചെങ്കോവിന്റെ കാര്യത്തിൽ എന്തുചെയ്യണമെന്നു ചോദിച്ചിട്ടില്ല! അതെങ്ങിനെ ചോദിക്കും? എനിക്കതന്നെ കുറവുതോന്നുന്നു! ഇത്തരം കാര്യങ്ങളിൽ ആർക്കും ഒരുപദേശവും തരാൻ കഴിയില്ല. പിന്നെന്തിനാണ് ആ കുറച്ചലിന്നു പോകുന്നത്? അതെന്തുമാവട്ടെ, അതിന്നൊന്നും ഇപ്പോൾ യാതൊരു പ്രസക്തിയുമില്ല. സവ്ചെങ്കോ എന്നെ പ്രേമിക്കുന്നില്ല. ആ പ്രശ്നം അങ്ങനെ അവസാനിച്ചു. ഞങ്ങളൊന്നിച്ചെടുത്ത ഫോട്ടോയും ഞാൻ ഇന്നു കത്തിച്ചുകളഞ്ഞു. പഴയതെല്ലാം തുത്തെറിഞ്ഞ് ഒരു പുതിയ ജീവിതത്തിലേക്ക് പ്രവേശിക്കണം. അതാണെന്റെ ലക്ഷ്യം."

പിറ്റേദിവസം സോന്യ യാത്രപുറപ്പെട്ടു. അമ്മയും ജ്യേഷ്ഠനുമവളുടെ കൂടെ തീവണ്ടിസ്റ്റേഷൻവരെപ്പോയി. അച്ഛൻ വീട്ടിൽതന്നെ ഇരുന്നു. സ്റ്റേഷനിലേയ്ക്കു വഴി കുറെയുണ്ട്, തണുപ്പും ജാസ്തി - അതുകൊണ്ട് അച്ഛൻ വരണ്ട എന്നു സോന്യ നിർബ്ബന്ധിച്ചതുകാരണമാണദ്ദേഹം പോകാതിരുന്നത്. വണ്ടിയുടെ സമയം തെറ്റിയാലോ എന്ന ഭയംകൊണ്ടു തിടുക്കപ്പെട്ടാണ് വീട്ടിൽ നിന്നിറങ്ങിയത്. എന്നിട്ടും സമയത്തിന്ന് ഒരു മണിക്കൂർമുമ്പു സ്റ്റേഷനിലെത്തി.

സോന്യയ്ക്ക് ആകപ്പാടെ ഒരുന്മേഷംതോന്നി. തന്റെ അസ്വസ്ഥതകൾ അധികവും ഒരു തോന്നലായിരുന്നുവെന്നും അവൾ കരുതി. "ഞാനത്ര കുട്ടിയൊന്നുമല്ലല്ലോ" അവൾ സ്വയം ആശ്വസിച്ചു. "നല്ല സ്വഭാവശുദ്ധിയും പരിശീലനവും ഉള്ളവളാണ് ഞാൻ. കുഴപ്പമൊന്നുമുണ്ടാവാൻ പോണില്ല."

സ്റ്റേഷനിൽ യാത്രക്കാർക്കാർക്കിരിയ്ക്കാനുള്ള മുറിയിൽ നല്ല

തിരക്കാണ്. ചിലേടത്തു കുട്ടികളുടെ കരച്ചിൽ. ചിലരുടെ ഉറക്കെയുള്ള അന്വേഷണങ്ങളും ചോദ്യങ്ങളും. സ്വന്തപ്പെട്ടവരെ യാത്രയാക്കാൻ വന്നവരുടെ തിരക്കിട്ട സംഭാഷണങ്ങൾ - അങ്ങനെ ആകപ്പാടെ ബഹളമാണ്. വൊളോഡ്യ ചില വരട്ടുതമാശകൾ പറയാൻ ശ്രമിച്ചു. അമ്മ തന്റെ അസ്വസ്ഥത മറയ്ക്കാനായി സോന്യയുടെ വഴിയ്ക്കുള്ള ഭക്ഷണപ്രശ്നത്തിലേയ്ക്കു കടന്നു. കുറച്ചു കേക്കുണ്ടാക്കി സോന്യയ്ക്കു കൊടുത്തയയ്ക്കണമെന്നു കരുതിയത് സാധിച്ചില്ല - അമ്മ സ്വയം പരാതിപ്പെട്ടു. കുറച്ചുണ്ടാക്കിയതു കേട്ടുവന്നുപോയി."

പെട്ടെന്ന് ഉച്ചഭാഷണിയിലൂടെ ട്രെയിൻ പുറപ്പെടുന്നതിന്റെ വിജ്ഞാപനങ്ങൾ മുഴങ്ങി.

"ടിഷ്ചേവോ, ക്രിസാനോവ്, താമ്പോവ് - ഇവിടങ്ങളിലേയ്ക്ക് 176-ാം നമ്പർ വണ്ടി തയ്യാറായി നില്ക്കുന്നു. യാത്രക്കാർ അവരവരുടെ സീറ്റുകളിലെത്തണം."

"ടിഷ്ചെവോ അതാണെന്റെ വണ്ടി," സോന്യ പറഞ്ഞു. അവർ പ്ലാറ്റ്ഫോറത്തിലേയ്ക്കു കടന്നു. പ്ലാറ്റ്ഫോറത്തിന്റെ പകുതിയെത്തിയപ്പോൾ സോന്യ പെട്ടെന്നു നിന്നു. അവളുടെ മുഖത്ത് ഭയത്തിന്റെ ഒരു നിഴൽ.

അമ്മ: (സന്തോഷാത്ഭുതത്തോടെ) "അല്ല ഇതാരാ! സവ്ചെങ്കോ! വളരെ നന്നായി."

സോന്യ ഒന്നും പറഞ്ഞില്ല. വൊളോഡ്യ അമ്മയുടെ കയ്യും പിടിച്ചു മുമ്പോട്ടു നടന്നു. "വരൂ, അമ്മേ, നമുക്ക് വണ്ടിയൊന്നു നോക്കാം." എന്നുപറഞ്ഞു വൊളോഡ്യ അമ്മയെ വണ്ടിയുടെ അടുക്കലേയ്ക്കു കൊണ്ടുപോയി.

സോന്യ: "ഞാൻ പോണതു നിങ്ങളെങ്ങനെയറിഞ്ഞു?"

സവ്ചെങ്കോ: "നിന്റെ ചേട്ടൻ പറഞ്ഞു."

സോന്യ: "ഓഹോ! എന്തേ എന്നെക്കാണാൻ വീട്ടിൽ വന്നില്ല?"

സവ്ചെങ്കോ: "നിനക്കിഷ്ടമായിരിക്കില്ലെന്നാണ് കരുതിയത്. ഞാൻ വരണമെന്ന് നീ ആഗ്രഹിച്ചോ?"

സോന്യ: "ഞാനതല്ല പറഞ്ഞത്. നിങ്ങൾ വരാതിരുന്നത് നന്നായില്ല എന്നാണ്."

സവ്: "അന്ന് നിന്റെ വർത്തമാനം അത്തരത്തിലല്ലായിരുന്നോ?... ഞാൻ വരരുതെന്നാണ് നിന്റെ ആഗ്രഹമെന്ന് ഞാൻ കരുതി."

സോന്യ: "നിങ്ങൾക്കു വരാനാഗ്രഹമുണ്ടോ?"

സവ്: അതെന്താണ് നീ അങ്ങിനെ ചോദിക്കാൻ? നമ്മൾ അന്ന് ആ ഗേറ്റിന്റെ അടുക്കൽ നിന്നപ്പോൾ...

സോന്യ: "ഈ അവസാന നിമിഷത്തിൽ നമുക്കു ശണ്ഠകൂടണ്ട. നിങ്ങൾക്കു മനസ്സിലാവുമെന്ന് ഞാൻ വിശ്വസിക്കുന്നു. അന്ന് ഞാൻ നിങ്ങളെ വീട്ടിലേയ്ക്കു വിളിച്ചപ്പോൾ എന്തേ വന്നില്ല?"

സവ്: "വീട്ടിലെല്ലാവരോടുമൊപ്പം ചായകുടിയ്ക്കാനല്ലേ നീ വിളിച്ചത്."

സോന്യ: "ഞാനുദ്ദേശിക്കുന്നതുതന്നെയാണ് ഞാൻ എപ്പോഴും പറയുന്നതെന്നും നിങ്ങൾ കരുതുന്നുണ്ടോ?"

സവ്: "സോന്യ, നീയിനി എപ്പോഴാണ് ലീവിൽ വരിക?"

സോന്യ: "നിങ്ങൾക്കെന്താ ഭ്രാന്തുണ്ടോ? ഞാനെങ്ങിനെ ലീവെടുക്കും? ജോലിയിൽ ചേരാൻ പോണല്ലേയുള്ളൂ?"

സവ്: "ഞാൻ കഴിഞ്ഞകൊല്ലം ലീവെടുത്തില്ല; ഇത്തവണ ആ ലീവെടുത്ത് ഞാൻ പെൻസയിലേയ്ക്കു വരാം."

സോന്യ: "ഹേയ്! പാടില്ല.. എപ്പഴാണ് നിങ്ങൾ ലീവെടുക്കാനുദ്ദേശിക്കുന്നത്?"

സവ്: "വേഗം തന്നെ. പക്ഷേ ഞാൻ വരരുതെന്നു നീ വിലക്കുകയാണോ?"

സോന്യ: "അവിടെ വന്നാൽ എന്തുചെയ്തു സമയം കഴിക്കും? നിങ്ങൾക്കു വല്ലാത്ത ബോറാവും. പെൻസ കാക്കസ്സല്ല, അറിയില്ലേ?"

സവ്: "ആ പട്ടണം മാത്രം കാണാനല്ല ഞാൻ വരുന്നത്. നിന്നെക്കാണാനാണ്."

ആകെ ചുറ്റിനടന്നു സീറ്റുകളും മറ്റും നോക്കിയശേഷം വൊളോഡ്യയും അമ്മയും തിരിച്ചു സോന്യയുടെ അടുക്കലെത്തി. "വല്ലാതെ നീളമുള്ള വണ്ടി" അമ്മ പറഞ്ഞു. "നമുക്കു പ്ലാറ്റഫോറത്തിൽ അല്പം നടക്കാം, വരിൻ കുട്ടികളേ," അവർ വിളിച്ചു.

ലജ്ജയും ശങ്കയും കലർന്ന സ്വരത്തിൽ സവ്ചെങ്കോ ചോദിച്ചു: സോന്യാ, നീയെന്നെ മറക്കുമോ?

സോന്യ: "പ്രാധാന്യമില്ലാത്തവ ആരും മറക്കും. പ്രധാനപ്പെട്ടവ മറക്കില്ല."

സവ്: "ഇത് പ്രധാനപ്പെട്ടതായി നീ കരുതുന്നുണ്ടോ?"

സോന്യ: "എനിയ്ക്കെങ്ങിനെ അറിയാം? ഞാനതു പരീക്ഷിച്ചുനോക്കിയിട്ടില്ല. പക്ഷേ മറന്നേയ്ക്കാം!

സവ്: ഇപ്പൊ എന്തു തോന്നുന്നു?"

സോന്യ മുഖമുയർത്തി അയാളുടെനേർക്കു നോക്കി. അവളുടെ കണ്ണുകൾ വേദനകൊണ്ടു ഇരുണ്ടു. നല്ല ആൾത്തിരക്കുണ്ടായിരുന്നത് വലിയ ആശ്വാസമായി അവൾക്ക് തോന്നി. അല്ലെങ്കിൽ താൻ അയാളെ ചുംബിച്ചു പോകുമായിരുന്നു എന്നവൾ ഭയപ്പെട്ടു.

വൊളൊഡ്യ: "സോന്യാ, കണ്ടക്ടർ പറയുന്നത് കേട്ടില്ലേ? കേറി സീറ്റിലിരിയ്ക്കാൻ."

അവൾ വേഗം അമ്മയേയും സഹോദരനേയും ചുംബിച്ചു. അവൾ വല്ലതും പറയാൻ സവ്ചെങ്കോ അക്ഷമനായി കാത്തുനില്ക്കയാണ്. അവൾ കൈനീട്ടി; കണ്ണുകൾ വികസിച്ചിരുന്നു.

വണ്ടി ഇളകി. അവൾ വിളിച്ചുപറഞ്ഞു: "ഞാനെഴുതാം... അമ്മ കേട്ടില്ലേ? എത്തിയ ഉടനെ എഴുതാം... അച്ഛന് എന്റെ ചുംബനം കൊടുക്കണം..."

സവ്ചെങ്കോ ഫാക്ടറിയിലേയ്ക്കു ബസ്സിലാണ് മടങ്ങിയത്. അയാൾ ആകപ്പാടെ പകച്ചിരുന്നു. വണ്ടിയിൽ കേറുമ്പോൾ സോന്യ അയാളോടൊന്നും പറഞ്ഞില്ല. അവസാനം അവൾ ശണ്ഠയിലോ രമ്യതയിലോ പിരിഞ്ഞതെന്നും അയാൾക്കു നിശ്ചയമില്ല. "എഴുതാമെന്ന് അവൾ എന്നോടായിപ്പറയാൻ ഭാവിക്കുന്നപോലെ തോന്നി. പക്ഷേ അത് അമ്മയെ ഉദ്ദേശിച്ചായിരുന്നു. അവൾക്കെന്നെ വേണ്ടെന്നു വ്യക്തമായി. ഞാൻ പെൻസയിലേയ്ക്കു ചെല്ലുമെന്നു പറഞ്ഞപ്പോൾ, എന്തായാലുമരുതെന്നവൾ വിലക്കിയില്ലേ! പക്ഷേ എന്നിട്ടുമവളെന്റെ നേർക്കു നോക്കിയ ആ നോട്ടം! അതു കണ്ടപ്പോൾ കയ്യിൽ കോരിയെടുത്തു ചുംബിയ്ക്കാതിരിയ്ക്കാൻ എനിക്കു കഴിയുന്നേയില്ല. ദിമിത്രി പറയുന്നപോലെ ഇതു റൊമാന്റിസിസമായിരിക്കും. പക്ഷേ അയാൾക്കിതു പറയാനെളുപ്പമാണ്. അയാൾ കിഴവനായില്ലേ! അല്ല, ശരിക്കും കിഴവനെന്നു പറയാൻ വയ്യ. പ്രായം ചെന്നവൻ! ഏതാണ്ടു നാല്പതിനോടടുക്കും. അയാളുടെ പ്രായത്തിൽ ആരും ഇത്തരം കാര്യങ്ങളെപ്പറ്റി ചിന്തിക്കില്ല. എനിയ്ക്കവളിൽനിന്നു മനസ്സുമാററാൻ കഴിയുന്നില്ല. പക്ഷേ ഇതിലെ അമ്പരപ്പിക്കുന്ന വസ്തുത ഇതാണ്: ഞങ്ങൾ തമ്മിൽ ഒന്നുമുണ്ടായിട്ടില്ല, എനിക്കുത്സാഹം തോന്നേണ്ടതിനുപകരം നിരുന്മേഷത തോന്നേണ്ടതാണ്. ഒരു സുഹൃത്തിനെ യാത്രയാക്കുമ്പോൾപ്പോലും നമ്മൾക്കു സങ്കടം വരാറുണ്ട്. എന്നാൽ എനിയ്ക്കിപ്പോൾ ഉത്സാഹമാണ് തോന്നുന്നത്. എനിയ്ക്കെന്നിട്ടും തീർച്ചയാണ്, ഞാനവളെ പ്രേമിക്കുന്നുണ്ടെന്ന്. എന്നാൽപ്പിന്നെ അവൾ പോകുമ്പോൾ എനിയ്ക്കെങ്ങിനെ

ഉത്സാഹം തോന്നും? പല കാരണങ്ങളുമുണ്ട്. ദിമിത്രി പറഞ്ഞു, എനിക്ക് ജോലിയിൽ നല്ല സാമർത്ഥ്യമുണ്ട്, വിജയിക്കുമെന്ന്. അതാണ് ഏറ്റവും പ്രധാനം. ഞങ്ങളുടെ ഫാക്ടറി വളരെ വിശേഷമാണ്. ഒരു ചിത്രപുസ്തകത്തിൽ കാണുന്നതുപോലെ അതു നോക്കിക്കാണാനെനിയ്ക്കു കൗതുകമുണ്ട്. ഒന്നാമത് "കൺവയർ ബെൽട്ട"ാണ് - അതു ഞാൻ എല്ലാ ദിവസവും കാണുന്നുണ്ട്; പിന്നെ ട്രാക്ടറുകളുണ്ടാക്കുന്ന ഞങ്ങളുടെ ആ വർക്ക്ഷോപ്പ് (യന്ത്രശാല.) അവിടന്ന് ആ ഭീമാകാരങ്ങളായ ട്രാക്ടറുകൾ തരിശുനിലങ്ങളിലേയ്ക്കു തുരുതുരെ പാഞ്ഞുപോകുന്നത്. എന്നിട്ട ധാന്യങ്ങൾ, നിറയെ നിറയെ ധാന്യങ്ങൾ; അതിനെത്തുടർന്ന് രാഷ്ട്രമങ്ങനെ ഐശ്വര്യത്തിലേയ്ക്ക് കുതിയ്ക്കുന്നത്, സുശക്തമായി വളരുന്നത് - അങ്ങിനെ കമ്മ്യൂണിസം... ആ ചിത്രങ്ങൾ ഞാനങ്ങിനെ കാണുകയാണ്. അത്തരമൊരു ഫാക്ടറിയിൽ പണിയെടുക്കാൻ ആർക്കും ആനന്ദമുണ്ടായിരിക്കും... മഞ്ഞുകാലത്തിന്റെ അവസാനമായി. വസന്തം താമസിയാതെ എത്തും. വസന്തത്തിൽ എല്ലാവരും ഉത്സാഹംകൊണ്ടു തുള്ളിച്ചാടും... സോന്യയുംകൂടി ആയാൽ! അവളെന്നെ സ്നേഹിക്കുന്നുണ്ടോ? എനിക്കറിയില്ല! പക്ഷേ അവൾ ജീവനോടെയുണ്ടല്ലോ - അതൊരാശ്വാസമല്ലേ? ഞാനിപ്പോൾ അവളുമായി സംസാരിച്ചതല്ലേയുള്ളൂ! അത്രമാത്രമായാലും ഉത്സാഹം തോന്നുന്നുണ്ടല്ലോ!... അവളെനിക്കു കത്തയയ്ക്കുമോ? അയച്ചാൽ ഞാൻ ചെൻസയിലേയ്ക്കു ചെല്ലും. ഇല്ലെങ്കിൽ പോവില്ല. വെറുതെ എന്തിനു പോണം! ഞാൻ എനിക്കു കിട്ടാനുള്ള ലീവ് എടുക്കുകയേയില്ല... വെൽഡിങ്ങ് നന്നായിട്ടുണ്ട്; തകരാറില്ലെന്ന് ഉടനെ ചെന്നു ദിമിത്രിയെ അറിയിക്കണം. ഇനി അതിൽ തകരാറുണ്ടാവില്ല. ഇന്നലെ മുഴുവൻ അതു പരിശോധിക്കലായിരുന്നു. എന്റെ വേഷവും ഭാവവും ഒന്നു ശരിയാക്കിയിട്ടുവേണം ചെല്ലാൻ. അല്ലെങ്കിൽ അയാൾ വല്ലതും സംശയിച്ചേയ്ക്കും."

ദിമിത്രിയുടെ വാതിൽ മുട്ടുന്നതിനുമുമ്പ് സവ്ചെങ്കോ പോക്കറ്റിൽ നിന്ന് ചീർപ്പും കണ്ണാടിയുമെടുത്തു. തലമുടി കോതി ഒതുക്കി. കണ്ണാടിയിൽ തിരിച്ചും മറിച്ചും നോക്കി. കണ്ണിൽ ഒരു അമ്പരപ്പിന്റെ ഛായയുണ്ടോ എന്നു സംശയം. അതു സോന്യയെക്കുറിച്ചാലോചിച്ചിട്ടാവുമോ? ഇനി ഞാൻ വെൽഡിങ്ങിനെപ്പറ്റി ആലോചിച്ചുകളയാം. അപ്പോൾ കണ്ണു പൂർവ്വസ്ഥിതിയിൽ എത്തുമല്ലോ!

സോന്യ തന്റെ സീറ്റിൽ ചെന്നിരിയ്ക്കാതെ വണ്ടിമുറിയുടെ വാതില്ക്കൽത്തന്നെ നിന്നു. താൻ വിട ചോദിച്ചവരുടെകൂടെയാണവളുടെ മനസ്സ്. "അയാൾ വരുമെന്നല്ലേ പറഞ്ഞത്?" അവൾ ഓർമ്മിച്ചു: "...

അയാൾ ആത്മാർത്ഥമായിട്ടാണ് പറഞ്ഞതെങ്കിൽ വന്നോട്ടെ... അച്ഛൻ പറഞ്ഞത് ശരിയാണ്: "മറക്കണമെന്ന് ആഗ്രഹിക്കുന്നതേ നിങ്ങൾ മറക്കുകയുള്ളൂ." പക്ഷേ ഒന്നരണ്ടു മാസത്തിനുള്ളിൽ അയാളെന്നെ മറന്നേയ്ക്കും. വരാൻ ഉദ്ദേശിക്കുന്നുണ്ടെങ്കിൽ വേനൽക്കാലത്ത് വന്നാൽ മതിയെന്ന് അയാൾക്കെഴുതണം. പക്ഷേ, ഞാനെഴുതിയാൽ അയാൾ വരും. ഇപ്പോ ഒന്നും തീരുമാനിക്കാതിരിക്കയാണ് നല്ലത്. അതിന്റെ പാട്ടിനു നടന്നുകൊള്ളും... ഏപ്രിൽ മാസം ആവാറായി. മഞ്ഞുപാളികൾക്ക് ഒരു ചാരനിറം വന്നുതുടങ്ങിയിട്ടുണ്ട്. പെൻസയിൽ എനിക്കു ബുദ്ധിമുട്ടൊന്നുമുണ്ടാവില്ലെന്നു സമാധാനിക്കാം."

അവൾ വാതില്ക്കൽനിന്നു തന്റെ സീറ്റിലേയ്ക്കു പോയി. തവിട്ടുനിറത്തിലുള്ള കമ്പിളിക്കോട്ടിട്ട ഒരു തടിച്ച മനുഷ്യൻ അടുത്തിരുന്ന ഒരു ഡോക്ടറോട് ഉറക്കെ സംസാരിക്കുന്നുണ്ട്: ഞങ്ങളുടെ വർക്ക്ഷോപ്പിലെ കാറ്റുകടക്കാനുള്ള ഏർപ്പാട് വളരെ മികച്ച ഒന്നാണ്.

"ഇയാൾ ഞാൻ പോകുന്ന ഫാക്ടറിയിൽ പണി എടുക്കുന്നയാളായിരിക്കുമോ?" സോന്യ ചിന്തിച്ചു: "അങ്ങിനെയാണെങ്കിൽ അതൊരു ഭാഗ്യമാണ്. അവിടുത്തെ സ്ഥിതിഗതികളെപ്പറ്റി അറിയാൻ കഴിയുമല്ലൊ... അല്ല, ഇയാൾ ഒരു വാച്ചു ഫാക്ടറിയിലാണ്. എന്റേത് അതല്ല... എന്തു വൃത്തികെട്ട സിഗരറ്റാണയാൾ പുകയ്ക്കുന്നത്!... എന്തായാലും സവ്ചെങ്കോ വന്നാൽ നന്നായിരുന്നു...അല്ല, മൂന്നുമണിയേ ആയിട്ടുള്ളൂ. എന്നിട്ടും എനിയ്ക്കുറക്കം വരുന്നപോലുണ്ടല്ലോ! ഇന്നലെ രാത്രി ശരിക്കുറങ്ങിയില്ല. ആകപ്പാടെ ഒരു സംഭ്രമമായിരുന്നു... ടിഷ്ചേവോയിൽ വണ്ടി മാറിക്കേറണം... ടിഷ്ചേവോയിൽ എത്താൻ ഇനിയും കുറെ നേരം പിടിയ്ക്കും."

സോന്യ ഉറങ്ങി. തല ഒരു വശത്തേയ്ക്കു ചരിഞ്ഞാണിരിക്കുന്നത്. മുഖത്ത് ശാന്തതയും സന്തോഷവുമുണ്ട്. ആ തടിയൻ അപ്പോഴും സംസാരിക്കുകയാണ്. തങ്ങളുടെ ഫാക്ടറിയിൽ "ഷവർബാത്ത്" ഏർപ്പെടുത്താൻ തീരുമാനമെടുത്തതാണ്, പക്ഷേ ബജറ്റു വെട്ടിച്ചുരുക്കിയതുമൂലം തല്ക്കാലം കഴിഞ്ഞില്ല എന്നയാൾ ഡോക്ടറോടു പറഞ്ഞു. പെട്ടെന്നയാൾ സോന്യയുടെ മുഖത്തേയ്ക്കു നോക്കി. അവൾ ഉറങ്ങുകയാണ്. അയാൾ അവളെത്തന്നെ മിഴിച്ചുനോക്കി ഇരുന്നുപോയി. ആ നീണ്ട തീവണ്ടി തന്റെ ഉള്ളിൽ നടക്കുന്ന സംഭാഷണങ്ങളും രംഗങ്ങളും ഒന്നും അറിയാത്തപോലെ ചൂളംവിളിച്ചുകൊണ്ടു പായുകയാണ്.

അദ്ധ്യായം പതിനഞ്ച്

സൊഖ്ലോവ്സ്കി ഉറക്കത്തിൽനിന്നുണർന്നു. നേരം വെളുത്തിട്ടില്ല. വാച്ചെടുത്തുനോക്കി. മണി 4. ഇത്ര നേരത്തെ എണീറ്റിട്ടെന്തുകാട്ടും എന്നു കരുതി വീണ്ടും കിടന്നു. ഉറക്കം വന്നില്ല.

രോഗം മാറി അയാൾ ജോലിക്കുപോകാൻ തുടങ്ങിയിട്ട് ഒരാഴ്ചയായിട്ടേയുള്ളു. ആ സുഖക്കേടിനുശേഷം അയാൾക്കു നല്ല ഉറക്കം കിട്ടാറേയില്ല. പല മരുന്നും കഴിച്ചുനോക്കി. എന്നിട്ടും ശരിക്കുറക്കം കിട്ടുന്നില്ല.

തനിയ്ക്കു രോഗം ആരംഭിച്ച അന്ന് ജ്രൂറാവിലോവിനെസംബന്ധിച്ച വൊളോഡ്യ പറഞ്ഞ സംഗതികൾ രോഗശയ്യയിൽ കിടക്കുമ്പോൾ ഇടയ്ക്കിടെ അയാളുടെ ഓർമ്മയിലേയ്ക്ക് എത്തിനോക്കിക്കൊണ്ടിരുന്നു: അയാൾക്കു ദേഷ്യമോ പരിഭവമോ തോന്നാത്തതിൽ അയാൾ അത്ഭുതപ്പെടുകയാണ് ചെയ്തത്. "ജ്രൂറാവിലോവിന്റെ പെരുമാറ്റം ഇത്ര ക്രൂരമായിപ്പോയല്ലൊ! ഒന്നുമില്ലെങ്കിൽ 6 കൊല്ലം ഞാനയാളുടെകൂടെ പണി എടുത്തില്ലെ?" എന്നയാൾ ചിന്തിച്ചു: "ഇതിലെന്താണത്ഭുതപ്പെടാനുള്ളത്. എനിയ്ക്കൊന്നിലും അത്ഭുതം തോന്നാതായിരിക്കുന്നു. "ഞാൻ എല്ലാറ്റിൽനിന്നും അതീതനായിവരുന്നപോലുണ്ട്,"എന്ന് വീര പറയുകയുണ്ടായില്ലേ!"

ജ്രൂറാവിലോവിനെ ഡിസ്മിസ് ചെയ്ത വിവരം വൊളോഡ്യ വന്നു പറഞ്ഞപ്പോഴും സൊഖ്ലോവ്സ്കിയ്ക്കു ഭാവവ്യത്യാസമുണ്ടില്ല. "അപ്പോ അതു നടന്നു അല്ലെ! ഞാൻ നേരത്തെ പ്രതീക്ഷിച്ചതാണിത്,"എന്ന സാധാരണമട്ടിലായിരുന്നു അയാളുടെ മറുപടി. അങ്ങിനെ നേരത്തെ വിശ്വസിക്കാൻ കാരണമെന്തെന്ന് വൊളോഡ്യ ചോദിച്ചില്ല. ഒന്നിലും

വിശ്വാസമില്ലാത്ത ഒരുത്തനാണെന്നു കണ്ടാൽ തോന്നുമെങ്കിലും സൊഖ്ലോവ്സ്കി കാപട്യമില്ലാത്തവനും അദ്ദേഹത്തിന്റെ പിതാവിനെപ്പോലെ നീതിയിൽ വിശ്വസിക്കുന്നവനുമാണ്.

രണ്ടാഴ്ച അദ്ദേഹം സുഖക്കേടായിക്കിടന്നു. അന്നൊക്കെ എന്നും ഡോ. വീര അയാളെ കാണാൻ വരും. വൈകുന്നേരമാവുമ്പോഴേയ്ക്കും വീണ്ടും അവളെക്കാണാതെ അയാൾ അസ്വസ്ഥനായി കാത്തുതുടങ്ങും. ആദ്യത്തെ ദിവസംതന്നെ അവൾ അയാളോടു പറഞ്ഞിരുന്നു; "വർത്തമാനം പറയാതെ ഒതുങ്ങിക്കിടക്കണ"മെന്ന്. അതുകൊണ്ടു തന്റെ മനസ്സിലുള്ളത് അവളോടു പറയാൻ അയാൾ ധൈര്യപ്പെട്ടില്ല. വൊളോഡ്യ ഇടയ്ക്കിടയ്ക്കു വന്നുപറഞ്ഞ് അയാളെ ഉന്മേഷപ്പെടുത്താറുണ്ട്.

സമയം പോക്കാൻ അന്നൊക്കെ അയാൾ വളരെ വിഷമിച്ചിരുന്നു. പകലിനു വളരെയേറെ നീളംതോന്നി. ഉറക്കമാണെങ്കിലും കുറവാണ്. സംസാരിക്കാനാരുമില്ല. പലതും അങ്ങിനെ ആലോചിച്ചുകിടക്കുകയാണ് പതിവ്. തന്റെ കുട്ടിക്കാലം, യുദ്ധത്തിൽ മൃതിയടഞ്ഞ സുഹൃത്തുക്കൾ, മകൾ മേരി, പുതിയ വെൽഡിങ്ങു സമ്പ്രദായം. സിഗ്നൽസമ്പ്രദായം, ജൂറാവിലോവ്, മറ്റു ഗ്രഹങ്ങളിലെ ജീവിതം, ഏഷ്യയുടെ നവോത്ഥാനം, സമാധാനത്തിനുള്ള സമരം - ഇങ്ങിനെ പലതും ചിന്തിക്കും. പക്ഷേ ചിന്താവിഷയം എന്തുതന്നെ ആയാലും അതവസാനം വീരയിലാണ് ചെന്നെത്തുക. രോഗവുമായി നല്ല കടുത്ത മല്പിടുത്തം നടക്കുന്നതിന്നിടയിൽ ഒരിയ്ക്കൽ പെട്ടെന്നവളെ കണ്ടതും അപ്പോഴത്തെ ഭാവവും അയാളോർത്തു. അവളുടെ ആ നോട്ടം ഒന്നു പ്രത്യേകമായിരുന്നു. ചിലപ്പോൾ അയാൾ സ്വയം ചോദിച്ചുപോകാറുണ്ട്: അതെന്റെ സങ്കല്പമാണോ?... വല്ലാത്ത ഒരു പനിയായിരുന്നു എനിക്ക്. അന്ന് ഞാൻ ശരിയ്ക്കവളെക്കണ്ടതോ, അതോ സ്വപ്നമോ? എനിക്കു വിശ്വസിക്കാൻ കഴിയുന്നില്ല... അവളുടെ കണ്ണുകളാണു ഞാൻ കണ്ടത്, അതു തീർച്ചതന്നെ. ആ സ്നേഹവും സഹാനുഭൂതിയും വഴിയുന്ന നോട്ടം അവളുടെ തന്നെ ആയിരിക്കണം - സംശയമില്ല.

അരമണിക്കൂർ കൂടിക്കഴിഞ്ഞു - നാലര. സൊഖ്ലോവ്സ്കിയ്ക്ക് ഉറക്കം വരുന്നില്ല. ഇനിയും കിടക്കാൻ ഒരസ്വസ്ഥത. സുഖക്കേടായതിന്നുശേഷം ഇതുവരെ ഡോ. വീരയുടെ വീട്ടിൽ അദ്ദേഹം പോയിട്ടില്ല. ഇപ്പോൾ രോഗമെല്ലാം മാറി. ജോലിക്കു പോയിതുടങ്ങിയിട്ട് ഒരാഴ്ചയോളമായി. ഇന്നു തീർച്ചയായും അവളെപ്പോയിക്കാണണമെന്നയാൾ തീരുമാനിച്ചു. രോഗിയായിക്കിടന്നിരുന്നപ്പോൾ തന്നെ വന്നു നോക്കിയിരുന്നതിനു നന്ദി പറയണം എന്നയാൾ കരുതി: "എങ്ങിനെയിരിക്കുന്നുവെന്ന്

അവൾ ചോദിക്കും. ഒരു ഡോക്ടറുടെ നില ഭാവിയ്ക്കാൻ കുറച്ചുനേരം അവൾ ശ്രമിച്ചെന്നുവരും. പിന്നീടു മൗനമാവും. എനിയ്ക്കും പിന്നെ ഒന്നും പറയാൻ തോന്നാതാവും. ഹേയ്! അതു പാടില്ല. മൗനം മറ്റെന്തിനേക്കാളും വഷളാണ്. ഞാൻ ഒരുപാടുപറയും. വാക്കുകൾ കൊണ്ട് ആ മുറി മുഴക്കും. എന്താണു പറയുക? അതെന്തെങ്കിലുമാവാം. എന്റെ "ഫോംക" (നായ) വൊളോഡ്യയുടെ നേർക്കു ചാടിയതു പറയാം. പിന്നെ വൊളോഡ്യയുടെ ചില പെയിന്റിങ്ങുകളെപ്പറ്റിയായാലെന്താ? ഇക്കൂട്ടത്തിൽ - അല്ലെങ്കിൽ ബന്ധമില്ലാതെതന്നെ - ചൈനയിലെ ശില്പകലയെപ്പറ്റി പറയാം. അങ്ങിനെ കുറച്ചു കഴിയുമ്പോൾ വീരയും വല്ലതും പറയാതിരിക്കുമോ!... ജൂറാവിലോവിന്റെ ഭാര്യ വീരയുടെ കൂടെയാണു താമസിക്കുന്നതെന്നു പറയുകയുണ്ടായല്ലൊ. പേരെന്താണ് - എൽനയെഗോറോവ്ന, അതോ എൽനാ ബൊറിസ്സോവന എന്നോ? നല്ല പിടിയില്ല. ആ സ്ത്രീയും അവിടെ ഉണ്ടായെന്നുവരാം. എന്നാൽ കുറച്ചുകൂടി എളുപ്പമായി. പലതും സൊള്ളാം. കുറച്ചുകഴിയുമ്പോൾ വല്ല രോഗികളും വീരയെ കാണാൻ വരും. അവൾ പോകും. അല്ലെങ്കിൽ ഞാൻ യാത്രപറഞ്ഞു മടങ്ങും... പക്ഷേ അവളെന്താണ് അന്നെന്നെ പ്രത്യേകതരത്തിൽ നോക്കിയത്? അതിനെ മറയ്ക്കാൻ ഒന്നിനും കഴിയില്ല. ഓ! ഞങ്ങൾതമ്മിൽ ഇനി വാക്കുകളും വിശദീകരണങ്ങളും പ്രകടനങ്ങളുമെന്തിനാണ്? ആ പ്രായമൊക്കെക്കഴിഞ്ഞില്ലേ! സായാഹ്നത്തിൽ എല്ലാ മനോഹര നിറങ്ങളും മാഞ്ഞുമാഞ്ഞ് അവസാനം ഒരു പുകയായിട്ടില്ലേ തോന്നുകയുള്ളൂ. പക്ഷേ ഇതു വല്ലാതെ ആഴത്തിൽത്തന്നെ കൊണ്ടിട്ടുണ്ട്? തലയ്ക്കു കറക്കംവരുമ്പോലെയൊരു തോന്നലാണെപ്പോഴും.....!"

5 മണിയായി. ഇരുട്ടു മാഞ്ഞുകഴിഞ്ഞിട്ടില്ല. എങ്കിലും അയാൾ എണീറ്റു. ഫോംകയും കട്ടിലിന്റെ താഴെ നിന്ന് ഇഴഞ്ഞുപുറത്തേയ്ക്കുവന്നു; പിൻകാലുകൾ മടക്കി മുൻകാലുകൾ നീട്ടി ഒന്നു മൂരിനിവർന്ന് അയാളുടെ മുഖത്തേയ്ക്കു നോക്കി; സ്നേഹം പ്രകടിപ്പിക്കുന്ന ഒരു ശബ്ദത്തോടെ എജമാനനു പ്രഭാതവന്ദനം നല്കി. സാധാരണ നായകളെപ്പോലെ എജമാനന്റെ ചുറ്റുമോടിനടക്കയോ മേൽപ്പിടച്ചുകേറുകയോ ഉത്സാഹത്തോടെ കുരയ്ക്കുകയോ ഒന്നുമിവൻ ചെയ്തില്ല. നേരേമറിച്ച് സൊഖ്ളോവ്സ്കിയുടെ കാലിനോടുരുമ്മിനിന്ന് സ്നേഹവും വേദനയും ഭയവും തുളുമ്പുന്ന കണ്ണുകളോടെ അയാളുടെ മുഖത്തേയ്ക്കു നോക്കുകമാത്രമേ ചെയ്തുള്ളൂ.

"എന്തുപറ്റിയെടാ! സാധു!" അയാൾ നായയോടു ചോദിച്ചു: "നീ വല്ല സ്വപ്നവും കണ്ടോ? സ്വപ്നത്തിൽ ആരെങ്കിലും നിന്നെ വീക്കിയോ?"

“ഫോംക” നിശ്ചലനായി അയാളുടെ മുഖത്തേയ്ക്കു പകച്ചുനോക്കിക്കൊണ്ടുനിന്നു. ഒരു മനുഷ്യന്റേതു പോലെ വ്യഥ നിറഞ്ഞിരുന്നു അതിന്റെ കണ്ണുകളിൽ. “പാവം! എന്തോ പറയാനാഗ്രഹിക്കുന്നുണ്ടെന്ന്” അയാൾക്കു തോന്നി: “പക്ഷേ അതിനെങ്ങിനെ വാക്കുകിട്ടും? ഞാൻ കിടപ്പിലായിരുന്നപ്പോൾ ആരെങ്കിലും ഇവനെ നല്ലവണ്ണം ഭയപ്പെടുത്തിയിട്ടുണ്ടാവും! എന്നാലീ ചെകുത്താനു ബുദ്ധിയുദിക്കുമോ, അതൊട്ടില്ലതാനും!”

6 മണി ആയപ്പോഴേയക്കും സൊഖ്ലോവ്സ്കി മുഖക്ഷൗരവും മറ്റും നിർവ്വഹിച്ചു ഫോംകയേയും പിടിച്ചു പുറത്തേയ്ക്കിറങ്ങാൻ തയ്യാറായി. വർത്തമാനപത്രം കൊണ്ടുവന്നിട്ടിട്ടുണ്ടോ എന്നു നോക്കിയിട്ടിറങ്ങാമെന്നുവെച്ച് അയാൾ തളത്തിലേയ്ക്കു ചെന്നു. പത്രം വന്നിരുന്നില്ല. ഒരു നീണ്ട ലക്കോട്ടാണതിന്നു പകരം കണ്ടത്. അതു മേരിയുടെ കത്തായിരുന്നു. അയാളതു പൊട്ടിച്ചു വായിച്ചു:

“പ്രിയപ്പെട്ട അച്ഛന്,

എന്റെ ജീവിതത്തിൽ ചില മാറ്റങ്ങൾ വന്നിരിക്കുന്നു. അച്ഛൻ എന്നെ അഭിനന്ദിക്കുമെന്നു വിശ്വസിക്കട്ടെയോ! പാരീസിൽ എനിയ്ക്കു വലിയ ഭാഗ്യമൊന്നുമുണ്ടായില്ല. പുതിയ വളരെയേറെ ഡാൻസുകാരും മറ്റും അവിടെ എത്തിയിട്ടുണ്ട്. അതുകാരണം എന്റെ ഡാൻസിനു കാണികളെ കിട്ടാൻ ഞെരുങ്ങി. എന്നിട്ടും വിഷമിച്ച് ഒരെണ്ണം ഏർപ്പെടുത്തി. അതും വലിയ നഷ്ടത്തിലാണു കലാശിച്ചത്. കടത്തിൽപ്പെട്ടു. തിരിച്ചു ബ്രസ്സൽസിലേയ്ക്കു വന്നു. അവിടെ ഒരു പരിപാടിയ്ക്ക് ഏർപ്പാടുണ്ടായിരുന്നു. എന്റെ ഭർത്താവ്, ഫെലിക്സ് വാൻഡർ വെൽസ്, എന്റെ ഡാൻസിനെപ്പറ്റി പത്രങ്ങളിലെഴുതി. അദ്ദേഹം ഒരു കലാനിരൂപകൻകൂടിയാണ്. ആ ലേഖനത്തെത്തുടർന്നാണ് ഞങ്ങൾ പരസ്പരം കണ്ടുമുട്ടിയത്. അദ്ദേഹം വിവാഹാഭ്യർത്ഥന ചെയ്തു. ഞാനതു സ്വീകരിച്ചു. അങ്ങിനെ ഞങ്ങൾ വിവാഹിതരായി. ലേഖനമെഴുത്തുകൊണ്ടുമാത്രം ജീവിക്കാനുള്ള വക അദ്ദേഹത്തിന്നു ലഭിക്കില്ല, അതുകൊണ്ട് ഒരു ബാങ്കിലെ ജോലി കൂടിയുണ്ട്. ആളുകളെ മനസ്സിലാക്കാൻ കഴിവുള്ളവനും മനോധർമ്മമുള്ളവനുമാണദ്ദേഹം. ഒരു പ്രധാനപ്പെട്ട പത്രം മോസ്ക്കോവിലെ നൃത്ത-നാടകവേദികളെപ്പറ്റി എഴുതാൻ അദ്ദേഹത്തെ അങ്ങോട്ടയയ്ക്കാൻ ആലോചിച്ചുവരുന്നുണ്ട്. അതു തീർച്ചയായിക്കഴിഞ്ഞിട്ടില്ല. അതു ശരിപ്പെട്ടാൽ എനിയ്ക്കു സോവിയറ്റു യൂണിയനിൽ വരാനും അച്ഛനേയും മറ്റും കാണാനും എന്റെ കല അവിടെ പ്രദർശിപ്പിക്കാനും സാധിക്കുമെന്നു

ഞാനാശിക്കുന്നു. ഫെലിക്സ് കമ്യൂണിസ്റ്റല്ല: അതുമായി വളരെ അകലമുണ്ടുതാനും. പക്ഷേ സത്യസന്ധതയും ആത്മാർത്ഥയുമുള്ളവനാണ്. ഞാൻ റഷ്യയെപ്പറ്റി പറയുന്നതൊക്കെ അദ്ദേഹം ശ്രദ്ധിച്ചു കേൾക്കാറുണ്ട്. എന്റെ മാതൃഭൂമി റഷ്യയാണെന്ന കാര്യം ഞാൻ മറന്നിട്ടില്ല. എന്നാൽ എന്റേയും അച്ഛന്റേയും അഭിപ്രായങ്ങൾ ഒന്നായിരിക്കുമെന്നും ഞാൻ കരുതുന്നില്ല. അതെന്തായാലും ഞാൻ ഉറച്ച ഒരു കമ്യൂണിസ്റ്റ് അനുഭാവിയാണ്. നിങ്ങളുടെ അവിടുത്തെ ജീവിതമെങ്ങിനെയാണെന്ന് എനിയ്ക്കു വലിയ പിടിയില്ല. ഫെലിക്സിന്റെ കൂടെ അങ്ങോട്ടുവരാൻ കഴിഞ്ഞാൽ അതെല്ലാം ഞൊടിയിടകൊണ്ടു എനിക്കു മനസ്സിലാക്കാൻ കഴിയും. എനിക്കു റഷ്യൻഭാഷ നല്ല വശമുണ്ട്. അതൊരു പ്രധാനപ്പെട്ട കാര്യമാണല്ലോ. ഇതിനിടയ്ക്കു ബ്രസീലും സോവിയറ്റും തമ്മിൽ തന്ത്രപരമായ കുഴപ്പങ്ങളൊന്നുമുണ്ടാവാതിരിക്കുകയും, പ്രസ്തുതപത്രം അതിന്റെ തീരുമാനം മാറ്റാതിരിക്കുകയും ചെയ്യുകയാണെങ്കിൽ നമുക്ക് അധികം താമസിയാതെ തമ്മിൽക്കാണാൻ കഴിയുമെന്ന് വിശ്വസിക്കുന്നു. നിറുത്തട്ടെ.

എന്ന് സ്വന്തം മകൾ

മേരി വാൻഡർവെൽഡ്"

സൊഖ്ലോവ്സ്കി ആ എഴുത്തു കുറച്ചുനേരം കയ്യിലങ്ങിനെവെച്ച് അവിടെ തൂക്കിയിട്ടുള്ള അവളുടെ ഫോട്ടോവിലേയ്ക്കു നോക്കിക്കൊണ്ടിരുന്നു. "അവളുടെ അമ്മയുടെ എന്തോ ഒന്ന് അവളിലുമുണ്ട്," അയാൾക്കു തോന്നി.

മണി ആറര. ഇത്രനേരത്തെ ജോലിയ്ക്കു പോകേണ്ട ആവശ്യമില്ല. അയാൾ ഷെൽഫിൽനിന്ന് ഒരു പുസ്തകം വലിച്ചെടുത്തു നിവർത്തി. എന്നിട്ടത് അടച്ചുവെച്ചു. മകൾക്കൊരു കത്തെഴുതാൻ തുടങ്ങി. താൻ കത്തെഴുതാൻ തുടങ്ങിയത് ആദ്യം അയാൾ അറിഞ്ഞേയില്ല. അതുവരെ മനോരാജ്യത്തിലായിരുന്നു. കത്ത് മിക്കവാറും തീർന്നപ്പോഴാണയാൾക്ക് ഓർമ്മ വന്നത്. അതുകണ്ട് അയാൾതന്നെ അമ്പരന്നുപോയി. അതയാൾ വായിച്ചുനോക്കി:

"പ്രിയപ്പെട്ട മേരി,

ഞാൻ നിന്നെ അഭിനന്ദിയ്ക്കുന്നു. നീ മോസ്ക്കോവിൽ വന്നാൽ ഞാൻ വന്നുകാണാൻ ശ്രമിക്കാം. നീയെങ്ങിനെ ഇരിയ്ക്കുമെന്ന് എനിയ്ക്കു സങ്കല്പിക്കാൻപോലും കഴിയുന്നില്ല. വിദ്യാർത്ഥിനിയായിരുന്നപ്പോൾ അയച്ച ഫോട്ടോവിൽ നേരിയ ഒരു ഛായ തോന്നി. പക്ഷേ ആ

ഡാൻസുവേഷത്തിലുള്ള ഫോട്ടോ നോക്കിയിട്ട് എനിക്ക് ഒന്നും പിടികിട്ടിയില്ല. നിന്റെ എഴുത്തും എനിക്കു മനസ്സിലാവുന്നില്ല. വലിയ കാര്യങ്ങളെപ്പറ്റി നീ പറയുന്നത് നിസ്സാരമട്ടിലാണ്. മോസ്ക്കോ കാണാൻ നിനക്കാഗ്രഹമുണ്ടാവുമെന്നാണെന്റെ വിശ്വാസം. നിന്റെ ഡാൻസ് ഇവിടെ എത്രമാത്രം ശോഭിക്കുമെന്ന് എനിക്കു സംശയമുണ്ട്. ഞങ്ങൾക്കിവിടെ നല്ല ഒരു ബാലെയുണ്ട്. നീ അതിനെപ്പറ്റി കേട്ടിരിക്കും. നിനക്കും നിന്റെ ഭർത്താവിനും - അയാൾ ആത്മാർത്ഥതയുള്ളവനാണെങ്കിൽ - ഇവിടെ കാണുന്ന പുതിയ ലോകം താല്പര്യമുളവാക്കും. നീ ജനിച്ചതു മോസ്ക്കോവിലാണെന്നുവെച്ച് വളരെ എളുപ്പം എല്ലാം മനസ്സിലാക്കാമെന്നു ധരിക്കുന്നത് തെറ്റാണ്. ഗോഗോളിലെ നദീതീരത്ത് പൂഴിയിൽ കളിയ്ക്കുന്ന ഒരു കൊച്ചു പൈതലായിട്ടാണ് നിന്നെ ഞാനോർക്കുന്നത്. നിന്റെകൂടെ വേറെയും കുട്ടികൾ കളിച്ചിരുന്നു. ആ കുട്ടികൾക്കറിയാം ഞങ്ങളിവിടെ എങ്ങിനെ ജീവിയ്ക്കുന്നു എന്നും എന്തുകൊണ്ടാണെന്നും. അവർ വളർന്നതും ജോലി ചെയ്യുന്നതും ഇവിടെയാണ്. പല കഷ്ടപ്പാടുകളിലൂടേയും സന്തോഷങ്ങളിലൂടേയും പ്രതീക്ഷയിലൂടേയുമാണവർ കടന്നുപോന്നിട്ടുള്ളത്. നിന്നെ നിന്റെ അമ്മ ബൽജിയത്തിലേയ്ക്കുകൊണ്ടുപോയതു നിന്റെ കുറ്റമല്ല. പക്ഷേ ഈ രാജ്യത്തെ വസ്തുതകളേയും ബോധപൂർവ്വം വീക്ഷിക്കണം. സന്ദർശനത്തിന്നെത്തിയ ഒരു വിദേശിയായിട്ടേ നിന്റെ ഈ രാജ്യത്തിലെത്തുമ്പോൾ നിനക്കു സ്വയം തോന്നൂ. ഞങ്ങളെങ്ങനെ ജീവിക്കുന്നുവെന്നു നിനക്കു മനസ്സിലാവുന്നില്ലെന്നു നീ പറയുന്നു. നീ ഇവിടെ വന്നു കുറെക്കാലം താമസിച്ചാലും, ഞാനോ എന്റെ സഖാക്കളോ ജോലിചെയ്യുന്നതുനോക്കിയാലും ഞങ്ങളെ സന്തോഷിപ്പിക്കുന്നതും നീരസപ്പെടുത്തുന്നതുമെന്താണെന്നു കണ്ടാലും നിനക്ക് ഒന്നും മനസ്സിലാവാൻ പോകുന്നില്ല. ഇതു തികച്ചും വ്യത്യസ്തമായ ഒരു ലോകമാണ്. ഈ പുതിയ ലോകം എന്തുകൊണ്ടിവിടെ ആരംഭിച്ചു, എന്തുകൊണ്ടു ബ്രസ്സൽസിലോ മറ്റുള്ളേടത്തോ ആരംഭിച്ചില്ല? പക്ഷേ ഞങ്ങൾക്കു ഭക്ഷണം കുറവും ഹൃദയം കൂടുതലുമായിരുന്നിരിക്കാം. ഇതു വളരെ കുഴഞ്ഞു മറിഞ്ഞ ഒന്നാണ്. ദീർഘകാലത്തെ കടുത്ത ജീവിതത്തിന്റെ ഭാഗമാണ്. നീ ഇടയ്ക്കു ചിന്തിച്ചുനോക്കണം. നിന്റെ ഡാൻസുവേഷവും എഴുത്തുകളുമെല്ലാം ചിലപ്പോൾ ഞാൻ മറക്കാറുണ്ട്. എന്റെ മകൾ എന്നു മാത്രമേ അപ്പോൾ ഓർമ്മിക്കാറുള്ളൂ. മാഷക്കുഞ്ഞെ എന്നു അപ്പോൾ വിളിച്ചുപോകാറുമുണ്ട്. അത്ഭുതങ്ങൾ ചിലപ്പോൾ സംഭവിക്കാം! പക്ഷേ..."

സൊഖ്ലോവ്സ്കി പേന കയ്യിൽനിന്നുവെച്ചു. കുനുകുനെ അടുപ്പിച്ചെഴുതിയ ആ നീണ്ട കത്തുനോക്കി അയാൾ ആശ്ചര്യപ്പെട്ടു:

"എനിയ്ക്കെന്താ ബോധമില്ലെന്നുണ്ടോ?...ഞാനാർക്കാണിതൊക്കെ എഴുതുന്നത്? എന്തിനാണിത്?... അവൾക്കെന്തെങ്കിലും വിശദീകരിച്ചു കൊടുക്കാൻ എനിക്കെങ്ങനെ കഴിയും? അവൾക്കെന്റെ ഉപദേശം വേണോ? അവൾ അവളുടെ ഫെലിക്സിനോടുകൂടി സുഖമായി കഴിയട്ടെ...ഒരു കമ്പിയടിച്ചുകളയാം. ഒരഭിനന്ദനം മാത്രം. അതുമതി."

അയാൾ ആ കത്ത് നറുനറെ ചീന്തി.

പിന്നീടു ബ്രൈനിന്റെ പദ്ധതിയിലേയ്ക്കാണ് അയാളുടെ ചിന്ത പോയത്. മേരിയേയും, തന്റെയും അവളുടേയും ലോകത്തിന്നിടയ്ക്കുള്ള വിടവിനേയും അയാൾ വിസ്മരിച്ചിരുന്നു. ബ്രൈനിന്റെ പദ്ധതിപ്രകാരമുള്ള ഒരു ലേത്ത്മെഷീന്റെ മോഡൽ തന്റെ മുമ്പിലിരിക്കുന്നതിലായിരുന്നു ശ്രദ്ധ മുഴുവൻ: "ഇതിൽ പല നല്ല വശങ്ങളുമുണ്ട്. പക്ഷേ ചിലതു ദൗർബ്ബല്യങ്ങളുമാണ്. ബ്രൈനിന് ഭാവന പോര. ആ വാൾവ് അനാവശ്യമാണ്. അതു പഴയ മോഡലിന്റെ പാരമ്പര്യമാണ്..." തന്റെ ജോലിയെപ്പറ്റി ചിന്തിച്ച് അയാൾ വീണ്ടും മനോരാജ്യത്തിൽ മുഴുകി.

അന്നുരാത്രി 8 മണിക്ക് അയാൾ ഡോ. വീരയെ കാണാൻ ചെന്നു. ജ്ഞുറാവിലോവിന്റെ പഴയ ഭാര്യ ലെന അവിടെ ഉണ്ടായിരിക്കുമോ എന്നയാൾ ഭയപ്പെട്ടു. പക്ഷേ അയാൾ ചെന്നപ്പോൾ അവൾ പുറത്തു പോയിരിക്കയായിരുന്നു. താൻ ചെന്നതു വീരയ്ക്കു പിടിച്ചില്ലെന്നപോലെയുണ്ടല്ലോ എന്നയാൾ സംശയിച്ചു. സ്വീകരണത്തിന്ന് ഉന്മേഷമില്ലെന്നും അയാൾക്കു തോന്നി.

സൊ: "തിരക്കായിരിക്കുമല്ലെ?"

വീര: "ഇല്ല."

"എന്താണു സംസാരിക്കുക! ഒന്നും തോന്നുന്നില്ലല്ലൊ?" അയാൾക്കു പരിഭ്രമമായി: "ഒരു വിഷയവും തോന്നുന്നില്ല. എന്തെങ്കിലും ആലോചിച്ചു കണ്ടുപിടിയ്ക്കാൻ ഇപ്പോൾ സമയവുമില്ല. ലെന ഇപ്പോഴിവിടെയുണ്ടായിരുന്നെങ്കിൽ ഈ വീർപ്പുമുട്ടൽ കൂടാതെ കഴിയുമായിരുന്നില്ലേ! മുമ്പൊക്കെ ഞങ്ങൾ പലതും പറഞ്ഞിരിക്കാറുണ്ട്. ഇടയ്ക്കു മൗനവും. ഇപ്പോഴൊന്നും തോന്നുന്നില്ല. എന്തോ മാറ്റം വന്നപോലുണ്ടല്ലോ! വീരയ്ക്കു അങ്ങനെ തോന്നുന്നുണ്ടെന്നു കരുതേണ്ടിയിരിക്കുന്നു. ഇങ്ങിനെ മിണ്ടാതെത്ര നേരമിരിക്കാൻ കഴിയും?"

സംഭാഷണം തുടരാൻ പരിശ്രമിച്ചുകൊണ്ടയാൾ പറഞ്ഞു:

"നമ്മുടെ പുഖോവിന്റെ മകൻ ആ പെയിന്ററില്ലേ! വൊളോഡ്യ. ഞാൻ കിടപ്പിലായിരുന്നപ്പോൾ അയാളെന്നെക്കാണാൻ ഇടയ്ക്കിടെ വരാറുണ്ട്.

അയാൾ യുവത്വത്തെയും വാർദ്ധക്യത്തെയും പെയിന്റ് ചെയ്തിട്ടുള്ള രണ്ടു ചിത്രങ്ങൾ ഞാൻ കണ്ടു. മരണം ഒരു തൂപ്പുകാരനെപ്പോലെ വളരെ പ്രായമായവരെ തൂത്തുവാരി എറിയുന്നതാണ് വാർദ്ധക്യത്തെപ്പറ്റിയുള്ള ചിത്രം... പലതരത്തിലുള്ള ചൊക്ക്‌ലേറ്റുകൾ കുന്നുകൂടിയിരിക്കുന്നത് പെയിന്റ് ചെയ്യാൻ അയാൾക്ക് ഒരു ഓർഡർ കിട്ടിയിട്ടുണ്ടെന്നും പറയുകയുണ്ടായി. അയാൾ ആകപ്പാടെ ഒരു കുഴപ്പത്തിലായിരിക്കയാണ്. ഇപ്പോഴും ഒരനാഥ ബാലന്റെ മട്ടുണ്ട്. ക്ഷമിയ്ക്കുക! ഞാനതല്ല പറയാൻ ഉദ്ദേശിച്ചത്. അയാളോട് ലെയോനാർഡിനെപ്പറ്റി..."

വാചകം പൂർത്തിയാക്കുന്നതിനുമുമ്പു നിർത്തി. എന്നിട്ട് അയാൾ വിചാരിച്ചു: "ലിയോണാഡൊ ദാവിൻഞ്ചി എന്തു ചായങ്ങളുപയോഗിച്ചിരുന്നുവെന്നത് ഒരു പ്രശ്നമാണോ? അതൊക്കെ എന്തിന്നിവിടെ പറയുന്നു? വീരയ്ക്കു ബോറാവും! ഒന്നും പറയാതിരിക്കയാണ് നല്ലത്."

വീരയ്ക്കും എന്താണ് പറയേണ്ടതെന്ന് പിടിയില്ലാതായി. അവൾ മേശവിരിപ്പ് ഒന്ന് ശരിപ്പെടുത്തി; വിളക്കൊന്നു നീക്കി അതിഥിയെ മുഷിപ്പിക്കാതിരിക്കാൻ എന്തെങ്കിലും പറയണമല്ലോ എന്നു കരുതി ഇങ്ങിനെ പറഞ്ഞു:

"ഞാനിന്ന് നമ്മുടെ പുഖോവിനെ കാണാൻ പോയിരുന്നു. അദ്ദേഹത്തിന്റെ ഒരു ശിഷ്യനുമപ്പോഴവിടെയുണ്ടായിരുന്നു. ശരീരശാസ്ത്രത്തിൽ താല്പര്യമുള്ള ഒരു പയ്യൻ. ഡോക്ടറാവണമെന്നാണവന്റെ മോഹം... നിങ്ങൾക്കു ക്ഷീണമില്ലെ വ്ളാഡിമിറോവിച്ച് സൊഖ്‌ലോവ്സ്കി? രോഗം മാറിയിട്ടധികമായില്ലല്ലോ! ദേഹമധികമിളക്കരുത്..."

അയാൾ മറുപടി ഒന്നും പറഞ്ഞില്ല. അടുത്ത മുറിയിൽ ക്ലോക്ക് അടിച്ചു. മണി 9. പെട്ടെന്ന് അയാൾ എണീറ്റു; വളരെ പതുക്കെ കേൾക്കാൻ വയ്യാത്തവിധം പറഞ്ഞു:

"വീര ഗ്രിഗോറിയേവിനോ! കഴിഞ്ഞതവണ ഞാനിവിടെ വന്നപ്പോൾ ആ ചെടിയെപ്പറ്റിപ്പറഞ്ഞതോർക്കുന്നുണ്ടോ? അന്നതു നിങ്ങൾക്കു ശരിക്കു മനസ്സിലായില്ല... ഞാൻ സുഖക്കേടിൽ കിടക്കുമ്പോൾ..." അവൾ ഇടയ്ക്കു കേറിത്തടഞ്ഞു: "അരുത്; നിങ്ങൾ അധികം വർത്തമാനം പറയരുത്!"

വീണ്ടും നിശ്ശബ്ദത. വീര മുഖം തിരിച്ചിരിയ്ക്കയാണ്. സൊഖ്‌ലോവ്സ്കിയ്ക്ക് അവളുടെ മുഖം കാണാൻ സൗകര്യമില്ല. സുഖക്കേടിൽക്കിടക്കുമ്പോഴത്തെ അവളുടെ ആ നോട്ടത്തെപ്പറ്റി അയാൾ ചിന്തിക്കയായിരുന്നു.

"എവ്ജിനി വ്ളാഡിമിറോവിച്ച്, നമ്മൾ കുട്ടികളല്ല; പിന്നെ

എന്തിനിതൊക്കെപ്പറയുന്നു," എന്ന് അവൾ അവസാനം ഒരുവിധം ചോദിച്ചൊപ്പിച്ചു. ഈയവസരത്തിൽ കാളിങ്ങ്ബെല്ല് ശബ്ദിച്ചു. ഒരു രോഗിയെ നോക്കാൻ വീരയെ കൂട്ടിക്കൊണ്ടുപോകുന്നതിന് ആൾ വന്നിരിക്കയാണ്.

വീര വേഗം കോട്ടെടുത്തിട്ടു; തലയിൽ സ്കാർഫ് (ഉറുമാൽ)കൊണ്ട് ഒരു കെട്ടുകെട്ടി. മരുന്നുപെട്ടി എടുത്തു. പോകാൻ തയ്യാറായി. ഉടനെ സൊഖ്‌ലോവ്സ്കിയും എണീറ്റ് യാത്രപറഞ്ഞു: "ഞാനുമിറങ്ങട്ടെ വീര ഗ്രിഗോറിയേവ്ന!" അയാളുടെ സ്വരത്തിന് ഒരു പതറിച്ചയുണ്ടായിരുന്നു. മുഖത്തൊരു പരിഭ്രമവും.

അരുതെന്ന ഭാവത്തിൽ അവൾ തലയാട്ടിക്കൊണ്ട് പറഞ്ഞു: "എന്താണ് തിടുക്കം! പോകാൻ വരട്ടെ. ഞാനിപ്പോൾ വരാം." എന്തോ ഒരു വല്ലായ്മ അവളിലും പ്രകടമായിരുന്നു. അയാളുടെ നേർക്ക് ഒന്നു പുഞ്ചിരിച്ച ശേഷം അവൾ പുറത്തേയ്ക്കിറങ്ങി. സ്വപ്നം കാണുന്ന ഒരു യുവതിയെപ്പോലെ അവളുടെ മുഖം വികസിച്ചു. ലെന ഇപ്പോൾ വീരയെക്കണ്ടിരുന്നെങ്കിൽ തന്നെക്കാൾ ചെറുപ്പക്കാരിയാണെന്ന് കണ്ട് അത്ഭുതപ്പെട്ടുമായിരുന്നു. പക്ഷേ ലെന അവിടെ ഉണ്ടായിരുന്നില്ല. വാതില്ക്കൽ നല്ല വെളിച്ചമില്ലാതിരുന്നതുമൂലം സൊഖ്‌ലോവ്സ്കിക്ക് വീരയുടെ ആ ചിരിയോ, മുഖത്തെ ഭാവമോ കാണാൻ സാധിച്ചില്ല. എങ്കിലും താൻ രോഗശയ്യയിൽക്കിടന്നപ്പോൾ നോക്കിയ അതേ നോട്ടമായിരുന്നു ഇതെന്ന് അയാൾക്ക് തോന്നി.

അവൾ മടങ്ങിവരുന്നതും നോക്കി അയാൾ ജനലിന്റെ സമീപത്തു കാത്തുനില്ക്കുകയാണ്.

ജനലിന്നു പുറത്ത് വെളിയിൽ ചില പൊട്ടലും ചിതറലും നടക്കുന്നുണ്ട്. അതേ! അവസാനം ഹേമന്തം ഭാണ്ഡം മുറുക്കി ഓടാൻ തയ്യാറെടുക്കുകയാണ്!

തെരുവിൽ കല്ലുപോലെ കട്ടപിടിച്ചുകിടന്നിരുന്ന മഞ്ഞുരുകി ഒരു പ്രവാഹമായി മാറിക്കഴിഞ്ഞു. തോട്ടത്തിൽ ഒരു വശത്തുമാത്രം ഇപ്പോഴും കുറച്ചുഭാഗം ഉരുകാതെ കിടപ്പുണ്ട്. ജനലിന്റെ മുകളിലുള്ള കിളിവാതിൽ മാത്രമേ തുറന്നിട്ടുള്ളൂ. അതുകൊണ്ട് പുറത്തുനടക്കുന്ന ഈ രസകരമായ രംഗം ശരിക്കു കാണാൻ കഴിയുന്നില്ല. ജനലുകൾ അടച്ച് ആണിയടിച്ചുറപ്പിച്ചിരിക്കയാണ്. ആ ആണികൾ പറിച്ചെടുക്കാത്തതുകൊണ്ട് ജനൽ തുറക്കാനും വയ്യ. മഞ്ഞുപൊട്ടിയുരുകി ഒഴുകുന്നതിന്റെ ശബ്ദം കിളിവാതിലിലൂടെ അകത്തേയ്ക്കു വന്നു.

എല്ലാറ്റിനും ഒരു പുതുജീവൻ വന്നപോലെ സൊഖ്ലോവ്സ്കിക്കു തോന്നി. എങ്ങും ഒരു പുതിയ ജീവന്റെ അനുരണനം.

"ഓ! വീര ഇപ്പോൾ വരും; ഞാനവളോടെന്താണ് പറയുക?" സൊഖ്ലോവ്സ്കി ആലോചിച്ചു:

"നല്ല തമാശതന്നെ! ഇത്ര സമയം കിട്ടിയിട്ടും എനിക്ക് ആലോചിച്ച് തീർച്ചയാക്കാൻ കഴിഞ്ഞില്ലല്ലൊ! ഞാനൊന്നും പറയില്ല. അല്ലെങ്കിൽ, "വീര, മഞ്ഞുരുകിത്തുടങ്ങി" എന്നുമാത്രം പറയും.

അദ്ധ്യായം പതിനാറ്

താനിച്ക തീരെ പ്രതീക്ഷിച്ചിരുന്നില്ല വൊളോഡ്യ വരുമെന്ന്. എന്നിട്ടും ഇന്നയാൾ കേറിവന്നിരിക്കയാണ്. ജനുവരിയ്ക്കുശേഷം ഇതുവരെ അയാൾ അങ്ങോട്ടു വരാറുണ്ടായിരുന്നില്ല. ഒന്നു രണ്ടുതവണ വഴിയ്ക്കുവെച്ച് അവർ കണ്ടുമുട്ടുകയുണ്ടായി. "എനിക്ക് ഒന്നിലുമൊരു രസമില്ല; ജീവിതം തകരുന്നപോലെ തോന്നുന്നു" എന്നാണയാൾ അപ്പോഴൊക്കെ അവളോടു പറഞ്ഞത്. നമ്മിളിനി കാണാതിരിയ്ക്കയാണ് നല്ലതെന്നും അയാൾ അഭിപ്രായപ്പെട്ടു. "രണ്ടുപേർക്കും അതുകൊണ്ടു ശല്യമേയുണ്ടാകൂ"വെന്നും അയാൾ തുറന്നു പറഞ്ഞു. താനിച്കയ്ക്ക് അതിന്റെ അർത്ഥം മനസ്സിലായി. ബന്ധം വിടർത്തണം; അതാണയാളുടെ ഉദ്ദേശമെന്ന് അവൾക്കു ബോദ്ധ്യപ്പെട്ടു. അവളും സമ്മതിച്ചു. പക്ഷേ അവൾക്കു കരച്ചിൽ വന്നുപോയി! എങ്കിലും അവൾ സമാധാനിപ്പിച്ചു. എല്ലാം തീർത്തു തടി ശുദ്ധമാക്കുകയാണു നല്ലതെന്ന്: "ചുമ്മാ, എന്തിനു വയ്യാവേലി വലിച്ചുവെയ്ക്കുന്നു!"

അങ്ങനെ ഒക്കെ മറക്കാൻ തുടങ്ങിയ സന്ദർഭത്തിൽ അതാ വൊളോഡ്യ പെട്ടെന്നു കേറിവന്നിരിക്കുന്നു. അവളല്പം അസുഖത്തോടെ ചോദിച്ചു:

"ഞാൻ കിടന്നു കരയുമെന്നാണോ വിചാരിച്ചത്? അതുവേണ്ട. നമ്മൾ പിന്തിരിയുകയാണു നല്ലതെന്നു നിങ്ങളല്ലേ പറഞ്ഞത്? ഞാനതു സമ്മതിക്കുകയും ചെയ്തു. ഇനി വീണ്ടും അതു കുത്തിപ്പൊക്കുന്നതു നന്നല്ല."

വൊളോഡ്യ: (ഒരു പച്ചച്ചിരിയോടെ) ഞാൻ നിർബ്ബന്ധിക്കാൻ വന്നതല്ല. വല്ലാതെ ബോറുതോന്നി ഞാനങ്ങനെ നടക്കുകയായിരുന്നു. അതുകൊണ്ടാണിതിലേ വന്നത്. അപ്പോൾ തോന്നി, നീയും

ബോറടിച്ചിരിയ്ക്കയാവുമെന്ന്. പുറത്താണെങ്കിൽ വസന്തം കുളിച്ചു കേറി നില്ക്കുന്നു. അതൊന്നു നടന്നുകാണാൻ, പക്ഷേ, നിനക്കും രസമുണ്ടായേയ്ക്കുമെന്നു കരുതി ഇങ്ങോട്ടു കേറിയെന്നുമാത്രം. നമുക്കല്പം നടക്കാം. വരുന്നോ? പാർക്കുവരെ!"

വൊളോഡ്യയുടെ ഊഹം ശരിയായിരുന്നു. താനിച്ക യാതൊരുത്സാഹവുമില്ലാതെ അങ്ങനെ മുഷിഞ്ഞിരിക്കയാണ്. വൊളോഡ്യ വരാതായപ്പോൾ ഗ്രീഫ്റ്റ്സോവ് എന്ന നടൻ അവളുടെ പുറകെ നടക്കാൻ തുടങ്ങി. അവൾക്കയാളെ തീരെ പിടിച്ചില്ല. നടന്നിട്ടു കാര്യമൊന്നുമില്ലെന്ന് അവൾ അയാളോടു തുറന്നുപറയുകയും ചെയ്തു. നാടകമൊന്നുമില്ലാത്ത സായാഹ്നങ്ങളിൽ അവൾ പുറത്തെങ്ങും പോകാറില്ല. മുറിയിലിരുന്നു വല്ലതും തുന്നുകയോ ഡിക്കൻസിന്റെ കൃതികൾ വായിക്കയോ ചെയ്യും. ചിലപ്പോൾ കിടക്കയിൽ കമിഴ്ന്നു കിടന്നു കുറച്ചു കരയാറുമുണ്ട്. സ്റ്റേജിലും അവൾ കുറച്ചുകാലമായി ശോഭിക്കാറില്ല. "ഒഫേലിയ"യുടെ ഭാഗമഭിനയിച്ചതും ദയനീയപരാജയമായിരുന്നു. കാണികളിൽനിന്നു കയ്യടി കിട്ടിയെങ്കിലും, ഇതിലും മോശമായി താൻ അഭിനയിച്ചിട്ടില്ലെന്നവൾക്കുതന്നെ ബോദ്ധ്യമാണ്. അതു കഴിഞ്ഞ് ഒരു സോവിയറ്റു നാടകമാണ് നടന്നത്. വിദേശ ശക്തികളുടെ ഏജന്റായി അട്ടിമറിയ്ക്കു ശ്രമിക്കുന്ന ഒരു പ്രൊഫസറുടെ കള്ളി വെളിപ്പെടുത്തുന്ന ലാബറട്ടറി അസിസ്റ്റണ്ടിന്റെ ഭാഗമായിരുന്നു അവൾക്കതിൽ. ജീവനുള്ള ഒരൊറ്റ വാക്കുപോലുമതിലില്ല. മനം മടുപ്പിക്കുന്ന ഒന്ന്. പ്രൊഫസറെ തുറന്നുകാണിച്ചുകൊണ്ടു ലാബറട്ടറി അസിസ്റ്റണ്ട് പ്രസംഗിക്കുമ്പോൾ കാണികളിരുന്നു ചിരിക്കുകയായിരുന്നു. ഒരൊററാൾക്കെങ്കിലുമുള്ളിൽത്തട്ടണ്ടേ! ഉണ്ടായില്ല. അതു കണ്ടപ്പോൾ അവൾക്കു കരച്ചിൽ വന്നുപോയി: ഞാനെന്തിനു ജീവനില്ലാത്ത ഈ വാക്കുകൾ ചറുപിറെ പറഞ്ഞു? എന്തിനിളിച്ചുകാട്ടി?" ലജ്ജയും സങ്കടവും കൊണ്ട് ആകെ തകരുന്നപോലെ തോന്നി, അവൾക്കന്ന്. അടുത്തുതന്നെ വേനലാവും. സഹനടികളായ കാസിന്റ്സേവയും ദാനിലോവയും ലീവെടുത്തു വിശ്രമത്തിന്നു പോവും. താനെന്തു ചെയ്യുമെന്ന് അവൾ സങ്കടപ്പെടുകയായിരുന്നു. സെലിനിനൊയിലേയ്ക്കു പോയാലോ? അതവളുടെ മടിശ്ശീലയ്ക്കു താങ്ങാവുന്ന കാര്യമാണ്. പക്ഷേ അവിടെയുമുണ്ടാവില്ല ഒരു രസവും. ചിലർ കുടിച്ചു ബഹളം കൂട്ടുന്നതോ, കട്‌ലറ്റിന്റെ ഗുണാഗുണങ്ങളെപ്പറ്റിയുള്ള ചർച്ചയോ, കുറെ പേരിരുന്നു പദപ്രശ്നം പൂരിപ്പിയ്ക്കാൻ തലകായുന്നതോ അല്ലാതെ അവിടെയെന്താണൊരു രസം? അങ്ങനെ പലതും ചിന്തിച്ചുകൊണ്ടിരിക്കുമ്പോഴായിരുന്നു വൊളോഡ്യ കടന്നുവന്നു പുറത്തേയ്ക്കു നടക്കാൻ ക്ഷണിച്ചത്.

“ശരി! ഇറങ്ങിക്കളയാം... ഞാൻ കോട്ടിട്ടാണോ അതോ മഞ്ഞുതൊപ്പി വെയ്ക്കണോ?” അവൾ ചോദിച്ചു!

വൊളോഡ്യ: “തൊപ്പി. അതാണു നിനക്കു ചേർച്ച. ഇപ്പോൾ കോട്ടിടാൻ മാത്രം തണുപ്പില്ല. ഇന്നു നീ പുറത്തിറങ്ങിയതേയില്ലേ?”

താനിച്ക: “പുറത്തിറങ്ങി. പക്ഷേ ഒന്നും ഓർമ്മയില്ല. ഞാൻ ശ്രദ്ധിച്ചില്ല.”

തെരുവിന്നാകപ്പാടെ ഒരുണർവ്വ്. മഞ്ഞുരുകി ഒഴുകിപ്പോയി. എങ്കിലും നടപ്പാതയിലെ നനവു വിട്ടിട്ടില്ല. സൂര്യരശ്മിയിൽ അതങ്ങനെ വെട്ടിത്തിളങ്ങി. താനിച്ക ഒരുത്സാഹമില്ലാതെയാണ് നടന്നത്. വൊളോഡ്യ തന്നെ നടക്കാൻ ക്ഷണിച്ചത് വികാരങ്ങളെ വേദനിപ്പിക്കാൻവേണ്ടി മാത്രമാണെന്നായിരുന്നു അവളുടെ ധാരണ: “അയാൾ വെറുതെ ഒരു മാപ്പപറഞ്ഞാൽ കഴിഞ്ഞതെല്ലാം ഞാൻ മറക്കുമെന്നാണയാളുടെ പ്രതീക്ഷ. ഇത്തവണ അതുണ്ടാവില്ല. അയാൾക്കു തെറ്റിപ്പോയി. അയാളോട് എന്തോ ഒരു പ്രതിപത്തി മുമ്പ് എനിയ്ക്കു തോന്നിയിരുന്നുവെന്നതു ശരിയാണ്. പക്ഷേ അതെല്ലാം എന്നോ കഴിഞ്ഞു.”

അവൾക്കു വല്ലാത്ത ഒരു മട്ടുപ്പുതോന്നി. അവൾ ചോദിച്ചു:

“നിങ്ങളുടെ വിശേഷമെന്തൊക്കെയാണ്! ഇപ്പോൾ ഞാനൊന്നുമറിയാറില്ല. സുഖം തന്നെയല്ലേ? നിങ്ങളുടെ ഭാഷയിലാണെങ്കിൽ പണം ധാരാളം സമ്പാദിക്കുന്നുണ്ടോ എന്നാണു ചോദിക്കേണ്ടത്! എന്താ?”

വൊളോഡ്യ: “ഓ! വലിയ സുഖത്തിലൊന്നുമല്ല. ഭാഗ്യമല്ല. ഗ്രഹപ്പിഴയാണ് സംഭവിച്ചത്. ഞാൻ ജ്ഛറാവിലോവിന്റെ ഒരു ചിത്രം പെയിന്റു ചെയ്തു. സോവിയറ്റു വ്യവസായത്തിലെ മാതൃകാപുരുഷനായിട്ട് - പക്ഷേ അയാളെ അടുത്തുദിവസം ഡിസ്മിസ് ചെയ്തതറിയില്ലേ! ഓഫീസുകളിലേയ്ക്കാവശ്യമുള്ള മുദ്രകളും മററുമുണ്ടാക്കുന്ന ഒരു യൂണിറ്റിന്റെ ചാർജ്ജാണിപ്പോൾ അയാൾക്കു നല്കിയിട്ടുള്ളതെന്നു കേട്ടു. ഞാൻ പെയിന്റു ചെയ്ത അയാളുടെ ചിത്രത്തിന് ഇനി 10 റൂബിളുപോലും കിട്ടില്ല.”

താനിച്ക: “നിങ്ങൾക്കു വല്ലാത്ത ഖേദമുണ്ടോ?”

വൊളോഡ്യ: “മൊത്തത്തിൽ നോക്കുമ്പോൾ ഇല്ലെന്നുവേണം പറയാൻ. അയാളെ ആ സ്ഥാനത്തുനിന്നു ഡിസ്മിസ്സ് ചെയ്തതു നന്നായി.”

താനിച്ക: പിന്നെ എന്താണിപ്പോൾ നിങ്ങളുടെ ജോലി?

വൊളോഡ്യ: “ക്ലബിന്റെ മുഖപ്പിൽ ചിലതു പെയിന്റു ചെയ്യാൻ ഒരു ഓർഡർ കിട്ടിയിരുന്നു. അതു ചെയ്തുകഴിഞ്ഞു! ഇതേ മാതിരി ചിലതു ചെയ്യാൻ അടുത്തുതന്നെ മറ്റൊരോർഡർ കിട്ടുമെന്നാണ് പ്രതീക്ഷ.”

താനിച്ക: അതായത് മുമ്പത്തെപ്പോലെ തന്നെ ഓർഡറനുസരിച്ച കലയുണ്ടാക്കുന്ന അല്ലേ!...ആട്ടെ സബുറോവിന്റെ വർത്തമാനമോ?

വൊ: “അയാൾ പെയിന്റ് ചെയ്യുന്നു. മിനിയാന്ന് വൈകുന്നേരം ഞാനവിടെപ്പോയിരുന്നു. പെയിന്റേഴ്സ് യൂണിയൻ ഭാരവാഹികൾ വന്ന് അയാളുടെ രണ്ടു ചിത്രങ്ങൾ പ്രദർശനത്തിന് തിരഞ്ഞെടുത്ത് കൊണ്ടു പോയിട്ടുണ്ട്. ഏറ്റവും മോശമായവയാണ് അവർ തിരഞ്ഞെടുത്തതെന്ന് അയാൾ പറഞ്ഞു. അതെന്തായാലും ഇങ്ങിനെ ഒരാളുണ്ടെന്ന് അവർ ഓർമ്മിക്കാൻ തുടങ്ങിയല്ലോ. അതുതന്നെ നല്ലൊരു സൂചനയാണ്. എനിക്കതിൽ നല്ല സന്തോഷം തോന്നുന്നു.”

താനി: “എന്തത്ഭുതം! വർത്തമാനകാലത്തെപ്പറ്റി ഒരു പിടിയുമില്ലാത്തവനാണയാളെന്ന് സ്ഥാപിക്കാൻ നിങ്ങൾ ശ്രമിക്കാറില്ലേ!”

വൊളോഡ്യ ഒന്നും പറഞ്ഞില്ല. അവരുടെ കുറെ മുന്നിലായി ഒരു യുവതിയും യുവാവും നടന്നിരുന്നു. അവരുടെ പിൻഭാഗം തന്നെ, അവർ അനുരക്തരാണെന്നും അന്യോന്യം ഗൗരവമായ വാദപ്രതിവാദം നടത്തുകയാണെന്നും വെളിപ്പെടുത്തി.

വൊളോഡ്യ അഭിപ്രായപ്പെട്ടു: “വിവാഹത്തിന്റെ സുവർണ്ണ ജൂബിലിയാഘോഷിച്ച ഭാര്യാഭർത്താക്കന്മാരെപ്പോലെയാണ് നമ്മൾ.”

താനിച്ക: “എനിക്കതു തോന്നുന്നില്ല. എന്നെ സംബന്ധിച്ചാണെങ്കിൽ ഓർമ്മിയ്ക്കത്തക്കതായിട്ടൊന്നുമില്ല.”

വൊളോഡ്യ: “എനിയ്ക്കുണ്ട്... പക്ഷേ അതല്ല വിഷയം. സബുറോവ് അയാളുടെ ആ മുടന്തിയായ ഭാര്യയുടെ ഒരു ചിത്രം കൂടി പെയിന്റു ചെയ്തിട്ടുണ്ട്. കഴിഞ്ഞതവണ പച്ച ബ്ലൗസിട്ടിട്ടല്ലേ? ഇത്തവണ ഇളംചുവപ്പ് ബ്ലൗസാണ്.

താനി: “നിങ്ങൾക്കു പിടിച്ചില്ലേ?”

വൊ: “നേരെ മറിച്ചാണ്. എനിയ്ക്ക് വളരെ പിടിച്ചു. പക്ഷേ പ്രദർശനത്തിന് ഇത്തരം ചിത്രങ്ങളൊന്നും തിരഞ്ഞെടുക്കപ്പെടില്ല.”

താനി: “ഇതിൽനിന്നെല്ലാം നിങ്ങളെന്താണൂഹിക്കുന്നത്?”

വൊ: “ഒരു ചുക്കുമില്ല. വേണമെങ്കിൽ നീ എന്നെ ഓർഡറനുസരിച്ച് കലയുണ്ടാക്കുന്നവൻ എന്നു വിളിച്ചോളൂ. എനിയ്ക്കതു പുത്തരിയല്ല.”

താനി: “എല്ലാവരും അങ്ങനെയാണെന്നു നിങ്ങൾ പറയാറുണ്ടല്ലോ. പിന്നെ ഇപ്പോളെന്താണ് അവനവനെ മാത്രമാക്കിയത്?”

വൊ: “ആവോ? അറിയില്ല.”

താനി: "നിങ്ങളൊരിയ്ക്കലും ഭാവനയുള്ള കലാസൃഷ്ടിയുണ്ടാക്കിയിട്ടില്ലെ? എനിക്കറിയാൻ വയ്യാഞ്ഞിട്ട് ചോദിച്ചതാണ്!"

വൊ: "പലപ്പോഴും എനിയ്ക്ക് എന്നെപ്പറ്റിത്തന്നെ ഒരു പിടിയുമില്ല. അച്ഛൻ പറയാറുണ്ട്, എന്റെ പോക്ക് വിപരീതവഴിക്കാണെന്ന്. എനിക്കും അങ്ങനെ തോന്നിയിരുന്നു. പക്ഷേ ഇപ്പോ നോക്കിയപ്പോൾ നേർവഴിയ്ക്കോ വിപരീതവഴിക്കോ എങ്ങോട്ടുമില്ലെന്നാണ് തോന്നുന്നത്. അതുപോട്ടെ. അതു സംസാരിക്കാൻ രസമുള്ള കാര്യമല്ല. വിശേഷിച്ചും ഈ നല്ല ദിവസത്തിൽ, ... നീ ഒഫേലിയയുടെ ഭാഗം അഭിനയിച്ചെന്ന് കേട്ടല്ലൊ!"

താനി: "അഭിനയിച്ചു. പക്ഷേ മുഷിപ്പൻ മട്ടിൽ."

വൊ: "സവ്ചെങ്കോ പറഞ്ഞതങ്ങിനെയല്ലല്ലോ! വളരെ ഗംഭീരമായെന്നാണ്. ഒഫേലിയയെ അയാൾ മനസ്സിൽ സങ്കല്പിച്ചിരുന്നപോലെ അത്ര തന്മയത്വത്തോടെയായിരുന്നു നിന്റെ അഭിനയമെന്നാണ് പറഞ്ഞത്."

താനി: "ഓ! അയാളെ പ്രീതിപ്പെടുത്താൻ എളുപ്പമാണ്. വാസ്തവത്തിൽ വളരെ മോശമായിരുന്നു അഭിനയം. ചില സമയത്തങ്ങിനെയാണ്; എനിയ്ക്കു കഥാപാത്രത്തെ ഉൾക്കൊള്ളാൻ കഴിയാതാവും. അതൊന്നും അത്ര കാര്യമല്ലെന്ന് നിങ്ങൾ എന്നോട് മുമ്പ് പറയാറില്ലേ! എന്താ ഇപ്പോൾ അഭിപ്രായം മാറിത്തുടങ്ങിയോ? കല എന്നൊന്നുണ്ടെന്ന് ഇപ്പോഴെങ്കിലും തോന്നിത്തുടങ്ങിയോ?"

വൊ: "ഞാനതിനെപ്പറ്റിയൊന്നും ചിന്തിച്ചിട്ടേയില്ല. കലാലോകത്തിൽ എനിയ്ക്കെന്തുസ്ഥാനമാണുള്ളതെന്ന വിചാരമാണ് എന്നെ വേദനപ്പെടുത്തുന്നത്? അതൊരു വസ്തുതയാണ്. വേദനിപ്പിക്കുന്നതാണെങ്കിലും, ഒരു ചില്ലിക്കാശിനുള്ള പ്രതിഭപോലുമെനിയ്ക്കില്ല. അഥവാ വല്ലതുമുണ്ടായിരുന്നെങ്കിൽത്തന്നെ ഞാൻ അതു തെരുവു മൂലയിൽ ചൂതുകളിച്ചു കളഞ്ഞിരിയ്ക്കുന്നു. അതൊക്കെ എന്തിനാണ് വെറുതെ ഇങ്ങിനെ ആലോചിക്കുന്നത്! നമുക്കു വേറെ വല്ലതും പറയാം... നോക്കൂ! ആ ചെറുപ്പക്കാരെ. അവരെന്തോ ശണ്ഠകൂടിയെന്നാണ് തോന്നുന്നത്. അവളതാ അവന്റെ അടുക്കൽനിന്നു മറ്റേ ഭാഗത്തേയ്ക്കു ധൃതിപിടിച്ചു മാറിപ്പോവുകയാണ്. അവൻ പുറകെതന്നെ എത്തി, ആ സൗന്ദര്യപ്പിണക്കം പറഞ്ഞുതീർത്തുവെന്നു തോന്നുന്നു. ആദ്യത്തെപ്പോലെ അവരതാ വീണ്ടും ഒന്നിച്ചായി. റോഡിൽ നമ്മൾ നടക്കുന്ന ഭാഗത്തുതന്നെ വന്നു.

താനി: ആ പിണക്കത്തിൽ അവനാണ് ജയിച്ചതെന്നാണോ നിങ്ങളൂഹിക്കുന്നത്?

വൊ: “അല്ല. നമ്മൾ നടക്കുന്ന ഈ ഭാഗത്താണ് വെയിലുള്ളത്. സോന്യയും സവ്ചെങ്കോവും തമ്മിൽ ഇതുപോലെ എപ്പോഴും ശണ്ഠ കൂടാറുണ്ട്; അവസാനം ഒന്നിക്കുകയും ചെയ്യും. അവൾ പോയതിൽ അച്ഛന് വല്ലാത്ത വിഷമം കാണുന്നു.”

താനി: അദ്ദേഹത്തിന്നിപ്പോൾ എങ്ങനെയുണ്ട്?

വൊ: രണ്ടുദിവസമായിട്ടല്പം ഭേദമാണ്. പക്ഷേ ഡോക്ടർമാർക്ക് ആശയില്ല. ആത്മശക്തികൊണ്ടുമാത്രമാണ് അദ്ദേഹം മരിയ്ക്കാതി രിക്കുന്നതെന്ന് തോന്നുന്നു. ഓരോ നിമിഷവും മരണത്തോട് യുദ്ധം നടത്തുകയാണദ്ദേഹം.

താനി: നിങ്ങളുടെ അച്ഛനുണ്ടല്ലോ, വളരെ ബഹുമാന്യനായ ഒരാളാണ്. നിങ്ങൾക്കക്കാര്യം അറിയുമോ?

വൊ: എനിയ്ക്കെല്ലാമറിയാം താനിച്ക. ഞാൻ പുറത്തു പറയാത്ത പലതും എനിക്കറിയാം.

അയാളുടെ സ്വരത്തിൽ ശോകരസം കലർന്നിരുന്നു. താനിച്കയ്ക്ക് അതുകേട്ട് വല്ലാതായി. “ഞാനിയാളെ ഇങ്ങിനെ പരിഹസിക്കരുതായി രുന്നു” അവൾക്കു തോന്നി: “യാതൊരു പൊങ്ങച്ചവുമില്ല, നാട്യവുമില്ല അയാൾക്കിപ്പോൾ. ഒന്നിനും കൊള്ളാത്തവനെന്ന് അയാളിപ്പോൾ, എന്നെപ്പോലെത്തന്നെ സ്വയം കരുതുന്നുണ്ടാവണം...”

താനി: വൊളോഡ്യ! നിരാശപ്പെടാതെ! എനിക്ക് പലപ്പൊഴുമിങ്ങ നത്തെ തോന്നൽ വരാറുണ്ട്! പക്ഷേ എല്ലാം മാറും എന്നു പ്രതീക്ഷിച്ച് പെട്ടെന്ന് ഞാനതിൽനിന്നെല്ലാം രക്ഷപ്പെടാറാണ് പതിവ്. എന്താ ചിരിക്കണത്? ഇതൊക്കെ മാറുമെന്ന് എനിക്ക് നല്ല ഉറപ്പുണ്ട്. നിങ്ങൾ അത്ഭുതങ്ങളിൽ വിശ്വസിക്കുന്നുണ്ടോ?

വൊ: “അത്ഭുതം എന്നുവെച്ചാൽ എന്താണുദ്ദേശിച്ചത്?”

താനി: “അതോ! നിങ്ങൾക്ക് വല്ലാത്ത വിഷമവും അസ്വസ്ഥത യും തോന്നുന്നു; പെട്ടെന്ന് അതുമാറി ഉന്മേഷം തോന്നുന്നു. എല്ലാം മാറിയതായ അനുഭവം. ഞാൻ പറഞ്ഞതിന്റെ അർത്ഥവുമതാണ്. ഈ ടൗണും ജനങ്ങളും എല്ലാംതന്നെ പെട്ടെന്ന് വ്യത്യാസപ്പെടുന്നു. ഇപ്പോ മനസ്സിലായോ?”

വൊ: “ഒരു പ്രകൃതത്തെ മാറ്റാൻ ഏതു വസ്തുവിനു കഴിഞ്ഞെന്നു വരും - അസംബന്ധത്തിനുപോലും. ഞാനിന്നലെ സൊഖ്ലോവ്സ്കി യെക്കണ്ടു. ഞാൻ നിന്നോട് പറയാറില്ലേ, അയാളെപ്പറ്റി. ഓർക്കുന്നു ണ്ടോ? ഇങ്ങനെ പ്രസന്നതയില്ലാത്ത ഒരു മൂങ്ങയെ വേറെങ്ങും ഞാൻ

കണ്ടിട്ടില്ല. പക്ഷേ ഇന്നലെ ഞാൻ കണ്ടപ്പോഴുണ്ടല്ലോ, പ്രകൃതമാകെ മാറിയിരിക്കുന്നു. ഞാൻതന്നെ അത്ഭുതപ്പെട്ടുപോയി. തമാശയും ചിരിയും സൊള്ളലുമൊക്കെയാണിന്നലെ ഞാൻ കണ്ടത്. മൂപ്പരാകപ്പാടെ മാറിയിട്ടുണ്ട്. എന്തുപറ്റിയെന്നു ചോദിക്കാതിരിക്കാൻ എനിക്ക് കഴിഞ്ഞില്ല. “ഹേ! വിശേഷമൊന്നുമില്ല; വസന്തം വന്നതു കണ്ടില്ലേ എന്നായിരുന്നു അയാളുടെ മറുപടി, മൂപ്പർക്കേതാണ്ട് പ്രായം അറുപതിനോടടുത്തുകാണും. എത്ര വസന്തം കണ്ടിട്ടുള്ളവനാണയാൾ? നീ അത്ഭുതം എന്നുദ്ദേശിച്ചതിതാണെങ്കിൽ ഞാനും അതിൽ വിശ്വസിക്കുന്നു.”

താനി: “അല്ല. ഞാൻ കാലാവസ്ഥയെപ്പറ്റിയല്ല പറഞ്ഞത്. അതിലുമൊക്കെ വളരെ ആഴത്തിലുള്ള കാര്യമാണ്. നിങ്ങളൊരാളെക്കാണുന്നുവെന്നുവെയ്ക്കുക. എന്നിട്ട് പ്രേമിക്കുന്നു. അല്ലെങ്കിൽ നിങ്ങളുടെ ജോലിയിൽ തന്നത്താൻ മറന്നു മുഴുകുന്നു - സബുറോവിനെപ്പോലെ. അയാൾ സംതൃപ്തനാണെന്ന് നിങ്ങൾ പറഞ്ഞില്ലേ, ഇപ്പോൾ? പക്ഷേ അതുപോലെ സൊഖ്ലോവ്സ്കിയും തന്റെ ജോലിയിൽ മതിമറന്നാഹ്ലാദിക്കത്തക്ക വല്ലതും ചെയ്തുതീർത്തിട്ടുണ്ടാവും. സ്വന്തം ജോലിയിലയാൾക്ക് വലിയ കമ്പമാണെന്ന് നിങ്ങളെന്നോടുതന്നെ പറഞ്ഞിട്ടുള്ളതാണല്ലോ.”

വൊ: “വ്യാഴഗ്രഹത്തിൽ ജീവികളുണ്ടെന്നോ മറ്റോ ജ്യോതിശ്ശാസ്ത്രജ്ഞന്മാർ കണ്ടുപിടിച്ചെന്നിരിയ്ക്കട്ടെ, സൊഖ്ലോവ്സ്കിയ്ക്ക് രസംപിടിയ്ക്കാൻ അതായാലും മതിയാവും. അയാൾക്കത്രയൊക്കേ വേണ്ടൂ. താനിച്കാ, നോക്ക്! ആ കാമുകമിഥുനം പാർക്കിലേയ്ക്കാണ് പോകുന്നത്.”

താനി: “അതിലെന്താണത്ഭുതം! അതു സ്വാഭാവികമല്ലേ! പാർക്ക് എപ്പോഴും പ്രേമഭിക്ഷുക്കളെക്കൊണ്ട് നിറഞ്ഞിരിക്കും. അവരവിടെക്കടന്നിരിക്കും; ചുംബിക്കും. ഇനി നമ്മളെന്താണ് ചെയ്യുക? ശപിക്കണോ അതോ സങ്കടപ്പെടണോ?”

വൊ: “രണ്ടുംവേണ്ട. നമ്മളവർക്ക് മംഗളം നേർന്നാൽ മതി. അവരുടെ മുഖം കാണാൻ വയ്യല്ലോ! അതു കഷ്ടമായി. എങ്കിലും നല്ല ചന്തമുള്ളവരാണെന്ന് നമുക്ക് സങ്കല്പിക്കാം.”

മഞ്ഞുകാലം കഴിഞ്ഞാൽ സാധാരണ പാർക്കിൽ ആൾത്തിരക്കുണ്ടാവാറുണ്ട്. റേഡിയോ പാട്ടുകളും കാമിനീകാമുകന്മാരുടെ പൊട്ടിച്ചിരികളും, കുട്ടികളുടെ ഓടിക്കളികളും മറ്റുംകൊണ്ട് പാർക്ക് ആകപ്പാടെ ഒരുത്സവസ്ഥലം പോലാവും. എന്നാൽ ഇത്തവണ പാർക്കിൽ ആൾത്തിരക്ക് ആയിട്ടില്ല. മിക്കവാറും വിജനമാണ്. ബെഞ്ചുകളിലെ

നനവ് മാറിയിട്ടില്ല. തണലുള്ള ഭാഗങ്ങളിൽ അവിടവിടെ ഇപ്പോഴും മഞ്ഞ് ഉറച്ചുകിടപ്പുണ്ട്. മരങ്ങൾ ഇലകൊഴിഞ്ഞ് പൊടിയിൽ മുങ്ങി കരി വാളിച്ച് നില്ക്കുന്നു. പുതിയ തളിരുകളണിയാൻ ആരംഭിക്കുന്നതേയുള്ളൂ. പക്ഷേ, വെയിലേല്ക്കുന്ന ഭാഗത്ത് മഞ്ഞുരുകി ഒലിച്ചുപോയിക്കഴിഞ്ഞു. പച്ചപ്പുൽനാമ്പുകൾ അവിടവിടെ തലപൊക്കി എത്തിനോക്കാൻ തുടങ്ങിയിട്ടുണ്ട്. അങ്ങനെ തണലില്ലാത്ത ഭാഗത്ത് പതുക്കെപ്പതുക്കെ പ്രകൃതിയുടെ പച്ചസാരിയുടെ നേരിയ അലകൾ കാണാൻ തുടങ്ങിയി ട്ടേയുള്ളൂ.

"താനിച്ക, നോക്ക്," വൊളോഡ്യ ആവേശഭരിതമായ സ്വരത്തിൽ വിളിച്ചുപറഞ്ഞു: "നിന്റെ ആ അത്ഭുതമൊക്കെയാണ് ആ കാണുന്നത്."

താനി: "നിങ്ങൾ പറയുന്നതൊന്നും എനിക്ക് മനസ്സിലാവുന്നില്ല."

വൊ: "മഞ്ഞുകഴിഞ്ഞു. അതൊരത്ഭുതമാണ്. നീ എതിരുപറയാതെ കേൾക്ക്! ഈ മഞ്ഞുതൊപ്പിപോലും നിന്നെ വല്ലാതെ ഉഷ്ണിപ്പിക്കുന്നുണ്ട്. ഇപ്പോൾ നീ കോട്ടുംകൂടി ഇട്ടിരുന്നെങ്കിലോ? ആ കിഴവൻ ആൽമരം അതാ അതിനെ പൊതിഞ്ഞിരുന്ന മഞ്ഞ് കുടഞ്ഞെറിഞ്ഞ് പതുക്കെ പുറത്തേയ്ക്ക് വരുന്നു - അതാണ് രണ്ടാമത്തെ അത്ഭുതം. മൂന്നാമത്, ആ പച്ചപ്പുൽനാമ്പുകളും. അതിലൊക്കെ വലിയ അത്ഭുതം അതാ നോക്ക്... (*സ്നോസ്ദ്രോപ്പ് എന്ന ചെറിയ ചെടി ചൂണ്ടിക്കൊണ്ട്) (* രണ്ടിലകളും മണിയുടെ മാതിരി പൂവുമുള്ള ഒരു തരം ചെടി) ആ കൊച്ചു രസികനെക്കണ്ടില്ലെ! ആ മഞ്ഞുകട്ടകൾ പിളർന്നുകൊണ്ടാണ് അവൻ എത്തിനോക്കുന്നത്!"

വൊളോഡ്യ ആ സ്നോസ്ദ്രോപ്പ് സശ്രദ്ധം പറിച്ചെടുത്തു. താനിച്ക അത് വാങ്ങി തന്റെ കൈയിൽ വെച്ചു കൗതുകത്തോടെ നോക്കി: "ശരിയാണ്, ഇതൊരു സ്നോസ്ദ്രോപ്പാണ്" എന്നു പറഞ്ഞ് അവൾ ആഹ്ലാദിച്ചു.

അവരുടെ മുന്നിൽ നടന്നിരുന്ന ആ കാമുകമിഥുനം ഒരു ബെഞ്ചിൽ പ്പോയിരുന്നു. വൊളോഡ്യ ഒരു പുഞ്ചിരിയോടെ താനിച്കയുടെ നേർക്കു തിരിഞ്ഞു അവരെ ചൂണ്ടിക്കാണിച്ച് പറഞ്ഞു:

"നോക്ക്! അവൻ മഴക്കോട്ടെടുത്ത് ബഞ്ചിൽ വിരിച്ചത്. അവന്റെ പ്രണയത്തിടമ്പിനെ പ്രതിഷ്ഠിക്കാൻ. ബെഞ്ചിപ്പോഴും ഈറനാണ്. നല്ല ചന്തമുണ്ടവരെക്കാണാൻ. അവൻ കോളേജിലേയ്ക്കു കടന്ന ഒരു വിദ്യാർ ത്ഥിയായിരിയ്ക്കണം; അവൾ സ്ക്കൂളിലെ അവസാനത്തെ ക്ലാസിൽ പഠിക്കുന്നവളും. സ്ക്കൂൾഫൈനൽ പരീക്ഷ അടുത്തുകഴിഞ്ഞിട്ടുണ്ട്.

പക്ഷേ ഇപ്പോ അവളുടെ ശ്രദ്ധ അതിലൊന്നുമല്ല. മറ്റൊരുതരം പരീക്ഷയിലാണ്. പക്ഷേ എല്ലാ പരീക്ഷകളിലും വെച്ച് കടുത്ത പരീക്ഷ. അവർ നല്ല ഉത്സാഹത്തിലാണെന്ന് തോന്നുന്നു. എനിയ്ക്കതു രസിച്ചു."

താനി: "വൊളോദ്യ്യാ! നിങ്ങളെന്നെ പുറത്തേയ്ക്കിറക്കിക്കൊണ്ടു വന്നത് നന്നായി. എന്റെ മുറിയിൽ വല്ലാത്ത ഒരു ഇരുട്ടും അസ്വസ്ഥതയുമാണ്. ഞാനങ്ങിനെ കുഞ്ഞിക്കൂടി കുത്തിയിരുന്നു ബോറായിക്കഴിഞ്ഞിരുന്നു... ഇവിടെ പുറത്ത് എന്തുന്മേഷമാണ്; നല്ല ഉത്സാഹം തോന്നുന്നു."

വൊ: "ആശ്ചര്യം! ആശ്ചര്യം! ഒരൊററ വസന്തവും ഇതുപോല എനിക്കുത്സാഹം തോന്നിച്ചിട്ടില്ല. കുട്ടിക്കാലത്ത് ഈ വസന്താരംഭത്തിൽ മഞ്ഞുകട്ടകൾ തട്ടിത്തെറിപ്പിച്ചും തല്ലിപ്പൊട്ടിച്ചും കളിയ്ക്കുക എന്റെ ഏറ്റവും പ്രിയപ്പെട്ട വിനോദമായിരുന്നു. മഞ്ഞുറച്ച് കട്ടിയായിക്കിടന്നിരുന്ന ഒരു കുളത്തിൽ അതുപോലൊരിക്കൽ കളിച്ചുകൊണ്ടിരിയ്ക്കുമ്പോൾ ഞാൻ മുട്ടുവരെ താണുപോയി. എനിയ്ക്ക് വീട്ടിൽ ചെന്നപ്പോൾ അതിന്ന് നല്ല പെട കിട്ടി. ഇപ്പോൾ ഞാനതുപോലൊരു കുസൃതി ചെയ്യാൻ പോവുകയാണ്. വ്ളാഡിമർ വൊളോദ്യ്യ പുഖോവ് 34 വയസ്സ്, ആർട്ടിസ്റ്റ് യൂണിയനിലെ മെമ്പർ, ഇപ്പോൾ നിഷ്പ്രയോജനമായിക്കഴിഞ്ഞിട്ടുള്ള സോവിയറ്റുകലകളിൽ പ്രസിദ്ധൻ, ഒരു പൊതുസ്ഥലത്തുവെച്ച് താഴ്ന്ന ക്ലാസിൽ പഠിക്കുന്ന ഒരു സ്കൂൾകുട്ടിയെപ്പോലെ കുസൃതി കാണിക്കാൻ പോകയാണ്."

അവിടെ മഞ്ഞുകൊണ്ട് മൂടി ഉറച്ചുകിടന്ന ഒരു കുളത്തിലേയ്ക്കു വൊളോദ്യ്യ ഓടി. ചെന്നപാടെ കല്ലു പോലെ കിടന്ന ഐസ് ചവിട്ടിപ്പൊട്ടിയ്ക്കാൻ തുടങ്ങി. പൊട്ടുന്നില്ല. ആഞ്ഞുചവിട്ടി. അയാൾക്ക് ആവേശവും ശൗര്യവും കൂടുകയാണ്. ഉറഞ്ഞുകിടന്ന ആ കുളത്തിൽ ഐസിന്റെ മീതെ ഓടിനടന്ന് ആഞ്ഞുതട്ടലും ചവിട്ടലും മുറുകി. താനിച്ക അയാളെ നോക്കി ഉല്ലാസത്തോടെ പൊട്ടിച്ചിരിച്ചുകൊണ്ടിരുന്നു. മുകളിൽ സൂര്യനങ്ങിനെ പ്രകാശിച്ചു. താനിച്കയേയും വൊളോദ്യ്യയെയും ആ കാമുകമിഥുനത്തെയും മഞ്ഞിൽ മരവിച്ച ലോകത്തെയും ചുട്ടുപിടിപ്പിച്ചുകൊണ്ട് സൂര്യരശ്മികൾ മിന്നി.

അദ്ധ്യായം പതിനേഴ്

ലെന മുറിയിലിരുന്നു മടുത്തു. പുറത്തെ സൂര്യപ്രകാശവും വസന്താഗമനകോലാഹലവും ഒന്ന് നോക്കിക്കളയാമെന്നു വെച്ച് അവളും പുറത്തിറങ്ങിനടന്നു. എന്നാൽ ചുറ്റുമുള്ളതൊന്നും അവൾ കാണുന്നില്ല. അവളുടെ ചിന്തകളും മനസ്സും മറ്റെങ്ങോ ആണ്. മഞ്ഞുരുകി പ്രവഹിയ്ക്കുന്ന വെള്ളത്തിൽ പക്ഷികൾ ബഹളംകൂട്ടി കളിയ്ക്കുന്നതോ, ആകാശത്തിലെ നീലിമയോ, ആളുകളുടെ ഉത്സാഹപ്രകടനമോ ഒന്നും തന്നെ അവളുടെ ശ്രദ്ധയിൽപ്പെട്ടില്ല. ഒരുന്മേഷവുമില്ലാതെയാണവൾ നടക്കുന്നത്. മഞ്ഞൊഴിഞ്ഞ് ആകാശം തെളിയാൻ തുടങ്ങി; മരങ്ങളും ചെടികളും തളിരണിയാനുള്ള ശ്രമമാണ്; അവിടവിടെ പുല്ലുകളുടെ പച്ചനാമ്പുകൾ എത്തിനോക്കാൻ തുടങ്ങുന്നു. എല്ലാരുടെ മുഖത്തും പ്രസന്നത." എനിയ്ക്കൊന്നും പിടികിട്ടുന്നില്ല," ലെന സ്വയം പറഞ്ഞു: "ഒന്നിനും ഒരു സുഖം തോന്നുന്നില്ല; ഒരു മടുപ്പ്." തന്റെ ആ നില അവളെ അത്ഭുതപ്പെടുത്തിക്കളഞ്ഞു. "വീരയെ നോക്ക് എന്തൊരു മാറ്റമാണ്" ലെനയ്ക്ക് അസൂയ തോന്നി: "വിരസയായിക്കഴിയാറുള്ള വീരയ്ക്കുപോലും നല്ല ഉല്ലാസം തോന്നുന്നു. എനിയ്ക്കുമാത്രം ലോകം ഇപ്പോഴും കറുത്തതാണ്. ഞാനൊരു കല്ലായിത്തീർന്നപോലുണ്ട്."

തന്റെ പഴയ സംശയങ്ങളും മുറിവേറ്റ വികാരങ്ങളും അഭിമാനവുമെല്ലാം കാൽക്കാശിന് വിലയില്ലാത്ത അസംബന്ധങ്ങളായിത്തോന്നി അവൾക്ക്. പുസ്തകത്തിൽ വായിച്ച ചില കഥകളുടെ അനുഭവമാണിപ്പോൾ തനിയ്ക്കുണ്ടായിട്ടുള്ളതെന്നും അവൾ കരുതി: "അവൾ ദിമിത്രിയെ പ്രേമിച്ചു, ആ പ്രേമം അവളുടെ ജീവിതത്തെ മുഴുവൻ അഗാധമായി പിടിച്ചുകുലുക്കുന്നതായിരുന്നു. പക്ഷേ അയാൾ തിരിച്ചവളെ പ്രേമിച്ചില്ല. അങ്ങിനെ വരുമ്പോൾ എന്തു ചെയ്യാൻ കഴിയും! ഒന്നും സാദ്ധ്യമല്ല.

സഹിക്കുകതന്നെ.

ആ സൂര്യപ്രകാശവും തെരുവിൽക്കണ്ട ഉത്സാഹാന്തരീക്ഷവും എല്ലാം അവളെ വീർപ്പുമുട്ടിയ്ക്കുകയാണ് ചെയ്തത്. അവൾക്കതൊന്നും സഹിക്കാൻ കഴിഞ്ഞില്ല. ഒഴിഞ്ഞുമാറി തനിച്ച് ഒരു കോണിലൂടെ ധൃതിയിൽ നടന്നു.

അവൾ ആ സോവിയറ്റ് തെരുവിന്റെ മൂല തിരിയുമ്പോൾ ദിമിത്രി ദൂരെനിന്നവളെക്കണ്ടു. അയാൾ ഉറക്കെ വിളിച്ചു:

"ലെനാ."

അവൾ തിരിഞ്ഞുനോക്കി. അച്ഛന്റെ പേരു ചേർക്കാതെ ദിമിത്രി അവളുടെ പേരു വിളിയ്ക്കുന്നത് ഇതാദ്യമായിട്ടായിരുന്നു. ആ വിളിയാണ് അവസാനം കുഴപ്പങ്ങൾ എല്ലാം ശരിപ്പെടുത്തിയത്.

ഇങ്ങിനെ വിളിച്ചുകൂവി റോഡിൽക്കൂടി ഓടുമെന്ന് ഒരു നിമിഷം മുമ്പ് നിങ്ങൾ അയാളോട് പറഞ്ഞുവെന്നിരിയ്ക്കട്ടെ, അയാൾ വിശ്വസിക്കില്ലായിരുന്നു. എങ്ങിനെ സ്വയം നിയന്ത്രിക്കണമെന്ന് പഠിച്ചവനായിരുന്നു അയാൾ. അയാളുടെ ജീവിതമാണയാളെ അത് പഠിപ്പിച്ചത്. ലെനയെ അങ്ങിനെ തെരുവിൽ കണ്ടുമുട്ടുമെന്ന ധാരണപോലുമയാൾക്കുണ്ടായിരുന്നില്ല. ചുറ്റുമുള്ള ഉത്സാഹപ്രകടനങ്ങൾ കണ്ടിട്ടും അയാൾ നിരുന്മേഷനായി നടക്കുകയായിരുന്നു. ലെനയെപ്പറ്റിയായിരുന്നു അയാളുടെ ചിന്ത: "കഴിഞ്ഞ വസന്തത്തിലാണ് എനിക്കവളിൽ പ്രത്യേകത തോന്നാൻ തുടങ്ങിയത്. അതുകഴിഞ്ഞിട്ട് കൊല്ലമൊന്നായി. ഇനി ഇപ്പോ മാസവും കൊല്ലവുമൊന്നും കണക്കാക്കിയിട്ട് പ്രയോജനമില്ലെന്ന് എനിക്കറിയാം. എന്തായാലും അവളെ മറക്കാൻ കഴിയില്ല. എന്റെ ജീവിതം ശൂന്യമായിത്തീർന്നിരിക്കുന്നു. അവളെന്നെ ആകപ്പാടെ വ്യത്യാസപ്പെടുത്തിക്കളഞ്ഞു; കീഴടക്കിക്കളഞ്ഞുവെന്നു പറയാം. മൂന്നാലു മാസംമുമ്പ്, കഴിഞ്ഞ മഞ്ഞുകാലത്ത് ചർച്ചായോഗത്തിൽ ഞാൻ ചെന്ന് എങ്ങിനെ ആ വിഡ്ഢിത്തം എഴുന്നള്ളിച്ചുവെന്ന് ഓർമ്മിക്കുമ്പോൾ എനിക്കുതന്നെ അത്ഭുതം തോന്നിപ്പോകുന്നു. എല്ലാം കൂടി കെട്ടുപിണഞ്ഞതായിട്ടാണ് കാണുന്നത്. എന്തൊക്കെയായാലും ഇനി ലെനയെക്കാണാൻ കഴിയില്ല..." ഇങ്ങിനെ ചിന്തിച്ചുകൊണ്ടിരിയ്ക്കുമ്പോഴാണ് പെട്ടെന്നയാൾ ലെനയെ ദൂരെക്കണ്ടത്. അപ്പോൾ എല്ലാം മറന്ന് അവളുടെ അടുത്തേയ്ക്കോടി.

അവർ രണ്ടുപേരും ഇപ്പോൾ തൊട്ടുതൊട്ട് നടക്കുകയാണ്. നടപ്പ് ബദ്ധപ്പാടിലുമാണ്.

ദിമിത്രി: "ഞാനങ്ങിനെ നടക്കുകയായിരുന്നു. പെട്ടെന്നാണ് ആ മൂല

തിരിയുന്നത് കണ്ടത്."

ലെന: "നിങ്ങളുടെ ശബ്ദം ഞാൻ പെട്ടെന്ന് തിരിച്ചറിഞ്ഞു. അത്ഭുത മായിരിക്കുന്നു... ഞാനെന്തിനാണ് പുറത്തിറങ്ങിയെന്ന് എനിക്കറിയില്ല... സാധാരണ മുറിയിലിരിക്കാറാണ് പതിവ്!"

ദിമിത്രി: "നിനക്ക് പോകാൻ തിടുക്കമുണ്ടോ?"

ലെന: "ഇല്ല. നിങ്ങൾക്കോ?"

ദിമിത്രി: "എനിയ്ക്കോ?"

ദിമിത്രി പുരികമൊന്നു മേല്പോട്ടുയർത്തി അത്ഭുതഭാവത്തിൽ അവളെ നോക്കി. ലെനയാണോ അതെന്നുറപ്പ വരുത്തുകയായിരുന്നു അയാൾ. അതേ! ലെന തന്നെ. സംശയമില്ല.

അവർ തിരക്കിട്ട് നടക്കുകയാണ്. വഴിവക്കിലുള്ള വീടുകളിലൊന്നിൽ ഒരു സ്ത്രീ ജനാലയുടെ കണ്ണാടിച്ചില്ലുകൾ തേച്ചുകഴുകുന്നു. അതിൽക്കൂടി നീലാകാശം പ്രതിഫലിച്ചു. ഒരു കൊച്ചുപൈതലിരുന്ന് ഐസ്ക്രീം തിന്നുന്നുണ്ട്. ഒരു പെൺകുട്ടി... ഒരു ചെടിയുമായി ഓടിപ്പോകുന്നു.

രണ്ടുപേരും പലതും ചിന്തിക്കുകയാണ്. ഇന്നെത്രയാ തിയ്യതി? ലെന സ്വയം ചോദിച്ചു. എനിയ്ക്ക് ഒന്നും ഓർക്കാൻ കഴിയുന്നില്ല. എന്താണ് സംഭവിച്ചതെന്നും എനിക്ക് മനസ്സിലാവുന്നില്ല. എങ്ങോട്ടാണ് ഞങ്ങൾ പോകുന്നത്?

എങ്ങോട്ടാണ് പോകുന്നത്? എന്ന അവളുടെ ആത്മഗതം ഉറക്കെ യായിരുന്നു.

അവർ ഒരു തവിട്ടുനിറത്തിലുള്ള കെട്ടിടത്തിലെത്തി. മൂന്നു നിലക ളുള്ള ആ കെട്ടിടത്തിലാണ് ദിമിത്രിയുടെ പാർപ്പിടം. 3-ാം നിലയിലുള്ള ദിമിത്രിയുടെ പാർപ്പിടത്തിലേയ്ക്ക് വേഗം നടന്നു. അവിടെ അപ്പോഴും തണുപ്പാണ്. മഞ്ഞ് അവിടംവിട്ടുപോയിക്കഴിഞ്ഞിട്ടില്ല. കോണിപ്പടി ശരിയ്ക്ക് കാണാൻ വയ്യാത്തതുപോലെ ഇരുട്ടുണ്ട്. പക്ഷേ ദിമിത്രിയോ ലെനയോ ആ തണുപ്പ് അറിഞ്ഞില്ല. ആ മങ്ങിയ വെളിച്ചത്തിൽ ലെന തന്റെ മുഖമുയർത്തി ദിമിത്രിയുടെ നേർക്കുനോക്കി. അവളുടെ കണ്ണിൽ പ്രേമാഭിഷിതമായ ഹൃദയം മുഴുവൻ നിഴലിച്ചിരുന്നു. ദിമിത്രി അവളെയ ടുപ്പിച്ചുപിടിച്ചു ആ കണ്ണുകളിലും ചുണ്ടിലും ചുംബിച്ചു. തെരുവിൽനിന്നു കുട്ടികളുടെ ശബ്ദകോലാഹലവും വാഹനങ്ങളുടെ ഇരമ്പലും വസന്തോ ത്സവബഹളങ്ങളും ഉയർന്നുകൊണ്ടിരുന്നു.

www.ingramcontent.com/pod-product-compliance
Lightning Source LLC
LaVergne TN
LVHW102036051026
849518LV00014B/1995
* 9 7 8 9 3 5 5 1 7 3 1 1 9 *